काजळमाया

जी. ए. कुलकर्णी

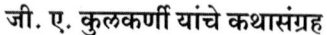

जी. ए. कुलकर्णी यांचे कथासंग्रह

निळासांवळा (१९५९)

पारवा (१९६०)

हिरवे रावे (१९६२)

रक्तचंदन (१९६६)

काजळमाया (१९७२)

सांजशकुन (१९७५)

रमलखुणा (१९७५)

पिंगळावेळ (१९७७)

पैलपाखरे (१९८६)

डोहकाळिमा (निवडक कथा) (१९८७)

कुसुमगुंजा (१९८९)

आकाशफुले (१९९०)

सोनपावले (१९९१)

रक्तमुद्रा (२०२३)

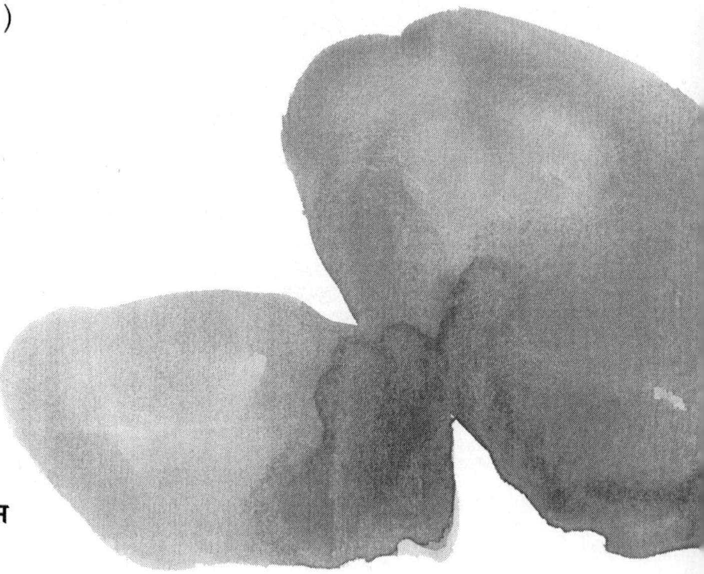

पॉप्युलर प्रकाशन
मुंबई

काजळमाया

जी० ए० कुलकर्णी

काजळमाया
(म–३२५)
पॉप्युलर प्रकाशन
ISBN : 978-81-7185-991-7

KAJALMAYA
(Marathi : Short Stories)
G. A. Kulkarni

पहिली आवृत्ती : १९७२ / १८९४
सहावी आवृत्ती : १९९५ / १९१६
दुसरे पुनर्मुद्रण : २००७ / १९२९
सातवी आवृत्ती : २००९ / १९३0
आठवे पुनर्मुद्रण : २०२१ / १९४३
नववे पुनर्मुद्रण : २०२२ / १९४४
दहावे पुनर्मुद्रण : २०२२ / १९४४
अकरावे पुनर्मुद्रण : २०२३ / १९४५
बारावे पुनर्मुद्रण : २०२४ / १९४६

प्रकाशक
अस्मिता मोहिते
पॉप्युलर प्रकाशन प्रा. लि.
३०१, महालक्ष्मी चेंबर्स
२२, भुलाभाई देसाई रोड
मुंबई ४०० ०२६

अक्षरजुळणी
अन्वय
मुंबई ४०० ०३१

मुद्रक
मणिपाल टेक्नोलॉजीज़ लिमिटेड, मणिपाल

सोनुमावशीस

तू आम्हांला आणखी एक आई होतीस

अनुक्रम

If a man does not keep pace with his companions, perhaps it is because he hears a different drummer.

Thoreau

प्रदक्षिणा

घराच्या पूर्वेकडील बाजूने लावलेल्या उंच-लवचीक निलगिरी झाडांच्या पानांमधून सूर्यप्रकाश गाळून येत पुढच्या सोप्यावर पसरला होता आणि तिथे एका वेताच्या खुर्चीवर शून्यपणे बसलेल्या शांताक्कांच्या अंगावर त्या पानांच्या सावल्या चाळवत होत्या. सकाळच्या वेळी या शांत सोप्यावर असे बसलेले शांताक्कांना गेल्या वीसपंचवीस वर्षांत तरी आठवत नव्हते. कारण आता आठ-साडेआठ वाजून गेले होते. पंधरा दिवसांपूर्वीपर्यंत या वेळी हा सोपा दादासाहेबांना भेटायला येणाऱ्या माणसांनी गजबजून गेलेला असे. त्यामुळे आता सोप्यावर बसल्या असताना, अंधाऱ्या खोलीची एक भिंत पडताच जुन्या कोंडलेल्या वस्तू झगझगीत सूर्यप्रकाशात अपरिचित दिसाव्यात त्याप्रमाणे, शांताक्कांना सारेच नवे दिसू लागले होते. त्यांना स्वतःच्या विकल मनाचा क्षणभर विसर पडला आणि त्यांनी इकडेतिकडे पाहिले. क्षणभर त्यांना वाटले, आता यापुढे घर एकदम रिकामे, निःशब्द वाटत राहणार; पण आपल्याला आता त्याची देखील सवय करून घ्यावी लागेल. आपले आयुष्य देखील आता असेच शांत, दुःखाने, आठवणींनी ओझावलेल्या या सोप्यावर आले आहे. मग ते एक दिवस बाहेर पडेल. फरशी घातलेल्या वाटेवरून जात, गेटमधून निघून जाईल आणि जुईचा मंडप, तुळशीवृंदावन, आजूबाजूची मुले येऊन पाने चुरगळीत ज्यांचा वास घेत ती निलगिरीची झाडे, आपला एकाकी निष्फळ बिछाना ही सारी मागे कायम उमटलेल्या पाऊलखुणांसारखी मागेमागेच राहून जातील...

या प्रशस्त सोप्यावर एका बाजूला दादासाहेबांचे लिहिण्याचे टेबल होते व त्याच्या शेजारी पुस्तकांनी भरलेले शेल्फ होते व समोरच्या भिंतीवर सुताचा हार घातलेल्या कोणत्यातरी देशभक्ताचा फोटो होता. ग्रामकलाकेंद्राचे संचालक रामचंद्रन यांनी अत्यंत कृतज्ञतेने अर्पण केलेला दादासाहेबांचा अर्धपुतळा नेहमी त्या शेल्फवर असे; पण नंतर आबाजींनी तो समोरच एक टेबल ठेवून त्यावर आणून ठेवला होता आणि तेव्हापासून

सतत उदबत्त्यांचा धूर मंद सुगंधी निळसर रंगाने त्याच्या भोवती तरळत होता. पंधरा दिवसांपूर्वी दादासाहेबांच्या निधनाची वार्ता सर्वत्र पसरताच रस्त्याच्या पलीकडेपर्यंत माणसांची आषाढदाटी झाली आणि स्मशानयात्रा तर दीडदोन मैल पसरली. नंतर भेटायला येणारी माणसे शांताक्कांशी दबलेल्या स्वरात बोलत, मध्येच आवेगाने उठून अर्धपुतळ्याजवळ फुले ठेवीत व व्यथित चेहऱ्यांनी एकदम नाहीशी होत. आतापर्यंत टेबलावर फुलांचा ढिगारा झाला होता आणि पुतळ्याचा निर्विकार, स्थिर चेहरा मात्र त्यावर अनिमिष दिसत होता. दादासाहेबांचा चेहरा उग्र असून त्यांच्या चेहऱ्याची ठेवणच कृष्णपाषाणात दीर्घोद्योगाने घडवल्याप्रमाणे करारी, अभेद्य होती. ते तुरुंगात असताना चाबकाचे प्रहार त्यांनी कोरड्या डोळ्यांनी सहन केल्याचे त्यांचे सहकारी सांगत असत. ते डोळे नेहमीच उग्र, कठोर, अथांग राहिले होते. शांताक्कांची नजर त्या परिचित चेहऱ्याकडे जाताच त्यांचे मन स्मृतींच्या बुडबुड्यांनी भरून गेले. वाचीत असलेल्या पुस्तकात बोट ठेवून घरभर फिरण्याची त्यांची सवय... हजार उपाय करून देखील तशाच फुटक्या राहिलेल्या स्वच्छ टाचा... दाढी करताना अनेक ठिकाणी लक्ष घालीत, बोलत, कुठे ना कुठेतरी हटकून कापून घेण्याचा वेंधळेपणा... त्यांच्या चिरेबंदी, व्रतस्थ, समर्पित आयुष्यात कधीच न उमटलेला रंगाचा, संगीताचा शब्द... कपिलेश्वराच्या तीर्थाजवळ आंबराईत पानांच्या सावल्यांनी फुटलेल्या चांदण्यात रक्ताच्या आवेगाने त्यांनी टाकलेला राकट, आसुसलेला हात... आणि त्याच रक्ताच्या नेकीने आपल्या असहाय अवस्थेत त्यांनी पाळलेला चोख, खणखणीत शब्द! परंतु नंतर उंबरा ओलांडून पत्नी म्हणून प्रवेश झाल्यानंतर मात्र...

एखाद्या दिंडीत कुरूप महारोगी दिसावा त्याप्रमाणे त्या स्मृतींत तो विचार येताच शांताक्का दचकल्या आणि अत्यंत सहनशीलतेने त्यांनी तो बाहेर दडपण्याचा प्रयत्न केला. गेल्या तीस वर्षांची सवय हाडांत मुरून गेली होती. थोड्याच वेळात त्यांचे मन त्याबाबतीत निर्विकार झाले.

आबाजी हलक्या पावलांनी आत आले आणि त्यांनी हातातील वर्तमानपत्रे, त्यांचा बिलकूल आवाज न होईल अशातऱ्हेने, अदबीने शांताक्कांच्या बाजूच्या टेबलावर ठेवली. ते परत जात असताना शांताक्कांनी त्यांच्याकडे कळवळून पाहिले. त्यांना उगाचच वाटले, जाताना दादासाहेबांनी यांचा प्राण देखील स्वतःबरोबरच नेला आहे! आता आबाजींचे दिवस देखील फार उरले नाहीत. त्यांची मान अगदी वाळली असून पुढे आली होती आणि बारीक तारांची चाळशी अडकवल्यावर तिच्यात आणि सुरकुतलेल्या चेहऱ्यात बोटे ऐसपैस सरकावी इतकी जागा राहत असे. शांताक्कांना वाटले, हे आबाजी कुठले! दादासाहेब कुठले! पण अशी आतड्याची नाती कशी जमून जातात देव जाणे! शांताक्कांच्या लग्नाआधीपासून आबाजी दादासाहेबांजवळ सावलीप्रमाणे जगले होते. बायको टाकून गेली म्हणून नदीवर वैतागाने जीव द्यायला आलेल्या या खेडवळ

ब्राह्मणाला दादासाहेबांनी आपल्या गावी आणले आणि त्यांना घरातलेच एक माणूस करून आपल्या पानाशेजारीच त्यांचे पान घातले. नंतर दोन आण्यांची भाजी आणण्यापासून, दादासाहेबांना दौऱ्यात देखील लागणाऱ्या लिंबूपाण्याच्या पेल्याच्या सिद्धतेपर्यंत या घरातील आयुष्याचा सारा कशिदा तीसपस्तीस वर्षेपर्यंत त्यांच्याच अशक्त, अधू डोळ्यांखाली झाला होता. गेल्या पंधरा दिवसांत घरी इतकी माणसे आली. जान्हवी आणि रामकृष्ण तर येथेच राहिली आहेत. चार दिवसांपूर्वी कोणी न बोलावताच राजाभाऊ देखील आकस्मिकपणे भुतासारखा येऊन बसला. पण एवढी वर्दळ असताना देखील आबाजींनी तिकडे व्यवस्थित लक्ष दिले होते. कसलीही तसदी येथपर्यंत आणली नव्हती. त्यांच्याविषयी दादासाहेब तर, ''कृष्णामाईनं दिलेला भाऊ'' असे उद्‌गार येणाऱ्याजाणाऱ्यापुढे काढीत. त्यांनी आबाजींना अन्नवस्त्र फुकट दिले आणि ते त्यांच्या नावे महिना चाळीस रुपये बँकेत ठेवू लागले. पुष्कळदा दादासाहेब बँकेचे पुस्तक इतरांना दाखवीत आणि कृतज्ञतेने भरलेल्या स्वरात म्हणत, ''एक भाऊ सगळ्यांच्या तोंडाला काळं फासून गेला; पण त्याच्या जागी हा कृष्णामाईनं दिलेला भाऊ पदरात पडला!''

शांताक्का आबाजींच्या पाठमोऱ्या आकृतीकडे पाहत असतानाच आबाजी मध्येच रेंगाळून वळले आणि जीर्ण विरलेल्या आवाजात म्हणाले, ''अक्का, मला वाटतं, तुम्ही दोनचार दिवस कुठंतरी गेलात तर मनाला तेवढाच विरंगुळा वाटेल. नाहीतर दररोज कुणी ना कुणी येणार, बोलणार. मग मनावरची खपली सतत निघत राहणार!''

''आता हे घर सोडून जाणार तरी कुठं?'' शांताक्का निःश्वास सोडीत म्हणाल्या, ''मला माझ्या माहेरकडच्या माणसांचा मायेचा पदर उरला नाही, काही नाही.'' पण त्यांना मनातल्या मनात मात्र वाटले, खरेच, जाऊन यावे कुठेतरी महिना-पंधरा दिवस! गेल्या वीस वर्षांत आपण या भिंतीच्या बाहेर पडलो नाही. पण जायचे कुठे? ह्व जान्हवीकडे? पुण्याला तिचा दवाखाना आहे, प्रशस्त घर आहे; पण तिने आतड्याने बोलवायला तरी हवे ना? कितीतरी वर्षांत तिने पत्र देखील पाठवले नाही. परवा ती आली तेव्हा तिचे करडे केस नि सुखावलेला विलासी देह पाहून एखाद्या अनोळखी परक्या स्त्रीकडे पाहत असल्याप्रमाणे त्या दचकल्याच होत्या. जान्हवी आल्यावर इकडचेतिकडचे पुष्कळ बोलली. दादासाहेबांच्या आठवणींनी तिचा आवाज रुद्ध झाला होता. त्यांची कागदपत्रे व्यवस्थित ठेवण्यासाठी कपाटे धुंडीत ती सतत दोन दिवस राबली; पण अखेर दमून तिने ते काम अर्धवट सोडले होते आणि आज ती जाणार होती. पण आतापर्यंत तिने आपल्याबरोबर चलण्याविषयी एक शब्द देखील शांताक्कांजवळ काढला नव्हता; परंतु ऐन जाण्याच्या वेळी ती म्हणेल का, 'बरोबर चल' म्हणून? काही झाले तरी रक्ताची बहीण. म्हणेल की!... या विचाराने शांताक्कांना क्षणभर सुखद हुरहुर वाटली; पण ती फार वेळ टिकली नाही. रामकृष्णाकडे जावे? तो विचार मनात येताच तारांचा गुंतवळा एकदम तापून लालसर व्हावा त्याप्रमाणे, त्यांचे अंग वेदनेने दुखावले.

त्याने एकदा संबंध तोडलेले आहेत, तर ते तोडलेलेच असू देत! पण त्याचे आईविषयीचे आतडे एकदम जागे होईल? तो बोलावेल का आपल्याला? निदान औपचारिकपणे तरी?... मग राहता राहिले राजाभाऊ! परंतु त्या नावानेच त्या शरमून गेल्या व त्यांचे मन अनुकंपेने भरले. संपले!... बस्स! एवढीच रक्तानात्याची माणसे उरली.

आणि त्यांपैकी कोणीच हक्काचे नाही. निर्जीव कातेला रक्तावर कसला आला आहे अधिकार? हे वाड्यासारखे घर, भोवतालचे आवार, दादासाहेबांच्या पुतळ्यावर फुले ठेवून जाणारी शेकडो माणसे या साऱ्यांत शांताक्कांना आपल्या एकाकी दारिद्र्याची फार जाणीव झाली व व्याकूळ होऊन त्यांनी पुन्हा म्हटले, "जायचं म्हटलं तरी जाणार कुठं?"

आबाजींनी लोखंडी काड्यांची चाळशी सावरली आणि ते म्हणाले, "अक्का, माझं देखील तसं कुणी नाही; पण गावाकडे माझा एक भाऊ आहे, आमचं वडिलार्जित छोटं घर आहे. तुम्ही चला दहापंधरा दिवस माझ्याबरोबर. गावाला नदी आहे, आंबराईत दत्ताचं देऊळ आहे. त्याची पूजा आमच्याच घरात आहे. तेवढाच तुम्हांला विरंगुळा वाटेल." पण बोलताबोलता आबाजींच्या डोळ्यांत पाणी जमले. "आणखी एक कारण आहे अक्का! आता मला देखील कुठंतरी अंग टाकलंच पाहिजे की! पण या घरातून पाऊल काढणं जिवावर आलं आहे. तुम्ही माझ्याबरोबर चला. मग तुम्ही परतल्यावर मी घरातून निघालो असं मला वाटणार नाही. मी राहीन तिथं. कृष्णामाईनं दिलेली हाडं तिलाच परत देऊन टाकायचीच नव्हे कधीतरी!"

शांताक्का अगदी व्याकूळ होऊन आबाजींकडे पाहत राहिल्या. त्यांना एकदम फार अपराधी वाटले. इतकी वर्षे आबाजी घरात राहिले. जुन्या देव्हाऱ्यावर घरगुतीपणाची कळा चढत जावी तसे त्यांचे आयुष्य येथे झिजत झगझगीत झाले. घरात घडणाऱ्या प्रत्येक गोष्टीला ते सावलीप्रमाणे चिकटले होते. तरी त्यांच्याविषयी मात्र आपण किती परतजिव्हाळा दाखवला? त्यांना भाऊ आहे ही गोष्ट देखील शांताक्कांना आजच प्रथम समजत होती. या घराखेरीज त्यांना काही वेगळे जग असेल, इतकेच नव्हे तर कधीकाळी हे घर त्यांना सोडून जावे लागेल, याची त्यांना कधी कल्पना देखील आली नव्हती. त्यांचे पुढे काय होणार? ह्य या प्रश्नाबरोबर शांताक्का हादरल्यासारख्या झाल्या. कारण त्याबरोबर सकाळपासून मोठ्या कष्टाने दडपून ठेवलेला दुसरा प्रश्न जास्तच जोराने भुताप्रमाणे प्रकट झाला : त्यांचे एक जाऊ दे. पुढे आपले तरी काय होणार बरे?...

शांताक्का गोंधळून एकदम घाबरल्या. त्यांनी हात पसरला नि आधार घेत असल्याप्रमाणे आबाजींनी आणलेली सारी वर्तमानपत्रे ढिगाऱ्याने उचलली.

अद्यापही वर्तमानपत्रांत दादासाहेबांचे फोटो येतच होते. अंत्यदर्शनाचेही येत होते. कोणाच्या तरी पुतळ्याला हार घालीत असलेले, विस्तृत जनसमुदायापुढे भाषण करीत असलेले, 'गीतारहस्य' वाचीत असलेले दादासाहेब! दोन ठिकाणी त्यांच्यावर विस्तृत लेख आलेले होते. त्यांत त्यांनी भोगलेले तुरुंगवास, अर्धपोटी राहून घेतलेले शिक्षण,

त्यांनी स्थापन केलेल्या शाळा, अनाथाश्रम, ग्रामकेंद्रे यांचा पुन्हापुन्हा उल्लेख होता. त्यांच्या स्मारकाची योजना देखील तयार झालेली होती व त्या माहितीसोबत, खाली चाचपडत असलेल्या एका दलित मातेला ते प्रकाश दाखवीत आहेत अशा एका पुतळ्याचे चित्र देखील होते. 'एक भव्य वैभवशाली आधारस्तंभ कोसळून पडला. त्यांची जागा भरून निघणे केवळ अशक्य आहे. त्यांच्यामागे त्यांची पत्नी व सुविद्य चिरंजीव आहेत...'

या सगळ्यांत शांताक्कांच्या मनाला थोडा उतार मिळाला. त्यांचे स्वतःचे नाव कुठेही छापलेले नव्हते, की कुठल्याच फोटोत त्यांचा चेहरा नव्हता; पण हे सारे घडत असताना आपण शेजारी तरी होतो, हा विचार त्यांना सुखाचा वाटला. दादासाहेब भाषण करीत असताना त्यांना पहिला झटका आला होता आणि त्यानंतर चारच दिवसांनी त्यांचे आयुष्य संपले होते. शांताक्कांना वाटले, माणसाला असा तडकाफडकी मृत्यू कधी येऊ नये. आयुष्याची चढती कमान संपली की पुन्हा त्याच मार्गाने परत पूर्वस्थळी येऊन संपून जाण्याची देणगी देवाने द्यायला हवी होती. कलेकलेने जगल्यानंतर कलेकलेनेच संपून जावे. शिवाय प्रवासापेक्षा परतप्रवास जास्त संयत, हुरहुर लावणारा, जास्त शहाणा, समंजस असतो. कधीच चुका न करण्याचे भाग्य देवाने माणसाला दिलेले नाही. निदान परत येताना थोडी भरपाई करण्याची संधी तरी त्याने का देऊ नये? येताना न पाहिलेले सुख पुन्हा घेता येईल. कठोर शब्दांनी केलेल्या जखमा बऱ्या करता येतील. दादासाहेबांशी लग्न झाल्यावर जान्हवीने वावगे शब्द काढताच, तिला मत्सर वाटतो या समजुतीने तिला केलेले वाक्ताडन, आई वर्षानुवर्षे अंथरुणाला खिळली असता, ''ही स्वतः मरून आम्हांलाही का एकदाची सोडवीत नाही?'' असे मुद्दाम तिला ऐकू जावे म्हणून काढलेले उद्गार, राजाभाऊ तुरुंगातून सुटल्यावर खालच्या मानेने घरी आला, तेव्हा त्याला घोटभर पाणी देखील न देता, ''आता इथं पुन्हा पाऊल टाकून आमच्या तोंडांना काळं फासू नका,'' असे त्याला हाकलून देताना वापरलेले शब्द, शाळेत असताना तोंडावर कोड फुटलेल्या नंदिनी पाठकला, 'टवके गेलेली भिंत' म्हणत केलेली निर्दय थट्टा ह्न हे सारे दुरुस्त करता आले असते. दर रविवारी मावशी अंग चोळूनचोळून न्हायला घाली. नाना पावसाळ्यात आपल्यासाठी छत्री घेऊन येत. कडाक्याच्या थंडीत अंगावर असलेले जाडजूड, खरबरीत गरम कांबळे, रसरशीत निखाऱ्यावर भाजलेले मक्याचे कणीस, चिंचगुळात घालून ठेवलेला कागदी लिंबाच्या झाडाच्या कोवळ्या पानांचा चिकट गोळा काडीला चिकटवून त्यावर जीभ फिरवताना येणारी, वास असलेली आंबटगोड चव ह्न ही त्या वेळी फारशी न जाणवलेली सुखे पुन्हा मिळतील व त्यांची खरी किंमत मग समजेल...

पण असे परत मागे जायला शांताक्कांच्या त्या घराचे आता काहीसुद्धा उरले नव्हते. लग्नानंतर बऱ्याच वर्षांनी त्या एकदाच तिकडे गेल्या होत्या. त्या वेळी त्या घराची एक

भिंत पडली होती आणि घरासमोर गुडघाभर गवत मातले होते. मग ती जागाच विकून टाकली. त्या ठिकाणी आता सिमेंटची दुमजली इमारत उठली होती आणि एक दवाखाना झाला होता. त्या घराच्या आयुष्यभर तिथली औषधाची बाटली कधी चुकली नाही आणि ते नाहीसे झाल्यावर देखील तिथे जमल्या त्या औषधाच्या बाटल्या! घर विकल्यावर हातात थोडे पैसे आले खरे; पण ते देखील पाहतापाहता त्या घरातील दिवसांप्रमाणेच वितळून गेले. म्हणजे आता मागेपुढे असे काही उरलेच नाही!

मग आपले पुढे तरी काय होणार?... उघड्याला घालावे, त्याप्रमाणे मन सैल करून शांताक्का बसल्या होत्या. आत कुठेतरी सखूचा स्वैपाकघरातील भांड्यांचा आवाज, कुठे सीतारामच्या झाडणीचा फटकारा ऐकू येत होता. मध्येच रामकृष्ण या खोलीतून त्या खोलीत जाताना दिसे. सखू आणखी एक कपडा जान्हवीच्या खोलीत आणून ठेवी. मग विहिरीच्या कट्ट्यावर विडी ओढताना लागलेला राजाभाऊचा ठसका ऐकू येई आणि काही वेळा मध्येच आबाजींची, ''पण माझं कोण ऐकून घेतंय?'' ही सौम्य, अतिशय परिचित तक्रार ऐकू येत असे. पण या साऱ्यांच्या वस्त्रावर आता आपण अलिप्त, अधांतरी आहो, असे शांताक्कांना सतत वाटू लागले होते.

जान्हवी, रामकृष्ण, राजाभाऊ यांच्यापासून अलिप्त? रक्ताची बहीण, पोटचा गोळा, नव्या घरात आल्यावर मिळालेला नवा भाऊ, दादासाहेबांचा भाऊ! शांताक्कांना वाटले, या सगळ्यांना एकत्र आणायला दादासाहेबांच्या मृत्यूची किंमत द्यावी लागली. डॉक्टर झाल्यावर जान्हवीने पुण्याला दवाखाना काढला. त्यानंतर ती आली ते आजच प्रथम! दादासाहेब तिकडे जात, राहत तेव्हा त्यांच्याकडून ती ठीक आहे एवढीच माहिती समजत असे. त्यांना पुष्कळदा वाटे, ही पाठीला पाठ लावून आलेली बहीण. आपले लग्न झाल्यावर अशी कशी गेली एकदम आटून? तिला येऊन इतके दिवस झाले; पण ती कधी समोर बसून आतड्याने बोलली नाही आणि आता तर ती निघून जाणार! जाताना तरी ती एकदम बांध फुटल्याप्रमाणे बोलेल का? त्यांना फार वाटले, बोलावे तिने! एक शब्द तरी तिने जिव्हाळ्याने बोलावा! रामकृष्णाला देखील येऊन बरेच दिवस झाले. हा तर पोटचा गोळा; पण पहिल्यापासूनच दादासाहेबांच्या अंगाने वाढला. ही मिशनरी शाळा-ती मिशनरी शाळा करीत तो बाहेरच राहिला. कॉलेजनंतर त्याला मद्रासला नोकरी लागली. त्याने कुठल्याशा परजातीय मुलीशी लग्न करायचे ठरवले; परंतु दादासाहेबांनी तिच्या कुलशीलाची चौकशी केली व जवळजवळ हायच खाल्ली. मुलगा निदान आईचे तरी ऐकेल, या विचाराने त्यांनी शांताक्कांना सविस्तर व कठोर पत्र लिहायला सांगितले. ते समोरच खुर्चीवर बसले होते. आपल्या खणखणीत, दगडी आवाजात ते मजकूर सांगत असताना शांताक्कांनी प्रत्येक शब्द टिपून घेतला होता. रामकृष्णाचे लग्न व्हायचे तसेच झाले. मात्र शांताक्कांना त्याने स्पष्ट लिहिले, ''तू असे लिहायला नको होतेस. आता पुन्हा माझ्याशी पत्राने देखील संबंध ठेवू नकोस!''

निव्वळ उपचार म्हणून दादासाहेब रामकृष्णाच्या लग्नाला गेले होते; पण त्यानंतर त्यांनी रामकृष्णाला न लिहिण्याबद्दल शांताक्कांना सक्त ताकीद देऊन ठेवली होती. त्यांना पुष्कळदा वाटायचे : रामकृष्णाची मुले कशी असतील? स्वतः रामकृष्ण कसा असेल आज? तो परवा दारात टांग्यातून खाली उतरला, तेव्हा तर शांताक्कांचे काळीजच लचकल्यासारखे झाले; पण रामकृष्ण त्यांच्याशी एक शब्द न बोलता आबाजींच्या मागोमाग निघून गेला. बहीण उगाचच दुरावली. मुलगा देखील. पण राजाभाऊची आठवण येताच त्यांचे मन शरमेने शेवाळले. त्यांना वाटले, इतकी पंचवीस वर्षे तो दूर राहिला. बहुतेकांना दादासाहेबांना भाऊ आहे याचा देखील विसर पडत चालला होता; पण या वेळी कुठूनतरी बातमी काढून त्यांच्या पापाप्रमाणे तो दत्त म्हणून उभा राहिला. काय जरुरी होती त्याच्या येण्याची? लोक त्याच्याकडे बोट दाखवत कुजबुजत राहिले. जुनी शरम जागी झाली. दादासाहेब बँकेत असताना त्यांनी मोठ्या प्रयत्नाने तिथे राजाभाऊला नोकरी लावून दिली आणि त्याने तिथे आठ हजारांची अफरातफर करून ठेवली. त्याला पाच वर्षांची शिक्षा झाली, त्या वेळी दादासाहेब कोर्टाच्या आवारात लहान मुलाप्रमाणे रडले. ''या घरात पाय ठेवू नकोस,'' म्हणून बजावताच तो पंचवीस वर्षे इकडे फिरकला नाही. त्यानंतर आला तो चार दिवसांपूर्वी. तो बाहेर विहिरीच्या कट्ट्यावर बसून राहिला आणि त्यानेही शांताक्कांशी एका शब्दाने तोंड उघडले नाही.

पण आज शांताक्कांना वाटले : झाले-गेले होऊन गेले. जान्हवी, रामकृष्ण नाही, तर निदान राजाभाऊने तरी आत येऊन थोडा वेळ बोलत बसावे...

बाहेर गेटपाशी कुणीतरी बोलत असल्याचा आवाज ऐकू आला. चारपाच खेडूत माणसे आत येण्याविषयी सीतारामशी हुज्जत घालीत होती. शांताक्का लगबगीने उठल्या व आतल्या खोलीत आल्या. आता बाहेरच्या कुणालाही भेटणे त्यांना नकोसे झाले होते. ही माणसे आली की पुन्हा त्याच प्रकाराची उजळणी व्हायची. दादासाहेबांचा त्याग... त्यांनी भोगलेले कष्ट... अपार देशसेवा...

कुणी चुकून देखील त्यांच्या पैशाच्या अभिलाषेचा उल्लेख करणार नाहीत! अचानक उधळलेल्या या विचाराने शांताक्का शरमिंद्या झाल्या. दादासाहेबांना जाऊन पंधरा दिवस झाले असतील-नसतील, तोच आपण त्यांच्यावरचा रंग खरवडायला निघालो! म्हणजे आपण तीस वर्षे मूकपणे केलेली तपश्चर्या फुकटच म्हणायची की काय?... त्यांनी निश्चयाने स्वतःला सावरले आणि त्या तिथल्या खुर्चीवर बसल्या.

गेले पाचसहा दिवस जान्हवी याच खोलीत राहत होती. आज ती जाणार होती. तिने सामानाची बांधाबांध केली होती. तिला जायलाच पाहिजे होते. नाहीतर तिचा दवाखाना खोळंबला असता. लहानपणी अगदी वेंधळी असणारी, वेणीचे रिबन नेहमी सोडून घेणारी, एकच वहाण कुठेतरी हरवणारी जान्हवी नंतर शिकूनसवरून डॉक्टरीण झाली. महिना सातआठशे रुपये कमावू लागली. आणि आपण? मॅट्रिकच्या परीक्षेत संस्कृताचे

बक्षीस मिळवलेल्या आपण चार भिंतींच्या सांदरीत तीस वर्षे शेवाळासारख्या जगत आलो!... शांताक्कांना त्या विचाराने खिन्न वाटले; परंतु जान्हवीच्या बॅगेकडे पाहताच त्यांना तशा परिस्थितीतही हसू आले. तिने बॅग भरली होती खरी; पण तिच्या दोन पातळांचे काठ फटीतून तसेच बाहेर लोंबत होते. शांताक्कांना वाटले, जान्हवी झाली असेल डॉक्टरीण, पूर्वीचा किरकोळ वेंधळेपणा आता किमती झाला असेल; पण वेंधळेपणा गेला मात्र नाही! आणि तिच्यामागून तिला सावरीत हिंडण्याचे आपले काम देखील अद्याप संपलेले नाही!

शांताक्कांनी ते काठ बोटांनीच आत ढकलण्याचा प्रयत्न केला; पण ते जमले नाही म्हणताच त्यांनी सहजपणे कुलूप ओढून पाहिले. येथे देखील त्यांचा अंदाज अगदी बरोबर होता. कुलूप लावले नसून नुसते अडकवलेले होते. ‘‘याची किल्ली देखील ती खात्रीनं हरवून बसलेली असणार!’’ असे म्हणत शांताक्कांनी बॅग उघडली. ह्न होय! पातळे देखील कशीबशी आत कोंबलेली होती. ती व्यवस्थित घडी घालून ठेवावी म्हणून शांताक्कांनी ती वर उचलली; पण खाली बॅगेत लक्ष जाताच, सर्पाचे वेटोळे पाहत असल्याप्रमाणे त्या पाहतच राहिल्या! दादासाहेबांच्या खासगी कपाटात नेहमी असलेली एक छोटी कातडी पिशवी तेथे होती. त्यांना वाटले, जान्हवी ही पिशवी का घेऊन जात आहे? आणि आपल्याला सांगितल्याशिवाय? ती पिशवी उचलताना त्यांना संकोच वाटला खरा; पण जान्हवीने देखील ती तशीच उचलली नव्हती का?

शांताक्कांनी पिशवीची साखळी सरकवताच वरच्या बाजूला त्यांना जान्हवीचा फोटो दिसला. खूप वर्षांपूर्वी काढलेला. त्यातील जान्हवी केसांत करडेपणा नसलेली, डोळ्यांखाली काळसर सुरकुत्या न पडलेली, काळ्याभोर डोळ्यांची, रेखीव, हरिणीसारखी दिसणारी होती. लहानपणी शाळेत सगळ्या मुली शांताक्कांना विचारून भंडावून सोडीत, ‘‘ही तुझी सख्खी बहीण का? अगदी सख्खी?’’ त्यानंतर त्या गप्प बसत खऱ्या; पण त्यांना आणखी कायकाय म्हणायचे होते याची शांताक्कांना पूर्ण कल्पना असे ह्न ‘‘ती अशी देखणी, गोरीगोरी; मग तूच अशी कशी खेडवळ, काळसर, ओबडधोबड आहेस ग?’’ तो फोटो पिवळसर पडला होता; पण त्यावर तारीख होती बरीच जुनी ह्न पंचवीस वर्षांपूर्वीची, म्हणजे शांताक्कांचे लग्न झाल्यावर पाचसहा वर्षांनंतरची! पिशवीत पुष्कळशी पत्रे होती. बावरून त्यांनी त्यांपैकी काही पत्रांवरून नजर फिरवली. बहुतेक पत्रे जान्हवीकडून आलेली होती. पुन्हा काही निमित्ताने पुण्याला येण्याविषयीची, महाबळेश्वरला जागा घेतल्याची, आणखी थोडे पैसे पाठवण्याविषयीची. त्यांत दादासाहेबांनी अर्धवट लिहून सोडलेली दोन पत्रे होती :

‘जानू, असे एकेकदा घडून जाते आयुष्यात! आयुष्यात एका क्षणी माझा तोल गेला आणि आयुष्य पार बदलून गेले. नाहीतर अगदी राजरोसपणेच तू माझ्या घरात आली असतीस. पण तिच्याशी लग्न करून मी क्षणाच्या चुकीसाठी जन्माचे प्रायश्चित्त घेतले

आहे. मला आयुष्यात निवासस्थान मिळाले; पण कधी म्हणून घर मिळाले नाही. पण तू जवळ असलीस की मात्र...''

शांताक्कांच्या डोक्यात एकदम स्फोट झाल्यासारखे झाले. त्यांचे हात एकदम थरथरू लागले. त्यांनी दात गच्च आवळून धरले व स्वतःला सावरण्याचा प्रयत्न केला. मग बऱ्याच वेळाने त्यांच्या ध्यानात आले, की हातातला फोटो व कागद आपण चुरगळून टाकीत आहो आणि आता आपल्याला हातपायच राहिलेले नाहीत! उरले आहेत ते जळजळणारे डोळे! डोक्यात कुठेतरी चर्मवाद्यावर होत असल्याप्रमाणे वाटणारा ठसूठस आवाज! त्यांनी निर्जीव डोळे हलवून समोर निरखून पाहिले. समोर दोन सुबक स्वच्छ पावले होती. त्यांवर फुलाफुलांचे तलम पातळ... सुखावलेला देह... लॉकेट... समोर जान्हवी उभी होती. शांताक्कांची दृष्टी तिच्या चेहऱ्यावर पडताच तिची हालचाल झाली आणि तिने शांतपणे मागचा दरवाजा ढकलून लावून घेतला.

''म्हणजे तू पाळतीवर राहून माझी पत्रं पाहिलीस तर!'' पाय आपटीत जान्हवीने म्हटले.

शांताक्कांच्या डोक्यात पुन्हा आवाज झाला, अंगात पुन्हा कंप भरला आणि हातातले कागद गळून पडले; पण अशा वेळी स्वतःला सावरण्याचा त्यांचा तीस वर्षांचा अनुभव त्यांना आधार ठरला.

''नाही जानू, माझी सवय मला आड आली. लहानपणापासून तुझी व्यवस्था करीत मी तुझ्या मागोमाग हिंडले ना, तशीच ती पातळं आत सरकवायला मी इथं आले ह्व'' त्या शिणल्या स्वरात म्हणाल्या, ''त्या वेळी मला ही पिशवी दिसली.''

''म्हणजे तुला सारं समजलं तर! पहाटेच्याच गाडीनं मी गेले असते तर सर्वच दृष्टीनं बरं झालं असतं; पण आता त्याचं काय म्हणा! एकदा कधीतरी ते समजणारच होतं, ते आत्ताच समजून चुकलं इतकंच!'' बेगुमानपणे जान्हवी म्हणाली.

''जानू, प्रत्यक्ष बहीण तू माझी! खरं म्हणजे तू मला आधार द्यायचास! असा विश्वासघात करताना माझी काहीच आठवण झाली नाही तुला? माझं शिक्षण थांबवून मी तुला कॉलेजात पाठवलं. तुझ्या आजारात हाडं झिजवली. तुला सोडून कधी चुरमुऱ्याचा देखील घास खाल्ला नाही. तुझ्या आठवणीत यांतली एकही गोष्ट राहू नये, असलं भिकारडं आयुष्यच मी शेवटी जगत आले तर!'' रुद्ध आवाजात शांताक्का म्हणाल्या.

''विश्वासघाताच्या गोष्टी तू आता बोलतेस; पण तू माझा विश्वासघात केलास त्या वेळी हे नाही समजलं तुला? तू माझं आयुष्य तर निर्जीव, एकाकी, चोरटं करून टाकलंसच; शिवाय त्यांचं आयुष्य देखील तू चिरडून टाकलंस!''

''तुझा मी विश्वासघात केला?'' शांताक्कांनी थरथरत विचारले, ''आईच्या मायेची उणीव मी तुला कधी भासू दिली नाही जानू. पणतीभोवती पदर धरावा त्याप्रमाणं तुला वाढवून मी तुझ्या उंबरठ्यावर तुला ठेवलं ह्व काय बोलते आहेस तू जानू?''

''मला सारं काही त्यांनी सांगितलं आहे! अक्का, मला तुझ्या मानभावी लाघवीपणाचा अगदी वीट आला आहे! तुझ्या शाळेच्या समारंभाला ते आले तेव्हा तूच त्यांना राहण्याचा आग्रह केलास. तूच आपण होऊन त्यांच्या तैनातीला राहिलीस. त्या दिवशी नवं जरीचं पातळ काय! केसांत फुलं काय! चांदण्यांत त्यांना कपिलेश्वराचं तीर्थ दाखवायच्या निमित्तानं तू त्यांना जाळ्यात पकडलंस! त्या आधी माझी त्यांच्याशी पुण्याला ओळख झाली होती, माझं त्यांच्याशी लग्न ठरलं होतं, हे तुला माहीत नव्हतं?''

''शपथ ह्र आईची शपथ, मला या क्षणापर्यंत त्यातला एकही शब्द माहीत नव्हता!'' आसूडाचे अदृश्य प्रहार होत असल्याप्रमाणे, कोपऱ्यात सरकत शांताक्का म्हणाल्या, ''जरीचं पातळ, केसांत फुलं!... म्हणजे मी कधी फुलं घालूच नयेत, चांगले कपडे नेसूच नयेत होय, जानू! माझं ते एकुलतं एक जरीचं पातळ. शाळेतलं माझं ते पहिलं वर्ष, पहिला समारंभ. मी ते पातळ नेसले, यात नाचरेपणा कसला? तुझ्या शब्दामुळे त्यांनी आमचं आमंत्रण स्वीकारलं, म्हणून नंतर तुला काही वाटायला नको, म्हणून मी स्वतः त्यांच्या व्यवस्थेसाठी धडपडले. जानू, यात जाळं कसलं नि काय?'' पण शांताक्कांचे शब्दच एकदम संपले आणि त्या मोठ्या डोळ्यांनी पाहत राहिल्या...

दादासाहेबांनीच फार आग्रह केला, तेव्हा त्या नाखुषीनेच कपिलेश्वराच्या तीर्थाकडे निघाल्या होत्या. त्यांच्यासोबत आबाजी आहेत म्हणताच त्यांना त्यातल्या त्यात आधार वाटला होता; पण थंडी बोचरी होती म्हणून त्यांची शाल आणण्यासाठी आबाजी घरी परतले. तेव्हा दादासाहेबांनी शांताक्कांवर झडप घातली आणि गुदमरलेल्या शांताक्का असहाय होऊन गेल्या होत्या. तो जवळजवळ बलात्कारच होता; पण नंतर काळ्या मण्यांनी त्याला आधारासाठी बोहले दिले इतकेच. नाचरेपणा? जाळे?...

''पण हे सगळं त्यांनी आपल्या तोंडून तुला प्रत्यक्ष सांगितलं?'' त्यांनी मध्येच दचकून जान्हवीला विचारले.

''त्यांनी माझ्यापासून काहीच लपवलं नाही! तसं त्यांना अडचणीत पकडून तू त्यांना लग्न करायला भाग पाडलंस आणि या तीस वर्षांत तू त्यांच्या आयुष्याला दिलंस काय? तर शून्य! गळ्यात जातं अडकवल्याप्रमाणं त्यांनी तुला सहन केलं, इतकंच! मी असते तर त्यांच्या आयुष्याचं सोनं होऊन गेलं असतं! आता त्यांचं कर्तृत्व एवढं झालं, याचं कारण तरी आसऱ्याला माझं घर होतं म्हणूनच! तसं त्यांचं मन फार मोठं होतं. निव्वळ शब्दासाठी ते लग्नाला तयार झाले. तू गरोदर होतीस म्हणून काय झालं अक्का? त्यांच्यावर काही लग्नाची सक्ती नव्हती. शिवाय कुणास ठाऊक, ते मूल त्यांचं नसेल देखील!''

शांताक्कांच्या जीर्ण अंगावरची ग्लानी कातेप्रमाणे गळाली आणि डोक्यात नीरव, स्वच्छ झाले. ताणलेली तार एकदम सोडल्याप्रमाणे त्या उभ्या राहिल्या आणि त्यांनी जान्हवीच्या गालावर काड्कन प्रहार केला. ''जानू! तोंड आवरून बोल! आणि आता

माझ्या घरात तू क्षणभर देखील राहू नकोस. मला तू समोर नको आहेस,'' त्या शांतपणे म्हणाल्या आणि त्यांनी दार उघडून धरले.

जान्हवीने गदागदा बॅग बंद केली आणि पिशवी-बॅग घेऊन ती निघाली. ''तू आणि तुझं घर!'' ती तिरस्काराने म्हणाली नि बाहेर पडली. घराचे आवार ओलांडून ती गेटमधून बाहेर जाताना शांताक्कांच्या आतड्याला पीळ पडला. त्यांना हुंदके आवरेनात.

जानू, व्हायचं ते होऊन गेलं. दर दिवशी भेटत असू, तेव्हा मी कधी तुझ्या अंगावर हात टाकला नाही. आता तू कधी भेटणार नाहीस. तेव्हा हे व्हायला नको होतं. म्हणून निघून जायच्या आधी एकदा तरी मागं वळून बघ. एकदाच. वेंधळ्यासारखं हसून गंध नीट लागलं आहे का विचार आणि तुझं वेडंवाकडं गंध मला नीट करू दे. अंथरुणावर पडलेली आई, ''जानूची काळजी घे'' म्हणून सांगतच निघून गेली. तू एकदा मागं वळून बघ, म्हणजे नंतर मला आईच्या समोर उभं राहायला तोंड राहील. मी तुला केव्हाच क्षमा केली आहे; पण एकदाच मागं वळून पाहा...

जान्हवी वळण ओलांडून रस्त्यावर गेली. तिने समोरून चाललेल्या टांग्याला खूण केली आणि मान वळवून मुद्दाम समोर पाहत ती निघून गेली. आता मात्र शांताक्कांना एवढा वेळ अडवून ठेवलेला अश्रूंचा प्रवाह असह्य झाला. त्यांनी शेजारच्या कॉटवर अंग टाकले आणि त्या हुंदके देऊ लागल्या. त्यांना फार वाटले, आपण खरे म्हणजे झोपेत आहो. थोड्याच वेळात आबाजी येतील, दारावर टकटक आवाज करतील आणि जाण्यासाठी तयार झालेली जानू आयुष्यावरची वर्षे झटकून भोळ्या पोरीप्रमाणे खांद्यावर मान टाकून हमसू लागेल...

उकळत्या पाण्यातून काढलेल्या कापडाच्या पिळ्याप्रमाणे शांताक्का कढत अंगाने पडून होत्या. मध्येच डोळा उघडला की भोवतालच्या वस्तूंभोवती लाल कडा आहेत आणि त्यांच्यात आपण अलगद तरंगत आहो, असा त्यांना भास होत होता. सांगाड्यासारखी आई, आपण दीडपट वयाच्या माणसाशी लग्न करणार हे ऐकून पाणी आटून गेलेले कोरडेकोरडे रडली. लग्नाच्या वेळी जानू, नाना कोणीच नव्हते. नाही म्हणायला दिनूमामा मात्र कसा काय तो हजर राहिला; पण तो देखील ''आता माझं काम झालं!'' म्हणून लग्न होताच न भेटता निघून गेला. आईला तर गळ्यातले मंगळसूत्र देखील पाहायला मिळाले नाही. त्यानंतर चोरट्यासारखे झालेले रामकृष्णाचे बारसे. नंतर सगळेच वैराण. आयुष्याला चार भिंती आल्या. चूलचुलवण, शिवणयंत्र, झाडणी ह्र सारे आले; परंतु स्त्री म्हणून सारेच संपून गेले आणि आयुष्य वठलेल्या झाडासारखे होऊन करड्या केसांची कोळिष्टके डोक्यावर घेऊन निघून गेले...

जरा अंतरावर स्वैपाकघरात भांड्यांचा आवाज होत होता. कपबश्यांची किणकिण होत होती. चहा लौकर झाला नाही म्हणून आबाजींचा तक्रारीचा सौम्य स्वर देखील ऐकू आला. ''पण माझं कुणी ऐकूनच घेत नाही!'' ह्र ते बाहेर जाताजाता म्हणाले होते. या

अतिपरिचित साध्या हालचालींनी शांताक्कांच्या मनाला दैनंदिन घरगुती असे काहीतरी आधाराला मिळाले व त्यांना थोडे बरे वाटले.

"आई!" दारावर आवाज करीत रामकृष्णाने हाक मारली. कितीतरी वर्षांत एकदम तो आवाज कानावर पडताच शांताक्का उठून बसल्या. त्यांना अकस्मात हादरून गेल्यासारखे वाटले आणि त्या विस्फारित डोळ्यांनी पाहू लागल्या. "अरे आत ये आणि बैस," त्या कशाबशा म्हणाल्या.

रामकृष्ण नाखुषीनेच आत आला नि खुर्चीवर बसला; पण त्या दोघांत एकदम संकोचाची भिंत उभी राहिली. हा पोटचा गोळा; पण गेल्या अनेक वर्षांत भेट नाही की शब्दांची देवाणघेवाण नाही. शांताक्कांनी त्याच्याकडे निरखून पाहिले. तो आता अंगाने चांगला भरला होता; पण त्याला आईचाच सावळा रंग मिळाला होता. शांताक्कांना वाटले, हा इतका वाढला; पण आपल्या डोळ्यांसमोर नाही. हा आपल्या आयुष्याच्या कडेकडेने हिंडला आणि शेवटी दुरावला. रस्त्यात सापडलेली एखादी रंगीत गोटी दाखवीत तो कधी आपल्याकडे धावत आला, वडिलांकडून एखादी गोष्ट आणवण्यासाठी त्याने कधी आपल्यातर्फे लाडीगोडी केली, असे काही शांताक्कांना आठवत नव्हते. अजून तो जेवताना एक बोट सोडून घास उचलतो का? कुणास ठाऊक. तो जेवत असताना त्यांनी कधी तिथे पाऊल टाकले नव्हते; पण लहानपणी त्याला तशी सवय होती. "बोट सोडून खाल्लेला प्रत्येक घास भुताला जातो" म्हणून दटावणी देताच "भूत दाखव" म्हणून तो हट्ट करी. त्याने आपल्या बायकोला घेऊन आपल्या पाया पडण्याचे भाग्य तर त्यांच्या नशिबीच नव्हते. आपला मुलगा. मुलगा खरा; परंतु आपला? जेवढा नवरा आपला, तेवढाच मुलगा. क्षणाचा. 'तू आता मला पत्र लिहीत जाऊ नकोस, किंवा माझ्याबद्दल तसदी घेऊ नकोस. मला माझं जीवन जगायचं आहे!'

"तू आता पुढं काय करणार आहेस?" शांताक्कांची नजर टाळीत त्याने विचारले.

शांताक्कांना एकदम अंगावरील अवजड शिळेखालून निसटल्याप्रमाणे वाटले. इतकी वर्षे दडपून ठेवलेली रामकृष्णाची माया आता तरी जागी झाली, या विचाराने त्या सुखावल्या. त्यांच्या मनात अगदी खोल त्यांना या घरापासून दूर जायचे नव्हते; पण 'माझ्याबरोबर चल' असले सुखद शब्द अंगावरून ओघळून घ्यायला त्या फार अधीर झाल्या होत्या. त्या उत्सुकतेने ऐकू लागल्या.

"कारण तुला माझ्याकडे येता येणार नाही. ते कुणालाच सुखाचं होणार नाही," खाली पाहत रामकृष्ण म्हणाला, "तुझं पत्र मालननं वाचलं होतं."

शांताक्का चिरडल्यासारख्या होऊन क्षणभर गप्प राहिल्या; पण त्यांना राहवेना. "पण रामकृष्ण, तुझ्या हिताकरताच आम्ही ते पत्र लिहिलं ना? त्यांनी तिच्याविषयी खूप प्रवाद ऐकले होते. म्हणून त्यांनी माझ्याकडून ते पत्र लिहवलं. मुलगी कुलशीलवान पाहायला नको का?"

रामकृष्ण उठला नि खिडकीपाशी जाऊन उभा राहिला. त्याचा चेहरा एकदम ताणल्यासारखा झाला व कपाळावरची शीर ताठ झाली.

''तर! पाहायला हवी की! अगदी सोन्याप्रमाणं कसावर लावून पाहायला हवी! नाही कसं?'' तो कुत्सितपणे म्हणाला. ''पण आई, मला तसा अधिकार आहे का? मलाच कुलशील नाही आणि तुलाही ह्व'' पण हे शेवटचे शब्द तोंडातून निसटल्यावर तो अतिशय शरमला. ''क्षमा कर आई मला. इतके दिवस मी ते सारं संभाळून ठेवलं; पण आता ते शब्द नकळत निसटले माझ्या तोंडून.''

शांताक्का ताठ बसून रामकृष्णकडे भ्रमिष्टासारख्या पाहू लागल्या. क्षणातच त्यांचा चेहरा जर्जर दिसू लागला. ''काय बोलतो आहेस रामकृष्ण? तू शुद्धीवर आहेस ना?'' त्यांनी अविश्वासाने क्षीण स्वरात विचारले.

''मी चांगलाच शुद्धीवर आहे, म्हणूनच मी सारं समजल्यावर ठसठसत राहिलो. सुजलेलं निर्जीव आयुष्य घेऊन जगलो असतो, तर मला काहीसुद्धा जाणवलं नसतं. तुला कुठं काय जाणवलं?''

शांताक्कांना वाटले, आपण येथे नाहीच. आपण कुणाचेतरी संभाषण ऐकत आहो. नाहीतर इतकी वर्षे न बोलता राहिलेला हा मुलगा असा वात झाल्यासारखा कसा बडबडत राहील? पण रामकृष्ण खिडकीचे गज मुठीत धरून त्यांच्याकडे पाठ करून उभा होता. एकदा बांध फुटल्यावर त्याला आवरेना,

''तू पत्रात मालनविषयी लिहिलंस ते तिनं सारं वाचून पाहिलं. 'सासूबाईंनी घरात पाऊल टाकलं तर आपण विहिरीत उडी घेऊ,' असं तिनं मला निर्वाणीनं सांगितलं आहे. आई, तसलं पत्र लिहिताना तरी तुला तुझं चारित्र्य आठवलं नाही?''

शांताक्का उठल्या. त्यांनी आवेगाने रामकृष्णाचे हात मागून गच्च धरले नि त्या किंचाळत म्हणाल्या, ''आता एकदा स्पष्ट सांग तुला काय म्हणायचं आहे ते. अंधारातून हात घालून असे आतड्याचे तुकडे काढू नकोस एखाद्या कसाबासारखे!''

रामकृष्णाचे अंग शहारल्यासारखे झाले व त्याने निश्चयाने शांताक्कांची पकड सोडवली. तो त्यांच्या पांढरी वर्तुळे झालेल्या भयभीत डोळ्यांकडे पाहत म्हणाला, ''तुला सगळं चांगलं माहीत आहे. आता कशाला वेड पांघरतेस? कारण मला सारं ठाऊक आहे. दादांनी मला एक दिवशी सगळं समजावून सांगितलं आहे. तू लग्नाला उभी राहिलीस तेव्हा तुला दिवस गेले होते ना?''

एकदम आघात झाल्याप्रमाणे शांताक्का भेदरल्या. त्यांचे डोळे काचेचे असल्याप्रमाणे निर्जीव, कठीण झाले. रामकृष्ण आता एकदम उडी घेऊन आपला गळा चिरणार असल्याप्रमाणे त्या मागे सरकत भिंतीला जाऊन थडकल्या आणि त्यांचा खालचा ओठ निःशब्दपणे थरथरू लागला.

''दादांनी मला सगळं सांगितलं, तेव्हा त्यांना केवढी शरम वाटली याची तुला

कल्पना येणार नाही. अगदी लहान मुलासारखे ते रडले. त्या क्षणापासून मला माझं आयुष्यच मलिन वाटू लागलं. काही आया मुलांच्या अंगावर लास ठेवून त्यांना जन्म देतात; तर तू माझ्या आयुष्यावरच अमंगळ डाग देऊन मला या जगात पाठवलंस! पण दादांचं मन मात्र आभाळाएवढं होतं. त्या आठवणीमुळं मी इथं आलो. नाहीतर हे घर, तुझा चेहरा मी मनातून केव्हाच पुसून टाकला होता. राजाभाऊच्या नि तुझ्या पापकृत्यावर पांघरूण घालण्यासाठी ते स्वतः बोहल्यावर चढले आणि तुला बाहेर तरी त्यांनी अब्रू दिली.''

``माझ्या आणि राजाभाऊच्या पातकाला? रामकृष्ण, असं बोलायला तुझी जीभ झडायला हवी होती!'' शांताक्का कर्कशपणे म्हणाल्या. आता त्यांचा थरकाप थांबला होता; पण ओठ मात्र स्वतंत्रपणे, निःसंग जगत असल्याप्रमाणे कापत होते. ``तुला माझ्याच तोंडून माझी अब्रू चव्हाट्यावर आणायची आहे ना? ठीक आहे! तुझ्या मनासारखं होऊ दे! लग्नाआधी मला दिवस गेले होते हे खरं आहे. मी फार दुबळी पडले. मला एकटं पाहून त्यांनी त्याचा फायदा घेतला, एवढंच अकुलीन पाप माझ्या कपाळी आहे; पण त्यात राजाभाऊचा काय संबंध आहे? तो त्यांच्याबरोबर समारंभाला आला होता, एवढ्यापलीकडे मला त्याची काही माहिती नव्हती, की त्याआधी मी त्याचं तोंडही पाहिलेलं नव्हतं. तो लफंगा आहे. त्यानं घराला कालिमा लावला. पण हे पाप मात्र त्याच्याकडून घडलं नाही. हे कृत्य तुझ्या वडिलांचंच होतं. नंतर शरमेनं म्हण, पश्चात्तापानं म्हण, त्यांनी माझ्याशी लग्न केलं. पण यात तुझ्या तरी निदान कुलशीलाला कुठं बाध आला?''

``पण आई, प्रत्यक्ष दादांनीच डोळ्यांत पाणी आणून मला तसं सांगितलं,'' रामकृष्ण दचकून पुटपुटला; पण दुसऱ्याच क्षणी त्याला त्याच्या व्यवहारी मनाने सावरले आणि तो कुत्सिततेने म्हणाला, ``आता दादा वारल्यानंतर तू तसं म्हणणारच! मेला माणूस साक्षीदार होत नसतो.''

शांताक्कांनी डोळे पुसून चेहऱ्यावर पदर फिरवून घेतला. तारेचा ताण आवाक्याबाहेर गेल्यावर तिला जो कायम निर्जीव आकार येतो, तशा अंगाने त्या कॉटवर बसल्या. आता त्यांचा आवाज देखील चिरका, अनैसर्गिक झाला होता,

``आणखी एक सांगते. त्यानंतर माझ्या आयुष्याला पुरुषाचा स्पर्श झाला नाही. गेल्या तीस वर्षांत तुझ्या वडिलांनी मला हात लावला नाही. लग्नाआधी मी पत्नी झाले आणि लग्नानंतर कुवार राहिले. असलं अभद्र आयुष्य मी तीस वर्षं जगवत आले आहे. माझ्या आईची शपथ! तू मला कसलंही दिव्य करायला सांग. उचललेलं पाऊल मागं न घेता मी त्यात उडी घेऊन दाखवीन.'' त्या एकदम उठल्या व त्यांनी रामकृष्णाचा हात पुन्हा गच्च धरून त्याला दरवाजाकडे ढकललं. ``ठीक आहे. तू जा इथून. तू जे शब्द बोललास ते कधी परत माघारे जाणार नाहीत. जान्हवी गेली, तेव्हा माझ्या कुंकवाला

भांगोळं पडलं; तुझ्या शब्दांनी खरं वैधव्य आलं. तू इथून बाहेर पडलास की मला वांझपण येईल. आता तुला कुठं मसणात जायचं आहे तिकडे चालता हो! मला आता तुझं सोयरसुतक काहीच उरलेलं नाही!''

विझत चाललेल्या खाईतून धडपडत वर आल्याप्रमाणे रामकृष्णाचा चेहरा दिसू लागला. तो आवेगाने शांताक्कांजवळ आला आणि त्याने त्यांच्या खांद्यावर हात ठेवला; परंतु एखादे मलिन जनावर फेकून द्यावे त्याप्रमाणे शांताक्कांनी तो हात झिडकारून टाकला आणि एकदम पिंजारल्याप्रमाणे त्या हसू लागल्या. ''त्यांनी तुला अगदी प्रेमानं जवळ घेऊन असं सांगितलं म्हणतोस? आपला मोठेपणा सांगत असताना संकोचामुळं त्यांना फार अवघडल्यासारखं वाटलं असेल नाही? फार मोठा माणूस! त्यांची जागा भरून काढणं केवळ अशक्य! बघ ती वर्तमानपत्रं आणि बांधून घे ती गळ्यात! 'आई, तुला तुझं चरित्र आठवलं नाही?'...'' आणि त्या पुन्हा हसू लागल्या.

रामकृष्ण खिळल्यासारखा उभा होता... त्याने बोलण्याचा प्रयत्न केला, तेव्हा दोनचार शब्द उमटून त्याचे हात मात्र हलले. तो झपाट्याने वळला व निघून गेला. दूर अंतरावरून आबाजींचा काकुळतीचा आवाज ऐकू आला, ''रामकृष्ण, चहा झालाय. घेऊन जा. काय माणसं तरी! जान्हवी तशी! हा रामकृष्ण असा! गावाला निघालेली माणसं; तर तयार झालेला चहा घ्यायला कुणी तयार नाही. पण आमचं ऐकणार कोण!''

शांताक्कांनी दार लावून घेतले आणि त्या निर्जीव डोळ्यांनी पडून राहिल्या. जान्हवीचा फोटो... कवटीच्या दातांप्रमाणे विचकणाऱ्या अक्षरांतील ती निर्लज्ज पत्रे... वर्तमानपत्रांतील लेख... पातकांवर पांघरूण घालण्यासाठी केलेले लग्न... चुरगळून मलिन झालेले जरीचे पातळ... कपिलेश्वर तीर्थ... गुदमरवून टाकणारी शरम... चारच जणांच्या साक्षीने झालेले प्रेतयात्रेसारखे लग्न... 'जानूला संभाळ' असे विनवणारा आईचा कोरडा हाडकुळा आवाज... सगळे रक्त काढणाऱ्या धारेचे काचेचे तुकडे... आयुष्य फुटल्यावर इतस्ततः विखुरलेले... त्यांना वाटले, आपली कुंडली लिहिली गेली त्या वेळी चौकोनाचौकोनांतील ग्रहांनी एकमेकांना पाहून कुत्सित खुणा केल्या असतील! कसल्या आपल्या पातकांची पावले आपल्या आयुष्यात उमटली? नंदिनी पाठकला 'टवके गेलेली भिंत' म्हटल्याच्या? की लहानपणी पायाखाली चिरडलेल्या पुष्कळशा गणेशपाखरांच्या? की परसात आपण होऊन जोमाने वाढलेले बेलाचे झाड तोडल्याच्या? की रखमाईच्या घरात पेटत्या फटाक्यांची माळ टाकून तिचा हात भाजल्याच्या? की आईला 'मरून आम्हांलाही सोडवत नाही' असे म्हटलेल्या वैतागशब्दांच्या?...

हे सारे तुकडे, डोळे मिटल्यावर जो दिसतो त्या गडद अंधारात धारदार गतीने वणावणा फिरत राहिले आणि अंगातील सारे त्राण त्याच काळ्या पडद्यामागे गेल्याप्रमाणे शांताक्का जड शरीराने बसून राहिल्या. आता बाहेरचे जग आणि आपण यांच्यात बंद

दरवाजा आहे. इतके दिवस जगाने आपल्याला बाहेर ठेवले. आता सूड म्हणून त्याला मला पूर्ण बाहेर ठेवायचे आहे. बाहेर ठेवायचे आहे!...

जड अदृश्य प्रवाहाखाली निपचित असल्याप्रमाणे शांताक्का पडून होत्या. तेवढ्यात खिडकीच्या गजावर कुणीतरी आवाज केला. शांताक्कांनी जळजळणारे ओझावलेले डोळे अर्धवट उघडले. बाहेर खिडकीजवळ राजाभाऊ उभा होता. त्याला पाहताच शांताक्कांनी स्वतःला सावरले आणि त्या उठून बसल्या. डोके अतिशय अवजड झाल्याप्रमाणे त्यांना मोठ्या प्रयत्नाने उचलावे लागले. त्यांनी शून्य निर्विकार डोळ्यांनी राजाभाऊकडे पाहिले.

''वहिनी, झोप मोडली मी तुमची; पण मी निघालो आहे. जातो म्हणून सांगावं कुणालातरी, म्हणून मी तुम्हांला उठवलं. रामकृष्ण एक शब्द देखील न बोलता अगदी समोरून अंगावरून गेला. आबाजी इथंच कुठंतरी गेलेयत. उगाच वाटलं, कुणालातरी सांगावं, निघालो म्हणून,'' तो खिन्नपणे म्हणाला.

''मग आत या की. बाहेरच का? आल्यापासून बाहेरच राहिलात!''

''नको वहिनी. पंचवीस वर्षांपूर्वी म्हणालात ना, 'साऱ्या घराला काळिमा फासलात, आता घरात पाऊल टाकू नका' म्हणून? ती एक गोष्ट मी फार निश्चयानं आयुष्यभर पाळली. आता पुन्हा कधी यायचा प्रसंग येणार नाही. तेव्हा दहापंधरा मिनिटांकरता मी कशाला मोडू तुमचा शब्द?''

नकळत शांताक्कांचे मन कणवेने ओलसर झाले. आपले ते कठोर शब्द आठवून त्यांना शरम वाटली. त्यांना लख्खकन वाटून गेले, ज्याची पावले आपल्या आयुष्यात उमटली ते पाप हे तर नव्हे ना? आता राजाभाऊचे केस विरळ होऊन पांढरे झाले होते नि मान सुरकुतून वाळली होती. त्याच्या अंगावर धोतर-सदऱ्याखेरीज वस्त्र नव्हते आणि अनेक वर्षे अनवाणी चालल्यानंतर पायांवर जो मळकट मातलेला निबरपणा येतो तो त्याच्या पायांवर होता. आता याच्याशी काय बोलावे हे शांताक्कांना सुचेना; पण जान्हवी, रामकृष्ण यांच्याविषयीचे सगळे, या पंचवीस वर्षे दूर राहिलेल्या माणसासमोर भडाभडा सांगून टाकावे अशी एक सणक त्यांच्या मनात येऊन गेली; पण त्यांनी तो मोह आवरला. ''तुम्ही जाणार होय? राहा की हवं तर आणखी चार दिवस,'' त्या उगाचच म्हणाल्या.

''आता कशाला राहायचं? तुम्हांला भेटलो ह्व झालं. एकदा भेटायचं होतंच; पण तो असताना मला यायचं नव्हतं,'' राजाभाऊ म्हणाला, ''वहिनी, मी बोलूनचालून एक कानफाट्या माणूस. तुरुंगातल्या कपड्यांचा वास अद्याप माझ्या अंगावरून गेला नसेल. पाच पैसे विश्वासानं माझ्याजवळ ठेवायची माझी लायकी नाही,'' राजाभाऊचा आवाज एकदम कडवट झाला, ''आता तुमच्याजवळ म्हणून बोलतो इतकंच. तुम्ही येईपर्यंत घरात बाईमाणूस नव्हतं. म्हणून तुम्ही येणार म्हणताच मी घरातली सारी फरशी देखील

गोणपाटाच्या तुकड्यानं स्वच्छ धुऊन ठेवली होती.'' त्या आठवणीने राजाभाऊला हसू आले. त्याचा सुरकुतलेला चेहरा क्षणभर मृदू झाला. शांताक्कांना गलबलल्यासारखे झाले. ''माझ्या नशिबानं तुम्ही घरात आल्यात खऱ्या; दादासारख्या थोर माणसाबद्दल मी यःकश्चितानं असं बोलू नये खरं; पण त्यानं सुखासुखी तुमच्याशी लग्न केलं असं तुम्हांला वाटतं?''

''म्हणजे म्हणता काय?'' शांताक्कांनी उतावीळपणे म्हटले.

''ती एक हकिकतच आहे. आपल्याला देशकार्यासाठी एकटं राहायचं आहे असं सांगत दादानं काय केलं माहीत आहे? मी तुमच्याशी लग्न करावं म्हणून एक महिना माझ्या पाठीमागं ससेमिरा लावला. मला धमक्या दिल्या. शेवटी मी वैतागानं कुठंतरी जायच्या विचारात होतो. शेवटी नाइलाज म्हणून तो तयार झाला खरा; पण उद्या लग्न म्हणताच त्यानं रात्रीच्या रात्री गुपचूपपणं कुठंतरी जायची तयारी केली होती, हे तुम्हांला माहीत नाही. मला ती कुणकुण लागली आणि मी तुमच्या दिनूमामाला जाऊन सांगितलं.''

''दिनूमामा?'' आश्चर्याने शांताक्का म्हणाल्या, ''तरीच तो लग्नाच्या वेळी दत्त म्हणून हजर झाला!''

''तो जंगलखात्यातला उग्र माणूस हातात बंदूक घेऊन स्टेशनवर बसून राहिला. रात्रीच्या गाडीसाठी दादा चोरट्यासारखा स्टेशनवर आला. तेव्हा त्यानं मानगूट धरून दादाला बाजूला नेलं नि म्हटलं, 'आता मुकाट्यानं घरी चल आणि लग्नाला उभा राहा. पोरीचा गळा कापू नकोस. नाहीतर भर रस्त्यावर तुला कुत्र्यासारखी गोळी घालीन! मला पोर ना बाळ! फासावर मी लटकलो तर कुणी उघड्यावर पडणार नाहीत!' भोवती माणसं जमू लागताच दादा लाथ मारलेल्या कुत्र्यासारखा घरी आला. तेव्हापासून दिनूमामा त्याच्या शेजारी यमासारखा बसून होता, ते अगदी लग्न पार पडेपर्यंत!...

''मी तुरुंगातून या घरी आलो ते कशासाठी माहीत आहे, वहिनी? मला या घरात राहायचं नव्हतं, की पाण्याचा घोट घ्यायचा नव्हता; पण चामडी लोळेपर्यंत वेतानं या माझ्या भावाला एकदा मला बडवायचं होतं! पण दारात तुम्ही उभ्या होता आणि तुमच्या शेजारी छोटा रामकृष्ण! माझ्या हातातला द्वेषच संपला. त्याच्यावर टाकलेला वेताचा प्रत्येक वळ तुमच्या पाठीवर उमटणार हे मला जाणवलं. मी वळून निघून जाणार त्याच वेळी तुम्ही मला सांगितलंत, 'काळं करा! या घरात पाऊल टाकू नका!' आठवतं तुम्हांला? आठ हजार रुपयांकरता मी तुरुंगात गेलो; पण त्यांपैकी एका पैलाही मी हात लावला नाही. दादाच वेळीअवेळी पैशाची उचल करायचा. 'अरे! मी सारं पाहून घेईन,' म्हणून मोठ्या ऐटीत सांगायचा; पण फार बोभाटा झाला तेव्हा तो माझ्याकडे बोट दाखवून मोकळा झाला! कायद्यानं मी गुन्हेगार ठरलो. मी कायद्यानं खरोखरच गुन्हेगार होतो. माझी त्याबद्दल तक्रार नाही. मी फार तर नशिबाच्या चक्राला दोष देतो; पण शिक्षा

झाल्यावर भर कोर्टासमोर दादा कसा छान रडला म्हणता, वहिनी! दादाइतकं चारचौघांत हातखंडा डोळ्यांत पाणी आणणारा दुसरा माणूसच मी पाहिला नाही!'' राजाभाऊ खरखरीत घशाने भकासपणे हसला. ''फारच छान! उपरण्यानं डोळे टिपायचा, नाक पुसायचा! नंतर चारपाच वर्षांनी दौऱ्यावर असताना, मी त्या वेळी काम करीत असलेल्या गावी तो आला होता. तेव्हा गड्याकडून त्यानं मला एक जुना कोट आणि दोन रुपये पाठवून दिले होते. वाहिनी, वाघाच्या दोन डोळ्यांइतके दोन पूर्ण रुपये!'' संतापाने राजाभाऊ बाजूला थुंकला नि त्याने हात घट्ट आवळून धरले. थोड्या वेळाने तो शांत झाला नि पुढे सांगू लागला ह्न

''आता फक्त रक्ताची ओढ उरली होती; हे घर एकदा शेवटचं मला पाहायचं होतं, तुम्हांला एकदा भेटायचं होतं, म्हणून मी हाडं दुखवीत आलो. रामकृष्ण बोलला असता तर बरं वाटलं असतं; पण तो आता मोठा झाला आहे. तो पाचसातशे रुपये मिळवतो. चार दिवसांत त्यानं माझ्याकडे ढुंकूनही पाहिलं नाही. एकदा परसात मी विहिरीच्या कट्ट्यावर बसलो असताना माझ्या सावलीत देखील पाय न टाकता तो पुढं गेला. त्यानं मला ठेचाळलं असतं तरी मला बरं वाटलं असतं. जान्हवी काय, तिचा तुमच्याशी संबंध. तुमची बहीण ती! तुमच्याशी बोलली आणि निघून गेली. राहता राहिलात तुम्ही. म्हणून घडाघडा बोलून टाकलं मी; पण मनात मात्र काही ठेवू नका हं. हे बघा वहिनी, मला आमच्या आईचा चेहरा देखील आठवत नाही आणि आम्हांला बहिणी तर कधी मिळाल्याच नाहीत. त्यामुळं घर म्हणताच आठवण येते ती फक्त तुमचीच! 'घरात पाऊल टाकू नकोस' हे तुमचे शब्द मनातून गेले असं नाही; पण ते मनात सलत नाहीत. तर पुन्हापुन्हा आठवतं काय माहीत आहे? एकदा मी खूपशा पिशव्या भरून बाजारातून सामान आणलं; त्या माझ्या हातांतून घेताना तुम्ही म्हणालात, 'हात अवघडून गेले असतील की या ओझ्याखाली!' ह्न ते शब्द आठवतात. आणखी काय? पानात दहा जिन्नस असतानाही न चुकता तुम्ही माझ्या पानात टाकलेली लिंबाच्या लोणच्याची फोड, माझ्याकरता मुद्दाम लाल घासून ठेवलेलं तांब्याचं फुलपात्र!... बस्स! एवढ्या गोष्टी! आयुष्यावर सहजपणं पडलेली ही बेलाची चारसहा पानं! माझी कशाविषयी तक्रार नाहीच. झालंगेलं गंगेला! तुरुंगात गेलो नसतो तर आभाळीचा चंद्र मी तोडून आणला असता असं नाही; पण चार दिवस मी विहिरीच्या कट्ट्यावर सुतक्यासारखा बसलो, तसं आयुष्यातही कधी बसलो नसतो इतकंच!... बराय वहिनी! येतो आता. उशीर होतोय.''

राजाभाऊ जाण्यासाठी रेंगाळत वळला. शांताक्कांना वाटले, चटकन उठावे ह्न त्याचा टचटचीत शिरा असलेला हात धरून त्याला घरात बोलवावे नि राहा म्हणावे. चार दिवस तो कुठे जेवला, त्याने काय खाल्ले याची देखील आपण चौकशी केली नाही! परंतु साऱ्या अंगावरील ताबाच गेल्याप्रमाणे शांताक्का बसूनच राहिल्या. राजाभाऊ अनवाणी चालू लागला. त्याचा भरड कापडाचा सदरा वाऱ्याने अंगाला चिकटला आणि क्षणभर त्याची

अशक्त, हाडकुळी आकृती रेखीव झाली. त्याच्याजवळ लहान पिशवीखेरीज काही सामान नव्हतेच. निरोप देत असल्याप्रमाणे, शांताक्कांनी हात हलवला नि म्हटले, ''आता पुन्हा कधी? येत जा अधूनमधून.''

''बघू आता. येईन,'' मागे न वळता, मध्ये न थांबता राजाभाऊ म्हणाला. त्याला नि शांताक्कांना ह्न दोघांनाही माहीत होते, आता कधी ती पावले इकडे वळणार नाहीत! राजाभाऊने बाहेर जाऊन गेट लावून घेतले आणि त्या बिनचेहऱ्याच्या रस्त्यावर अनामिक होऊन तो निघून गेला.

शांताक्कांना आता घर एकदम भकास वाटू लागले आणि चार भिंती जवळजवळ सरकत आहेत असा उगाचच भास होऊ लागला. परसात नळ चालू होता आणि सखूची भांडी अजून वाजतच होती. आता उन्हामधला माहेरी कोवळेपणा जाऊन ते जास्त उग्र, कडक झाले होते. शांताक्कांना एकदम जाणवले, आपल्याला फार भूक लागली आहे. अर्धा कप दूध तरी घ्यावे म्हणून त्यांनी शरीर ओढीत उभे केले नि ते ढकलीत बाहेर आणले. आता आबाजी बाहेरून आले होते नि बाहेरच्या सोप्यावर एका कडेला गुडघे उंच करून एकाकी बसले होते. शांताक्कांना पाहताच ते उठले नि त्यांच्याजवळ गेले.

''अक्का, दूध घेता कपभर? आत्ताच जास्तीचं आणून ठेवलंय मी. जान्हवी आणि रामकृष्ण जाताना चहा घेतील म्हणून करून ठेवला तो तसाच राहिला. माझं ऐकणार कोण? तो राजाभाऊ! त्यानं इथं चार दिवसांत पाणी देखील घेतलं नाही. जाताना तो निदान दूध घेईल म्हणून मी आणलं, तर मी यायच्या आतच तो निघून गेला. तुम्हांला तरी तो भेटला की नाही, कुणास ठाऊक!''

शांताक्कांनी जडपणे मान हलवली; पण ती दूध हवे म्हणून सांगण्यासाठी. आबाजींनी आणलेले दूध घेतल्यावर त्यांना थोडा ताजेपणा वाटला; पण अंग अद्यापही आत पेंढा भरल्याप्रमाणे निर्जीव, बधिर वाटत होते. त्या तिथेच बसल्या आणि निर्विकारपणे समोर पाहू लागल्या.

''अक्का, मग पुढं काय करणार तुम्ही?''आपल्या जागी बसत आबाजी म्हणाले.

''आँ? काय म्हणालात?'' शांताक्का दचकून म्हणाल्या, ''हां हां! पुढं काय करणार होय?'' त्या पुन्हा आकसल्यासारख्या झाल्या नि थोडा वेळ गप्प राहिल्या. ''करायचं काय पुढं? उरलेलं आयुष्य कसंबसं ढकलून सारा हिशेब भागवून टाकायचा झालं! मी करून नाहीतरी करणार काय! रामकृष्णाकडे ह्न'' त्या नावाच्या उच्चाराबरोबर त्या अडखळल्या नि त्यांचा आवाज तडकला, ''ह्न त्याच्याकडे काय, जान्हवीकडे काय, जावंसं वाटत नाही. उगाच कुणावर निष्कारण भार टाकायचा? घर आहे डोक्यावर. कर्तव्य म्हणून तरी 'ह्यां'नी काही काहीतरी व्यवस्था केली असणारच आणि तुमचा तर मला डोंगरासारखा आधार आहेच!''

आबाजींनी चाळशी उगाचच सारखी केली. ''माझा तरी आता कसला भरवसा

अक्का? मी त्यांच्यापेक्षा दोन वर्षांनी मोठाच नव्हे?'' ते चाचरले नि क्षणभर थांबले. ''अक्का, अंऽ ह्न रामकृष्ण तुम्हांला भेटला नाही? त्यानं काही सांगितलं नाही?''

''त्याला बोलायला झालं नाही. तो तसाच गेला,'' शांताक्का तुटकपणे म्हणाल्या.

''म्हणजे ते सारं सांगणं माझ्यावरच पडलं तर!'' खिन्नपणे आबाजी म्हणाले, ''सारं आता स्वच्छच सांगायचं म्हणजे दादासाहेबांनी तशी काहीच व्यवस्था केलेली नाही. काल संध्याकाळी देशपांडे वकिलांनी रामकृष्ण, जान्हवी, राजाभाऊ यांना बोलावलं होतं. तुम्हांला मुद्दामच 'नको' म्हणून त्यांनी स्पष्ट सांगितलं होतं. मला वाटलं, तुमच्या दुःखात कागदपत्रं वगैरेची किटकिट कशाला, म्हणून त्यांनी तसं सांगितलं असेल. त्यांनी सगळ्यांना दादासाहेबांचं मृत्युपत्र दाखवलं. सगळा रोकड पैसा जान्हवी-रामकृष्णला गेला. तुम्ही जान्हवी अगर रामकृष्णाकडे राहिलात तर तुम्हांला महिना पंचवीस रुपये मिळतील.''

''महिना पंचवीस रुपये!'' वेड्यासारखे डोळे करीत शांताक्का म्हणाल्या, ''आम्ही सखूला जेवण घालून तीस रुपये देतो की! आणि आबाजी, हे घर ह्न या घराचं काय झालं?''

आबाजींनी मान खाली घातली नि म्हटलं, ''घर राजाभाऊला गेलं.''

डोळे गारगोट्यांसारखे करीत शांताक्का आबाजींकडे पाहू लागल्या. नंतर एकदम फाटल्याप्रमाणे हसू लागल्या. ''हे ठीक झालं आबाजी! मी त्याला या घरात पाऊल टाकू नकोस म्हटलं होतं. आता घर त्याचं झालं आणि उद्या मलाच इथं पाऊल टाकता येणार नाही!'' त्या पुन्हा हसू लागल्या. आबाजींना शब्द सुचेनात. काही क्षणांनंतर शांताक्कांच्या हसण्याचा आवाज बंद झाला; पण चेहऱ्यावर हसण्याच्या चिंध्या निर्जीवपणे तशाच उरल्या होत्या. ''पण आबाजी, राजाभाऊला हे माहीत नाही?'' त्यांनी विचारले.

''माहीत नाही कसं? तोसुद्धा आला होता. वकिलांनी त्याला एक कागद देखील दिला; पण अक्का, राजाभाऊ पूर्वीचाच भोळा माणूस राहिला. तो कागद तुम्हांला देण्यासाठी त्यानं माझ्याजवळ ठेवला आहे. 'मला घर-वाडा करायचा काय घेऊन? जिथं मी अंग टाकतो तेच माझं घर,' असं म्हणाला तो! वकिलासमोरच दादासाहेबांना शिव्या द्यायला त्यानं सुरुवात केली होती. शेवटी तो म्हणाला, 'वहिनींना नेऊन द्या हा कागद! माझ्या कृत्यांवर दादानं फार पांघरूण घातलं; आता मी त्याच्यावर पांघरूण टाकतो! वहिनींना स्वतःचं छप्पर उरलं नाही, तर माझा प्राण जाणार नाही लवकर!' ''

आबाजींनी शेजारच्या हातपिशवीतून एक लखोटा काढला आणि नम्रपणे शांताक्कांच्या शेजारीच खुर्चीवर ठेवला. शांताक्कांना त्याचे भान नव्हते. त्या तशाच आबाजींच्या दिशेने शून्यपणे पाहत राहिल्या. ''जाऊ द्या घरदार. तुमचा आधार तरी कुणी काढून घेतला नाही ना?'' त्या पुटपुटल्या.

''अक्का, मी देखील जाणार आहे. जाऊन पडेन भावाकडे. एक माणूस तीनचार वर्षं त्याला ओझं वाटणार नाही!'' आबाजींनी चाळशीवरून शांताक्कांकडे पाहत म्हटले.

आबाजींच्या डोळ्यांत ओलसरपणा दिसत होता. ''ओझं कसलं होणार कुणाला तुमचं!'' शांताक्का आपुलकीने म्हणाल्या, ''तुमच्या नावानं दर महिन्याला ते चाळीस रुपये बाजूला ठेवीत हे मला माहीत आहे. नाही म्हटलं तरी आठदहा हजार रुपये असतील की तुमचे. ते मिळतील तुम्हांला. ते काही तुमच्यावर कुणाच्या उपकाराचे नाहीत.''

आबाजी खाली मान घालून बसले आणि त्यांनी धोतराच्या सोग्याने चाळशी पुसून डोळे टिपले. ''अक्का, जसं तुमचं तसंच माझं! त्यांनी पैसे ठेवले होते खरे आमच्या दोघांच्या नावावर; परंतु सहा महिन्यांपूर्वीच त्यांनी ते फक्त आपल्या नावावर घेतले. आता सारा रोख पैसा जान्हवी-रामकृष्णाकडे गेला. ईश्वरेच्छा म्हणायची. इथं आपला निघारा एवढाच होता म्हणायचं झालं!''

आबाजींच्या अशक्त, दुबळ्या शरीराकडे पाहताना शांताक्कांना स्वतःचा देखील विसर पडला. शेवटी दोघेही अशीच वाऱ्यावर पडलो तर! या ठिकाणी हाडे झिजवली, केस पांढरे केले आणि शेवटी रित्या ओंजळी घेऊन शेजारीशेजारी बसलो झाले!... आता त्यांना काय समजावावे हे शांताक्कांना कळेना.

''मग केव्हा जाणार तुम्ही?'' त्यांनी उगाचच विचारले.

''आजच जाईन म्हणतो. काल मी कार्ड टाकलंय भावाला. आता घराच्या किल्ल्या तेवढ्या घ्या ताब्यात, की मी मोकळा झालो.''

''मी तरी किल्ल्या घेऊन काय करणार? मी देखील अशीच वळचणीखालचीच. असं करू नका. राहा आठवडाभर.''

''नको अक्का. आता सगळं नकोच वाटतं,'' आबाजी धागा तोडीत असल्याप्रमाणे म्हणाले.

''मी तरी काय बोलणार, सांगणार!'' हुंदका आवरीत शांताक्का म्हणाल्या, ''निदान जेवण तरी करून जा. आपलं आता एकत्र जेवण हे शेवटचंच. तेवढं तरी ऐका!''

''नकोच वाटतं आता. शिवाय आज एकादशी आहे. जेवणही नाही,'' आबाजी म्हणाले, ''सीताराम-सखूचा पहिल्या तारखेपर्यंतचा पगार दिला आहे. वर्तमानपत्रं उद्यापासून बंद केली आहेत. दूध अर्धा शेरच सांगितलं आहे. दादासाहेबांचे आठ कपडे परटाकडे होते, ते आणून कपाटात ठेवले आहेत. सगळा हिशेब लिहून ठेवलाच आहे. उरलेले अकरा रुपये सव्वातीन आणे आणि किल्ल्या देव्हाऱ्याजवळ ठेवल्या आहेत.''

आबाजी उठले. त्यांनी खुंटीवरचा लांब कोट काढून झटकून अंगात घातला आणि उपरणे अंगावर टाकले. कितीतरी वर्षांनी शांताक्कांनी त्यांनी पूर्ण पोशाख केलेला पाहिला होता. आबाजींनी एक गाठोडे व हातपिशवी उचलली व ते निघाले. आयुष्याचा एक खंड तुटून चालल्याप्रमाणे शांताक्कांची आतडी गोळा झाली. आबाजींनी सारे घर खांद्यावर

तोलून धरले होते, पै पैची जपणूक केली होती आणि दररोज गंध देऊन देवघरात सहाणेशेजारी स्तब्ध दिवस काढणाऱ्या खोडाप्रमाणे त्यांनी घरात दिवस काढले होते. शांताक्कांना एकदम नानांची आठवण झाली. ते असेच खंगले होते. शेवटी त्यांच्या डोळ्यांतून सारखे पाणी वाहत होते. वाचा गेल्यामुळे शांताक्कांचा हात हातात घेऊन निपचित पडलेले नाना नंतरच्या आयुष्यात आबाजींच्या तोंडून सतत वडिलांच्या मायेने बोलत राहिले.

आता आबाजीही चालले.

ते बाहेरच्या दरवाजापाशी गेले. त्यांनी दरवाजा हलकेच बंद केला. पायवाटेवर कागदाचे कपटे पडले होते ते उचलून त्यांनी बाजूला टाकले नि वापरूनवापरून कागदासारख्या झालेल्या पातळ वहाणा ओढीत ते गेटापाशी गेले. त्यांची पावले रेंगाळली व परत वळली. शांताक्कांच्या मनात अंधूक आशा फडफडली; पण आबाजी तुळशीकट्ट्यापर्यंतच गेले. त्यांनी तुळशीची चारपाच पाने खुडून कोटाच्या खिशात टाकली आणि ते अंग ओढीत, पस्तीस वर्षांची सुखदुःखे मागे टाकून चालू लागले.

शांताक्का बिननजरेच्या डोळ्यांनी सरळ समोर पाहत कितीतरी वेळ स्तब्ध बसल्या होत्या. समोरच्या टेबलावरच्या उदबत्त्या बोटांच्या पेराएवढ्या होऊन विझत आल्या होत्या; पण अद्याप त्यांतून तलम धुराच्या रेघोट्या उमटत होत्या. त्यांच्यामध्ये फुलांचा शिळा ढीग... त्यांच्या वेटोळ्यांमधून फणा उभारल्याप्रमाणे उग्र चेहरा... न मिटणारे सदैव जागे डोळे...

शांताक्कांचे डोळे त्यावर खिळून होते; पण ते ओठ आता हलत असल्याचा त्यांना एकदोनदा भास झाला आणि त्यांना एकदम कुणीतरी हलवल्याप्रमाणे त्या भानावर आल्या. त्यांच्या नजरेत जाण आली, तोच ते ओठ हलत म्हणाले, ''पण माझं कोण ऐकून घेणार?''

शांताक्कांच्या अंगावरून थंडगार काटा चमकून गेला आणि त्या ताडकन उठून उभ्या राहिल्या. ''आबाजी! आबाजी!'' म्हणत त्या घाईघाईने आत गेल्या नि भेदरलेल्या डोळ्यांनी इकडेतिकडे पाहू लागल्या; पण त्या ठिकाणी काम आटोपून जायला निघालेली सखू आणि सीताराम ही दोघेच होती...

''आबाजी गेले की मघाशी,'' सीताराम म्हणाला.

''पण मी आत्ता त्यांचं बोलणं स्पष्ट ऐकलं,'' घोगऱ्या आवाजात शांताक्का आग्रहाने म्हणाल्या.

सीताराम एकदम वरमला आणि खजील चेहऱ्याने त्यांच्याकडे पाहू लागला. ''मीच त्यांची नक्कल करीत बोललो. चुकलं माझं!'' तो म्हणाला.

शांताक्का तिथेच क्षणभर थांबल्या; पण अंगभर पसरलेली भीती अद्याप ओसरली नव्हती. सखूने ताट वाढून वाट्या, पाण्याचा तांब्या यांची तयारी केली व म्हटले, ''तुम्ही

जेवण आटोपून घ्या. संध्याकाळी येईन मी. दार चांगलं लावून घ्या आतून.''

शांताक्कांनी निर्जीवपणे मान हलवली. सीताराम आणि सखू मागील दाराने निघून गेल्यावर त्या परसात आल्या. विहीर... विहिरीचा कट्टा... त्याच्या शेजारी कडेवर मुले बाळगणाऱ्या स्त्रीप्रमाणे दिसणारे दोनतीन फणस लटकत असलेले झाड... कोरांटी... बेलासारखीच दिसणारी, पण बेल नसेल तरच शिवप्रिय होणारी निर्गुडी... काचेवरून प्रतिबिंबे सरकल्याप्रमाणे चित्रे डोळ्यांवरून सरकली आणि शांताक्का दार लावून आत आल्या. स्वैपाकघर... चुलीपुढे संगमरवरी तुकड्यांनी बसवलेले शुभ्र स्वस्तिक... कोपऱ्यात देव्हारा... संपुटात ठेवलेला गुळगुळीत पारदर्शक बाण... माहेराहून आलेला एक बाळकृष्ण... त्याच्या शेजारी आबाजींनी ठेवलेले पैसे आणि किल्ल्या... त्यांनी स्वैपाकघराचे दार ओढून घेतले. माजघर... भिंतीवर रविवर्म्याची जुनी चित्रे... लक्ष्मीच्या चित्रावरची गंधगोळ्या वाळवून त्यांची केलेली माळ... त्यांनी केलेला दारावर असलेला मोरामोराचा, मणी आणि काचेच्या नळ्या यांचा बनवलेला पडदा... एक मोठा आरसा... त्याला हजार चेहरे... पण कसलीच स्मृती नाही... माजघराला चेहरा नाही; पण आठवणींनी ते भरले आहे... खिडकीत शिसवी लाकडाची फणेरी पेटी (आईची)... जिना... वरच्या बाजूला दादासाहेबांचे जग... जिन्याखालची आबाजींची लहान खोली... तिथे एक चटई अंथरली होती व कोनाड्यात कंदिलाशेजारी वर्तमानपत्राचे कव्हर घातलेले मनाच्या श्लोकांचे छोटे पुस्तक पडलेले होते. दादासाहेबांनी ते आबाजींना दिले होते; पण आबाजींनी ते नेले नाही. शांताक्कांनी ती खोली लावून घेतली आणि माजघराचा दरवाजा बंद करून त्या परत पहिल्या सोप्यावर आल्या.

शांताक्कांनी आयुष्यातील घरपण सोप्यासोप्याने काढून टाकले. आपले घर; पण माझे नव्हे. घराने मला काही दिले नाही. मी काही त्याला दिले नाही; पण एका शून्यात आणखी एक शून्य, याप्रमाणे आपण एकत्र अनेक वर्षे राहिलो. तीस वर्षांचे दिवस अंगावरून ओघळून गेले; पण देणे-घेणे राहावे असे व्यवहारच झाले नाहीत. सुखाचे एक जाऊ दे. ते क्षणभंगुरच असते; पण दुःखे देखील एकेक विझून गेली. सुखदुःखाची काहीच बाकी न राहण्यासारखे क्षुद्र आयुष्यच शेवटी आपल्या वाट्याला आले, या विचाराने शांताक्का सुन्न झाल्या आणि अर्धपुतळ्यासमोरील खुर्चीत त्या पूर्ण पुतळ्यासारख्या निश्चल बसून राहिल्या.

अं ज न

समोर हातांच्या अगदी आवाक्यातच सोन्याच्या झगझगीत नाण्यांचा डोंगराएवढा ढीग होता आणि सगळी नाणी वाघाच्या डोळ्यांप्रमाणे चमकत होती. पशापशाने ती नाणी उचलून खणखणीतपणे हातावरून घसरू देण्याच्या आनंदाने भैरू धुंद झाला होता. काही वेळा त्याच ढिगामधून सकाळच्या सूर्याएवढे लालभडक माणिक पशात येत होते, सफरचंदाएवढा हिरा हाती लागे, तर ज्याच्या नुस्त्या प्रकाशानेच खडकावर हिरवळ उमटली असती, असले एखादे जातिवंत पाचू पिवळ्या रंगाच्या दिवाळीत चमकून जात असे. थोड्या वेळाने या डोंगरामागून काळ्या मखमली पट्ट्यांचा ढाण्या वाघ समोर आला. त्याच्या जवळ जाऊन भैरूने बेदिक्कतपणे त्याचे मानगूट धरले व खिशातून एखादी वस्तू काढावी त्याप्रमाणे दोन पट्ट्यांखालचे त्याचे कातडे उचलून पसाभर चरबी काढून घेतली व हुश करून त्याने वाघाला पिटाळून लावले. मग डोंगरामागून काळ्या चंद्रासारख्या डोळ्यांचा, अर्धा फर्लांग लांबीचा कृष्णनाग समोर आला; पण त्याच्या बाबतीत मानगूट धरण्याचे देखील श्रम भैरूला करावे लागले नाहीत. त्यानेच अगदी लाचारीने फणा वळवून पाठीवरील हातभर लांबीचे खवल्याखवल्यांचे कातडे फाडून भैरूच्या हातात ठेवले व भेदरून तो नाण्यांच्या ढिगात नाहीसा झाला. चरबी व कातडे हातात घेऊन भैरू त्यांच्याकडे अभिमानाने पाहत राहिला आणि या गोष्टी कधी बापजन्मी मिळणार नाहीत असे बजावणारा आपला बाप ह्व मल्हारी ह्व आता जर समोर असता, तर त्याला कसे खुळ्यासारखे वाटले असते याची कल्पना करताना त्याला हसू आवरेना. त्याच वेळी वरच्या स्वच्छ निळ्या आभाळातून भव्य शुभ्र पंख पसरत राजहंसी चालली होती. भैरूने हात उंच केले व एका हाताने तिची मान पकडून दुसऱ्या हाताने त्याने तिच्या पोटातील उबदार अंडे काढून घेतले. ‘‘बेट्या भैऱ्या! या तीन गोष्टी जाळून त्यांची राख डोळ्यांत घातली की माणसाला मरणाची भीती नाही बघ. हजार वर्षं जगावं बघ त्यानं,’’ तंबाखूने लालसर झालेले, शिलकीतले पाचसात दात दाखवत मल्हारी म्हणे, ‘‘त्या गोष्टी

तुला-मला गावणार होय?'' पाहतापाहता चरबी, कातडे व अंडे यांची भैरूच्या हातातच राख झाली व त्याने ती सुरम्यासारखी डोळ्यांच्या कडेने लावली. लगेच त्यांच्यामधून सूर्याप्रमाणे प्रकाशाच्या रेषा बाहेर आल्या. मग भोवती जानकी, पार्वती, जोत्या, इनामदार डॉक्टर, भिमूकाका, लंगडा वकील, दादूभट या सगळ्यांनी गर्दी केली. त्या सगळ्यांची छाती आत दिवे लावलेल्या काचेच्या हंड्यांप्रमाणे उजळली होती व आतील सगळ्या गोष्टी खडान् खडा भैरूला दिसू-समजू लागल्या होत्या. नव्यानेच उमटलेल्या या दृष्टीने भैरू हादरला, झिंगला आणि झपाटल्याप्रमाणे तो खदखदा हसू लागताच, त्याच्या डोळ्यांतून पाणी पाझरू लागले...

भैरू पुजाऱ्याने आपले धुंद, आळसावलेले डोळे पिचपिचत वर पाहिले. एवढे चिडून पार्वती काय म्हणत आहे हे समजायला त्याला थोडा वेळ लागला. त्याने पांघरलेले जुने धोतर तिने ओरबडून बाजूला काढले होते व कमरेवर हात ठेवून ती ठाणवईसारखी त्याच्या समोर उभी होती.

''उठा आता, दिवे लागायची वेळ झाली. आडवं पडून घोरायचं तर निशिबी लागलंयच जन्माचं!'' हात नाचवत ती म्हणाली, ''जावा आता दुकानाकडे, होईल दोनचार पैशांचा धंदा! नाहीतर पोटाला काय बिब्बा घालणार की तुमच्यासारखंच काळी गोळी देत राहणार सगळ्यांना!''

दुकानाकडे? कोणत्या दुकानाकडे? मनातल्या दाट धुक्याच्या भिंती मागे रेटण्याचा प्रयत्न करत किंचित गोंधळून भैरू विचार करू लागला. म्हणजे आपल्या दुकानाकडे होय? पण आता त्या दुकानात राहिले आहे काय? नारळ संपून पाचसात दिवस झाले होते आणि पुन्हा आणून ठेवायला खिशात दिडकी देखील नव्हती. कुंकू, बुक्का, पेपरमिट यांच्या बाटल्यांची टोपणे गंजून गेली होती. गावठी बिस्किटे किडली होती आणि कचऱ्याच्या कुंडीतले कुत्रे देखील त्यांना तोंड लावायला तयार झाले नसते. इतर पाचसात डब्यांत कधीकाळी काय होते कुणास ठाऊक! कारण आता त्यांची झाकणे देखील उघडता येत नव्हती. पत्रावळींचा बिंडा झुरळांनी खाल्ल्यामुळे जाळीदार झाला होता आणि असल्या हजारडोळ्या पत्रावळी पदरची दिडकी टिकवून घेणार तरी कोण! देवळाच्या दुसऱ्या टोकालाच भिमूकाकाच्या पोराने मोठे चिकणे दुकान थटवले होते. त्याच काचेच्या बरण्या काय, कपाट काय, समोर आरसा काय! सगळेच काम मोठे संगीत होते. त्या बेरडाने आरसासुद्धा आपल्याकडून रंगवून घेतला नाही, तर त्यासाठी तो गेला ते थेट किल्ल्याजवळच्या इब्राहिमकडे! त्याच्या दुकानात होत नाही, असले एकच काम आता भैरूच्या दुकानात उरले, ते म्हणजे काचा चांदवणे! पण आता 'येथे काचेवर पारा चढवून दिला जाईल' ही दुकानावरची पाटी देखील जुन्या कातड्यासारखी झाली होती. गेला आरसा रंगवून निदान दोनतीन वर्षे तरी होऊन गेली होती... मग दुकानात जा तरी कशाला? त्याने ढोसल्या आळशी जनावराप्रमाणे पार्वतीकडे पाहिले व तो उठून बसला.

‘‘उठा, तीन वाजून गेले. जाऊन दुकान उघडा आणि आठ वाजेपर्यंत हलू नका तिथून,’’ ती म्हणाली.

पण तिला एवढे चिडायला आजदेखील काय झाले हे त्याला समजेना. बाहेर पडायला आज झाला असेल तास-अर्धा तास उशीर; पण तेवढ्यात काय कोणत्या राजाची राणी दुकानात येऊन गेली असणार देव जाणे! आज देखील बाबूराव येणार आहे की काय हे तिला विचारावे असे त्याला वाटले; पण अद्याप समोर उभ्या असलेल्या पार्वतीच्या अवताराकडे पाहताच त्याच्या जड आळसावलेल्या डोक्याने तो विचार बाजूला सारला. भैरू नाखुषीने उठला व खुंटीवर न उलगडताच टाकलेला रुमाल त्याने डोक्यावर टाकला आणि एका सराईत फटकाऱ्याने तो डोक्यावर बसवला. त्याने कोटाची सुरळी खांद्यावर टाकली व जाण्यासाठी तो सोप्याकडे वळला. त्याचे लक्ष पुढच्या सोप्याकडे गेले. किंचित चिडून दाढीचे खुंट खाजवत तो खुळ्यासारखा पाहतच राहिला. पुढच्या सोप्यावर पातळ नेसतच जानकी दारासमोर उभी होती. कपडे घालताना बाईने आडोसा घ्यायचा की पुढच्या दारातच राजरोस जाऊन उभे राहायचे? रस्त्यावरून येणाऱ्याजाणाऱ्याने अगदी खुशाल पाहून घ्यावे! आणि त्यात भर म्हणजे समोरच पानपट्टी-सिगारेटचे दुकान होते. तेथे चारसहा लठ्ठ लडदू नेहमी उभे असत. मळकट रंगीत लुंगी नेसलेला, काखा उगाचच फुगवणारा भुक्कड कृष्णा पैलवान, लांब केस राखून नाटकात हिजडी कामे करणारा पिराजी, आकडेवाला नाना वैद्य यांचा तर त्या ठिकाणी कायमचाच मुक्काम असे. जानकी दारातच उभी असल्याने इकडून तिच्या अंगाच्या भरदार, पुष्ट रेषा दिसत होत्या तशाच त्या समोरूनही दिसत असणार. पानपट्टीच्या दुकानातील लोक एकमेकांच्या खांद्यावर हात टाकून फाजील हसत होते; पण त्याची कल्पना नसल्याप्रमाणे जानकी मात्र आपल्याच नादात पातळ खेचत ओढत चापचूप बसवत होती.

आपल्याच नादात भोळेपणाने? चार वर्षांपूर्वी भैरूने तिला त्याबद्दल दोनचारदा सांगितले होते, तेव्हा ती एखाद्या रानमांजरीप्रमाणे त्याच्यावरच उखडली होती आणि तेव्हापासून बापलेकींत बोलणे नव्हते. ‘पोरी, हे चवचाल धंदे बरे नव्हेत!’ तो मनातल्या मनात म्हणाला व तो जानकीजवळून अगदी अंग चोरून बाहेर पडला. तो जवळून जात असताना देखील ती बाजूला सरकली नाही. तिच्या गुळगुळीत तलम पातळाचा त्याच्या हाताला स्पर्श झाला. पातळ इतके झिरझिरीत होते, की तिच्या पोटावरचा कसला काळसर डाग त्यातून स्पष्ट दिसत होता. तिच्या हातातील निळ्या खड्याची अंगठी चंद्रज्योतीतील चांदणी निसटावी, त्याप्रमाणे झगमगली. त्याच प्रकाशाच्या झगमगीला वास असल्याप्रमाणे अत्तराचा दाट वासही भैरूला आला. जाताजाता त्याला वाटले, म्हणजे आज देखील बाबूराव येणारसा दिसतो. हे बाबूराव आले आहेत, मुंबईहून आमचे काही आणायचे आहे का, हे विचारण्यासाठी ते मुद्दाम इकडे वळले आहेत...

पण पंधरा दिवसांपूर्वीच तो एकदा आला होता की! आणि ती गोष्ट भैरूला समजली होती ती अचानकच. पार्वतीने खेकसून त्याला दुकानाकडे पाठवले होते. तास-अर्धा तास तो दुकानात आडवा झाला असेल-नसेल तेव्हा विडीबंडल घरीच राहिले हे त्याला आठवले. तो घरी परतला. त्या वेळी पार्वती कुठे दिसत नव्हती. आतला दरवाजा बंद होता; पण तो नुसता ढकलताच उघडला. दरवाजा उघडताच जानकी लगबगीने खिडकीकडे गेली व तेथल्या खुंटीवरचे कपडे व्यवस्थित करू लागली. तोच समोरच्या दुकानात पान आणायला गेलेली पार्वती परतली व संतापाने म्हणाली, ''तुम्हांला काही रीतभात आहे की नाही? माणसं बोलत बसलेली असतात. या बाबूरावांचा ट्रक मुंबईला जाणार आहे. मुंबईहून काही आणायचं आहे काय, हे विचारायला ते मुद्दाम आले आहेत.''

बाबूराव खाली चटईवर बसला होता. तो निलाजरेपणाने वीस हात हसला व म्हणाला, ''बघा, तुमचं देखील काही आणायचं असेल तर सांगा...'' भैरूने आपले विडीबंडल कोनाड्यातून घेतले व तो निमूटपणे बाहेर पडला होता.

आता बाहेर पडून दुकानाकडे जाताना त्याला एकदम अस्वस्थ वाटून जानकीविषयी काहीतरी खुपू लागले; पण ते नेमके काय, हे त्याला उमगेना. पार्वतीनेच तिचे कुठल्यातरी किराणा दुकानदाराशी लग्न लावले होते. इनामदार डॉक्टरांनी हात उचलून पैसे दिले म्हणून लग्न पार पडले. पण वर्षभरातच जानकी परत आली. येताना तिने अंगावरील गोधड्यासारख्या लुगड्याखेरीज बोटभर कापड देखील आणले नव्हते; पण जाताना तिने आठशे रुपयांचे दागिने नेले. 'नांदायला आली नाहीस, तर हीच सोडचिठ्ठी समज' अशी नोटीस घरी आली. नंतर जानकी घरीच बसली; पण तिचे हे कपडे, लाल-निळ्या अंगठ्या, अत्तर! चालते तरी कसे? त्याला आठवले, की गेल्या साऱ्या महिन्यात आपण आठ रुपयांखेरीज काही मिळवले नाही आणि ते देखील दुकानात नव्हे, तर इनामदार डॉक्टरांचे घर शाकारून, त्यास चुना लावून! त्या कामात अर्धी भरलेली एक विलायती बाटली व सिगारेट पाकीट मिळाले खरे; पण हातावर पैसे उमटले ते सारे आठ रुपयेच! तेवढ्यावर चालते हे सगळे? हां! तिची आई वरचेवर कामाला जाते खरी, पोरगा जोती देखील कधीतरी आठबारा आणे आणतो बाहेरून; पण तरी देखील, तरी देखील...

धड्म धड्म... देवळातून नगाऱ्याचा आवाज ऐकू आला व भैरूला वाटले, उपटली कारटी ही गावातली! नगारा पाहिल्याबरोबर त्याच्यावर दोनचारदा तरी हाताची थाप मारल्याखेरीज मरायची देखील नाहीत ती! पण त्याची चीड लगेच विरली... तेवढ्यावर भागते सगळे?

त्याने डोके हलवून आत भरलेला कापूसपणा घालवण्याचा प्रयत्न केला. कशाविषयी तरी खूप विचार करायचा म्हणजे त्याचे डोके डाव्या बाजूने दुखू लागे. त्याने आपले लालसर डोळे उगाचच दाबल्यासारखे केले. त्याला वाटले, आज गोळी कशी ती

चढलीच नाही. तो इसाक अफूत आता डिंक मिसळू लागला आहे की काय कोणास ठाऊक! आता आपण दुकान बदलून पाहिले पाहिजे!

भैरू दचकून एकदम एका घराआड झाला. समोरच पोस्टाच्या पेटीजवळ इनामदार डॉक्टर उभे होते. त्यांना पाहताच त्याला काल दुपारची आठवण झाली. तो काल दुकानातच आडवा झाला होता. कोणीतरी येऊन त्याला काठीने डिवचले. झोपेत व्यत्यय आल्यामुळे भैरू चिडला होता. एक शिवी हासडण्यासाठी त्याने चेहरा वळवला; पण रेशमी पैरण घातलेल्या, तोंडात पानाचा तोबरा भरलेल्या इनामदार डॉक्टरला समोर पाहताच तो एकदम नरमला व त्याच्या चेहऱ्यावर लाचार हसू आले. ''जरा आडवा झालो होतो,'' तो म्हणाला, ''काही काम होतं?''

''तर काय!'' बोटांतील जाड सल्ले फिरवत डॉक्टर म्हणाले, ''आज तांदूळ कांडून हवे होते. तेव्हा पार्वतीला पाठवून दे संध्याकाळी, किंवा उद्याच. घरात बाई गावाला गेल्या आहेत; पण येईपर्यंत तेवढं काम करून ठेवायला बजावलं आहे त्यांनी.'' डॉक्टर थोडे हसले देखील. गेल्याच आठवड्यात पार्वती त्यांच्याकडे तांदूळ कांडायला गेली होती आणि एक पूर्ण दिवस त्यांच्याकडेच होती, हे भैरूला आठवले. जानकीकडे पाहताच त्याला जाणवलेली अस्वस्थता आता पुन्हा जागी झाली; पण जड बधिर डोक्यात कुठेतरी तिची नांगी विरली. धड्रम धड्रम बूम बूम... देवळात आणखी एक पोर नगाऱ्याजवळून गेले व ऐकताच अंग किंचित थरथरणारा तो आवाज पुन्हा आला ह्न धड्रम धड्रम बूम बूम... त्या आवाजाने त्याच्या डोक्यातील एक शीर करकचल्यासारखी झाली व त्याने पोरांना एक शेलकी, मुरलेली शिवी हासडली. नगाऱ्याचा आवाज थांबल्यावर तो म्हणाला, ''तांदूळ करून आठच दिवस झाले, नाही?''

''होय; पण बाईंनी ते बरोबर नेले की! आता इथं बेगमी नको होय?'' डॉक्टर अस्वस्थपणे म्हणाले; पण भैरूच्या प्रश्नाचा त्यांना राग आला होता. तिरसटपणे ते म्हणाले, ''बघ, तिला यायला होत नसेल, तर दुसरीकडे कुठंतरी सांगून व्यवस्था करेन मी!''

भैरू एकदम चिरडल्यासारखा झाला. आवाजात गयावया आणत तो म्हणाला, ''तसं नाही, तसं नाही. तुम्ही आहात म्हणून तर आम्ही तगून आहोत. असं कसं तोंड फुटेल मला बोलायला! मी आताच सांगून येतो तिला.''

इनामदार डॉक्टरांचा चेहरा नरमला आणि ससाण्याच्या घरट्यासारखे दिसणारे त्यांचे उग्र डोळे सौम्य झाले. त्यांनी हातातील सल्ले पुन्हा फिरवले. ''मग दे तिला पाठवून,'' ते म्हणाले व जाण्यासाठी वळले. त्यांची रेशमी रंगेल पैरण वाऱ्यात तलम चुण्यांनी थरथरली.

आणि आपल्याच गुंगीत तो पुन्हा आडवा झाला तेव्हा त्याला सगळ्याच गोष्टींचा विसर पडला होता. आता डॉक्टरांना समोर पाहताच त्याला अपराधी वाटले. डॉक्टरांनी पत्र पोस्टात टाकले व ते निघून गेले. भैरू भिंतीआडून पुढे आला व परत घराकडे वळला.

पार्वती सोप्यावरच होती; पण आतला दरवाजा बंद होता. ''डॉक्टरांनी तांदळासाठी बोलावलंय तुला, ते सांगायला परतलो मी,'' तो म्हणाला. पार्वतीच्या चेहऱ्यावरचा चिडखोरपणा कमी झाला. तिने ताबडतोब जाण्याची तयारी केली व भैरूला बाहेर घालवूनच ती बाहेर पडली.

''जानकी, कडी लावून घे. नाहीतर दारावरची मढी कुत्री यायची घरात,'' दार ओढून घेत ती म्हणाली, त्या वेळी तिचा गोलसर गोरा हात लांबला. तिची बोटे भेंडीसारखी सुबक होती, तिचा तळवा नागवेलीच्या कोवळ्या पानासारखा होता. तिकडे पाहताच त्यात काहीतरी कमी आहे असे भैरूला वाटले व तो वैतागला. मिरच्या कुटून, तांदूळ कांडून हात खरबरीत होत असतात, कातडीवर दट्टे पडत असावेत, नाही? पण हिची बोटे मात्र अगदी नितळ आहेत... पुन्हा त्याला काही सुचेना. देवळात कोणीतरी नगाऱ्यावर दणादणा हात आपटू लागले. त्या घुमणाऱ्या आवाजात भैरू घोटाळला व बाहेर पडला.

तो जात असता पुन्हा नगाऱ्याचा धड्म धड्म आवाज कानावर आदळू लागला; पण आता आवाजाचा हबका जास्त जोराने येत होता. भैरूला वाटले, नगाऱ्याच्या या घुमणाऱ्या आवाजावरच ठिगळाप्रमाणे आपले आयुष्य शिवले गेले आहे. तो आवाज झाला की त्याबरोबरच आपले आयुष्य लहानपणापासून थरथरत आले आहे. लहानपणी चिंध्यांची डोकी बांधलेल्या दोन काठ्या घेऊन देवळातील त्या पुरुषभर उंच नगाऱ्यासमोर तो उभा राहिला की त्याचे डोके अर्ध्यापर्यंत देखील पोहचत नसे; पण एकदा का त्याचे हात हलून काठ्या बडवू लागले व ताणलेले चामडे कापू लागले की सगळे देऊळच त्या आवाजाने उंच उडून हवेत तरंगू लागणार असे वाटू लागे. त्याचे सारे अंग त्या लहरींनी धुंद होई. हात हलताना दिसत; पण ते आपल्याच अंगचे आहेत, ही संबंधाची जाणीव विलक्षण तऱ्हेने नाहीशी होई. आवाजाच्या या प्रचंड वादळाचे आपण उगम आहोत, त्यातही हे मोहरून गेलेले अंग ह्र नव्हे, तर आत कुठेतरी पणती लावल्याप्रमाणे असणारा कोणीतरी मी हे सगळे घडवत आहे, असे त्याला जाणवू लागे व तो झिंगून गेल्यासारखा होत असे. पण हे सारे होते देऊळ ताब्यात असताना. नंतर देखील रात्रंदिवस तो आवाज कानांवर पडे, नाही असे नाही. पहाटेला आरतीच्या वेळी, संध्याकाळी दिवे लावताना, शनिवारी पालखी निघाली असता; त्याशिवाय दादूभटाने लाडावून ठेवलेली ही उनाड कारटी तर सतत देवळात भटकत असायचीच. पण आता भैरूला त्या आवाजाच्या वेशीवर उपऱ्याप्रमाणे वाटे. आवाजाची धड्म धड्म धूम अंगावर पडे खरी; पण एखाद्या प्रेतावर त्याच्या भुताने येऊन उसासे टाकावे त्याप्रमाणे ती रेंगाळे व निघून जाई. भैरूला वाटले, रुईची रुंद पाने गोळा करून एखादी माळ करावी त्याप्रमाणे त्या नगाऱ्याचे होणारे हत्तीसारखे आवाज गोळा करून आपल्या जन्माची माळ करता येईल!

त्याचे दुकान हणमंताच्या देवळाच्या पुढच्या बाजूलाच होते. पूजेची पाळी, इतर जागा हे सगळे वाटणीने इतर भाऊबंदांकडे गेले होते. आता ही सुपारीएवढी जागा मात्र बूड टेकण्यासाठी त्याची स्वतःची उरली होती. तो आपल्या दुकानासमोर उभा राहिला; पण वरची मळकट पाटी, पुढे लावलेल्या फुटक्या फळ्या आणि नुसते ओढले की तोंड फाकवणारे कुलूप, हे सगळे पाहून त्याला एकदम सारे नकोसे वाटू लागले. तो दुकानासमोर क्षणभर घुटमळला. अंगात अद्यापि आणखी थोड्या झोपेची वांछा होती. त्याला वाटले, दुकान अजून एक तास जरी उघडले नाही तरी कवडीचेही नुकसान व्हायचे नाही, मग तीच वेळ सुखाने झोपण्यात घालवली तर बिघडले कुठे? हा विचार त्याला फार आवडला व डोळे ताणत तो हणमंताच्या देवळात आला. तोच धड्म धड्म आवाज येऊन त्याच्याभोवती फिरला व त्यात आपण पूर्णपणे अडकून पडलो असा त्याला भास झाला. देऊळ जुनाट पण अतिशय मोठे होते. त्याच्या चारही बाजूंना फरशा घातलेली मोकळी जागा असून तीन बाजूंना धर्मशाळा होत्या. मुख्य भागात हात ताणूनच मिठी बसेल असले तेलकट लाल रंगात माखलेले अष्टकोनी खांब होते. आता गाभाऱ्याला लोखंडी सळ्या लावल्या होत्या. हणमंताची कुरूप, बेडौल मूर्ती त्यांच्या मागील कुबट अंधारात कैद झाली होती. पण छताला मात्र भैरूच्या बापापासून असलेल्या काचेच्या हंड्या होत्या व त्यांच्या मध्यभागी किणकिणाऱ्या लोलकांचे झुंबर निरनिराळ्या रंगांच्या शिडकाव्याने झगमगत होते. लहानपणी भैरू ज्या वेळी नगाऱ्याच्या धुंदीत नसे, त्या वेळी तो या निरनिराळ्या रंगीत हंड्या-झुंबरांचा रंगखेळ यांच्याकडे नादिष्टासारखा पाहत बसे. गाभाऱ्याच्या बाजूलाच जामदारखान्याला लागून तो अजस्र नगारा भिंतीतच खुंट्या ठोकून कायमचा बसवला होता. शनिवारी हणमंताची पालखी निघाली किंवा पहाटे आरती चालली असता तो गरजू लागला, की त्याचा विलक्षण घुमणारा आवाज मैल-दीड मैलांवर असलेल्या राममंदिरात ऐकायला जात असे आणि पोरांनी जाताना त्याच्यावर मुठी आपटल्या, की सारे देऊळ शहारल्यासारखे होत असे आणि खाली पडलेले दाणे वेचण्यासाठी जमलेल्या चिमण्या जाजमातून वर फेकल्याप्रमाणे भुर्रदिशी वर नाहीशा होत. आता त्याच्या समोर तीन पोरे उभी होती व एका दांडक्याला चिंध्यांचा गोटा बांधण्यात गढली होती. म्हणजे आता होणारे धड्म धड्म आवाज सहज जाताजाता मारलेल्या मुठींनी उडणार नव्हते, तर अगदी पद्धतशीरपणे ही कारटी सतत देऊळ हादरून सोडणार होती. भैरूचा आतापर्यंत जमत आलेला संताप एकदम उसळला. त्याने एक शिवी हासडली व जवळच पडलेली नारळाची एक करवंटी उचलून त्या पोरांकडे फेकत तो ओरडला, ‘‘उलथता की नाही एकदा मसणात! नाहीतर पोटातल्या दोऱ्या काढतो बघा एकेकाच्या!’’

पोरांनी भेदरून मागे पाहिले व ती गबागबा पांगली. आता येथेच मुक्काम ठोकला नाही तर ही भुते पुन्हा येऊन देऊळ डोक्यावर घेतील याची त्याला खात्री होती. शिवाय या

ठिकाणी फरशी उन्हाने उबदार होती; पण ऊन प्रत्यक्ष अंगावर येत नव्हते. त्याने रुमालाची चुंबळ केली व त्यावर डोके ठेवून तो काळसर गुळगुळीत फरशीवर आरामात आडवा झाला. थोडा वेळ गेला, डोळे जडावू लागले आणि तुटलेली झोप पुन्हा सांधली.

धुड्म धुड्म बूम बूम! या आवाजाने तो ताड्कन उडालाच व खुळ्यासारखा इकडेतिकडे पाहू लागला. त्याचा डोळा लागायचीच वाट पाहत टपून बसलेली पोरे खिंकाळत पळून गेली व दूर सुरक्षित अंतरावर राहून एकमेकांच्या खांद्यावर पडून खिदळू लागली. भैरूने मोठमोठ्याने त्यांच्या आयाबहिणींचा उद्धार केला व फेकण्यासाठी जवळपास काही मिळते का हे शोधू लागला.

''जाऊ दे रे भैरू, किती म्हणून त्यांना हुसकायचं,'' एका लहान मेणकट पोराचा हात धरून पायऱ्या वर चढत भिमूकाका म्हणाला. त्याने पोराला मोकळे सोडले व स्वतः कट्ट्यावर बसत त्याने एक विडी काढली व दोन्ही बाजूंनी ती फुंकून घेऊन पेटवली. ''आज काय दुकानाला टाळं लावलंस वाटतं!'' तो म्हणाला.

''कसलं दुकान घेऊन बसलास, काका!'' भैरू भिंतीला टेकून बसत म्हणाला, ''कसंबसं दिवसाला दिवस जोडायचा झालं. हा पोरगा कोण?''

पोर मळक्या मेणबत्तीच्या खुंटासारखे होते व त्याच्या चेहऱ्यावरून माशी उडत नव्हती. त्यातही भिमूकाकाने त्याला लाडाने माकडटोपी चढवली होती; पण नगाऱ्याजवळ येताच त्याच्या हालचालीत कावेबाजपणा आला व त्याने दोन्ही हातांच्या मुठी दणादणा चामड्यावर हाणल्या. त्या आवाजाने भैरूच्या डोक्याच्या ठिकऱ्या उडाल्या.

''काका, हा नगारा एकदा गाभाऱ्यात का नेऊन नाही आदळत?'' तो तिरसटपणे म्हणाला, ''या पोराचं एक राहू देत; पण येत-जात प्रत्येक बिगनेशी पोर त्याच्यावर हात हाणतं आणि नगारा बोंबलत उठतो. हा सारा त्या दादूभटाचा उपद्व्याप आहे. दाणे, बेदाणे काय त्यांना देतो. त्यांना बोलावून काय आणतो!''

''आणि काय रे शहाण्या, हा नगारा गाभाऱ्यात ठेवून मी पूजेला कुठं बसू? तुझ्या टाळक्यावर की हणमंताच्या रे? आणि पालखीच्या वेळी कानात काय गुडद्या घालू होय?'' भिमूकाकाने विडीचा एक दम मारला व खवचटपणे म्हटले, ''तुझ्याकडे कधीकाळी देऊळ आलं म्हणजे काय लावायचे ते दिवे लाव!''

भैरूच्या मनात एक धारदार सुरी फिरवल्यासारखी झाली आणि गोळीची बाशी धुंद मनावरचा गंज गेल्याप्रमाणे नाहीशी झाली. त्याचे अंग पेटल्याप्रमाणे होऊन थरथरले; पण ताड्कन उत्तर द्यायला सरसावलेली जीभ मरगळली व तो शरमून अंग आखडून बसला. आपले शब्द नेमक्या ठिकाणी लागले याचे भिमूकाकाला समाधान वाटले. तो म्हणाला, ''भैरू, काही अडीअडचणी असल्या तर येत जा माझ्याकडे. अरे, अशा वेळी गणगोत नाही तर माणसं पाहिजेत कशाला, चुलीत घालायला? असलं देऊळ होतं, पैसा होता;

पण मल्हारीला शेण खायची कशी बुद्धी झाली हणमंत जाणे! अरे, देवाचा दागिना म्हणजे आईमायचं काळीज, ते विकून कोणी पोट जाळतंय? आपलं कर्म म्हणायचं, दुसरं काय! सोन्यासारखं उत्पन्न घालवून बसला की नाही तुझा बा? हे मला सगळं पाहिजे होतं होय? सगळ्या मेंबरांना मी दातांच्या कण्या करून सांगितलं, देऊळ असू दे मल्हारीकडेच! मी पाहिजे तर पोटापुरता रात्रंदिवस राबतो; पण त्यांचं आपलं एकच ह्व 'भिमू, आता देऊळ तुझ्याकडेच!' मग मी तरी काय करणार?'' थोटूक फेकत भिमूकाका उठला व त्याने पोराला उचलून कडेवर घेतलं. पण जाण्यापूर्वी त्या पोराने नगाऱ्यावर आणखी दोनचार मुठी मारल्याच आणि दर आघाताबरोबर भैरू हादरला!

आता आपल्याकडे देऊळ कधीच येणार नाही हे माहीत असल्यामुळेच भिमूकाका असे घालूनपाडून बोलतो हे भैरूला कळत होते; पण दरखेपेला नांगी मारल्याप्रमाणे त्याच्या अंगाची आग होत असे. भैरू लहान असता त्याच्या बापाकडे देवळाची वहिवाट होती. ती तशीच राहिली असती, तर भैरूला आज दुकानाचे ते बोळके ठेवण्याची देखील गरज पडली नसती. आज त्याचे देखील पोट भिमूकाकाप्रमाणेच सुटले असते, कानात दोरीएवढ्या जाड, सोन्याच्या वळ्या आल्या असत्या; पण नंतर ग्रहच उलथे झाले. एका दसऱ्याला हणमंतावर सोन्याचे दागिने चढले. सोन्याने मढवलेला लाल डोळा मूर्तीवर चमकू लागला आणि झगझगीत पाचूची माळ गळ्यात शोभली. पहाटे चार वाजल्यापासून रात्री आठ वाजेपर्यंत मल्हारीने तेथेच खडा पहारा केला. आठ वाजता शिलंगणाहून वाहने परतली, सोनपूजा झाली. रात्री दहाच्या सुमाराला विश्वस्त मंडळी दागिने घेऊन जामदारखान्यात ठेवून शिक्का ठोकण्यासाठी आली आणि मल्हारीचे कपाळच फुटले. हणमंताच्या हातांतील सोन्याचे तोडे नाहीसे झाले होते! मल्हारीने मूर्तीच्या पायांवर हात मारून मुलाबाळांची शपथ घेतली. मग पोलिस आले, कोर्टकचेरी झाली आणि मल्हारी दोन महिने तुरुंगात जाऊन आला. तेव्हा देवळाची पाळी घरातून गेली ती कायमचीच. भिमूकाका पुजारी झाला. त्यानंतर हे झुरळासारखे दिसणारे पोर...

पण मल्हारी मात्र चिडून गेल्यासारखा झाला. बोटभर दाढी वाढवून तो बोडक्यानेच देवळाच्या कट्ट्यावर बसू लागला. ओळख असो अगर नसो, देवळात येणाऱ्यांना तो आवेशाने आपली सारी हकिकत सांगे व मग कपाळावर हात मारत लहान मुलासारखा रडत बसे. नंतरनंतर तर त्याला बोलायला समोर एखादे माणूस असण्याची देखील गरज वाटेना. खरा चोर कोण आहे हे शोधण्यासाठी त्याने जादूटोणा करून पाहिला. वाघाचे कातडे पांघरणारे देवर्षी, कवट्यांसमोर धूप जाळत बसलेले गांजेकस अवलिये झाले. त्यानंतर परसातल्या खोलीत तो स्वतःच जाळ करून, शेकोटी पेटवून तोडगे करू लागला. काही वेळा मध्येच धावत येऊन तो भैरूला एखादी बाटली अगर पत्र्याची डबी दाखवे व त्याच्या डोक्यावर चापट मारून म्हणे, ''बेट्या भैऱ्या, बघून ऐकून ठेव सगळं, कधीतरी आयुष्यात उपयोगी पडेल. यात काय आहे माहीत आहे? सशाच्या कातड्यात

रानकोंबडीचं काळीज घालून जाळलेली राख आहे. ही मधात कालवून डोळ्यांत घातली की जमिनीतील पाणी दिसतं. या दुसऱ्या बाटलीत पांढरी पूड आहे. कडू भोपळ्याच्या बिया स्मशानात वाढलेल्या तुळशीच्या रसात वाटून वाळवल्या आहेत. त्यांतील एक बी घोडीच्या चमचाभर दुधातून घेतली, की कोणत्याही भिंतीमधून आरपार पाहता येतं... शेवग्याच्या झाडाचा डिंक घेऊन त्याच्या गोळ्या मोराच्या रक्तात भिजवल्या व त्या निर्गुडीच्या झाडाखाली तीन महिने सात दिवस चांदण्यात ठेवल्या की त्याचे झगझगीत मोती होतात. काळ्या मांजराचे डोळे काढून ते वाघ्या कवड्याबरोबर जाळावेत. ती राख करटाच्या फळात भरून घोड्याच्या शेपटीच्या केसांनी बैलाच्या पायावर बांधावी. तो बैल ज्या ठिकाणी तो पाय पाचदा आपटेल, त्या ठिकाणी वीस हात खणल्यास परीस सापडतो...''

पण मल्हारीला शेवटपर्यंत खरा चोर काही शोधता आला नाही. कारण पूर्ण अंतर्ज्ञान व्हायला पटाईत वाघाची चरबी, काळ्या नागाचे जिवंत कातडे आणि राजहंसीचे अंडे ही लागतात, ती काही त्याला कधी मिळाली नाहीत. मग एका भाद्रपदात रात्री आभाळ भुकेल्या रेड्याप्रमाणे डरकाळी फोडत होते, त्याचे डोळे संतापाने पेटत असल्याप्रमाणे विजा चमकत होत्या. अचानक रात्री मल्हारीने भैरूला उठविले व म्हटले, ''बेट्या, दाराला कडी लावून घे. मी बाहेर जाणार आहे.'' असल्या रात्री तो कोठे जाणार हे भैरूला कळेना व तो तोंड उघडे टाकून बावळटासारखा पाहतच राहिला.

''भैऱ्या, तू पहिल्यापासून अगदी म्हाबळ्या आहेस बघ,'' मल्हारी हसून म्हणाला, ''अरे बाकी सगळे जिन्नस माझ्याकडे आहेत. असल्या रात्री स्मशानात जर एखादा पिंगळा मारता आला, जर त्याच्या कातड्याची पिशवी करता आली, तर बेट्या, जगातल्या सगळ्या राजेराण्यांना मी माझ्या गाडीला बैलाप्रमाणे जुंपतो की नाही बघ! बघून पाहून ठेव सगळं. आयुष्यात कधीतरी उपयोग होईल.''

मग मल्हारी ओतत असलेल्या पावसात बोडक्यानेच अनवाणी बाहेर पडला. भैरूचा जीव अगदी कासावीस झाला. त्याला एकदम वाटून गेले, उद्या बाप आल्यावर त्याला सांगायचे, 'बाबा, जर खरा चोर कोण आहे हे समजले तर मी स्वतः त्याचा गळा चिरून टाकेन!' पण तसे करण्याची भैरूला संधीच मिळाली नाही. पिंगळ्याच्या शिकारीमागे लागून मल्हारी कायमचा बेपत्ता झाला. महिनाभराने भैरू परसातल्या खोलीत गेला; त्याने बुट्टीभर डब्या, बाटल्या आणून दुकानात ठेवल्या आणि मल्हारीचे गोणपट, जुनी धोतरे यांचे बनवलेले अंथरूण भिकाऱ्यांना देऊन टाकले आणि 'देऊळ तुझ्याकडे आले म्हणजे काय दिवे लावायचे ते लावून घे' असे म्हणून घ्यायची भैरूवर पाळी आली!

आता त्याची झोप उडाली होती. त्याने रुमालाची चुंबळ काखोटीस मारली व तो दुकानाकडे वळला. कोपऱ्यावरच त्याला लंगडा वकील समोरून येताना दिसला. त्याच्या

हातात नेहमी एक जाड सोटा असे व एका आखूड पायाने रस्ता टिचकत तो जात असे; पण आज त्याच्या हातात सोट्याबरोबर एक कुऱ्हाडीचे डोके होते. तो अगदी जवळ आल्यावर भैरूने त्याला नमस्कार केला, तेव्हा त्याची दूर ताणलेली, तारवटलेली दृष्टी तुटल्यासारखी झाली आणि 'हा कोण माणूस बुवा' अशा नजरेने त्याने भैरूकडे पाहिले.

''वकीलसाहेब, हातात कुऱ्हाड बरं आज?'' भैरूने थोड्या खवचटपणेच विचारले. वकिलाने हातातील कुऱ्हाडीकडे आश्चर्याने पाहिले. जणू ती त्याच्या हातात कशी आली, हे त्याचे त्यालाच माहीत नव्हते. मग त्याची दृष्टी उजळली व तो हसला, ''हां, कुऱ्हाड होय? दांडा घालून आणायला निघालो होतो सुताराकडे. म्हटलं, असावी एखादी घरात.''

''तुमच्या आरशांना एकदा पॉलिश मारलं, की काम खलास!'' विषय बदलत भैरू सराईतपणे म्हणाला, ''तेव्हा एकदोन रुपये देऊन ठेवा. पॉलिश पावडर संपली आहे.''

वकिलाने त्याच्याकडे निरखून पाहत म्हटले, ''आरसे? कोणते आरसे?'' मग त्याने मान हलवली, ''होय, ते तुझ्याकडे चांदवायला दिले आहेत नव्हे का? घे हे पैसे. मात्र आरसे उद्याच्या उद्या घरी हजर पाहिजेत!'' त्याने खिशातून अर्धी मूठ चिल्लर काढली व भैरूच्या हातात घातली.

भैरूने बेडरपणे पैसे खिशात घातले. आता दोनचार दिवस तरी विड्यांची ददात नव्हती. पॉलिश पावडरसाठी आज त्याने चौथ्यांदा लंगड्या वकिलाकडून पैसे काढले होते. आरसे उद्याच्या उद्या पाहिजेत या इशाऱ्याची देखील त्याला फारशी चिंता वाटली नाही. कारण काचा दुकानात पडून तीनचार वर्षे होऊन गेली होती. त्यांतील एक काच तर भैरूने विकूनही टाकली होती. पण आता पाठमोरा दिसणाऱ्या लंगड्या वकिलाविषयी त्याला फार कणव वाटली. सहा मोठ्या, जुनाट काचा त्याने आणून टाकल्या; त्याला एवढे आरसे कशाला पाहिजे असतील बरे? तो दाढी देखील आठ-आठ, दहा-दहा दिवस करत नसे. निव्वळ इस्टेटीसाठी त्याने आपला एकुलता एक मुलगा दत्तक दिला होता. त्या अशक्त, मळकट, वातीसारख्या पोराला पूर्वी घालायला कपडे मिळत नसत; पण आता त्याच्या डोक्यावर जरीची टोपी आली, गळ्यात सोन्याची जाड साखळी पडली व शाळेला जात असता सोबत काठी घेतलेला गडी दिसू लागला. पण एक दिवस सकाळी परीक्षा होती म्हणून गड्याला न घेताच पोरगे शाळेकडे धावले आणि वाटेत हणमंताच्या देवळातच त्याच्या भाऊबंदांपैकी कोणीतरी त्याला गळ्यात भोसकून आडवे केले. पुस्तक-पाटी बाजूला पडलेले प्रेत धर्मशाळेत तीन तास बेवारशाप्रमाणे पडून होते. मग पोलिस आले, गवगवा झाला; पण कोणीच हाती लागले नाही. नेमक्या त्याच दिवशी सगळे भाऊबंद गावाबाहेर होते व त्यांच्यापैकी कोणीच गोत्यात अडकले नाही. ह्व पण लंगडा वकील मात्र तेव्हापासून गल्लीबोळांतून हिंडू लागला. अनेकदा तर रात्री तो देवळातच झोपे. कोणीतरी गाठून त्याला घरी नेले तरच जेवणखाण! त्याच्याकडे पाहताना

भैरूला वाटले, याच्या पोटात आग भडकली आहे व त्यातच तो जळून मरणार! यालाही आता मल्हारीप्रमाणेच कसले तरी अंजन हवे आहे...

तो दुकानाजवळ आला, त्याने एका हिसक्याने कुलूप काढले, दरवाजाच्या फळ्यांची घडी बाजूला सरकवली व रुमाल दारातूनच एका खोक्यावर टाकला. दुकानात दोनतीन फळ्यांवर पुष्कळसे जुने गंजलेले डबे होते, बाटल्या वेड्यावाकड्या पडल्या होत्या आणि त्यावर बारीक धूळ होती. दुकानाच्या एका कोपऱ्यात दादूभटाने आपली सारी दौलत (पंच्यात गुंडाळलेले एक गाठोडे, अल्युमिनियमची तांब्या-थाळी आणि दोऱ्याने पट्ट्या सावरून धरलेल्या जुन्या वहाणा) ठेवली होती. समोरच जुन्या आरशांच्या पुष्कळशा काचा भिंतीला लावून उभ्या केल्या होत्या. भैरू दारात उभा राहताच समोरच्या भिंतीतून एकदम आठ-दहा भैरू समोर आल्याप्रमाणे झाले. एकाची आकृती पाण्यात असल्याप्रमाणे थरथरत्या रेषेची होती, एकाच्या चेहऱ्यावर कुरूप असे लाल व्रण दिसत होते. लंगड्या वकिलाच्या एका काचेतील भैरूला डोकेच नव्हते आणि एका प्रतिबिंबात डोळ्यांच्या जागी कवटीप्रमाणे दोन शून्य भोके दिसत होती... भैरू भेदरल्यासारखा झाला व थबकला. त्याला वाटले, यांतील खरे रूप कोणते? व्रणाचा माणूस की डोके उडवलेला की डोळ्यांची परटी झालेला? पण लगेच मागच्या बाजूला, ''काय भैरोबा?'' अशी आरोळी ऐकून भैरू एकदम दचकला व त्याने मागे वळून पाहिले. हातात दोन झारे घेऊन दादूभट ''हुश्श'' म्हणत एका खोक्यावर टेकत होता. त्याच्यामागे लागून आलेला तीनचार पोरांचा घोळका बाहेरच थांबला. त्यांच्याकडे न पाहताच दादूभटाने हात हलवला व म्हटले, ''चला रे पोरांनो, आता शेंगदाणे संपले. पळा बघू एकेकजण ढुंगणाला पाय लावून!''

भैरूला एकदम संताप आला. तो चिडून म्हणाला, ''भटा, तुझ्यामुळेच ही पोरं चांडी होऊन बसलीत! त्यांना बेदाणे, शेंगदाणे देतोस काय, खेळ काय शिकवतोस! मग ती देवळात सतत हुंदडतात, दणादणा नगारा हाणत बसतात. गाईमुळे गोचिड्या; तशी तुझ्यामुळे ही मायची कारटी येथे येऊन आदळतात!'' नेमक्या याच वेळी जणू त्याला उदाहरण दाखवण्यासाठी देवळातून नगाऱ्यावर चारसहा वेळा हात बडवल्याचा आवाज ऐकू आला व भैरूने रागाने दात-मुठी घट्ट आवळल्या, ''बघितलंस? त्यांना पटकी कशी काय विसरली कोण जाणे!''

दादूभटाचा चेहरा आवळल्यासारखा झाला. तो म्हणाला, ''भैरोबा, असं संतापू नको. अरे, प्रत्यक्ष पाठच्या भावानं लुबाडून हाकलून घातलेला माणूस मी. माझं सगळं जग केवढं आहे, हे पाहातोस नव्हे? मी जेथे उभा असतो ती दोन पावलांची जागा आणि त्या कोपऱ्यातील गडगंज इस्टेट! तुला घरदार आहे, पोरंबाळं आहेत. आता माझी पोरं म्हणजे हीच. उद्या कुठंतरी मी आडवा झालो, की हीच माझी आठवण काढतील, नव्हे?''

दादूभटाचा गालाची ढोपरे वर आलेला चेहरा, राख जमत आल्याप्रमाणे दिसणारे

डोळे व पाठीची कमान बघून भैरू वरमला व गप्प झाला. रुंद पशे असलेले हातातले दोन झारे दादूभटाने कोपऱ्यात ठेवले व अल्मीनचा तांब्या उचलून थोडे पाणी घेतले. त्याच्या सुतळीसारख्या गळ्यात हाड वर-खाली हलले व टोकदारपणे स्थिर झाले. स्वयंपाकासाठी कोठे बोलावणे नसले की तो माधुकरी मागे व धर्मशाळेत जेवण करी. उरलेले अन्न भैरूच्या दुकानात रात्रीसाठी झाकून ठेवले जाई. गावात कोठे कोणी मेले असले की ओळख असो अगर नसो, तो भुतासारखा हजर होत असे. त्यांच्या घरी जाऊन सराईत शब्दांत सांत्वन करी, पुढे होऊन भातझुणका करून त्या माणसांना बळेच दोन घास गिळायला लावी आणि सहज तीनचार दिवस तरी आपला पुख्खा बाहेर काढे. सगळेजण त्याला त्याच्यामागे 'गिधाडभट' म्हणत; पण माणसे गोळा करण्याची आपत्ती आली की पहिली हाक असे ती दादूभटाला! पण पोरे मात्र त्याच्यावर खूष असत आणि सोबत दोनचार पोरांचा घोळका असल्याखेरीज तो क्वचितच दिसे. त्यांना त्याच्याकडून लहान पेपरमिट, खडीसाखर, जर अगदीच काही नसले, तर निदान फुटाण्याचे दाणे मिळत आणि धर्मशाळेत आयुष्य काढत असलेल्या या बेवारशी माणसासाठी काही पोरे उत्सुकतेने वाट पाहत देवळात बसलेली असत.

"आज काय एकादशी वाटतं पोटाला?" कोटाच्या खिशातून एक बिडी काढून पेटवत भैरू त्याला खुलविण्यासाठी म्हणाला.

"कसली एकादशी नि काय!" कपाळावर नाटकी तऱ्हेने हात मारत दादूभट म्हणाला, "आज दुपारी जायचं होतं एके ठिकाणी स्वयंपाकाला. अस्सा झारे घेऊन बाहेर पडतो, तोच त्या नाडगौडाकडून बोलावणं आलं. त्याची सून सातव्या महिन्यात बाळंत झाली. बाई-मूल दोन्ही खलास! पोर काही नाहीतरी जगलंच नसतं म्हणा, कोवळ्या पडवळासारखं होतं ते! बाई मात्र जगायला हवी होती. मोठी कनवाळू, चार माणसांना सांभाळून होती. तिचा दीर वारला तेव्हा तिनं मला पंधरा दिवस ठेवून घेतलं होतं जेवायला घालून! आज ती मेली देखील वाईट नक्षत्रावर, त्यात आणि शनिवार, शांती करायचा देखील उपद्व्याप मागं लागलाय."

विडी ओढायचे थांबून भैरू लालसर बटबटीत डोळ्यांनी पाहतच राहिला. बाई-मूल शनिवारी मेले म्हणताच तो आतून एकदम उकळल्यासारखा झाला व त्याचे अंग एकदम थरथरू लागले. नुकतीच पेटवलेली विडी त्याने फेकून दिली व डोक्यात अजस्र नगाऱ्यावर टिपऱ्या पडत असल्याप्रमाणे हादरा देणारे ठोके पडू लागले. दादूभट अद्याप काहीतरी बडबडतच होता; पण आता तो केव्हा एकदा काळे करील असे भैरूला होऊन गेले आणि त्याच्या एकेक वाक्याबरोबर त्याचा उतावीळपणा वाढत गेला. अखेर एकदाचा, "पुन्हा तिकडे जायचं आहे," म्हणत दादूभट निघून गेला. त्याची पाठ वळताच भैरूने चटकन दार ओढले व आतून कडी लावून घेतली. त्याचा घसा एकदम वखवखल्यासारखा झाला. त्याने अंधारातच जुन्या पत्रावळींचा बिंडा बाजूला सारला व

मागच्या कोनाड्यात हात घालून एक चपटी बाटली बाहेर काढली व तशीच तोंडाला लावली. ती जळजळीत पातळ आगीची रेषा घशातून उतरत खाली पोहोचताच त्याचे सारे अंग सुखाने सैलावले व त्याने इनामदार डॉक्टरला दुवा दिला. त्याने आणखी एक घोट घेतला व प्रेमाने बाटलीवर हात फिरवत त्याने ती परत ठेवून दिली व तो खोक्याला टेकून ऐसपैस पसरला.

सातव्या महिन्यात बाळंत होऊन मुलासकट बाई गेली; तीही अगदी चाईट नक्षत्रावर! अशा प्रसंगासाठी बापाने तीसचाळीस वर्षे जीव टाकला होता आणि शेवटी तो प्रसंग, तो असताना घडलाच नाही. स्वतः भैरूनेदेखील कितीतरी वर्षे डोळ्यांत जीव आणून तसल्या मरणाची वाट पाहिली होती व ते पाहण्याचे आपल्या नशिबी नाही असे त्याला वाटू लागले होते. तोच अचानक दादूभट येतो आणि ही बातमी सांगून जातो! ही गोष्ट खास आपल्यासाठीच घडली असे वाटून भैरू एकदम खूष झाला व त्याने नाडगौडाच्या सुनेला 'जीते रहो' असे मोठ्या ऐटीत म्हटले. त्याला वाटले, आयुष्यात वेळ यावी लागते. ती येण्याआधी तुम्ही खालचे वर करा, सुईत दोरासुद्धा शिरायचा नाही, मग इतर गोष्टी तर राहू द्याच! बापाने तर अशा प्रसंगासाठी हायच खाल्ली, आपणदेखील हा नाद सोडलाच होता; पण ज्या अर्थी आपोआपच ही गोष्ट परमेश्वराने घडवली, त्या अर्थी या खेपेला तरी आपणास खात्रीने यश येणारच! नाहीतर ही गोष्ट आत्ताच का घडली असती? ती आपणाला सांगायला मध्येच दादूभट का आला असता?

त्याने दुकानाची लहान खिडकी उघडली व कपाटामागून एक लाकडी पेटी पुढे ओढली. त्याच्या बापाने साठवलेल्या डब्या, पुरचुंड्या त्यात होत्या. खुद्द भैरूने केलेल्या साधनेच्या निष्फळ खुणासुद्धा तिच्यात भरल्या होत्या. देवळाची पाळी पुन्हा आपल्या घरात यावी म्हणून त्याने खार मारून तिचे कातडे जाळले होते. ती राख मग मोगली एरंडाच्या चिकात कालवून त्याचे स्वस्तिक काढलेला नारळ त्याने देवळात पुरला होता. मग त्याला कोणीतरी सांगितले, खार पाहिजे ती जंगली लाल खार; गावठी काळी खार नव्हे! तेव्हा त्याने केलेली राख बसली एका बाटलीत. आपला धंदा तरी बरकतीने चालावा म्हणून त्याने भटकत हिंडणाऱ्या वैदूंना सांगून वाघाटी आणवली होती. ती मधात भिजवून मग कबुतराच्या रक्तात वाळवली होती आणि मग ती वाळल्या दुधी भोपळ्यात भरून दुकानाच्या आढ्याला बांधली होती. पुरलेले द्रव्य दिसावे म्हणून केलेली तर दहाबारा अंजने त्या ढिगात होती. त्याने धूळ पुसत बापाच्या बाटल्यांपैकी एक हिरव्या रंगाची बाटली काढली व ती उजेडाला बघून त्याने तिचा वास घेतला. नंतर त्याने पेटी पायानेच कपाटामागे ढकलून दिली. त्याला वाटले, आपल्या बापाच्या नशिबी हे नव्हते; पण आपणाला मात्र ते लाभणार आणि तेही या नाडगौडाच्या सुनेमुळे! त्याने खोबरेलाची बाटली वाकडी करून थोडे तेल हिरव्या बाटलीत ओतले व बोटाने आतल्या भुकटीचा लगदा केला. त्याने बोट कोटाला पुसले व बाटली खिशात घातली.

आता अंधारू लागले होते. देवळात आता नगारा सतत आणि पद्धतशीरपणे घुमू लागला होता. खरे देऊळ आणि देवळाचा हा लहानसा भाग घुमारून थरथरू लागले होते. भैरूने खिडकी बंद केली व अंधारातच कोट अडकवून रुमाल गुंडाळला. त्याने थोडा विचार केला व पत्रावळीच्या बिंड्यामागची चपटी बाटली देखील मोठ्या ऐटीने खिशात टाकली. त्याने दार लाथेनेच झटकले व तो बाहेर पडला. अंजनामुळे एखादा जरी हंडा मिळाला तरी दुकान गेले खड्ड्यात! मग एक मोठे घर घ्यायचे. मग कानात सोन्याची वळे, हातात डॉक्टरप्रमाणे जाड सल्ले, टेकायला मखमली लोड आणि शेकडो ताटे घेऊन तयार असलेले शंभर नोकर. बस्स! राजवाड्यात भैरोबा महाराज भोजन घेत आहेत. तेव्हा मंदपणे चौघडा-सनई वाजत असू दे...

गाव मागे टाकून तो स्मशानाच्या वाटेला आला, तेव्हा आजूबाजूला सारे निर्जन झाले होते. वाऱ्याला अंग बोचकारणारी एक धार आली होती. भैरूने अंग आवळत कोटाचे जे एकच बटण उरले होते ते लावले, तेव्हा त्याच्या बोटांना चपट्या बाटलीचा स्पर्श झाला व त्याला नवा धीर वाटला. स्मशानाकडे जाणाऱ्या वाटेला दोन्ही बाजूंनी एकमेकांत मिसळून गेलेली वडाची अजस्र झाडे होती. त्यांच्या पारंब्या गोठून गेलेल्या सापासारख्या दिसत होत्या आणि झाडांच्या अंधाऱ्या गुहेत जाताना एक विशाल अजगर आपणाला सावकाश गिळत आहे असे त्याला वाटू लागले आणि त्याला एकदम भीती वाटू लागली. त्यातच आपल्यामागे कोणाच्या तरी पावलांचा आवाज येत आहे असा त्याला उगाचच भास होऊ लागला व अंगावर झरझरून काटा येऊ लागला. स्मशानाचा रस्ता बाजूला करून तो मधल्या पाऊलवाटेने झपाझपा निघाला व घायपाताच्या कुंपणात मध्ये एक फट होती, तिच्यातून त्याने अलगद आत उडी घेतली. स्मशानाच्या दाराजवळ एका कोपऱ्यात पत्र्याचे एक जीर्ण शेड होते; पण पाऊस काय, वारा काय, कशापासूनच निवारा नव्हता. अंग चोरून भैरू चालू लागला, तेव्हा एक कुत्रे अगदी त्याच्याजवळून गेले व वस्सकन त्याच्या अंगावर ओरडले. भैरू एकदम ताडकन उडाला व त्याने एक शिवी हासडली. पण आता त्याला भोवतालच्या काळ्या जाळ्यात अडकल्यासारखे वाटू लागले व हातपाय मेणाचे असल्याप्रमाणे नेभळट वाटू लागले. तो एका झाडाआड थांबला व त्याने कपाळाचा घाम पुसला.

स्मशानात एकच सरण पेटलेले दिसत होते व चारपाच माणसे आपापसात बोलत इकडेच येत होती. भैरूने स्वतःला शक्य तेवढे बारीक केले व तो झाडाला बिलगला. त्या माणसांपैकी एकाच्या हातात कंदील होता व तो सारखा हेलकावत होता. त्याच्याबरोबर चालणाऱ्यांच्या पायांच्या लांब जाडजूड राक्षसी सावल्या वाढलेल्या गवतावर अजस्र कात्र्यांप्रमाणे हलत होत्या. कंदील दादूभटाच्या हातात होता. टापर बांधलेल्या इतरांचे चेहरे त्याला दिसले नाहीत; पण ती माणसे जवळून जाताना त्यांचे बोलणे मात्र त्याच्या कानावर पडले :

“भाऊ भटाची मुलगी होय? हां, ठीक आहे, तशी कामसू आहे. शिवाय भावा-बहिणींचा फारसा मोठा गोतावळाही नाही.”

“ते सारं खरं; पण देण्याघेण्याचं काय? मिळतील का मला आठदहा हजारी?”

“ते पुढचं पुढं पाहू, तुम्ही हूं तरी म्हणा. बाप तसा गब्बर आहे, शिवाय बायकोकडचं देखील लाटून बसला आहे; त्याला काय धाड झाली आ?”

ते ऐकून दादूभट हसला. माणसे पाय हलवीत निघून गेली. भैरू स्वतःशीच हसला. अजून बायको जळाली देखील नाही, तोच देण्याघेण्याची बोलणी सुरू झाली होती! पण ती माणसे निघून गेल्यावर मात्र त्याला एकदम भयाण वाटू लागले. आता अर्धवट ओलसर लाल जखमेप्रमाणे दिसणाऱ्या लाल जाळाखेरीज उजेड नव्हता. सभोवार अंधाराला हजारो डोळे फुटत आहेत व ते आपल्याकडे रोखून पाहत आहेत, असे त्याला राहूनराहून वाटू लागले. अंधारात दिसत नसलेल्या फांद्यांचा कसलातरी चमत्कारिक आवाज घुमे, कोणीतरी पाय घसरत उतरत आहे असा भास होई व ते कोणीतरी नेमके आपल्यावर उडी घेणार असे सारखे वाटून भैरू उगीचच इकडून तिकडे झटकू लागला.

बसल्याबसल्याच त्याला आतापर्यंत ऐकलेल्या विलक्षण हकिकती उगाचच आठवू लागल्या व अंधारात एखाद्या केसाळ खरबरीत जनावराच्या पाठीवर अवचित हात पडल्याप्रमाणे तो वितळू लागला. आपल्या खेड्यातील महादेवाच्या देवळासमोरील पिंपळाभोवती फेऱ्या घालणारा, डोके नसलेला लोहार त्याला अंधारात समोर उभा असलेला दिसू लागला. सामानगडावरील विक्राळ विहिरीत कुठल्यातरी लठ्ठ रुमालवाल्या, हातात भाला घेतलेल्या गडकऱ्याचे भूत होते. त्या विहिरीतून मध्यरात्री एक घागरभर पाणी आणायचे व सोन्याचा तोडा घेऊन जायचा, अशी तेथल्या पाटलाने एकदा शर्यत लावली. एका धनगराच्या बायकोने ती धीटपणे स्वीकारली. घागर डोक्यावर घेऊन ती पायऱ्या उतरून खाली गेली, तिने ती भरली व ती यायला निघाली; पण वर चढून येताना तो अजस्र पुरुष समोर दिसला. “माझे पाय धू,” त्याने गुरकावून सांगितले. मन दगडाचे करून तिने त्याच्या पायांवर पाणी घातले. पण मग तिचे धैर्य ओसरले. घागर तशीच टाकून ती आपल्या झोपडीकडे धावत सुटली व झोपडीत येऊन पडली. शेवटपर्यंत ती शुद्धीवर आलीच नाही; पण तिच्या खोपट्याभोवती सतत भाला आपटत तो गडकरी, “तू माझे पाय धुतलेस, पण पुसले नाहीस,” असे म्हणत चार दिवस घिरट्या घालत होता... एक अडलेली पहिलटकरीण आपल्या आईच्या येण्याची डोळ्यांत प्राण आणून वाट पाहत होती. आई आली, तिने बाळंतपण केले व बाळंतीण बेशुद्ध असता मूल घेऊन पळाली. खरी आई आजारी होती म्हणून घरीच बसून होती... बेरात्री येऊन लोखंडी कड्या वाजवत, “जय अल्लख!” म्हणत गर्जणारा; पण भिक्षेची वाट न पाहता नाहीसा होणारा आपल्याच गल्लीतला गोसावी... पण अगदी नको असता

नेमके एक नाव भैरूला सतत छळू लागले ह्न रायण्णाचे! या रायण्णाने एकदा अघोरी साधना केली होती. त्याने स्मशानात जाऊन नुकतेच पुरलेले प्रेत वर काढले होते व नदीकाठच्या देवळात आणले होते. त्या ठिकाणी त्याच्या भावाने दिवटी धरली व त्या प्रकाशात प्रेताच्या उरावर बसून रायण्णा त्याला कसलीतरी आहुती देऊ लागला. पहिला घास होता सुपारीएवढा व तोंड, ओठ किंचित फाकवत प्रेताने तो गिळून टाकला. त्याचा भाऊ भीतीने तोंड घालवून खिळून गेल्यासारखा उभा होता. घासाचा आकार वाढत गेला. शेवटचा घास पूर्ण पसा भरेल एवढा होता. तेव्हा प्रेताने संपूर्ण जबडा उघडताच मात्र तो फाटल्याप्रमाणे किंचाळला व दिवटी टाकून धावत नदीच्या पाण्यात गेला व बुडून मेला. दिवटी खाली पडून विझल्यावर रायण्णाच्या हातातला शेवटचा घास तसाच राहिला. तोसुद्धा छातीवरून उठला व धावू लागला; पण तो शिवालयापर्यंत पोहोचेपर्यंत कोणीतरी त्याचा पाठलाग करत होते. रायण्णाने देवळाचा दरवाजा लावून घेतला व फरशीवर अंग टाकले; पण कोणीतरी देवळाभोवती अधीरपणे फेऱ्या घालत होते व मधूनमधून ओरडत होते, ‘‘माझी भूक राहिली आहे!’’ भेदरलेल्या रायण्णाने आतूनच सांगितले, ‘‘घरी जा व माझे दोन बैल आहेत ते घे.’’ मग देवळाभोवती थोडा वेळ शांत झाले; पण पुन्हा तीच कर्कश आरोळी ऐकू आली. रायण्णाने मग गाय, बैल, म्हैस, तीन मुले व बायको यांचे एकामागोमाग घास दिले. अखेर एकदाची पहाट झाली. एका रात्रीत म्हातारा झालेला रायण्णा वेड्याप्रमाणे घरी आला; पण घराच्या नुसत्या भिंती राहिल्या होत्या. जनावरे, बायको, मुले ह्न सारी ताठून निष्प्राण पडली होती...

भैरूने मन घट्ट करण्याचा प्रयत्न केला; पण अंग अतिशय कापू लागले होते. समोरच्या अंधारात दडलेले प्रत्येक झाड चालू लागले आहे, आपल्या शेकडो हातांनी चाचपडत आपणाला वर उचलण्यासाठी ते इकडेच येत आहे, ही कल्पना काही केल्या त्याच्या मनातून जाईना व त्याला आपले सुरक्षित घर, दुकान यांची सारखी आठवण होऊ लागली. आता समोरचा जाळ मंदावत चालला व भोवतालचा अंधार जास्तच धीट होऊन त्याच्या भोवती लगटू लागला; पण वाऱ्याची मंद झुळूक आली, की निखारे जळजळीत होत व ठिणग्यांचा फवारा उडे. भैरूने पायात नेट आणला. तो धावतच जाळाकडे आला व त्याने अगदी कडेची बचकभर राख उचलली. हातात जळते निखारे धरल्याप्रमाणे त्याच्या हाताच्या आंतरसालीपर्यंत त्याला चटका बसला व तो वेदनेने कळवळला; पण आपणाला कोणी पाहिले तर नाही ना, हे पाहत त्याने झाडाकडे धाव घेतली. परंतु वाटेत उजव्या पायाच्या सगळ्या शिरा तापलेल्या तारांप्रमाणे झाल्या, भोवती आगीचे भांडे सांडल्याप्रमाणे गुडघा जळू लागला आणि भैरू धाडकन जमिनीवर पडला.

अंधारात त्याचा पाय एका खळग्यात पडून गुडघा मुरगळला होता. त्याने मोठ्या कष्टाने स्वतःला पुढे ओढले व विव्हळत तो झाडापाशी येऊन पडला. पाहतापाहता गुडघा भोपळ्याएवढा सुजला व त्याला तो अगदी हलवता येईना. असहाय होऊन त्याने

बुंध्याला पाठ टेकवली व तो धापा टाकू लागला. हातातील राख आता थंड झाली होती. त्याने खिशातील लाल हिरवी बाटली काढली व तिच्यात राख टाकून बोटाने ढवळली. निदान एवढे यश तरी आपल्या फाटक्या हातांना आले, या नव्या समाधानात त्याला गुडघ्याचा तात्पुरता विसर पडला.

आता रात्र किती झाली होती कुणास ठाऊक! आभाळ स्वच्छ आरशासारखे दिसत होते; पण त्याचा सावळा निळसर रंग ठिकठिकाणी उडाल्याप्रमाणे त्यात छिद्रे दिसत होती. भैरूला वाटले, फट्दिशी पहाट होऊन बसेल आणि कधी नाही ते जुळून आलेला हा असला योग मातीत जाईल; पण आता घरी जायचे म्हणजे गुडघा तर असा झालेला! मग त्याने स्वतःचीच समजूत काढण्याचा प्रयत्न केला. स्मशानातच एखादा हंडा पुरला नसेल कशावरून? त्याला हे तत्काळ पटले. त्याने तो तेलकट लगदा बोटावर घेतला व डोळे बोटांनी फाकवून धरले. नंतर अंजनाचे बोट हलकेच त्याने पापण्यांच्या कडेने फिरवले. डोळ्यांतून थोडा वेळ पाणी पाझरले; पण नंतर त्याला गारवा वाटला व तो झाडाला टेकून वाट पाहत बसला.

त्याला वाटले, पाचदहा मिनिटांतच कुठेतरी एखादा हंडा अंधारात लखलखू लागणार; पण बराच वेळ झाला तरी समोरच्या दाट अंधारावर कुठेच प्रकाशाची रेषा दिसेना. उलट आता गुडघ्यातील वेदना लहान मूक नगाऱ्याप्रमाणे ठसठसू लागली. भोवती वाऱ्याचा जोर वाढला व दातओठ खात असल्याप्रमाणे फांद्या एकमेकींवर करकचू लागल्या. आता अंधारात घरटे करण्यासाठीच चोच मारत असल्याप्रमाणे एक घुबड घुडूल घुडूल करू लागले. मध्येच एखाद्या पाखराचा गळा चिरत जात असल्याप्रमाणे चीत्कार होई. मग पुन्हा सारे स्थिर होई. इतक्यात घायपाताच्या कुंपणामागे दूर कोठेतरी दोनचार कुत्र्यांची वचवच ऐकू आली आणि भैरूच्या काळजात लकलकले. धावत्या काळ्या जनावरात दात रुतवून ती धावत असल्याप्रमाणे इकडेच आली, त्यांच्यात आणखी चारपाच कुत्र्यांच्या भुंकण्याची भर पडली आणि ती कुंपणाबाहेर पण अगदी जवळच अंधारावर तोंड टाकत उभी राहिली. भान सुटून तेथून धावत जाण्यासाठी भैरू एकदम उभा राहिला; पण वेदनेने विव्हळत जमिनीवर आदळला. या कुत्र्यांना आपला वास लागू नये म्हणून तो भराभर नवस बोलू लागला. त्याने आवेगाने चपटी बाटली काढली व ओठांना लावली; पण तिच्यातून अर्धा घोट उतरला असेल-नसेल, ती निर्जीव झाली. हा शेवटचा आधार गेल्यावर मात्र त्याच्या मनाचा पीळ सुटला; पण कुत्र्यांनी थोडा वेळ वचावचा केले व ती अंधारात निघून गेली आणि त्यांचा आवाज काळ्या वाऱ्यात विरून गेला. तो गेल्यावर त्याचा ताण सैल झाला. त्याने गुडघ्यावर हात फिरवला व तो थोडा तरी जवळ घेता येतो का हे पाहिले; पण तत्काळ एक वेदना चमकली व डोळ्यांची बुबुळे ठिकरल्याप्रमाणे त्याला चमक्या दिसल्या. आता पहाटेपर्यंत आपणाला येथून सुटका नाही हे त्याने ओळखले. आता समोरचा जाळही विझत आला

होता व त्याच्या उरल्यासुरल्या खुणा देखील अंधार पुसून टाकत होत्या. भैरू आता अगदी गळल्यासारखा झाला. त्याने रुमाल उलगडला व अंगावर पांघरून घेऊन ठसठसणाऱ्या अधीरतेने तो एकदाचे उजाडण्याची वाट पाहू लागला...

तो जागा झाला तेव्हा त्याचे डोळे सर्वत्र पसरलेल्या झगझगीत प्रकाशाने दिपल्यासारखे झाले. कोणीतरी त्याला खांद्याला धरून हलवत होते. त्याच्या चेहऱ्याकडे पाहताच भैरू चकित झाला. त्याचा बाप मल्हारी त्याला उठवत होता! भैरूला वाटले, इतके दिवस येथेच गावात राहून त्याने तोंड देखील दाखवले नाही का! पण त्याचा राग लगेच मावळला. येथून जाताना आपणाला कोणाचीतरी का होईना, मदत होईल याचे त्याला हायसे वाटले. तो चटकन उठून उभा राहिला. रात्रीच्या झोपेमुळे सुजलेल्या गुडघ्यातील ठसठस नाहीशी झाली हे पाहून त्याला फार समाधान वाटले व त्याने हसून आळोखेपिळोखे दिले.

पण आपण अद्याप स्मशानातच आहोत आणि भोवतालचा प्रकाश म्हणजे सर्वत्र लागलेल्या दिव्यांचा, समयांचा आहे आणि त्या प्रकाशात पुष्कळशी माणसे बसली आहेत हे पाहताच त्याचे हात छाटल्याप्रमाणे चटकन खाली आले. त्याने भेदरून घोगऱ्या आवाजात मल्हारीला विचारले,

"कोण माणसं जमली आहेत ही? आणि ही दिवाळी कसली?"

"भैरू, तुला एक आधीच सांगून ठेवतो," मल्हारी म्हणाला, "तू इथं नवा आहेस. तेव्हा इतक्यातच कोण, काय, कसं असल्या उसाभरी करू नको. तुला काय विचारायचं असलंच तर पहिल्यांदा मला विचारत जा. चल आता त्यांच्याकडे."

"मला कुणाचीच माहिती नाही, मी कशाला धडपडू त्या जागी?" भैरूने म्हटले.

"निघतील चल ओळखीची माणसं," मल्हारी हसत म्हणाला. त्याने आधीच भैरूचा हात आपल्या हातात घट्ट पकडून ठेवला होता व तो सोडून देण्याची त्याची तयारी दिसत नव्हती. मोठ्या नाखुषीने भैरू चालू लागला. स्मशानातील सगळी झाडे स्पष्ट झगझगीत दिसत होती. प्रत्येक झाडासमोर अनेक समया लावलेल्या होत्या आणि मध्यभागी डोळे दिपवून टाकणाऱ्या लाल रंगाच्या हंडीत शेकडो मेणबत्त्या तेवत होत्या. नव्हे, अशा अनेक समया व हंड्या अंधाराच्या अगदी कडेपर्यंत पसरल्या होत्या. भैरूने विस्मयाने पाहिले तेव्हा त्याला कळून चुकले, की सर्वत्र प्रचंड चमत्कारिक आरसे उभे केले आहेत. काहींवर छिद्रे उमटली होती, तर काहींच्या काचांत वक्रता होती. त्यामुळे ही अस्पष्ट चेहऱ्यांची माणसे समोरून गेली की त्यांची प्रतिबिंबे विक्राळ होत, चेहऱ्यावर अनंत व्रण असल्याप्रमाणे डाग दिसू लागत, काही वेळ अधांतरी अदृश्य तलवार टांगल्याप्रमाणे यांची मुंडकी टांगली जात व धडेच तेवढी सरकून पुढे जात. एखाद्या समुद्रपुरुषाच्या पाणभुताप्रमाणे काही प्रतिबिंबे थरथरताना दिसत. भैरू त्या ठिकाणी येताच त्याच्या विशाल, बेडौल, डाग पडलेल्या आकृती सगळ्या ठिकाणांहून धावून

आल्या व खिडकीतून पाहत असल्याप्रमाणे काचेवरून त्याच्याकडे पाहू लागल्या. भैरूने मल्हारीचा हात घट्ट पकडताच मल्हारी लहान पोरासारखा हसला.

"भैऱ्या, तू अजून पोरगंच आहेस बघ!" तो म्हणाला, "तिकडे नको लक्ष देऊ आता. हां, सांग बघू तिकडची हालहवाल!"

भैरूने आपला चेहरा मल्हारीकडे वळवताच त्याला घरी बसल्यासारखे वाटले. तो एकदम म्हणाला, "हो, तुला एक सांगायचं राहिलंच. तुझं ते पुरलेलं द्रव्य दाखवणार सोनअंजन ह्र त्यात काही दम नाही. मी ते वापरून पाहिलं. माझीच दिडकी अंधारात पडली असती, तरी ती मला दिसली नसती त्या अंजनानं!"

मल्हारीने त्याचा हात सोडला व पोटावर हात दाबत तो खूप हसला. "बेट्या भैऱ्या, पहिल्यापासूनच तू अगदी बेअकली! तरी रात्रंदिवस ओरडायचा मी, बघून ठेव, ऐकून ठेव म्हणून! पण तू शेवटी ठोंब्या तो ठोंब्याच राहिलास! या म्हाताऱ्याचा तोडगा बापजन्मी चुकायचा नाही!"

"पण मी सगळं अगदी बरोबर केलं. आज शनिवारी नेमक्या वाईट नक्षत्रावर बाळंतीण, मूल मेलं होतं. त्या राखेसाठी तर मरायला मसणात येऊन बसलो मी!" भैरू किंचित उसळून म्हणाला.

"तुला एकंदरीनं हेच कमी!" स्वतःच्या डोक्यावर टिचकी मारत मल्हारी म्हणाला, "बाळंतीण, मूल होय रे; पण मूल म्हणजे मुलगा होता की मुलगी?"

भैरू एकदम गोंधळला. हे त्याला काहीच माहीत नव्हते.

"तो होता मुलगा, मी सांगतो ऐक, आणि बेट्या, तुला हज्जारदा सांगितलं, की मुलगे बेटे असल्या बाबतीत अगदी नालायक! पोरगी पाहिजे पोरगी आणि ती देखील पायाने जन्माला आलेली! तर डोळ्यांपुढे पैशाचे हंडे नाचू लागतात. बाकी हे देखील काही फुकट जाणार नाही म्हणा!"

"या अंजनानं काय होतं मग?" भैरूने उतावीळ आशेने विचारले.

"डोळे स्वच्छ होतात, त्यांच्यावरचा सारा जातो."

"हात्तिच्या! डोळे गेले खड्ड्यात! माझे डोळे काय परट्याची भोकं झाले आहेत की काय?" एवढे सारे सहन करून सोसून हेच वाट्याला आल्याने निराशेने चिडून भैरूने म्हटले.

मल्हारी स्वतःशीच हसला; पण तो काही बोलला नाही. तोपर्यंत ते स्मशानाच्या बाजूला बसलेल्या घोळक्याजवळ आले होते. त्यांच्याकडे पाहत मल्हारी म्हणाला, "आला माझा पोरगा. भैऱ्या नाव आहे त्याचं."

"बऱ्याच दिवसांपासून वाट पाहत होतो आम्ही त्याची," रुंद कपाळाचा, तीन गोत्यांची भिकबाळी घातलेला एक गोरा जाड माणूस म्हणाला.

भैरूला त्याचा चेहरा कुठेतरी पाहिल्यासारखा वाटला; पण तो माणूस आपली वाट

का पाहत होता हे त्याला समजेना. मल्हारीने त्याला हाताला धरून खाली बसवले व स्वतः शेजारीच बसला.

"हं, बोल आता. पोरंबाळं, घरदार?" मल्हारी म्हणाला.

भैरूच्या डोक्यात कोपऱ्यातील जळमटांमधून आठदहा काळ्या, कुरूप, विषारी पाली सरकल्यासारख्या झाल्या व त्याने मान खाली घातली. "हे बघ बाबा, तुझ्याजवळ म्हणून काळजातली गोष्ट सांगतो अगदी," तो म्हणाला, "मनाला करटं झालेत बघ ठिकठिकाणी. बायको काय, पोरगा-पोरगी काय, सगळी उंडगी निघाली बघ. माझ्या आतड्याकातड्याचा पायपोस करून ठेवला बघ बाहेरच्यांनी! पोरगा जोती, त्यानं नाटकवाल्यासारखी झुलपं ठेवली आहेत. तो तंबाखू खातो, रात्रीबेरात्री घरी येतो. तो काय धंदे करतो देव जाणे. पोरगी तर राजरोसपणे माणसं घरात आणते, नखरा करते, अंगठ्या घालते आणि हे सगळं संसाराचं वाटोळं करून बसल्यावर! बायको तर इनामदार डॉक्टरच्या घरीच जाते, वेळी-अवेळी राहते. कसलं घरदार आणि काय! बाजारबसव्यांचा आणि बेरडांचा अड्डा झालाय!"

मल्हारीने सारे आधीच माहीत असल्याप्रमाणे मान हलवली व तो लहानपणी करत असे त्याप्रमाणे त्याने भैरूच्या डोक्यावर चापट मारली. "भैऱ्या, तुला ते अंजन आणखी दोन दिवस वापरायला मिळालं असतं तर तुझं तुलाच सगळं उमजलं असतं; पण आता त्याचा काय उपयोग म्हणा!" मल्हारीने एक निःश्वास सोडला. "या अंजनाची सगळी राडच बघ अशी! मला ती मिळावीत म्हणून मी हाडांची काडं केली; पण ती सगळी मला मिळाली ती केव्हा? तर आता! आता बघावं तिकडे मला पुरलेली मडकी, हंडे दिसतात. आता मला त्यांचा काडीचा देखील उपयोग नाही, की ते मला दुसऱ्याला दाखवता येत नाही. जे मिळतं ते फार उशिरा मिळतं. हेच बघ भैऱ्या, तुझं, माझं, माणसाचं कर्म! तू म्हणतोस ते खरं आहे! तुझी पोरगी आता कामातून गेली खरी. मला सगळं माहीत आहे. बाबूराव येतो हे तुला माहीत आहेच; पण आकडेवाला वैद्य येतो, बाजापेटीवाला येतो, हे तुला माहीत नाही. ती एकदा जत्रेला म्हणून गेली होती, आहे ध्यानात? कुठली जत्रा नि काय? गावातच राहत होती तीनचार दिवस एका खानावळवाल्याजवळ! जत्रेत काय इरकली लुगडी वाटतात होय माणसांना?" मल्हारीने भैरूच्या पोटात बोट टोचून विचारले, "पण या सगळ्या राडीला जबाबदार कोण? मी विचारतो, जबाबदार कोण? तर तिचा ऐदी बेरड नवरा. तो बसून खायला सोकावला होता. त्यानंच तिला या मार्गाला लावलं. मग पोरीला चटक लागली. भैऱ्या, तू तिच्या पोटाकडे कधी बघितलंस? तिथं तिच्या नवऱ्यानं बैलाचा नाल तापवून तिला डाग दिला आहे. कारण तसलं घाण काम करायला तिनं पहिल्यांदा साफ नाही म्हणून सांगितलं होतं."

भैरू बेचैन झाला. त्याच्या पायावर एकदा उकळते पाणी सांडले होते. त्या ठिकाणी चिंचेचे पाणी लावत रात्रभर झोपेशिवाय जागत असलेली जानकी त्याला आठवली. नंतर

त्याच पोरीच्या पोटावर जळजळीत नालाचा डाग उमटला आणि मान वर न करणारी पोरगी जाऊन एक निर्लज्ज बेशरम बाई जन्माला आली!

''म्हणजे पोरीचं पुढं काय होणार कुणास ठाऊक!'' भैरू आवेगाने म्हणाला.

''कुणास ठाऊक म्हणजे मला ठाऊक आहे!'' त्यांच्यापासून थोड्या अंतरावर निपचित पडून असलेला हाडांच्या सांगाड्यासारखा एक माणूस होता, तो चिंबलेल्या बांबूसारख्या आवाजात इकडे मान न वळवता म्हणाला, ''या वर्षातच प्रत्यक्ष तिचा भाऊच तिला विहिरीत ढकलून देऊन स्वतः फरारी होणार आहे. एका भांडणात त्याला कोणीतरी बाजारबसवीचा भाऊ म्हटल्यानं तो भडकणार आहे.''

''तू गप्प बस रे दत्तंभटा!'' मल्हारीने संतापून म्हटले.

''त्यात संतापायला काय झालं? आज ना उद्या, त्याला ते कळणारच!'' कसलीच हालचाल न करता दत्तंभटाने निर्विकारपणे म्हटले. त्याचे म्हणणे बरोबर होते. मल्हारी थोड्या असहायपणे भैरूला म्हणाला, ''आणि तुझी बायको पार्वती. भैऱ्या, इथं मात्र बेट्या तू साफ घसरलास! अरे, माणसाला आतला डोळा असावा लागतो. होय, ती जात असते इनामदार डॉक्टरच्या घरी; पण तू समजतोस त्यासाठी नव्हे. त्याच्या दवाखान्यात रोग्यांचं हागमूत करायला जात असते ती; पण असल्या गोष्टी भाऊबंदांना समजल्या तर तुला किंवा तिला बरं वाटेल? तिच्या कामावर तर भैऱ्या, तुझा संसार चालला आहे. पार्वती दहाजणींत ठसठशीत आहे. इनामदार डॉक्टर हा मोठा बाईपिसाट माणूस आहे खरा,'' मल्हारीने भिकबाळी घातलेल्या माणसाकडे बोट दाखवत म्हटले, ''या राघूअण्णाच्या भावजयीबरोबर त्याची गेली पंधरा वर्षं भानगड आहे.''

''पंधरा नव्हे, सतरा वर्षं!'' लांबूनच दत्तंभट म्हणाला.

''सतरा तर सतरा!'' हात झाडत मल्हारी म्हणाला, ''पण पार्वती जाते ती कामासाठी; पण पोरांची, तुझी काळजी यांनी खंगून गेली आहे बाई. पण आता तिचं संपलंच सगळं. तिच्या आतड्यात गोळा झाला आहे. जगेल ती फार तर दोन महिने.''

''दोन महिने नाही, सात आठवडे,'' दत्तंभट म्हणाला. पण भैरू हादरून गेला होता. रात्रीबेरात्री उठून ती पोट दाबत विव्हळत असलेली त्याला डोळ्यांसमोर दिसू लागली व तो शरमला. दोन महिन्यांत कर्कश आवाजातला तो आतड्याचा पीळ कायमचा घरातून नाहीसा होईल! ''त्यात शरमायची गरज नाही,'' राघूअण्णा जरा जवळ सरकत म्हणाला, ''सोन्याचा तोडा कोणी चोरला हे समजण्यासाठी तुझा बाप जन्मभर जीव जाळत होता, ठाऊक आहे ना तुला? त्याला काय समजलं शेवटपर्यंत, कपाळ! तोडा कोणी चोरला होता, ठाऊक आहे? तर त्याला गोत्यात आणायला त्याच्या सख्ख्या भावाचा ह्व भिमूकाकाचा ह्व तो उपद्व्याप होता.'' भैरूच्या दचकलेल्या चेहऱ्यावर पूर्ण अविश्वास दिसताच मल्हारीने मान हलवली. तो म्हणाला, ''शप्पथ भैऱ्या, ते खरं आहे अगदी आणि तो चोरून विकत घेतला, तो याच राघूअण्णानं. महा अट्टल आहे हा

भिकबाळीवाला सराफ!'' ही एक विलक्षण गंमतच आहे असे दाखवत मल्हारी आणि राघूअण्णा दोघेही खूप हसले.

पण भैरू हसला नाही. आपल्या अंगाने खालून पेटायला सुरुवात केली आहे, असे त्याला एकदम वाटू लागले. त्याच्यात इतके दिवस मूळ धरून असलेला द्वेष कृष्णसर्पाप्रमाणे जागा झाला व त्याने दात घट्ट आवळून धरले. गळ्यात माळ घालून दररोज रात्री भजन करणारा भिमूकाका त्याला समोर दिसू लागला. बोटभर दाढी वाढवून सगळ्यांना आपली हकिकत ऐकवून रडणारा मल्हारी, त्या आघाताने स्वतःचे विल्हेवाट झालेले आयुष्य... ही सारी त्याच्या डोळ्यांसमोर आली आणि तो सुन्न झाला.

''बाबा, हे सगळं माहीत असून तू त्याच्याशी इतकं सलगीनं बोलतोस तरी कसं?'' त्याने चिडून मल्हारीला विचारले; पण चिडल्यामुळे त्याचा आपल्या आवाजावरील ताबा गेला व त्याचे शब्द, राघूअण्णा तर राहू देच, दत्तंभटाने देखील ऐकले. ते ऐकून हसूनहसून राघूअण्णा आडवा झाला. तोरणाची वाळली पाने फडफडावीत त्याप्रमाणे दत्तंभट देखील इकडे मान न वळवता खडखडीत हसला. राघूअण्णा म्हणाला, ''अरे, तसल्या गोष्टी मनात ठेवून कुढत बसायचे दिवस गेले पोरा! तुझ्या बापानं काय कमी केलंय? तू जन्माला यायच्या आधीची गोष्ट आहे. चार टोळभैरवांना गोळा करून त्यानं माझं दुकान फोडलं होतं, माहीत आहे? विचार की त्याला तूच तोंडावर!''

''हे बघ भैऱ्या, त्याचं असं आहे,'' मल्हारी त्याला समजावत म्हणाला, ''एखादं नाटक असतं ह्न असतं की नाही? त्यात माणसं भांडतात, खून-मारामाऱ्या करतात, विष देतात, प्रीती करतात, द्वेष करतात; पण नाटक संपलं की सगळं विसरून बसतात की नाही एका जागी बोलत? ह्न तस्सा आहे बघ सगळा हा मामला! माझं नाटकातलं काम संपलं, त्याचंही संपलं; नाटकात आम्ही काय केलं याची आता रे पोटदुखी कशाला? कसं म्हणतोस बेट्या भैऱ्या?''

पण भैरूच्या मनात उफाळलेला द्वेष कमी झाला नाही. उलट सोन्याच्या तोड्यासाठी आयुष्यभर कणकण झिजवणाऱ्या मल्हारीत इतका बदल कसा काय झाला हे त्याला कळेना. एक अशक्त पोर पुढे आले व बारीक भेदरलेल्या आवाजात म्हणाले, ''जेवायला तयार झालंय म्हणं!'' राघूअण्णा, मल्हारीने माना हलवल्या व ते पोर निघून गेले.

मल्हारी म्हणाला, ''भैऱ्या, पोर कोण ओळखलंस होय?''

त्या पोराकडे पाहताच भैरू त्याच गोष्टीचा विचार करीत होता. त्याला आपण कुठेतरी पाहिले आहे याची त्याला खात्री होती. मग त्याला एकदम आठवले व त्याच्या काळजात चर झाले. त्याचे अंग कापसाचे झाल्याप्रमाणे बधिर, फसफशीत झाले आणि अंजन विषारी झाल्याप्रमाणे त्याचे डोळे फाकले व तो भयभीत नजरेने मल्हारीकडे पाहू लागला.

''बरोबर आहे, लंगड्या वकिलाचं पोर ह्न गोविंदा ह्न आहे ते. त्याचं प्रेत तीनचार तास पडलं होतं आपल्या देवळात! त्याला कोणी मारलं असं वाटतं तुला?'' मल्हारीने विचारले.

मोठ्या कष्टाने चिकटलेला लोखंडाचा तुकडा उचलावा, त्याप्रमाणे भैरूने जीभ उचलली. तो म्हणाला, ''कोणी म्हणजे? त्याच्या भाऊबंदांपैकीच कोणीतरी. हे पोर दत्तक गेलं म्हणून संतापला तो शामराव. त्याला आपल्या पोराला दत्तक म्हणून घुसवायचं होतं. शिवाय तो माणूस आहे देखील पाताळयंत्री, बापाला बाप न म्हणणारा! कोणाला तरी हजारबाराशे रुपये चारून त्यानंच आडवं केलं असणार गोविंदाला!''

राघूअण्णा हसला; पण तो काही बोलला नाही. मल्हारी जाण्यासाठी उठला व त्याने अवघडलेले गुडघे झटकले. तो म्हणाला,

''भैऱ्या, सगळं इतकं सरळ केळीच्या सोटासारखं असतंय होय कधी! तो शामराव पेटला, त्याने तळतळाट केला, वचावचा करून ढुंगण हापटलं हे खरं; पण ते सगळं तेवढ्यापुरतं. तो माणूस मुळात अगदी डरपोक आहे. शेंबूडकिड्याने शिंगं दाखवली, तर धोतरात पचदिशी मुतणारा माणूस तो! भुंकला, भुंकला आणि गप्प झाला, झालं. त्या पोराला आडवं केलं ते दादूभटानं!''

''दादूभटानं? छट्, ते शक्य नाही!'' भैरू ठासून म्हणाला, ''पोरासाठी तर जीव टाकतोय तो. प्रत्यक्ष भावानं लुबाडून हाकललेला तो अश्राप माणूस घुंगुरट्याला टिचकी मारणार नाही, गोविंदाला काय आडवं करणार तो!''

आता राघूअण्णा देखील उठला व त्याने कंटाळून जांभई दिली. ''तुझा बा सांगतोय ते खरं आहे,'' तो म्हणाला, ''त्या दिवशी परीक्षा होती म्हणून पोर लवकर बाहेर पडलं होतं. मग या देवाला जा, त्या देवाला जा, असं करत ते या देवळात आलं. तिथले सगळे लहान देव झाले. ते दत्ताच्या देवळाजवळ आलं, तिथं दादूभट होता. पोराच्या गळ्यात सोन्याची साखळी दिसताच त्यानं त्याच्यावर झडप घातली; पण पोरानं त्याला ओळखलं होतं. ते त्याचं नाव घेऊन ओरडू लागताच दादूभटानं त्याला जमिनीवर टाकलं व शेजारी असलेल्या झाऱ्याचं टोक गळ्यात खुपसलं. त्यानंच त्याला धर्मशाळेत आणून टाकलं. बिचारं पोर तीन तास तसंच पडून होतं. भावाचं कसलं लुबाडणं नि काय! प्रेताच्या टाळूवरचं लोणी खाणारा माणूस तो! एका स्वामींच्या मठातले पितळी देव त्यानं चोरले म्हणून गावकऱ्यांनी बेदम मारून गावातून हाकलून दिलेला माणूस तो, त्याला कुठले बहीणभाऊ!''

''खरी गंमत भैऱ्या, पुढंच आहे!'' मल्हारी म्हणाला, ''तो लंगडा वकील आग पिऊन बसल्यासारखा झाला आहे. ती आग ओकून टाकता येत नाही की पचवता येत नाही. त्याला देखील तुझ्यासारखी खात्री आहे, की आपल्या पोराला शामरावानंच मारलं. तो आता काय करणार आहे माहीत आहे? बेट्या, त्यानं एक कुऱ्हाड तयार

ठेवली आहे. दोन दिवसांनी तो रात्री दहा वाजता शामरावाच्या घरी जाणार आहे ह्व''

''दहा वाजता नाही, साडेअकरा वाजता,'' दुरूनच पडल्यापडल्या दत्तंभट म्हणाला,

''ह्व साडेअकरा वाजता जाणार आहे आणि ती कुऱ्हाड सरळ त्याच्या डोक्यात हाणणार आहे!''

''अरे, पण तो फुकट लटकेल की फासावर!'' भैरू दचकून म्हणाला.

''लटकेल म्हणजे? लटकणारच! जे व्हायचं ते घडणारच भैऱ्या; तू-मी शेपूट आपटून काहीसुद्धा बदलायचं नाही! तो फासावर लटकणार, त्याच्या सगळ्या घरादाराचे हाल होणार आणि दादूभटाचं काय होणार माहीत आहे? चारसहा महिन्यांतच तो चचणार आहे ह्व''

पण भैरूचे त्याच्याकडे लक्ष नव्हते. त्याला समोर जाड खरबरीत दोरीच्या फासात मान अडकलेला, लंगड्या वकिलाचा भोळसर चेहरा दिसत होता. मळके जुनेरे नेसून त्याची चौकशी करत हिंडणारी वैतागून गेलेली त्याची बायको त्याच्या डोळ्यांसमोर उभी होती. भैरू ताडकन उभा राहिला व कर्कशपणे म्हणाला, ''मी परत गेल्यावर पहिलं काम करणार ते म्हणजे वकिलाला सगळं सांगून त्याला फासातून वाचवणार आणि त्या थेरड्या दादूभटाची मान मीच माझ्या हातांनी करकचणार. मग मीच फासावर गेलो तरी बेहत्तर!''

जेवायला बोलावून देखील ही माणसे अद्याप येत नाहीत हे पाहून आणखी काही जण त्यांना पुन्हा बोलवण्यासाठी इकडे आले होते. त्यांतील एकाचा चेहरा म्हाताऱ्या साठे मास्तरासारखा होता. दुसरा एक स्वच्छ टक्कल पडलेला माणूस देवळात पुराण सांगणाऱ्या अण्णूबुवा सदलगेकरासारखा होता. इतर दोनचार चेहरे नवे होते. त्यांच्या कानावर भैरूचे 'मी परत गेल्यावर' हे शब्द पडले व कोणीतरी हसले आणि त्या ठिणगीने सगळेच जण मोठ्याने खिंकाळू लागले. आरशांतील प्रचंड पाणभुते, डोकी नसलेल्या धडांची गदगदणारी शरीरे, हजार व्रणांचे हसण्याने तडकलेले चेहरे असलेल्या आकृती ह्व साऱ्याच खदखदून हसू लागल्या. मल्हारी तर आपले उरलेले चारपाच दात दाखवत जमिनीवर लोळू लागला.

''भैऱ्या बेट्या, तू शेवटपर्यंत म्हाबळ्याच राहिलास बघ!'' हसण्याने बेजार होत तो म्हणाला, ''आता ऊठ, तसाही अगदी वेळेवर आला आहेस. येथे विशेष प्रसंगी जेवण असतं. ते खाऊन तरी काही शहाणा होतोस का बघ! नाहीतर गप्प गीळ आणि जा तुला कुठं परत जायचं ते!'' त्याला पुन्हा हसण्याची उकळी फुटली. बाकीची माणसे जेवण्यासाठी निघाली तीदेखील मधूनमधून खवचटपणे हसत होती; पण दत्तंभट तसाच निपचित पडून होता. भैरूने मल्हारीकडे पाहिले. ''त्याला असलं खाणं चालत नाही. त्याला पाहिजे आहे, पोटच्या मुलानं केलेल्या श्राद्धाचं जेवण! आणि त्याचा एकुलता एक मुलगा दुसऱ्या धर्मात गेला आहे. तू चल आता!''

स्मशानाच्या कोपऱ्यात दहाबारा झाडांचे एक अर्धवर्तुळ बनले होते. तेथे आधीच पुष्कळशी माणसे येऊन बसली होती. तेथला थाट पाहून भैरू खुळ्यासारखा बघतच राहिला. त्या ठिकाणी जरीची किनार असलेला हिरवा गालिचा अंथरला होता व त्यावर ताटे आणि पाट मांडले होते. पाट रंगीत असून त्यांच्यावर चमकणाऱ्या खड्यांची फुले बसवली होती. ताटे, ताटल्या, वाट्या सगळी सोन्याची असून अन्न भरून ठेवलेली भांडी लखलखीत चांदीची होती. प्रत्येक ताटाभोवती हातभर उंचीच्या समया ठेवल्या होत्या, त्या देखील सोन्याच्याच असून त्यांवर माणकांचे लालभडक डोळे बसवले होते. वर झाडांच्या घुमटात सहस्ररंगी झुंबर होते आणि खालच्या आरशांत माणसांची, ज्योतींची अनंत प्रतिबिंबे दिसत होती, त्याप्रमाणे वर रंगीत प्रकाशाच्या अनंत शलाका किणकिण आवाजाच्या नादात थरथरत होत्या. भैरू मल्हारीला काहीतरी विचारणार तोच त्याने त्याला खुणेनेच गप्प बसवले व तो घोगऱ्या आवाजात कुजबुजला, ‘‘हां, जेवायला बसल्यावर इथं चकार शब्द काढायचा नाही. वेळ फार थोडा असतो,’’ तो भैरूला दटावत पुढे म्हणाला, ‘‘आणखी एक बघ वेड्या, इथलं काहीसुद्धा उचलून न्यायचं नाही.’’

ताटाभोवती चार-चार समया लावून ठेवल्या होत्या. त्यांच्या प्रकाशाने ताटात गिजबिज प्रकाशरेषा दिसत होती. भैरू पाटावर बसला व जेवल्यासारखे करू लागला. आंबेमोहर तांदळाचा वास हाताला लागून त्याच्या लग्नाइतकी वर्षे होऊन गेली होती. त्यानंतर पानात तुपाची भरलेली वाटी पाहून जानकीच्या जन्माइतके दिवस झाले होते. पण अन्नावर त्याची वासनाच चिकटेना. जुन्या कापसाच्या ढिगात चिकट, विषारी कोळी हिंडत राहवेत त्याप्रमाणे त्याच्या अर्धवट गुंगीत असलेल्या डोक्यात अद्याप चित्रे भरकटत होती... भिमूकाकाचे जहरी बोलणे, जानकीच्या पोटावरचा डाग, अपरात्री विव्हळणारी पार्वती, भडकून गेलेला, हातात सुरा घेऊन बहिणीसमोर उभा असलेला जोती, गोविंदाची जरीची टोपी, दंड घातलेले लुगडे नेसून वणवण हिंडणारी वकिलाची बायको, डोक्यात कुऱ्हाड रुतलेला शामराव, अर्धी मूठ चिल्लर पॉलिशसाठी तिसऱ्यांदा देणारा, फासात मान अडकलेला लंगडा वकील... जणू स्वतःच्याच गळ्याभोवती फास करकचल्याप्रमाणे त्याचा गळा धरल्यासारखा झाला आणि ते सगळे विसरण्यासाठी मोठ्या प्रयत्नाने त्याने इतर गोष्टींत मन गुंतविण्याची धडपड सुरू केली.

सोन्याची ताटे, ताटल्या, वाट्या, रत्ने जडवलेल्या समया... त्याला वाटले, म्हणजे अंजन अगदीच निष्फळ झाले नाही. नाही म्हटले तरी एवढे गुप्त सोने दिसलेच की! त्याची जुनी, हट्टी लालसा हळूहळू जागी झाली व त्याने एक वाटी हळूच उचलून मुठीत झाकली जाते का हे पाहिले; पण मल्हारीने डोळ्याच्या कोपऱ्यातून ते पाहिले व तो इशाऱ्यादाखल खोकताच शरमून भैरूने ती खाली ठेवून दिली.

पण आता अचानक वातावरण ताणल्यासारखे झाले व सगळी पंगत जागच्या जागी

गोठल्यासारखी झाली. एका ताटात अर्धवटच वाढून, वाढणारा माणूस झटकन झाडाआड झाला. माणसांच्या हातांतील घास तसेच राहिले. सगळेजण कान टवकारून ऐकू लागले. भैरूही बावरल्यासारखा झाला व आपल्यालाही काही ऐकायला येते का हे पाहू लागला.

पाण्यात एखादा दगड अलगद पडावा, त्याप्रमाणे तो आवाज उमटला होता व त्याच्या लहरी थरथरत येथपर्यंत पोहोचून येथील काळसर आभाळाच्या डेऱ्याखालील झगझगीत प्रकाश थरकला होता. पुन्हा तोच आवाज ऐकू येताच येथे घबराट निर्माण झाला. आता त्या आवाजातील विश्वास वाढला. त्याची लयही जलद झाली. भोवतालच्या ताणलेल्या अंधारावरच कोणीतरी प्रचंड झाडाच्या गोल डोक्याची टिपरी आपटत असल्याप्रमाणे सारेच कापू लागले व माणसे बेभान झाली. हणमंताच्या देवळात पहाटेचा नगारा सुरू झाला होता. सारी माणसे वेड्यासारखी धावू लागली व पाहतापाहता निरनिराळ्या आरशांत नाहीशी झाली. मल्हारी व राघूअण्णा जवळच्याच आरशात अदृश्य दार असल्याप्रमाणे मागच्या मागे निघून गेले आणि झुंबर, हंड्या, समया विझू लागल्या. भैरू एकटाच खिळल्यासारखा थांबला; पण नंतर भीतीने त्याच्या पायांत वारे शिरले व तो सुसाट धावू लागला.

जाताना त्याने लगबगीने सोन्याचे एक ताट उचलले; पण ते कोटाआड धरता येईना तेव्हा त्याने दोन ताटल्या, तीनचार वाट्या खिशात कोंबल्या व दोन समया उचलून आता एकच उरलेल्या आरशाकडे तो अंजनी डोळ्यांनी धावू लागला. तो पोहोचेपर्यंत तेथली समई देखील विझली व आरसा नाहीसा झाला. भैरू एकदम झाडावर आदळला व आदळण्याच्या वेदनेने तो झाडाजवळच आडवा झाला.

मग पहाट झाली व स्मशानातील मोकाट हिरवळीवर ठिकठिकाणी प्रकाश सांडला. आता तेथला जाळ पूर्णपणे विझून गेला होता व दवामुळे राख ओलसर झाली होती. तिच्यातून चालल्यामुळे राखेने भरलेल्या पायांचा भैरू तिच्या शेजारीच आखडून पडलेला गुराख्यांच्या पोरांना दिसला. त्याच्या खिशात दोन शेणी, तीनचार नारळाच्या जुन्या करवंट्या होत्या आणि हातापायांची दोन लांब हाडे अगदी जवळ कुशीत सांभाळत भैरू थंडगार लाकडासारखा झाला होता.

शेवटचे हिरवे पान

विरत चाललेल्या, जुनाट सैलसर चेहऱ्यामधून एखादा थिजलेला डोळा बाहेर पाहत असावा, त्याप्रमाणे सीताक्का आपल्या माडीवरच्या खिडकीतून बाहेर पाहत बसली होती. आता आपणाला पूर्वीसारखे काम होत नाही हेच खरे, असे तिला वाटून गेले. प्रल्हादला जाऊन आज बरोबर पंधरा वर्षे झाली. दरवर्षाप्रमाणे तिने आज त्याची खोली उघडून तेथील केर काढला होता. त्याच्या पुस्तकांवरील धूळ झाडून ती रांगेत मांडली होती. त्याचे कपडे, अंथरूण झटकून ठेवले होते. पण आता सगळ्या खोलीलाच सारे संपत आल्याची कळा आली होती. पुस्तकांचा भुगा होऊ लागला होता. भिंती ओलसर असल्याने गादीला वाळवी लागली होती व कपडे जरा जोराने झटकताच हिसकू लागले होते. आता पुढल्या वर्षी काही हे टिकायचे नाही असे तिला वाटले; पण त्याच्या जोडीला आपण देखील हे सारे शेवटचेच करत आहोत अशी एक चमत्कारिक भावना तिला एकदम जाणवली व ती एकदम चमकल्यासारखी झाली होती. कुणास ठाऊक, पुढल्या वर्षी आपण देखील ही खोली उघडून आत जायला हयात असणार नाही. मग या दोन खोल्यांनासुद्धा कुठली तरी जुनाट कुलपे पडतील व मग सर्वत्र नष्टांशाचा भकासपणा भरून राहील. मागे जयू प्रत्येक खोलीच्या फटीतून पाहत हिंडे, त्याप्रमाणे मग आणखी कोणीतरी यादेखील फटीमधून कोरड्या उत्सुकतेने पाहून निघून जाईल. कोपऱ्यावरची सखारामची खोली, त्याच्या बाजूच्या दत्तारामच्या खोल्या, खालच्या दोन बंद खोल्या शांतीच्या... आणि त्यांत भर म्हणून आता सीताक्का-प्रल्हादच्या दोन खोल्या व त्यांच्या गंजून गेलेल्या कुलपांवर तशीच मळकट, चिकट कोळ्यांची जाळी...

आता समोरच्या घराच्या अंगणात मध्येच सनई वाजू लागली व सीताक्काच्या विषण्ण मनाला एकदम हुरहुरीचा स्पर्श झाला. आज आपल्या प्रल्हादाचे असले स्मृतिश्राद्ध; पण याच वेळी जयूच्या गुलाचे बारसे असावे, या उपरोधाची धार तिला जाणवली नाही असे नाही; पण वाटले, हे चालायचेच! साऱ्या जगानेच सुतक बाळगावे

इतके कोणाचेच दुःख महत्त्वाचे असत नाही. आपण लग्नाला उभ्या राहिलो, त्याच दिवशी आपली मैत्रीण कावेरी, हिची आई वारली; पण लग्नातले सारे प्रकार यथासांग झाले. उखाणे, नाव घेणे झाले, विड्या तोडल्या, विनोदथट्टा झाली. कावेरीची आठवण झाल्यावाचून राहिली नाही; पण ती डोळे ओले करण्यापुरती. कावेरी तर अगदी आतड्याची मैत्रीण; पण येथे दोन घरांतून विस्तव जात नव्हता. पण जयूला निदान डोळे ओलावण्याइतकी तरी आपली आठवण होईल? ती मुलाला घेऊन कशी दिसत असेल? तिचे मूल देखील कसे असेल?

सनई मध्येच थांबली आणि सीताक्काला पुन्हा तिच्या खोल्यांनी वेढले. आता तिला जाणवू लागली ती शरीरभरची वेदना. अंगाचेच नको असलेले ओझे होऊन गेल्याची भावना. पुष्कळदा यापूर्वीही तिला वाटे, आत ही धुगधुग घेऊन आपण जगतो, ते कशासाठी? एकदा संपून गेले, तर सुटून तरी जाऊ आपण; पण सकाळ झाली की तीच धुगधुग टिकण्यासाठी आपण चुलीत लाकडे कोंबतो, तीदेखील मग कशासाठी? तिला ते काहीच उमगत नसे. या खिडकीपाशी थोडा आडोसा धरून बसले की इतरांना न दिसता सारे काही पाहता येत असे व ही जागा आता सीताक्काला विरंगुळ्याची होऊन बसली होती. दुपारचे जेवण होऊन तासभर अंग पसरून झाले, की विशेषतः उरलेला वेळ कसा काढायचा हा प्रश्नच असे. मागे दिवसाचे चोवीस तास पुरत नसत; देवाची शेजारती होईपर्यंत जीव अगदी पिंजून जात असे. प्रल्हादाचे खाणे तयार करायचे असे, त्याच्या कपड्यांच्या घड्या करणे, त्याचा कंदील पुसून स्वच्छ ठेवणे ह्न एक ना हजारो गोष्टी असत; पण आता मात्र ते सारे कोसळून गेले. नवऱ्याच्या मृत्यूनंतर काडी टेकत डोंगर चढायचा होता, ती काडीदेखील मोडून गेली. राहता राहिला डोंगर ह्न सारे नकोसे वाटायला लावणारा कंटाळवाणा दिवसांचा डोंगर!

खिडकीतून परसापलीकडचा रस्ता दिसे. तेथेच पिंपळकट्ट्यावर जांभळे-बोरे-केळी विकणारी म्हातारी बसे. बाजूच्या शाळेतील मुली तेथे येऊन गलका करीत, काहीतरी हातात घेऊन खात जात. पुष्कळदा सीताक्काला वाटे, जयू शाळेत जात असता जी म्हातारी बसत असे, तीच ही असावी! मग तिचे तिलाच हसू येत असे. इतक्या वर्षांनंतर तीच म्हातारी असेल कशी? जयूचे लग्न होऊनच मुळी चार वर्षे झाली होती आणि आता तर बारसेच आहे तिच्या मुलाचे! पिंपळकट्ट्याजवळ लाकडाचा अड्डा होता. तेथील गडी लक्ष्मणला महिन्याला एखाददुसरा रुपया मिळे, म्हणून तो सीताक्काकडे सोमवार-शुक्रवारी येऊन जायचा. तेल, तांदूळ काही संपले असेल तर आणून द्यायचा. त्याशिवाय तो जाताना एखादा आणा हटकून मागून घेई व बाहेर पडताना परसातल्या कढीलिंबाच्या झाडाची पाने भराभर ओरबाडून नेई. आता कोणी सीताक्काकडे यायचे म्हणजे परसातून मागल्या दाराने यावे लागे. समोरील घर, ठेंगण्या गोपुराचे देऊळ सगळे आता उपटसुंभाच्या ताब्यात गेले होते व सीताक्काच्या आयुष्याप्रमाणेच तिच्या घरालादेखील

उजदार राहिले नव्हते. आता परसात दर वर्षी ढोपराएवढे गवत वाढे. काही घाणेरीची झुडपे पुरुषभर वाढली होती व जयू ज्यासाठी जीव टाकत असे ते अबोलीचे झाड त्यांत गुदमरून कितीतरी वर्षांमागे मरून गेले होते. पावसाळ्यात तर तेथे हिरवे तुंबलेले पाणी साचल्याप्रमाणे वाटे. एवढ्यातून मार्ग काढत येऊन तिच्या मागच्या दाराची कडी वाजवण्याइतके आतडे उरले होते कोणाला? घरात घड्याळ नव्हते; पण सीताक्काला त्याची गरजही भासली नाही. गेली दहा वर्षे कसल्याशा नव्या गिरणीचा भोंगा दररोज चारदा ऐकू येत असे. रात्री वाचनालयाच्या घड्याळाचे ठोके कानावर पडत आणि इतर वेळी देवळातील काकडआरती, नैवेद्य, शेजारतीच्या घंटा डोक्यातच ठोके पडत असल्याप्रमाणे खणखणत घुमत. ती चांगली ताटाएवढी घंटा एका हातात धरून तिच्यावर हातोडी मारत राहायचे म्हणजे हात पिंजून जात. आवाजाबरोबर येणारी थरथर अंगभर पसरे व कानाला मुंग्या येत. लहानपणी प्रल्हाद कोणीतरी घंटा वाजवू लागले की कानात बोटे घालून उभा राहत असे. त्यानंतर पीतांबर नेसून तो पूजेला उभा राहू लागला. कधीतरी बदल म्हणून रामभट पूजा करत, तेव्हा तो घंटा वाजवी. त्या वेळी त्याने घंटा हातात धरली की त्याच्या दंडाला पिळदार आकार येऊन तो घोटल्यासारखा दिसू लागे. मग त्याच्या उघड्या, रेखीव अंगाला कोणाचीतरी वाकडी नजर लागू नये म्हणून सीताक्का त्याच्यावर डाफरत, घाईघाईने एक पामरी आणून त्याच्यावर टाकत. अण्णा कुलकर्ण्यांच्या घरातून प्रल्हादला बाहेर काढले, तेव्हा त्याचे हात म्हणजे नुसती हाडे उरली होती. त्या वेळी चौघांची गरजच नव्हती; सीताक्काने त्याला लहानपणी उचलले होते, तसे एकटीनेच सहज उचलले असते... रामभट तीन वर्षे अंथरुणाला खिळून मग गेला. प्रल्हादही गेला. पण घंटेचा आवाज मात्र तसाच निर्विकारपणे खणखणत राहिला. फक्त हात मात्र दुसऱ्यांचे. जपाची माळ ओढत दिवस काढत असल्याप्रमाणे जगत असलेल्या सीताक्कांच्या जीवनात त्याचा मात्र ठसठसणारा ठेका राहिला.

त्या एका खोलीत झाडणी फिरवली, जेवणाची दोनचार भांडी तेथल्या तेथे विसळून घेतली की सीताक्काचे घरकाम संपल्यासारखेच होत असे. ते घर चांगले दुमजली; पण जुनाट होते. घरात पंधरा ह्न पंधरा की वीस? ह्न तरी खोल्या असतील; पण ठिकठिकाणी संपलेल्या आयुष्याला गाठी मारल्याप्रमाणे वाटणारी गंजलेली, कोळिष्टकाने भरलेली कुलपे दिसत आणि त्यांतील बहुतेक अनेक वर्षांत उघडली गेली नव्हती. अनेक उजाड बिळांपैकी एकात राहून आपण बाहेर किलकिल्या डोळ्यांनी पाहत आहो, असे सीताक्काला अनेकदा वाटत असे व अंथरुणावर पडले की एके काळी त्या खोल्यांत असलेल्या संसाराची चित्रे तिला दिसू लागत. ते घर पिढ्यान् पिढ्या सामायिक मालकीचे होते; पण घराण्यातील कुठल्यातरी बुद्रुकाने त्याची मोठी विलक्षण वाटणी करून ठेवली होती. न्हाणीघराची खोली दत्तारामाकडे; पण तिच्या बाजूच्या खोल्या शांतीच्या मालकीच्या. पण बरोबर त्यांच्या वरची खोली सखारामच्या वाटणीला. इतर दोघांच्या

वाटण्यांवर मिळून परशरामची खोली. सीताक्काच्या खोल्यांशेजारी त्या सटवीची वाटणी, तर तिच्याकडे पुढल्या भागात वाटणीला आलेल्या जागेशेजारी सीताक्काची एक खोली. एक देऊळ मात्र सलगपणे थोरल्या फाट्याकडे चालत होते. वडिलोपार्जित घर कधी विकले जाऊ नये म्हणून अशी विभागणी झाली होती खरी. ते तसे विकले गेले नाही आणि आता तर त्याला महारदेखील विचारणार नाही. आता दोनचार खोल्यांच्या कुलुपे लावलेल्या नुसत्या चौकटी उभ्या होत्या. शंकररावाच्या खालच्या खोलीत रात्री सरळ गाई येऊन विसावत. आता येथली घराची कळाच गेली होती. येथल्या भाऊबंदकीत विस्तव जात नसे. भिंत जुनी झाली म्हणून तिची डागडुजी करायला कोणाचीच तयारी नसे. कारण त्यामुळे आपोआपच दुसऱ्याचा फायदा व्हायची भीती असे. पाहतापाहता, फुंकर मारल्याप्रमाणे माणसे पांगली. आवाज फुटल्यावर दत्ताराम मुंबईला गेला, तेथेच त्याने शिंप्याचा धंदा केला व तिकडेच खलास झाला. त्याला कोणी पोरेबाळे आहेत की नाही कुणास ठाऊक; पण गेल्या पंचवीस वर्षांत कोणी इकडे फिरकले नाही. शांतीचा नवरा वेंगुर्ल्याला की कुठे निघून गेला. सखारामाचा पत्ताच नाही. नमूआजीची खोली होती, त्या ठिकाणी मातीच्या ढिगाऱ्याखेरीज काही नाही. राहता राहिली सीताक्का व पुढच्या बाजूला ती सटवी व तिचा सतत अंथरुणाला खिळून असलेला नवरा ह्र सदूभावोजी. पण या खोल्यांत आता यापुढे कोणी येणार नव्हते. नवे काही जन्मणार, वाढणार नव्हते. प्रल्हाद गेला व सारे काही संपून गेले. त्याच्या मनात सतत नवी धडपड असे. त्याला परसात भाजीपाला लावायचा होता. तेवढ्यासाठी त्याने खुरपी, फावडा, कुदळ आणली होती. दत्तारामला कोणी मुले असल्यास त्यांना पत्र लिहून घराची थोडी दुरुस्ती करून घ्यायची होती, नवा जिना लावायचा होता. पण हा नवा कोरा जिना पुढच्या मोठ्या सोप्यावर तसाच आडवा पडून राहिला. त्यावरून चढून जायला प्रल्हादला कधी मिळालेच नाही. देऊळदेखील त्या छिनालीच्या ताब्यात गेले. तेव्हापासून सीताक्काने देवळात पाऊल टाकले नव्हते. तेथे कोपऱ्यात सतत फतकला घालून एखाद्या ओंगळ भुताप्रमाणे बसलेल्या पार्वतीच्या चेहऱ्याकडे पाहायचे म्हणजे तिचे अंग पेटल्यासारखे झाले असते. तिला तिच्या नावाचा उच्चारही नको होता.

पण खरे म्हणजे तिचे मन कुरतडणारी, प्रत्येक दंशाने जास्तच विष उतरवणारी पार्वतीची आठवण तिच्या आयुष्याला कायमचीच चिकटून बसली होती आणि त्या द्वेषाचाच एक शेवटचा कणखर कणा आयुष्यात उरला होता. गावातील अण्णा कुलकर्ण्याच्या घरातून प्रल्हादला पोचवल्यावर सीताक्का परत आली, तेव्हा हे घर, त्यातील भांडीकुंडी, एवढेच नाही, तर ओझ्याप्रमाणे जाईल तेथे सोबत येणारे अंग, ही काहीच आपली नव्हेत असे तिला वाटू लागले होते. पहिल्या दिवशी सारा दिवस ती भ्रमिष्टासारखी बसून होती. दोनचार माणसे आली, उभ्याउभ्याच औपचारिक बोलली. त्या वेळी तिच्या डोळ्यांत पाण्याचा टिपूस नव्हता; उलट ती एखाद्या तिऱ्हाइताप्रमाणे

सारे पाहत-ऐकत होती. रमाईच्या ओठावर केस आहेत हे तिला ती त्या वेळी बडबडत होती तेव्हा कळले. रामभटाचे पुष्कळसे दात पडले होते. दादा पुराणिकांना शेंडीदेखील नाहीशी होण्याइतके टक्कल पडले होते. परटाच्या काशीच्या डोक्यात आता पांढरा पट्टा उमटला होता. ही सारी माणसे प्रल्हादच्या आठवणी काढून बोलत होती, मध्येच गळा काढत होती; पण स्वतः सीताक्का मात्र मख्खपणे बसून होती. फकिरा सुतारदेखील आला होता; पण तो रडला नाही की त्याने प्रल्हादचे नाव घेतले नाही. तो शांतपणे बिड्या फुंकत बसला होता. आपली म्हैस दोन दिवसांपूर्वी हरवली, तिची हकिकत तो सांगत होता. आजूबाजूच्या खेड्यांत तो पंधरावीस मैल भटकला; पण तिचा पत्ता लागला नाही. तिला कोणी डांबून ठेवले की एखाद्या कसाबाने कापले, कोणास ठाऊक! पण आता पोरीचे मात्र दुधावाचून हाल चालले होते.

तो निघून गेला तेव्हा सीताक्काला बरेच मोकळे वाटू लागले होते. त्यानंतर कोणी फिरकले नाही याचेही तिला बरे वाटले. तिने पातेलेभर भात गदागदा उकडला, ऐसपैस बसून खाल्ला व मग ती भुताप्रमाणे आडवी झाली. सूज उतरल्यावर वेदना जाणवावी त्याप्रमाणे तिच्यात द्वेष पेटला तो एका आठवड्यानंतर. तिने हातात एक लाकूड घेतले, निश्चयाने पुढचा दरवाजा उघडला व ती पार्वतीच्या दारात जाऊन उभी राहिली. तिने तिला तोंड फाटेपर्यंत शिव्या दिल्या, तिच्या चुलीत शिरे उगवू देत म्हणून तळतळाट केला व ती बाहेर येताच तिचे डोके फोडण्यासाठी ती त्या ठिकाणीच बसून राहिली. पार्वतीने तिच्या तोंडावरच दार लावले होते. तेव्हापासून ते कायमचे बंद राहिले. ह्न तेव्हापासून असला प्रकार दररोजचाच होऊन बसला होता. ताठरलेल्या डोळ्यांनी सीताक्का रात्री अंथरुणावर पडली की तिला समोर पार्वती दिसू लागे. तिचा जाड गळा हातात धरून आपण तो कचाकचा दाबत आहो, असे तिला वाटू लागे व मग एकदम रात्रीबेरात्री उठून ती पार्वतीच्या दारावर धक्के देऊ लागे. एकदा तर ती दार फोडण्यासाठी हातात कुदळ घेऊन गेली होती; पण त्याच वेळी तिला जयूचा भेदरलेला चेहरा खिडकीतून दिसला होता व एकदम वाचा गेल्याप्रमाणे गप्प होऊन ती माघारी परतली होती. मग एक दिवस कोणीतरी पोलिस आला; तिच्याविरुद्ध तक्रार आली आहे असे त्याने सांगितले आणि 'बाईमाणूस तुम्ही, कुठं कोर्टकचेरी करत बसता,' असे समजावून सांगून तो निघून गेला. त्या रात्री सीताक्का अंथरुणावर बसूनच होती. दुसऱ्या दिवशी संध्याकाळी तिने घराला कुलूप लावले, पत्र्याचा एक डबा पदराखाली घेतला व नवरा मेल्यापासून प्रथमच ती घराबाहेर पडली.

चालताना ती अंधारातून एकदम बाहेर पडल्याप्रमाणे बिचकून गेली होती. आता गल्ली केवढी तरी मोठी झाली होती. कोपऱ्यावरील तुळशीदास सोनाराचे बसके घर जाऊन त्या जागी सिमेंटची मोठी इमारत आली होती. विष्णुपंताचे शिऱ्यासाठी प्रसिद्ध असलेले हॉटेल नाहीसे झाले होते. धमणी गाड्या ठेवायचे गाडीखाने आता जवळजवळ सगळेच नाहीसे झाले होते व त्या जागी भरगच्च माल भरलेली कापडदुकाने दिसत होती. रस्त्यावर

गर्दी तर इतकी होती, की ती बावरूनच गेली. अंगाला कुणाचा स्पर्श होऊ न देता अंग चोरत पुढे जायचे म्हणजे तिच्या नाकी नऊ आले. तिला वाटले, पूर्वी याच नारायण गल्लीत संध्याकाळी यायचे म्हणजे भीती वाटे. रस्त्यावर एक माणूस दिसायचे नाही. म्युनिसिपालटीचा रॉकेल दिवा कुडचाभर उजेड सांडत एकाकी उभा असे. फार तर नारायणाच्या देवळातून सानेबुवा पुजाऱ्याचे भजन तेवढे ऐकू यायचे.

ती आडवाटेने दुकानामागे आली. तेथे शेवटचे दोनचार गाडीखाने उरले होते. तेथे दोन खोल्यांत फकिरा सुतार राहत होता. तो गुडघे मुडपून कट्ट्यावर बसला होता व नुसत्या झग्यातली, मोकळ्या केसांची त्याची पोरगी त्याच्या गळ्याभोवती दोरी टाकून तोंडाने 'च्यॅक च्यॅक' करत होती. सीताक्काला पाहताच फकिरा सुतार विस्मयाने उठला.

''सीताक्का! तू या वेळी इकडं? कुणाकडनं कळवलं असतंस तर मीच नव्हे का फेरी टाकली असती?'' तो म्हणाला.

''होय रे; पण मलाच गप्प बसवलं नाही,'' इकडेतिकडे पाहत सीताक्का म्हणाली, ''पण काम फार खासगी आहे!''

''मग त्या गाडीखान्याच्या कट्ट्यावर बसू, इथं नको,'' गळ्यावरची दोरी काढत तो म्हणाला, ''माझी बायको म्हणजे नगाराच आहे एक आणि ही तिचीच पोरगी! उड्या मारायला म्हणून दोरी आणून दिली, तर मलाच गळ्याशी बांधून गाडीचा बैल करून टाकलं!'' त्याने प्रेमळपणे मुलीच्या झिंज्यांमधून हात फिरवला व तो तिला कोवळ्या आवाजात म्हणाला, ''तुम्ही चला आत बाईसाब, मी आलोच एवढ्यात. शहाणी बाई आमची!''

त्याने तिच्या जाण्याची वाट न पाहता तिला उचललेच व घरात अलगद उतरवले. ''हं, चल,'' म्हणत तो गाडीखान्यापाशी आला व बंद दाराजवळ बसला; पण सीताक्का तशीच उभी राहिली.

''मला हातभर लांब, धारेची, न मोडणारी सुरी पाहिजे,'' ती म्हणाली, ''ती पार्वती दर पौर्णिमेला कपिलेश्वराला जाते. ह्व या खेपेला तिचं मढं पाडायचं ठरवलं आहे मी!''

फकिरा सुतार तिच्या पिसाट डोळ्यांकडे पाहतच राहिला. वात भरल्याप्रमाणे तिचा चेहरा भडकला होता व ओठ थरथरत होते.

''सीताक्का, वेडी की काय तू? आपल्या हातानं गळफास लावून घेणार व्हय?'' तो शांतपणे म्हणाला, ''फुकट ह्व फुकट मरशील बघ!''

''मग मी करू तरी काय सांग तूच मला! दररोज उंडे गिळत दिवस काढू?'' तिने कर्कशपणे विचारले. तिच्या गळ्याच्या शिरा ताणल्यासारख्या झाल्या. ''माझ्या पोराला गोड जिभेने भुलवून घरात घेऊन तिनं मारलं, माझा नष्टांश केला; मी गप्प बसू? मुंगीसारखी मुंगी, तीदेखील चावल्याखेरीज मरत नाही. मी तर हाडामासाचं माणूस. माझं रक्तमास त्याला मी चारलं होतं.'' तिचा आवाज एकदम फुटल्यासारखा झाला व ती

हताशपणे धापा टाकू लागली. ''मी मात्र असं पोटात शिरून मारणार नाही. सरळ तिच्या समोर जाईन व तिचा गळा चराचरा चिरून येईन. मग पुढचं पुढं बघू!''

''हे बघ सीताक्का, तू घरी चल आता, मी तुला पोचवायला येतो,'' उठत फकिरा सुतार म्हणाला; परंतु सीताक्का तशीच आडमुठेपणाने उभी राहिली. तिने पदराखालून पत्र्याचा डबा काढला व फकिरा सुतारापुढे धरला.

''हे घे सगळं तू. यात माझा चंद्रहार आहे, नथ आहे, एक अंगठी आहे. घरी अजून एक पोची व भिकबाळी आहे; पण ते प्रल्हादचं आहे. हेच एवढं माझं ह्न लग्नातलं. कुठंही गेलास तर एवढ्याला शंभर रुपयाला मरण नाही. बघ, कुणाला तरी दे, माणूस मिळव आणि तिला मारून घालायला सांग. तिचे तुकडेतुकडे करून बुट्टीतून कुत्र्या-गाढवांपुढे ठेवल्याखेरीज मला बरं वाटायचं नाही...'' पाय वितळू लागल्याप्रमाणे सीताक्का एकदम कट्ट्यावर बसली व पदराने तोंड झाकून हुमसू लागली.

फकिरा सुताराने एक बिडी पेटवली. त्याचा हात कापत होता; पण तो शांतपणे म्हणाला, ''माझं ऐकशील तर सांगतो बघ. माझा बा कधी शिकला नाही. मी कधी अंगठ्यापुढे गेलो नाही. फळकुटावर रंधा मारायचा, उळी मारून मोडतोड करायची, एवढीच माझी अक्कल! पण बघ, दोनचार पावसाळे जगलो मी. लाथा, टोणपे खाऊन दोनचार तुकडे शिकलो बघ हाडानं! तू पार्वतीचा मुडदा पाडणार, कारण तिनं तुझ्या मुलाला मारलं, होय? पण शिक्षा कुणी करायची, तू की मी ग? हे बघ, जे होतं ते माणसांकडनं होत नाही, आपल्या कपाळावरच्या रेघोट्यांमुळं होतं. आता तुझंच बघ, प्रल्हाद आपण होऊनच तिच्या घरी गेला होता नव्हं? मग त्याचीसुद्धा चूक होतीच की! तू त्याला आडवं पडून थांबवलं नाहीस, थांबवलंस काय? तर नाही. ही तुझीसुद्धा चूकच; मग गुन्हा कुणाचा? तुझा, प्रल्हादाचा की पार्वतीचा? यात कोण कुणाला मारणार काय नि करणार काय! तूच विचार करून बघ. आपलं कर्म म्हणायचं, गप्प बसायचं झालं!'' फकिरा सुताराने एक दीर्घ निःश्वास सोडला.

सगळीकडे कोंडल्याप्रमाणे सीताक्का घरी आली. तिने प्रल्हादाचे सारे सामान त्या खोलीत व्यवस्थित रचले व ती बंद करून आपले आयुष्य या खोलीपुरतेच आखडून घेतले. साधारण महिनाभरात फकिरा सुतार एकदा तरी फिरकून जायचा; पण या खेपेला दोनतीन महिने झाले तरी त्याचा पत्ता नव्हता. आता पुन्हा उंबरा ओलांडायचे तिला धैर्य होईना. शेवटी तिने अड्ड्यातल्या लक्ष्मणला दोन आणे दिले व चौकशीसाठी पाठवले. तो सांगत आला ते भलतेच. फकिरा सुताराला पोलिसांनी पकडून नेले होते. आता त्याला काळे पाणी होते की फाशी, एवढाच काय तो प्रश्न होता. त्याच्या मुलीने समोरच्या गाडीखान्यातील शेण कुणाला न विचारता घेतले म्हणून गाडीवानाने तिला चाबकाने मारले होते. घरी आल्यावर हे समजताच फकिरा सुताराने आपल्या उळीने गाडीवानाला चौदा वेळा भोसकले होते. आता त्या खोल्यांत त्याचे कुणी नव्हते. त्याची बायको

पोरीला घेऊन कुठल्या दिक्काला निघून गेली होती कुणास ठाऊक!

सीताक्काने पटकन तोंडावर तळवा ठेवला व ती खुळ्यासारखी पाहतच राहिली. आणखी एक आतड्याचा तुकडा तुटल्याप्रमाणे तिला एकदम अपंग वाटू लागले. सीताक्काची माणसे व फकिरा सुताराची माणसे यांनी मिळूनच गाव सोडले होते. आता गावातील नाथाचे देऊळ, दरवर्षी येणारा ओढ्याचा फेसाळ लाल पूर, लक्ष्मेश्वराच्या जत्रेतील खेळ, गावातल्या जुन्या ओळखी यांविषयी ज्याच्याजवळ बोलता येईल असे कोणी उरले नव्हते. पाठचा भाऊ गुडघ्याएवढा होईपर्यंतदेखील उरला नाही, तेव्हा हा दहीभाताच्या बुत्तीसारखा भाऊ मिळाला होता. हा ना रक्ताचा, ना जातीचा; पण हे ऐकल्यावर तिच्या मनावरचे सुतक जास्तच काळवंडले व ती खचून गेली.

त्या दिवशी पौर्णिमा होती. कशासाठी कोणास ठाऊक, पार्वतीने सत्यनारायण केला होता. सीताक्काला आमंत्रण नव्हते; पण पार्वतीने तुळशीकट्ट्यात तुळशीचे नवे रोप लावत असलेल्या प्रल्हादाला गाठले व लाघवी बोलून पूजा-प्रसादाला बोलावले. त्याने तिकडे जाऊ नये म्हणून सीताक्काने दाताच्या कण्या केल्या. आपलेच नशीब खोटे म्हणत कपाळावर थडाथडा हात मारून घेतले. हा वैताग पाहून कधी नाही ते प्रल्हाददेखील चिडला होता, ''असं काय करतेस वेड्यासारखं? तुझा स्वभावच बघ अगदी संशयी होऊन बसला आहे. आताच पाहा, आपली घरं कशी वैऱ्यासारखी होऊन बसली आहेत. अशी कधी सुरुवात केल्याखेरीज पुन्हा कधी संबंध जुळतील होय? कोणीतरी कमीपणा घ्यायला हवाच. आता हे निमित्तदेखील चांगलं आहे. सत्यनारायण पूजाप्रसादाला नाही म्हणायचं नाही असं तूच शिकवलंस की मला!'' तो म्हणाला.

''होय रे; पण ती बया कसली आहे माहीत आहे ना तुला? प्रत्यक्ष आईच्या गळ्यातील एक सर मिळावा म्हणून तो गळा चिरायला ती मागेपुढे पाहायची नाही. आता तुला धरूनच मला आयुष्य काढायचं आहे.''

परंतु प्रल्हाद हट्टाने गेला. त्याने त्या घरी थोडे खाणे घेतले. प्रसादही खाल्ला. पण त्या रात्रीच त्याच्या पोटात दुखू लागले व दुसऱ्या दिवशी ते बिदग्यासारखे फुगले. डॉक्टर झाला, वैद्य झाला; पण प्रल्हाद अंथरुणाला खिळला तो कायमचाच. त्याच्या पोटात वरून हाताला लागावा असला कसलातरी गोळा झाला होता व त्याचा चेहरा पिवडी लावल्याप्रमाणे पिवळा पडत चालला होता. रामभटाच्या बायकोच्या अंगात येत असे. सीताक्काने तिच्यापुढे नारळ ठेवून हळद उधळली, तेव्हा तिने चारचौघांसमक्षच सांगितले, की याला कोणीतरी विष घातले आहे आणि याला जर येथून ताबडतोब हलवले नाही, तर त्याचा चार दिवसदेखील भरवसा नाही. विष ज्याने घातले त्याची सावली त्याच्यावर पडली नाही, तर कदाचित जगेलही! हे ऐकून सीताक्का कोलमडून खालीच पडली. मग फकिरा सुतारानेच गाडी आणली होती. त्याने प्रल्हादला रातोरात घरातून काढले व कोणाला नकळत गावातल्या अण्णा कुलकर्ण्यांच्या घरात नेऊन ठेवले. त्यांचे घर प्रशस्त

होते व त्या माणसांनी सीताक्काला एक स्वतंत्र खोली दिली. दोन लुगडी फाडून तिने दारा-खिडक्यांना पडदे केले व दाराला नेहमी कडी लावून ती प्रल्हादच्या अंथरुणाजवळ खिळल्यासारखी बसून राहिली. तिने हजार नवस केले. यातून प्रल्हाद उठला तर गावी जाऊन नाथाच्या देवळासमोर निखाऱ्यावरून चालत जाण्याचे तिने मागून घेतले. पण प्रल्हाद झिजत गेला, डोळे खोल रुतले व चेहऱ्यावरील मांसच वितळून गेल्याप्रमाणे त्याची नुसती कवटी दिसू लागली.

सीताक्का एकदा अशीच गोठून बसली असता कोणीतरी दार ठोठावले. आज कसे काय दूध इतक्या लौकर आले, म्हणत तिने कडी काढून दार उघडले; पण समोर पाहताच तिच्या काळजाचे पाणीपाणी झाले. दारात पार्वतीची मोलकरीण ह्न अंबी ह्न उभी होती.

''म्हटलं, इकडून चाललो होतो, बघून जावं त्याचं कसं काय आहे ते,'' ती म्हणाली. सीताक्काने संतापाने दोन्ही हात दारावरच ठेवले व ती म्हणाली, ''बरं आहे की! चारसहा दिवसांत घरीदेखील येऊ.''

''बरं झालं म्हणायचं. देव पावला,'' अंबी म्हणाली.

ती परत जात असता तिच्या अंगावरील, बहुधा पार्वतीचेच जुने लुगडे व गळ्यातील टिक्केचा पाठीवर दिसणारा लाल गोंडा पाहून सीताक्काला विलक्षण चीड आली. ''दीड दमडीची मोलकरीण आणि थाट एखाद्या बाजारबसवीचा!'' ती संतापाने पुटपुटली; पण तिचे मन मात्र अगदी काळवंडले होते व तिच्या साऱ्या अंगात कंप भरला होता. ती खिडकीपाशी आली व तिने पडदा बाजूला करून हळूच बाहेर पाहिले. कोपऱ्यावर पार्वती उभी होती व परत गेलेली अंबी तिला या घराकडे बोट करून काहीतरी दाखवीत होती. मग त्या दोघी आल्या व घरावरून निघून गेल्या. एखादी भिंत कोसळत असता भीतीने असहाय होऊन पाहावे, त्याप्रमाणे सीताक्का पाहतच राहिली. मग एकदम प्राण उसळल्याप्रमाणे तिने हंबरडा फोडला व ती प्रल्हादच्या अंगावर पडून रडू लागली व आतून माणसे धावत आली.

''शेवटी छिनालीनं दावा साधला हो! सावली टाकून गेली माझ्या पोरावर!'' ऊर बडवत ती म्हणाली.

म्हटल्याप्रमाणे पाच दिवसांत सीताक्का परत गेली; पण एकटीच. अण्णा कुलकर्ण्याच्या माणसांच्या आग्रहाला न जुमानता तिने बोचके उचलले व मागे न पाहता अगदी आटलेल्या कोरड्या डोळ्यांनी बाहेर पडून तिने तडक आपली माडीवरची खोली गाठली. दहा दिवसांतच पार्वतीने देवळातल्या खोल्यांचे कुलूप तोडले, आत असलेले सीताक्काचे सामान अंगणात आणून टाकले व त्या खोल्यांचा ताबा घेतला आणि दुसऱ्याच दिवशी पन्नास पणत्या लावून ईर्ष्येने काकटारती केली. ती जाड निर्विकारपणे घुमणारी घंटा वाजू लागताच डोक्यातच घण पडत असल्याप्रमाणे सीताक्काने डोके गच्च

दाबून धरले व नकळत तिच्या तोंडून शब्द बाहेर पडले, ‘‘त्या सटवीच्या चुलीत फड उगवू देत, तिचाही नष्टांश होऊ दे!’’

नंतरदेखील अनेकदा असाच तळतळाट तिच्या मनात उमटत असे; पण दर वेळी ती तो हुसकावून लावण्याचा प्रयत्न करी. कारण अशा वेळी हटकून, हसली की डाळिंब फुटत असल्याप्रमाणे चेहरा असणारी, कैऱ्यांसाठी मीठमिरचीपूड मागताना अंगाशी झोंबून आपणाला स्वतःच्या वयाची करून सोडणारी जयू तिला आठवत असे. तिच्या जन्माआधीपासूनच सीताक्का-पार्वती यांच्या घरांतले संबंध तुटून गेले होते. त्या समोरासमोर भेटल्या तर झटक्याने मान वळवत; पण जयू मात्र आईचा डोळा चुकवून परसातून झुडपांजवळ खाली वाकून सीताक्काकडे येत असे व तासन् तास तेथेच असे. तिची नाचरी पावले साऱ्या घरात अलगद फिरत. तिचे निशिगंधाच्या कळीसारखे पाय फिरू लागले, की सीताक्का पाहतच बसे. तिला अशा वेळी पुष्कळदा वाटे, आपणच बहिऱ्या होऊन बसलो की काय कुणास ठाऊक! नाहीतर या पोरीने पायांत घातलेल्या अदृश्य पैंजणांचे घुंगरू आपणाला खात्रीने ऐकायला आले असते! तिला घरी सतत राहणारा कोणी भाऊ नव्हताच. त्यामुळे प्रल्हादकडे तिची वरचेवर कसलीतरी कामे निघत. संक्रांतीला रंगीत कागदाचा डबा करणे, वर्गात लावण्यासाठी ‘इयत्ता तिसरी’ ही अक्षरे पुठ्ठ्यावर काढून घेणे, कोठूनतरी मेंदीची पाने आणणे ह्न एकदा तर पट्ट्या सुटलेल्या तिच्या वहाणांना प्रल्हादने अर्धा तास खटपट करून खिळे मारून दिले होते. तिच्या पायाला तर थाराच नव्हता. नंतर अनेकदा सीताक्काला वाटे, आता इतकी वर्षे होऊन गेली, जयू कोठेतरी जाऊन मोठी झाली, तिचे लग्न झाले; पण या घरात सर्वत्र साचलेल्या धुळीचे पदर हलक्या हाताने बाजूला केले, तर अजूनही तिची काही उमटलेली पावले येथे सापडतील! तिच्या पायाप्रमाणे तिच्या जिभेलादेखील दम नव्हता. ही खोली कुणाची, ती कुणाची असे करत ती घरभर फिरे. मग सीताक्का तिला आपणाला माहीत होती तेवढी सारी हकिकत सांगे. मग त्या उजाड घरात वर्दळ दिसू लागे. ठिकठिकाणी दिवे लागत, चुली पेटत, दांड्यांवर वाळत घातलेले कपडे दिसत, अनेक वर्षांपूर्वीच मातीत गेलेली माणसे फुंकर घातल्याप्रमाणे जिवंत होऊन बोलू-चालू लागत. दत्ताराम भजनाला उभा राहिला, की गर्दी देवळात मावत नसे. रस्त्यापलीकडे पिंपळकट्ट्यावर बसून माणसे तासन् तास ऐकत. मग कुणीतरी त्याला आकसाने शेंदूर घातला व त्याचा आवाज जुन्या झाडणीप्रमाणे चिंबलेला, फुटका झाला. नंतर तो मुंबईला गेला. तेथेच त्याने लग्न करून घेतले. त्याला काही मुले असतील तर देवच जाणे. सखारामला ना शिक्षण, ना बायकोपोरे. तो कुठेतरी स्वयंपाक करी, पाणी भरी. पाणी भरूनभरून त्याच्या खांद्यांना घट्टे पडले होते. रात्रीबेरात्री येऊन तो त्या खोलीत अंग पसरे. त्याने त्या दिवशी अफूची गोळी घेतली असेल, तर त्याला कामाची शुद्ध नसे. तो एकदा कुठल्याशा वऱ्हाडाबरोबर पंढरपूरला गेला, तेव्हापासून त्याचा पत्ताच नाही. शांतीच्या गालावर सुरेख तीळ होता

आणि देवळात दृष्ट लागण्यासारखी रांगोळी ती काढत असे; पण ती बाळंतपणातच गेली. तिच्या त्या सतत दाढी वाढलेल्या नवऱ्याने चौदाव्या दिवशी दुसरे लग्न केले व येथून तोंड काळे केले. नमूआजीने कधी कोणाच्या प्रकृतीविषयी चौकशी केली, की तो माणूस आठदहा दिवसांत आजारी पडे; पण तिला अगदी मलमलीसारखे पातळ मांडे करता येत व आकस्मिकपणे दोनचार माणसे जरी जास्तीची जेवायला आली, तरी तिचा स्वयंपाक नेहमी ईड येत असे. शंकरदादा हाताचा फार हलका होता. तो कुठेही एकदा येऊन गेला तर एखादे भांडे, पंचा, कसलीतरी बाटली, चाकू, कात्री, अगदीच नाही म्हटले, तर एखादी काड्याची पेटी तरी नाहीशी होत असे; पण तो पायाळू होता व पाठीत सणक भरलेली माणसे त्याच्याकडे पाठीला तीनदा पावले लावून घ्यायला येत. ह्न हे सारे ऐकत जयू दर खोलीपाशी जाऊन आतील काही दिसते का हे फटीतून पाहत असे. सखारामच्या खोलीत धुळीने भरलेल्या कपड्यांचे एक गाठोडे होते व कोपऱ्यात चटईची गुंडाळी होती. दत्तारामच्या सामानात एक जुने कपाट, अल्युमिनियमची पाचसात भांडी, एक रिकामा देव्हारा होता. शांतीची खोली जेथे चूल होती, तेथे काळवंडली होती. त्याच कोपऱ्यात एक रवी, पोळपाट, दोन जुनी सुपे अस्ताव्यस्त पडली होती व तिचे एक जुने लुगडे खुंटीवरून लोंबत होते. शंकरकाका, थोरले आजोबा, रखमाई यांच्या खोल्यांच्या चौकटी उभ्या होत्या आणि नमूआजीच्या बाबतीत तेदेखील उरले नव्हते... हातात अबोलीची सुबक माळ पडेपर्यंत जयू चुरुचुरु बोलत असे; पण एकदा का सीताक्काने माळ हातावर ठेवली, की तिचे पाय बाहेर निघालेच. मग ती लगेच दुसऱ्या दिवशी येईल किंवा महिनाभर फिरकणारही नाही. ही पोरगी म्हणजे सरळ एक वेडा धूमकेतू आहे, असे प्रल्हाद कौतुकाने म्हणत असे; पण प्रल्हाद गेल्यावर सगळेच बंद झाले. ती यावी असे सीताक्काला फार वाटे; पण ती कधी परसातदेखील आलेली दिसली नाही. पार्वतीचा दूरचा एक भाऊ होता. त्याला पोर ना बाळ. त्याचे घर होते, ते त्याच्यामागे आपल्याला मिळावे म्हणून पार्वतीने जयूला उचलून त्याच्या घरी ठेवले. तेथेच ती वाढली; तिकडेच तिचे लग्नदेखील झाले. सीताक्का कधी नाही ते एकदा आडव्या पडलेल्या जिन्याला वळसा घालून पुढच्या सोप्याला आली होती, तेव्हा तिला कोणीतरी दारातून आत ढकललेली लग्नपत्रिका दिसली होती. ती भिजून बुरसून गेली होती व लग्न तर चार महिन्यांपूर्वीच होऊन गेले होते. इतक्या वर्षांनंतर जयू आली ती पाळणा हलवण्यासाठी. सोबत हा सनईचा सुरेल आवाज घेऊन...

सनई पुन्हा वाजू लागली होती. सीताक्काने पाय झटकले व त्यांना आलेल्या मुंग्या घालवल्या. इतका वेळ झाला; पण आजदेखील मागचा दरवाजा बंदच राहिला. मागच्या बाजूला स्वतंत्र असलेले न्हाणीघर आज मोलकरणीने उघडले होते, दोन तास राबून तेथून गाडीभर कचरा काढला होता, तेथे पाण्याचा होद भरून बाहेर एक घंगाळेदेखील भरून ठेवले होते. नंतर परसात अगदी एका कोपऱ्यात बसून हातावर भाकरी खाऊन ती निघून

गेली होती. तिला कोणीच राहा म्हटले नसावे. सनई ऐकून येथे रेंगाळावे असे तिलादेखील वाटले नसावे. सारी तयारी झाली होती; पण परसात मात्र अद्याप कोणीच फिरकले नव्हते.

सीताक्काला वाटले, हे कसे? ती एकदम उठली आणि तिने अविश्वासाने समोर पाहिले. मागचे दार उघडले होते व जयूच बाहेर येत होती. इतक्या वर्षांनी तिला पाहताच सीताक्का हरवल्यासारखी झाली. जयूने पायांत तपकिरी रंगाचे गरम मोजे घातले होते, तिने रेशमी पोपटी रंगाचे लुगडे नेसले होते व डोक्यावरून पदर घेऊन अंगावर गडद हिरवी शाल पांघरली होती. ती न्हाणीघराकडे जात होती.

सीताक्का बावरून गेली. ती लगबगीने उठली व खाली येऊन आपल्या पुढल्या दाराकडे आली. तिने अधीरपणे गंजलेला दांडा काढत दार खेचले. ते अनेक वर्षे न उघडल्यामुळे गच्च बसले होते. हिसक्याने ते उघडले; पण वरून चौकटीची माती लपालपा खाली पडली. सीताक्का बाहेर आली व इतक्या वर्षांत तुळशीकट्टा ओलांडून प्रथमच पुढे गेली व न्हाणीघराच्या दाराजवळ थांबली.

जयू एकदम दचकली व भीतीने तिचा घसा कोरडा पडला. अपरात्री कुदळ, लाकूड घेऊन दार धडकणारी उग्र सीताक्का तिला आठवली व तिच्या तोंडून शब्द बाहेर पडेना.

''असं घाबरू नको. मी काही तुला गिळणार नाही. नाहीतरी गिळून टाकण्याइतकी तू छोटी राहिली नाहीस,'' एखाद्या लहान मुलीशी समजावणीच्या स्वरात बोलावे, त्या आवाजात सीताक्का म्हणाली, ''मला फक्त पाहायचं होतं एका नव्या आईला. कितीतरी वर्षं झाली नाही?''

तिचा स्वर ऐकून, विशेषतः तिचे मोकळेमोकळे हात पाहून जयूच्या जिवात जीव आला; पण तिची काळजी कमी झाली नाही. तिने बिचकत दरवाजाकडे पाहिले. तेथे कोणी नव्हते खरे; परंतु आपण सीताक्काशी बोलत होतो हे जर आईला नुसते कळले तर ती चारचौघांसमोर काड्कन आपल्या मुस्काटात द्यायला कमी करायची नाही, हे तिला माहीत होते. तिने लगबगीने सीताक्काला न्हाणीघरात घेतले व दार लावून घेतले.

न्हाणीची खोली जिन्याखालीच होती. आतल्या ओलसर अंधारात दोघी जिन्याखाली उभ्या राहिल्या. जयू आता सीताक्काएवढी उंच झाली होती; पण अंगाने मात्र ती चवळीसारखी होती. सीताक्काने आवेगाने तिला जवळ घेताच दुधाच्या सायीप्रमाणे ती अगदी हलकेच सहज जवळ आली होती. तिचा तेल, हळद, वेखंडाचा बाळंतवास सीताक्काला येऊन भिडला व ती विसावल्यासारखी झाली. जयू आता आई झाल्यामुळे चांगली भरली होती व तिच्या ताठर रसरशीत अंगस्पर्शाने सीताक्काच्या आयुष्यावरील बुऱ्याप्रमाणे जाड निर्जीव वाढलेली वर्षे गळून गेल्याप्रमाणे तिला ताजेतवाने वाटू लागले.

''पोरी, म्हणजे तू तरी या थेरडीला विसरली नाहीस तर!'' ती म्हणाली.

''विसरेन कशी?'' जयू म्हणाली; पण एकदम गप्प झाली. तीदेखील खूप वर्षे मागे जाऊन चिमुरडी झाली होती व तिच्या मनात कोवळ्या, अबोल आठवणी जाग्या झाल्या

होत्या. आईपेक्षाही जास्त ओढ लावलेल्या सीताक्काला इतक्या वर्षांनी भेटायचे, तेदेखील आपल्या पहिल्या मुलाच्या बारशाच्या दिवशी; परंतु ते अगदी चोरूनमारून, असल्या कुबट, अंधाऱ्या जागी! इतके सारेच कसे काय नासून गेले हे तिला कळेना.

"जयू, माझं एक ऐकशील?" सीताक्का घोगरेपणाने कुजबुजली, "मला एकदा तुझ्या मुलाला पाहायचं आहे ग!"

जयू अचंब्याने एकदम गप्प झाली. तिचे अंग झटकल्यासारखे झाले व तिच्या मनाचा गोंधळ उडाला. निदान आज तरी कसे शक्य आहे हे? आता आणखी थोड्या वेळाने बायकांची गर्दी वाढेल. बारसे देवळात होणार असल्याने आताच तेथे तयारी सुरू झाली असेल. एवढ्यातून बाळाला घेऊन निसटायचे म्हणजे...

सीताक्काने एक निःश्वास सोडला. तिला जयूच्या मनाचा थांग लागला. "होय, तेदेखील खरंच. तुला आता मुलासकट कोण बाहेर सोडणार म्हणा! तू तर अद्याप ओली बाळंतीण आहेस. प्रल्हादच्या बारशाच्या दिवशी आईनं त्याला खाली ठेवलं नाही व दिवसभर माझ्यावर खडा पहारा ठेवला होता." सीताक्काचे ओठ मुडपल्यासारखे झाले. "ठीक आहे. तू तरी भेटलीस हेच पुष्कळ झालं. कुणास ठाऊक, तू पुन्हा कधी येणार त्या वेळेस भेटायला मी जगतेवाचते की नाही ते! बराय, मी जाते पोरी."

जयूच्या आतड्याला पीळ पडला. ही सीताक्का अशी विसविशीत, दुबळी झालेली, कसल्यातरी खोट्या, वेड्या विषाने पिचलेली, खरेच ती पुन्हा कधी भेटेल की नाही कुणास ठाऊक! आपल्या मुलाला एकदा पाहावे ही तिची साधी इच्छा; पण तीदेखील आपल्या आवाक्याबाहेरची!

"थांब सीताक्का, मी असं करते," ती एकदम म्हणाली, "आज बाळाला एक मंतरलेला दोरा बांधायचा आहे. तो बांधण्यासाठी मी त्याला आत उचलून आणते व येताना आतून कडी लावून घेते. अंगारा-दोरा घालताना इतर कुणी नको म्हणून कडी लावून घेतली, असं सांगता येईल मागाहून. तू थांब इथंच; पण नंतर झटकन गेलं पाहिजे मला, बरं का!" ती बोलत असता सीताक्काने तिच्या अंगावरील हिरवी शाल सरळ केली व तिच्या गालावरून हात फिरवला.

ती गेली. सीताक्काने जिन्याच्या पायऱ्यांच्या फटीतून समोर पाहिले. समोरील खोलीतून देवळाचा सोपा दिसत होता. आता तिथे काळ्या-पांढऱ्या संगमरवरी दगडांची फरशी दिसत होती. फकिरा सुताराने करून दिलेले लाकडी मखर नाहीसे झाले होते व त्या ठिकाणी कुलूप घालता येणारे गजाचे दार झाले होते. सीताक्काला वाटले, आता त्या देवळात आपला स्पर्शदेखील उरला नाही. कुणास ठाऊक, त्या सटवीने पूर्वीची गुळगुळीत काळी भाबडी मूर्तीदेखील काढून टाकून नवी संगमरवरी, नाटक्या पोरासारखी दिसणारी नखरेल बाहुली आणली असेल...

जयू लगबगीने आली ती हातात चौकोनी रंगीत तुकड्यांच्या दुपट्यात गुंडाळलेले

एक मुटकुळे घेऊन. अत्यंत अधीरपणे सीताक्काने ते हातात घेतले. मूल अद्याप झोपेतच होते व सगळ्या नव्या मुलांप्रमाणे त्याच्याही चेहऱ्याला रेखीव आकार, डौल काही नव्हता; पण त्याच्या नितळ लहान पायतळव्यावरून बोटे फिरवताना सीताक्का जयू होऊन गेली. प्रल्हादला घेऊन ती अशीच तयार झाली होती. तिची शाल निळी होती. तिच्या आईनेदेखील कसलातरी ताईत मंत्रून आणला होता व प्रल्हादच्या हातात असल्याच बिंदल्या. जयूने आपले मुटकुळे परत घेतले. नव्या आईचा हा संशयी अधीरपणा सीताक्कालाही नवा नव्हता. उलट तिला त्यामुळे खुणेचा शब्द पटल्याप्रमाणे आतून हुळहुळल्यासारखे झाले व तिने आपली बोटे हलकेच जयूच्या गळ्याभोवती फिरवली.

''जयू! अग जयू! दार लावून कारटी काय करते कुणास ठाऊक!'' समोरच कुणीतरी त्राग्याने म्हटले.

सीताक्काच्या मनातील कोवळ्या आठवणी झटकन झडून गेल्या व तिचे अंग ताठरले. तिला गप्प राहायची खूण करून जयू एकदम जवळ सरकली व सीताक्काची बोटे नकळत तिच्या दंडाभोवती पसरली.

हा आवाजदेखील तिला नवा नव्हता. सीताक्काचे डोळे एकदम ताणल्यासारखे झाले व डोक्यात घण पडत असल्याप्रमाणे आवाज होऊ लागला. तिची नजर पायऱ्यांच्या फटीतून समोर पाहत होती. देवळाच्या सोप्यावरून चौकट धरतधरत पार्वती एखाद्या अजस्र ओंगळ पांढऱ्या खेकड्याप्रमाणे वाकडीवाकडी येत होती. त्या रुंद-पसरट चेहऱ्यावरचे अधू डोळे इकडेच पाहत असल्याप्रमाणे क्षणभर स्थिरावले. पार्वतीने पुन्हा एकदा माडीकडे तोंड करून हाक मारली व चरफडत ती जाण्यासाठी वळली.

सीताक्काचे रक्त पेटल्यासारखे झाले होते. गळा, गळा! त्या मळकट अंधारात तिच्या डोळ्यांपुढे निरनिराळे गळे दिसू लागले. मुलाचा करंगळीएवढा, जयूचा केळीच्या काल्यासारखा गळा... आणि पार्वतीचा तो रुंद पांढरा सोललेल्या विषारी कंदासारखा गळा! सीताक्काची बोटे तुंबलेल्या रानवटपणे त्या गळ्यात शिरली व तिने सारी शक्ती लावून बोटे अशी करकचून आवळली, की ते बटबटीत हावरे डोळे त्या चेहऱ्यातून बियांप्रमाणे बाहेर पडले...

जयूने हिसडा देऊन दंड सोडवून घेतला. सीताक्काचे एकदम ताठरलेले अंग व दंडावर नखे रुतून उठलेले अर्धे चंद्र, यांमुळे तिच्या जिवाचे पाणी झाले होते. पायांना एकदम वात झाल्याप्रमाणे दार धडकून ती धावत बाहेर पडणार होती; पण तिचा दंड पुन्हा धरून सीताक्का तिच्या कानाला लागली व धापा टाकत पुटपुटली, ''माझं एक शेवटचं ऐकून जा जयू, तुझ्या हिताचंच सांगते. या तुझ्या पोराला माझ्या घरी कध्धी कध्धीसुद्धा पाठवू नकोस!'' वेडाचे झटके येत असल्याप्रमाणे तिचा चेहरा वेडावाकडा झाला होता. ''कध्धी पाठवू नकोस. नाहीतर कारटे, पहिल्यांदा मी तुझाच गळा चिरून टाकेन बघ!'' ती कर्कशपणे म्हणाली व जयूकडे न पाहता बाहेर पडली. तिने तरातरा आंधळेपणाने

आपले दार गाठले व मागच्या मागे धाड्दिशी दार लावले. आता पुन्हा दांडा लावत असता वरून ओलसर माती जुन्या खपल्यांप्रमाणे तिच्या अंगाखांद्यावर पडली.

ती आपल्या खोलीत आली व धप्पकन खिडकीजवळ बसली. आता बाहेर सनईच्या जोडीला खास आरतीची घंटा खणखणू लागली होती; पण ते आवाज तिच्यावरून ओघळून गेले. तिला एकदम वाटले ह्न हे सारे फकिरा सुताराला सांगितले पाहिजे!

मग तिला फकिरा सुताराचे जाणवले. फकिरा आठवला, बैलगाड्या जोडून सोडलेले गाव, गाडीला बांधून मागे येत असलेली पण वाटेतच मेलेली गाय, लहानपणीच गेलेला सावलीसारखा जावळाचा भाऊ, अगदी हट्टाने आपल्या मुलाला ठेवलेले त्याचेच नाव ह्न प्रल्हाद, प्रल्हादचा कवटीसारखा चेहरा, घंटेचा खणखणीत आवाज, प्रल्हादाचा शाळेत जाण्याचा पहिला दिवस, परक्या घरी संपलेले त्याचे आयुष्य, आतड्याने रडत असता त्या वेळी कोरडे ठणठणीत राहिलेले आपले डोळे... सारे काही सीताक्काला, भोवतालची एकेक कोळिष्टके चिकटत जात असल्याप्रमाणे आठवले. सगळीकडे भुतांची पावले वाजू लागली. सीताक्काने डोके खिडकीच्या कडेवर टेकवले व हाताने कपाळ दाबून धरले.

जयूने तिचा हात झटकला, त्यात पूर्वीच्या सगळ्या अबोली दिवसांचा झिडकारा सीताक्काला जाणवला होता. म्हणजे त्या पोरीलादेखील आपली व्यथा कधी समजली नाही तर! ती पूर्वीची जयू राहिलीच नव्हती. ती आता आई होऊन तिच्याच आयुष्याला कोंभ फुटला होता. आता तिची पाठ कायमची आपल्याकडे वळली; आता हे शेवटचे हिरवे पान गळून गेल्याप्रमाणे सीताक्काला एकदम फार उघडे, एकाकी वाटू लागले.

दत्ताराम, सखाराम, शांता, नमूआजी, शंकरदादा यांच्या खोल्या उजाड होईनात का; पण बारीकसारीक आठवणी जतन करून मनातील खोल्या तरी आपण नांदत्या ठेवल्या. प्रल्हादाने तर प्रत्येक पावलात आठवण ठेवली. फकिराचा विसर पडला नाही, शिवाय त्याच्या गळ्याभोवती फास टाकण्यासाठी तरी का होईना, तो पोलिसांना हवा होता. ती पिशाच्च पार्वती! तिला अंथरुणाला खिळलेला का होईना, नवरा आहे, कुठेतरी दोन दिडक्या मिळवणारे पोर आहे, आई झालेली मुलगी आहे. हे सारे जरी तिला नसते, तरी तिचा गळा चिरण्याची चित्रे पाहत, तिच्या द्वेषावर जगणारी, तिची आठवण रात्रंदिवस कवटाळून दिवस काढणारी एक खुळचट थेरडी तरी तिच्या नशिबी आली आहे!

ह्न परंतु तेवढेदेखील आपल्या वाट्याला मात्र आले नाही!

आणि या विचाराने एक फार जुने गळू अकस्मात तोंड फुटून वाहू लागावे, त्याप्रमाणे सीताक्का आपले थुलथुलीत, अति पिकलेले अंग हलवत, आवाज न करता स्वतःशीच रडू लागली.

स्वप्न

शेवटची नागमोडी चढण चढून सदानंद सड्यावर आला, त्या वेळी त्याने एक लांबलचक निःश्वास टाकला व दर पावलाबरोबर जड होत आलेली फाइल दुसऱ्या हातात घेतली. सतत पंधरा दिवस तक्रार करतच ही वाट वरखाली तुडवत राहूनदेखील त्याला त्या लाल मातीत निर्माण झालेल्या खडकाळ पाऊलवाटांची अद्याप सवय झाली नव्हती. वर सड्यावर आल्यावर थोड्या सपाट अंतरावर त्याला जोशींचे घर, त्यामागे लालभडक फुलांचे काटेरी झुडूप ही दिसली व तेव्हा त्याला येथून निसटत असल्याचा खरा आनंद झाला.

या डोंगराच्या उतरणीवर तीसचाळीस ठिकाणांची रामकोळी जमातीची देवजाई नावाची एक वस्ती आहे, याचा त्याला काही महिन्यांपूर्वी पत्तादेखील नव्हता; परंतु अकस्मात त्याच्या संशोधन संस्थेतर्फे या वस्तीची पाहणी करण्याचे ठरले आणि मग रस्त्यापासून सहा मैल पाय तोडत तो एका हिरवट ओलसर संध्याकाळी येथे येऊन थडकला. पण वस्तीचे एकंदर स्वरूप पाहिल्यावर आजची रात्र तरी उघड्यावर काढावी लागणार की काय अशी त्याला भीती वाटू लागली. तोच कोणालातरी वरती सड्यावरच्या जोशींची आठवण झाली. गेल्या वर्षी मोजणी खात्याचा एक कारकून तेथे महिनाभर राहून गेला होता. एका उभ्या गोगलगाईसारख्या काळ्या, चकचकीत माणसाने सदानंदची बॅग उचलली आणि पहिल्या खेपेला ही वाट तुडवत सदानंद इकडे आला होता; पण आता माडी अतिशय जुनी झाल्याने वापरात नव्हती व घरात मोकळी जागा नव्हती. पण तेथून एक फर्लांगावरच एकसोपा माडीचे आणखी एक घर होते. एके काळी त्या ठिकाणी खालच्या बाजूला गोठा असून वर घरगडी राहत असे. तेथे एकदा झाडणी मारली, खाट झटकून घेतली की खोली वापरण्याजोगी होईल. जोशींनी 'चालेल का पाहा' म्हणताच सदानंदाने निर्जीवपणे लगेच मान हलवली होती. वीतभर धूळ असलेली, गांधारी वर प्रसूत झालेली पुराणी खाट असती तरी ती त्या क्षणी त्याला चालली असती.

मरगळून गेलेले अंग कोठेतरी टाकावे, सतत ओझे वाहत असलेले पाय सैल करावे एवढेच त्याला हवे होते. जोशींच्या घरातील गोदूबाईंनी रात्री जेवायला राहायचा फारच आग्रह केला; पण त्याने ग्लासभर पाणी मात्र घेतले व तो येऊन अंगातल्या कपड्यांतच आडवा झाला होता.

आता त्याला सुटका वाटली, ती आता या पाटवाटेने यावे लागणार नाही याच एका कल्पनेची नव्हती, तर देवजाई या सुंदर नावाने जगणाऱ्या त्या घाणेरड्या वस्तीत यायचीदेखील आता जरुरी नव्हती, या विचाराचादेखील त्याच्या मनावर व्हिस्कीच्या पहिल्या घोटाप्रमाणे उष्ण सौम्य अंमल चढला होता. त्या वस्तीतील सगळी माणसे अनेक वर्षे शेणखतात पुरून ठेवून मग वर काढल्यासारखी बुरसटलेली दिसत, बैलांसारखी राहात आणि डुकरांसारखी पिलावळ निर्माण करत जगत. वस्तीपासून आरोळी अंतरावरच अत्यंत स्वच्छ नितळ पाण्याचा एक ओहोळ वाहत होता. सदानंदाने एका सुट्टीदिवशी त्या पाण्यात भर उन्हात अंग टाकले, तेव्हा अंगावरील वर्षे धुऊन जात आहेत असे त्याला वाटले होते. परंतु रामकोळ्यांच्या अंगांना मात्र त्याचा कधी स्पर्श होत नसे. त्यांच्या समोर बसून प्रश्न विचारत तो माहिती गोळा करू लागला, की त्याचे पोट उमळून येत असे. एकदा तर त्याने अतिशय चिडून, ''तुला आंघोळ करून किती वर्षं झाली?'' असा, कागदात नसलेला प्रश्न एका माणसाला विचारला होता, तेव्हा त्या माणसाने, ''हा बाबल्या झाला नव्हता नव्हं का अजून!'' असे एका तीनचार वर्षांच्या, डोके तासलेल्या, गुठळीसारख्या गोळीबंद पोराकडे हात दाखवत चोख उत्तर दिले होते. आणि रामकोळ्यांच्या त्या बायका! एकदा त्यांच्या कमरेला घागरा अडकला की तो जन्मभर कोरडा राहिलाच! पण सदानंदाला सर्वांत चीड कशाची यायची तर ती सर्वत्र मेंढ्यांनी टाकलेल्या लेंड्यांप्रमाणेच दाट पसरलेल्या पोरांची! डोकी तासलेली ही पोरे मळकट सदऱ्यात, सदऱ्याशिवाय, सतत भोवती हिंडत असत आणि खुळ्यासारखे डोळे करत बोटे चोखत. सदानंदाला वाटे, या पाल्यात असले भयाण दारिद्र्य, स्वतःलादेखील पुरेसे खायला मिळायचे नाही, तरीदेखील असली अशक्त, रोगट पोरे एखाद्या सव्यसाची धनुर्धराच्या बाणाप्रमाणे जगावर सटासट सोडत बसायला या माणसांसारख्या दिसणाऱ्या प्राण्यांना शरम तरी कशी वाटत नाही? निर्बुद्ध समजल्या जाणाऱ्या जनावरांनादेखील यापेक्षा जास्त समंजसपणा असेल! आणि दर पाल्याजवळ येताच पहिली रडकथा त्याला ऐकावी लागे ती कोणती? तर सरकारला अमुक सांगा, तमुक सांगा, आपली काहीतरी व्यवस्था करवा, ही! हरामखोर लेकाचे! पोर आले म्हटले, की देवाची देणगी म्हणून वर आभाळाकडे बोट आणि मदत म्हटली की सरकारच्या बोडक्यावर तळ! पहिल्यापहिल्यांदा सदानंद अगदी संतापून जात असे; पण नंतर मात्र त्याचे मन निबर झाले. नेमके प्रश्न, त्यांची जुजबी उत्तरे लिहून घेताना भोवतालच्या कुबट, उग्र वासाकडे दुर्लक्ष करण्यातच त्याचे मन नंतर शिणून जाऊ लागले.

पण जोशी कुटुंबाचे नाव काढताच मात्र त्यांच्या मळकट हताश चेहऱ्यांवर निराळीच कळा दिसू लागे. मग पुरुष चिलीम बाहेर काढत व दमाने बोलू लागत, बायका उसासा टाकून हावऱ्या अतृप्त डोळ्यांनी निमूट बसत. जोशी माणसे वर्षातून सारा महिना-दीड महिना देवजाईच्या घरात येऊन राहात; पण त्यांच्या कपड्यांप्रमाणे एक तरी कापड घरात यावे, त्यांच्यासारखे खाणे सणासुदीला तरी आपल्याला मिळावे, अशी भूक त्यांच्यात निर्माण होई आणि पोट, कमर यांच्या भुकांतच जगणाऱ्या या निबर माणसांचे डोळे स्वप्नाळू होत आणि सदानंद काम आटोपून निघाला, की मालतीचे कपडे, माई, गोदूताईचे दागदागिने, माधवरावांच्या अंगठ्या, रोकड पैसा यांविषयी त्याला अनेक प्रश्न विचारले जात.

वस्तीच्या सुरुवातीलाच एका लाकडी खांबात ओबडधोबडपणे कोरलेली, कवड्यांचे डोळे असलेली जखणाईची आकृती होती. रामकोळी येथे मुक्कामाला आले की ते तिच्यावर मळवट भरत. त्या वेळी जखणाईचा चेहरा भयानक, सदैव जागा वाटे. रात्रंदिवस जागे, उग्र डोळे ह्न त्यांना निद्रा नाही की स्पप्ने नाहीत. पण पावसाळ्याच्या सुरुवातीला रामकोळी वाघजाईच्या डोंगरावर जाऊन राहात. त्यांचा जाण्याचा दिवस आला, की ते जखणाईचा चेहरा स्वच्छ धुऊन त्यावर तेल ओतून चालू लागत. त्यांच्या गैरहजेरीत जणू राखण करत असल्याप्रमाणे जखणाई रात्रंदिवस जागीच असे. पावसाचे गडद पडदे हेलकावू लागले, वरच्या सड्यावरून पाण्याचे लोंढे मुसंडीने आदळत खाली येऊ लागले, की खालच्या उथळ जागेत गळ्यापर्यंत पाणी चढे व शेजारच्या ओहोळाचा प्रवाह येथपर्यंत फेसाळत येऊन मळकट वस्त्रासारख्या फेसाने भोवती भिरभिरू लागे आणि जखणाई कवडी डोळ्यांनी हे सारे पाहत जाग्या डोळ्यांनी स्तब्ध उभी असे.

आता मुक्काम हलवायला रामकोळ्यांनी गेल्या आठवड्यातच आजचा दिवस निवडून ठेवला होता आणि सदानंद परतला त्या वेळी हळूहळू पाले हलू लागली. मडकी, जुन्या चटया, वासे, अनेक मळकी गाठोडी, हातभर उंच अशा गावरान घोड्यांवर चढत होती. सदानंदाने क्षणभर रेंगाळून मागे खाली नजर टाकली. आता तर सारी देवजाई वस्तीच हलू लागली होती. सगळी पाले उठली होती व ती जागा जागी होऊन तिला पडत असलेले पारोसे स्वप्न नाहीसे झाल्याप्रमाणे स्वच्छ झाली होती. घोडी चालू लागली व त्यांच्या नागमोडी एकरेषेमागे पुरुषांचे लाल-हिरवे पटके आणि बायकांचे निळे घागरे हळूहळू सरकू लागले. रामकोळ्यांची रेषा सरकत झाडांमागे नाहीशी झाली. माळावर राहिली ती एकटी जखणाई!

पण पावसाळा आज-उद्याच सुरू होणार हे रामकोळ्यांना कसे समजले याचे मात्र सदानंदाला फार आश्चर्य वाटले. कारण दुपारपर्यंत झळझळीत असलेले आकाश आता काळवंडले होते व काळ्या ढगांची एक भिंतच एखाद्या श्वापदाप्रमाणे टपून एकाकी जखणाईचा घास उचलण्यासाठी एकेक पाऊल टाकत येत असल्याप्रमाणे हळूहळू वर

चढत होती. पावसाची सर यायच्या आतच आपण घरी पोहोचले पाहिजे, हे सदानंदाला जाणवले व त्याने झपाझप पावले उचलायला सुरुवात केली. तो जोशींच्या घराजवळ आला, त्या वेळी वारा जास्त जोरदार झाला होता आणि वाळलेली पाने भिरभिरत जमिनीवरून सरकत असलेली दिसू लागली होती. घराच्या शेजारीच असलेले, माणसांकडे सारखे रोखून पाहत असल्याप्रमाणे दिसणारे आंब्याचे प्रचंड झाड अस्वस्थ झाल्याप्रमाणे वेगाने फांद्या हलवू लागले होते व त्याच्या पानांचा हिरवा डेरा डोलू लागला होता. सदानंद अंगणात आला, त्या वेळी माधवराव एका जुन्या खुर्चीला खिळा ठोकत होते. सदानंदाची पावले वाजताच त्यांनी वर पाहिले व काहीतरी अकृत्य करताना सापडल्याप्रमाणे ओशाळून ते किंचित हसले.

“दुरुस्ती चालली आहे वाटतं?” सदानंदने सहज म्हटले.

“आम्हीदेखील परवा-तेरवा निघणारच. मग आठदहा महिने इकडे फिरकणार नाही. म्हणून आपली थोडी डागडुजी केली इतकंच!” ते म्हणाले, “कसली दुरुस्ती नि काय! वडिलार्जित आहे तेवढं सांभाळत बसायचं झालं! बरं का सदानंदराव, मी लेफ्टनंट कर्नल व्हायचा, ते घरकोंबडा होऊन बसलो आहे! मला मेडिकल कमिशन मिळालं होतं, हे मी तुम्हांला सांगितलं होतं का कधी? लेफ्टनंट कर्नल माधव सीताराम जोशी!” ते खिन्नपणे हसले. त्यांचा चेहरा आढीत चुकून मागे राहिलेल्या आंब्यासारखा अतिपक्व दिसत होता व ते हसले की त्यांच्या डोळ्यांच्या कोपऱ्यांना एकदम सुरकुत्या पडत.

सदानंदाने मान हलवली. येथे आल्यावर दुसऱ्याच दिवशी त्यांनी ती हकिकत त्याला सांगितली होती. कॉलेजमधून बाहेर पडल्याबरोबरच त्यांना कमिशन मिळाले होते; पण तेवढ्यात त्यांचा थोरला भाऊ ह्न बापू ह्न वारला. आईने हाय खाऊन त्यांना माघारी बोलावले व कायम घरातच अडकवून ठेवले. “तुमचा विश्वास बसणार नाही,” ते म्हणाले होते, “पण मी तुम्हांला कमिशन मिळाल्याचे कागदसुद्धा दाखवीन. मी ते अद्याप जपून ठेवले आहेत. माझ्याबरोबरची माणसं खरंच लेफ्टनंट कर्नल झाली आहेत. आणि मी? तीस वर्षं खाऊनपिऊन आळीसारखं जगलो. दरवर्षी वडिलांच्या इच्छेप्रमाणं त्यांचं श्राद्ध याच घरात करायचं, इथल्या नारळ-सुपारी बागांकडे एकदा फेरी टाकायची आणि दिवसांवर फुल्या मारत बसायचं! काही वेळा मला तुमच्या रामकोळ्यांचा फार हेवा वाटतो. मागेपुढे न पाहता समोर दिसतं तेवढंच नजरेत घ्यायचं व मिळेल तेवढ्यावर जगत राहायचं! बस्स, खरं सुखाचं जीवन, सदानंदराव!

“जाऊ द्या! चला आत. उद्या तुम्ही जाणार, चहा तरी घेऊ मिळून. आमचं काय, चालायचंच! पाठीवर मढं घेऊन जगायचं आता अंगवळणी पडलं आहे मला! माझे वडील तर मला लहानपणापासूनच कोडगा माधव म्हणत असत!” खोट्या उत्साहाने माधवराव म्हणाले. त्यांनी जुनी खुर्ची उचलली व ते आत आले. सदानंदाला एकदम अवघडल्यासारखे वाटले. विषय बदलण्यासाठी त्याने म्हटले, “हे आंब्याचं झाड फार

जुनाट आहे. असलं झाड घराजवळ असणं म्हणजे जरा धोक्याचंच, नाही का?'' प्रथमच ते झाड पाहत असल्याप्रमाणे माधवरावांनी आंब्याकडे पाहिले व म्हटले, ''हे झाड म्हणता होय? जुनाट म्हणजे फारच म्हातारं आहे ते. अहो, आमच्या आजोबांच्या वेळी येथे आंबराई होती; पण वाऱ्यानं एकेक झाड पडत गेलं. हे राहिलं आहे ते शेवटचं! पण तशी काही भीती नाही. इतकी वर्षं पाहत आहे ना मी, आहे तस्सं आहे!''

आत आल्यावर माधवराव म्हणाले, ''बसा की! म्हणजे तुम्ही एकंदरीत सुटलात म्हणायचं दगदगीतून! आम्ही देखील खरं म्हणजे उद्याच निघायचं; पण गाडी म्हणे बिघडून बसली आहे. तेव्हा आता परवा दिवशी!'' त्यांनी आत वळून मालतीला हाक मारली व चहा करायला सांगितले.

सदानंदचे अंग एकदम उष्ण झाले व तो हावऱ्या उत्सुकतेने आत पाहू लागला. माधवरावांनी दुसऱ्या खेपेला जरा मोठ्याने 'बसा' म्हणताच तो भानावर आला व किंचित धांदरटपणे फाइल बाजूला ठेवत तो खुर्चीवर बसला. तेथल्या खुर्च्या जुनाट, अवजड होत्या व बऱ्याच दिवसांनी बाहेर काढून कापडाने नुसत्या पुसल्याप्रमाणे त्यांच्यावर पांढरी बुरसट कळा होती. वास्तविक सदानंदला आता चहा नको होता. अंगावर थंड पाण्याचा शिडकावा घेऊन त्याला मोकळ्या सैल अंगाने खुर्चीत बसायचे होते; आता उरलेले Old Smuggler चे दोन पेग घेऊन, पाचसात सिगारेट संपवून आपली मुक्तता साजरी करायची होती; पण मालतीचे नाव ऐकताच 'चहा नको' म्हणण्याचेदेखील त्याला आठवले नाही आणि कदाचित मालतीच चहा घेऊन बाहेर येईल या अपेक्षेने तो प्रतीक्षा करू लागला.

थोड्या वेळाने मालतीने चहा आणला आणि सदानंदसमोरून जाताना सुरंगीचा मंद धुंद गंध मिरवत तिने तो त्याच्या शेजारील टेबलावर ठेवला. तिच्या चालण्यातील मादकतेने अगदी पहिल्या प्रथम त्याला जो धुंद आनंद वाटला होता, तोच आतादेखील त्याला जाणवला. तिच्या हालचालीने तिच्या रेशमी वस्त्रात रेखीव उठाव दिसून क्षणात नाहीसे होत आणि प्रत्येक पाऊलखूण म्हणजे शुभ्र मुद्राच उठवत असल्याप्रमाणे ती जमिनीस स्पर्श करे. ज्योत हलल्याप्रमाणे तिचे अंग लवलवे आणि मदीर यौवनाची आरती फिरून गेल्याप्रमाणे ती निघून जाई. दररोज परतताना तिची आठवण झाली की सदानंदाला बावरल्यासारखे होऊन तो वासनेने अधीर होत असे आणि तिला अंगणात अगर सोप्यावर पाहिले की त्या एका दिवसावर तरी नक्षत्र उमटल्याप्रमाणे त्याला आनंदाची हुरहुर वाटे.

माधवरावांनी काळजीच्या स्वरात म्हटले, ''यंदा पावसाची सुरुवात लौकर झालेली दिसते! बरं, तुम्ही केव्हा निघणार, उद्या?''

सदानंदला अजून चहा ओतत असलेली मालतीची बोटेच आठवत होती. ती लांबसडक असून निशिगंधाच्या कळ्यांसारखी शुभ्र सुबक होती. त्याला वाटले, तिच्या

केसांचा अगदी जवळून वास घेतला तरी तो निशिगंधाचाच असेल. माधवरावांनी पुन्हा म्हटले, ''म्हणजे तुम्ही अगदी सकाळीच निघणार ना?''

''आँ? काय म्हणालात? माझं म्हणता होय!'' तो चमकून स्वतःला सावरत म्हणाला, ''हो, पहिल्या गाडीनंच जावं म्हणतो. रस्त्यापर्यंत चालत जावं लागेल इतकंच; पण पुन्हा पावसाळ्यानंतर मलाच यावं लागेल की काय कुणास ठाऊक? रामकोळ्यांच्या लग्नात नवरेदेवान जखणाईचा खांब उचलून वधूच्या घरापर्यंत न्यायचा असतो म्हणे. तो विधी प्रत्यक्ष पाहून त्याची नोंद करायची आहे. पण त्यांच्यांत लग्नं पौष-माघात होत असतात.''

माधवरावांनी मान हलवून चहा संपवला व ते उठले. आता आभाळ करपत अर्ध्यावर आले होते आणि घराशेजारचे आंब्याचे झाड घुसळल्यासारखे होऊ लागले होते. त्याच्या फांद्या ताणल्यासारख्या होत होत्या आणि त्या वाऱ्यापुढे माघार घेत घराजवळ येऊ लागल्या की घरच अंग आकसत असल्याप्रमाणे भासत होते. कपबशा घेऊन जायला मालती पुन्हा आली व जाताना तिने सदानंदाकडे सरळ समोर पाहिले, तेव्हा त्याचे हृदय गलबलले. उद्या आपण जाणार, निदान आज तरी ती आपल्याशी काहीतरी बोलेल या अपेक्षेने तो उतावीळ झाला; पण नेहमीप्रमाणे तिची दृष्टी अगदी विसरभोळी होती व जणू त्याच्यामधून पलीकडे तिने पाहिले होते. ती निघून गेल्यावर तो विलक्षण वरमला आणि त्याला थोडा विषादही वाटला. ही नेहमीचीच अशी इतरांना न दिसणाऱ्या गोष्टीकडे सतत का पाहत असते? काही वेळा ती लिहीत असलेली दिसे. एकदा-दोनदा त्याने तिला आपल्या खोलीच्या बाजूला असलेल्या लाल फुलांच्या झुडपाजवळ पाहिले होते. त्या वेळीदेखील त्याला समोरून येताना असेच वेधशून्य नजरेने तिने पाहिले होते आणि तो अस्तित्वातच नसल्याप्रमाणे ती वळली होती. सदानंदला अनेकदा वाटे, हिच्या मनात अगदी खोल तळाशी काय चालले आहे? ती सदैव स्वप्नात असल्याप्रमाणे अशी नेहमी हरवलेली का दिसते?

उद्या जायचे म्हणून माईंना भेटण्यासाठी तो माधवरावांबरोबर आत आला. घर स्वच्छ सारवलेल्या चार सोप्यांचे होते व माजघरात दोन खोल्या होत्या. माधवरावांनी त्याला ते घर प्रथम दाखवले, तेव्हा पूर्वी आपण कधीतरी या घरात राहिलो होतो की काय, अशी एक विलक्षण कल्पना त्याला स्पर्शून गेली होती. याही खेपेला तो आत येताच त्या कल्पनेने तो एकदम अस्वस्थ झाला. तो माजघरात आला. तेथे अगदी कोपऱ्यात खिडकीजवळ माई एका चटईवर बसल्या होत्या व सगळ्या प्रशस्त माजघराने त्यांना बाजूला सारल्याप्रमाणे दिसत होत्या. त्यांच्यासमोर काशीखंडाचे पुस्तक उघडलेले होते आणि ते नेहमीप्रमाणे एक मोठा पारदर्शक डाग पडलेल्या पानावरच उघडे होते. सदानंदला वाटले, माई हे पुस्तक वाचतात तरी कधी? ते नेहमी त्याच पानावर उघडे असते की!

''उद्या ते परतणार, म्हणून भेटायला आले आहेत,'' माधवरावांनी आत जाताजाता म्हटले. त्यांचा आवाज ऐकताच एकदम भानावर आल्याप्रमाणे माई दचकल्या व भेदरलेल्या नजरेने सदानंदाकडे पाहू लागल्या. त्यांचा चेहरा अगदी नितळ स्वच्छ, कागदी लिंबाच्या सालीसारखा दिसत होता; पण त्यांचे ओठ आत दुमडले होते आणि कानशिलाजवळ अंगठ्यांनी जोरात दडपल्याप्रमाणे खुणा होत्या. त्यांच्याकडे पाहिले, की सदानंदला एखाद्या जुन्या जीर्ण पैठणीची आठवण होत असे. रंग विटलेला, जर काळवंडलेली, घडी विस्कटलेली; पण जातिवंत अस्सल पैठणी! त्यांच्या भोवती एकंदरीने कुलवंत असा आब होता. त्यांना असे एकाकी बसलेले पाहून त्याला एकदम वाटले, आपण पुढल्या खेपेला येथे आलोच, तर माई मात्र पुन्हा भेटणार नाहीत; त्यांच्या आयुष्याचा जप पुरा होत आला आहे! तो बाजूच्या एका बाकावर बसला व त्या काही बोलतात का हे पाहू लागला; परंतु त्यांनी त्याच्याकडे पाहून मान हलवली.

''हां, पावसाळ्यामुळे ती माणसं हलली. मग माझं काम आपोआपच बंद झालं की!'' शेवटी तोच म्हणाला. माईंनी काही न बोलता नुसती मान हलवली. ''तुम्ही काशीखंड वाचता वाटतं?''

माईंनी वरमून पुस्तक बाजूला सारले व त्या खिडकीतून पाहू लागल्या. ''काहीतरी पाहिजे नव्हे दिवस ढकलायला!'' त्या उदासीनपणे म्हणाल्या, ''मला रात्री तर डोळ्याला डोळा लागत नाही अनेक वर्षं! मग कंदील लावून कशावर तरी डोळे फिरवत बसायचं झालं!''

वर्षेच्या वर्षे झोपेचे सुख न घेता जगायचे, या नुसत्या कल्पनेनेच सदानंद अस्वस्थ झाला. त्याने अनुकंपेने म्हटले, ''मग त्यावर काही औषध वगैरे घेता का? थोडी विश्रांती घेऊन पाहा.''

''कसलं औषध नि कसली विश्रांती! आता एकदाची सुटले की तीच कायम विश्रांती! तसलं कसलं औषध असेल तर द्या आणून मला! पंचवीस वर्षं झाली या घरात पाऊल टाकून, दररोज तासभर डोळा लागला की फार पाणी गेलं डोक्यावरून! या ठिकाणी तर तेवढीदेखील झोप येत नाही. अंधार पडला की सारा माळच भुतासारखा जागा होतो आणि हे झाड तर दैत्यासारखं घराभोवती फेऱ्या घालत असतं.''

सदानंद उगाचच खुळ्यासारखा हसला. दुसरे काहीतरी हलकेफुलके बोलण्याकरिता तो म्हणाला, ''तुम्ही पुस्तक वाचता खरं; पण दररोज तेच प्रकरण असतं तुमच्यापुढं!''

''होय, पुस्तक वाचून संपलं, तर आणखी कोण आणून देणार दुसरं मला एवढ्या आतड्यानं? माझ्याजवळ तेवढं एकच पुस्तक आहे.''

सदानंद तेथून उठला. त्याला तेथे बसवेना. माईंचा गोठलेला आवाज आता तडकू लागणार असे त्याला एकदम वाटू लागले. ''मी पुढच्या खेपेला येताना भारतीय उपकथा, जैमिनी अश्वमेध, शिवलीलामृत ही पुस्तकं घेऊन येईन,'' तो घाईघाईने म्हणाला.

‘‘खरंच?’’ अविश्वासाने माईंनी विचारले. त्यांचा चेहरा जुना जर उन्हात आल्याप्रमाणे क्षणभर चमकला; पण लगेच त्या पुन्हा आपल्या कवचात गेल्या व मान हलवून सदानंदला विसरल्या.

माधवराव हातात एक पुडा व कापडात बांधलेले एक लहान गाठोडे घेऊन बाहेर आले. ते म्हणाले, ‘‘अनायासे तुम्ही जाताच आहात, तेव्हा ही फणसपोळी देशपांडे मंडळींना द्या. गणपतीच्या मागे साठेवाड्यात राहतात ती. आणि हे गोदूबाईंनी खायचं बांधून दिलं आहे. तुम्हांला रात्री खायला होईल, अगर सकाळी घेऊन जाता येईल.’’

माधवरावांच्या मागोमागच गोदूबाई बाहेर आल्या. नऊवारी लुगडे चापूनचोपून नेसलेली ही बाई विधवा दिसत होती; पण तिच्या गळ्यात सोन्याची माळ दिसत होती. गोदूबाई आत्मविश्वासाने पुढे आल्या व सलगीने हसल्या. त्या म्हणाल्या, ‘‘आमच्या घरातून पाहुणा उपाशी जायचा नाही कधी; पण आता आम्हांलाच सारी आवराआवर करायची आहे. नाहीतर आज आम्ही तुम्हांला जेवायलाच ठेवून घेतलं असतं.’’ गोदूबाईंना बोलताना ओठांवरून जीभ फिरवायची सवय होती, त्यामुळे त्या काहीतरी गिळून तृप्ततेने मिटक्या मारत असल्याप्रमाणे दिसत. गोदूबाई घरात स्वयंपाकीण असल्या तरी अगदी घरच्याच माणसांसारख्या आहेत हे माधवरावांनी त्याला सांगितले होते; पण सदानंद अवघडल्यासारखा झाला. माधवरावदेखील बरेच संकोचल्यासारखे झाले व त्यांनी स्वतः पुढे होऊन त्याला बाहेर चलण्याची सूचना केली.

उजव्या बाजूला दोन खोल्या होत्या. त्यांतील एक झोपण्याची खोली होती. परंतु दुसऱ्या खोलीचा दरवाजा प्रथमच आज उघडा दिसल्यामुळे सदानंद रेंगाळला; पण आत पाहताच तो खिळल्यासारखा झाला. पाठ अगदी वाकून गेल्यामुळे गुडघ्याची वाळकी हाडे कानापर्यंत पोहोचलेली म्हातारी अंग आखडून समोर स्थिर नजरेने पाहत खोलीत बसली होती. माधवरावांनी एकदा आपल्या आईचा उल्लेख केला होता; पण तिला पाहण्याची सदानंदची ही पहिलीच खेप होती. ‘‘ही आमची म्हातारी. चौऱ्यांशी वर्षांची आहे; पण कान-डोळे अगदी खणखणीत आहेत!’’ माधवराव म्हणाले; पण त्यांचा आवाज शरमल्यासारखा झाला होता. ‘‘तिला चालता येत नाही, तेथल्या तेथे हातभर सरकेल-न सरकेल; पण आम्ही इकडे यायचं, म्हणजे तिला ठेवायचं कुठं? कोणावर निष्कारण भार टाकायला? शिवाय तिचा कसलादेखील त्रास नाही. फक्त आठवण मात्र अगदी गेली आहे इतकंच!’’ अतिशय वाळून सुरकुतून गेलेल्या चेहऱ्यातील खोल डोळ्यांनी म्हातारीने त्याच्याकडे पाहिले व हातापायांवरील खरबरीत कातडीसारख्याच आवाजात म्हटले, ‘‘कोण, बापू होय रे? केव्हा आलास? पाय धुतलेस नव्हे?’’

माधवरावांनी स्वतःशीच मान हलवली व हलकेच दरवाजा लावून घेतला आणि सदानंदला घेऊन ते बाहेर आले. ‘‘बापू माझा धाकटा भाऊ. तो शिकायला गेला, तिकडेच वारला. खूप वर्षं झाली; पण कोणी आलं की बापूच आला आहे असं वाटतं

म्हातारीला! मग त्याच्यासाठी आळवाच्या वड्या करायचा ती आग्रह धरते आणि नुसतं हूं म्हणून चालायचं नाही, तर त्या प्रत्यक्ष करून डब्यात घालून तिच्याजवळ ठेवाव्या लागतात. मग चार दिवसांनी तिला नकळत त्या काढून टाकून फेकाव्या लागतात. हेच गोदूबाईंचं मोठं काम होऊन बसलं आहे!''

सदानंद सोप्यावर आला, तेव्हा त्याला एकदम उबलेल्या कुंद हवेतून बाहेर आल्यासारखे वाटले. सोप्यावर मालती एका खुर्चीवर बसली होती व बाहेर पाहत होती. सदानंद आता कायमचा निसटून जाणारा शेवटचा क्षण चिमटीत धरण्यासाठी विलक्षण अधीर झाला व माधवराव काही बोलायच्या आतच तो मालतीला म्हणाला, ''आता मी निघणार सकाळी! कधी तिकडच्या बाजूला आलात तर या आमच्याकडे जरूर! तुम्ही मंडळींनी तर मला घरची आठवणदेखील होऊ दिली नाही अगदी!''

मालतीने त्याच्याकडे निर्विकार चेहऱ्याने पाहिले व ती उठली. ''चला, मी येते तुमच्याबरोबर त्या फुलझाडापर्यंत!'' ती म्हणाली.

माधवराव कौतुकाने हसले, ''ती हिची एक सवयच आहे. त्या कोपऱ्याला कसली तरी रानफुलं उन्हाळाभर उमलतात. त्यांचं नावदेखील आम्हांला माहीत नाही; पण दर खेपेला ती फुलं घेतल्याखेरीज तिचा मुक्काम हलणार नाही!'' ते मालतीकडे वळले व म्हणाले, ''पण लगेच ये, अंधारून वारं सुटलं आहे आणि पायांत काहीतरी घालून जा.''

पण सदानंद पूर्ण अविश्वासाने पाहतच राहिला. अद्याप एक शब्ददेखील न बोललेली ही मुलगी आपणहून आपल्याबरोबर यायला तयार झाली हे त्याला खरेच वाटेना. तो बाहेर पडला तेव्हा माधवरावांनी हात हलवला व म्हटले, ''बराय, बघू आता पुन्हा केव्हा भेट होते ती! देशपांडेंना नमस्कार सांगा. मालती, फार वेळ करू नको.''

मालती-सदानंद बाहेर आली, तेव्हा त्यांच्यावर अदृश्य प्रहार झाल्याप्रमाणे वारा जोरात आदळला व हातातील फाइल सदानंदाने कष्टाने सावरली. मालतीची रेशमी साडी मागच्या बाजूला एकदम पंखारल्यासारखी झाली आणि तिची आकृती समोरून अत्यंत रेखीव झाली. तिने ब्लाउजवर उजव्या बाजूला काळ्या दोऱ्याने सापाचे चित्र भरले होते व तिच्या श्वासोच्छ्वासाबरोबर तेदेखील हलत असल्यामुळे तो सापही संथपणे श्वासोच्छ्वास करत आहे असा भास होत होता; पण तिच्या चेहऱ्याकडे पाहताच सदानंदला विलक्षण विस्मय वाटला. चांदीचे पात्र धुतल्यामुळे एकदम झगझगीत स्वच्छ व्हावे, त्याप्रमाणे तिचा स्वतःशीच हरवलेला, त्रस्त चेहरा आता उजळला होता आणि ती किंचित मागे झुकून धुंद वारा स्वीकारताना तिच्या ओठांवर मुक्त हास्य होते.

''छान! माझी हाडं खुळखुळल्यासारखी हलत आहेत आणि तुम्ही तर या आडदांड वाऱ्यानं बेहद्द खूष झालेल्या दिसता!'' तो म्हणाला. ती एकदम हसली व सदानंदला एकदम मोहरल्यासारखे वाटले. ती म्हणाली, ''मला असल्या माळावर असं वाऱ्यात भटकायला फार आवडतं! आणि तेदेखील आभाळ असं भरून आल्यावर! पण असलं

वारं पावसाळ्यातच मोकाट सुटतं आणि आभाळात पहिला ढग दिसला की आमची इथली मुदतच संपते. आईला पावसाळा अजिबात सोसत नाही.''

पण तिचे हसणे क्षणिकच ठरले. वरती आता काळ्याकभिन्न ढगांची लाट चढत डोक्यावरून पुढे आली होती आणि मालतीदेखील पाहतापाहता तशीच काहुरली.

''हो, आई म्हणताच आठवण झाली,'' सदानंद उत्साहाने म्हणाला, ''पुढच्या खेपेला मी त्यांच्यासाठी भारतीय उपकथा, शिवलीलामृत ही पुस्तकं आणून द्यायचं कबूल केलं आहे. काशीखंड संपून जाईल अशी त्यांना भीती वाटते.''

मालतीने त्याच्याकडे चमकून पाहिले व दृष्टी बाजूला वळवली. ''माई माझी आई नव्हे. माझ्या आईला वाचायलाही येत नाही,'' ती तुटकपणे म्हणाली.

सदानंदला काय बोलावे हे समजेना इतका तो गोंधळला. दोघेही निमूटपणे चालू लागली. आता जमिनीवर वाळलेली पाने वेगाने घोंघावत पायांवर आदळत होती व लगेच निसटून बेभान ओढली जात होती. आभाळ तर आता अवजड होऊन उतरल्यासारखे वाटत होते आणि माळ संपूर्णपणे झाकोळून गेला होता.

''पण पुढच्या वर्षी मी इथंच येऊन राहायचं ठरवलं आहे पावसाळा संपेपर्यंत,'' मालती मध्येच म्हणाली.

सदानंदला एकदम पेचातून सुटल्यासारखे वाटले व तो म्हणाला, ''इथं? असल्या ठिकाणी! अहो, ती रामकोळी माणसंदेखील इथं कायम राहात नाहीत. पावसाळा सुरू झाला, की अगदी जवळचं खेडं दहाबारा मैलांवर पडतं.'' सदानंद बोलत होता खरा; पण त्याचे शब्द केव्हाच मागे पडले होते आणि मालतीने ते ऐकले होते की नाही कुणास ठाऊक! ती झपझप झुडपाकडे गेली व काटेरी फांद्या बाजूला करत तिने ती रानवट, उग्र, लालभडक फुले तोडून घेतली आणि जणू प्रवास संपल्याप्रमाणे ती त्या ठिकाणी निश्चित थांबली.

''पुढं काय होतं हे मला एकदा पाहायचं आहे,'' त्याच्याकडे पाहत ती म्हणाली, ''पण दादांना यातलं काही सांगू नका. नाहीतर एकदा तरी यायला मिळतं तेदेखील बंद होऊन जाईल!''

''पुढं म्हणजे? कशाच्या पुढं?'' काही न समजल्यामुळे गोंधळून सदानंदने विचारले.

''मला वरचेवर एक स्वप्न पडतं. कमीत कमी चारपाचदा तरी मी ते पाहिलं आहे. असंच आभाळ झाकळून आलेलं असतं. हाच माळ असतो; पण इथं आमचं घर नाही, आई नाही, दादा नाही, आंब्याचं झाडदेखील नसतं. असतं ते हे लाल फुलांचं झुडूप आणि मी! आभाळ मग काळ्या भीषण घुमटासारखं होतं. त्यात काही वेळानं खूप लांबलचक शुभ्र पंख असलेला एक विशाल पक्षी माझं नाव उच्चारत येतो. कुठंच प्रकाश नसतो; पण त्याची सावली स्पष्टपणे माळावर पडते, तीदेखील त्याच्यासारखी पांढरीशुभ्र

असते. त्यामुळे काळवंडलेला माळ, आणखी एक पांढरा पक्षी असलेल्या आणखी एका आभाळासारखा दिसू लागतो. मी घाबरत नाही; पण धावत येऊन या झुडपाशी उभी राहते. पक्षी अगदी जवळजवळ येतो व त्याचे पंख होडीच्या शिडासारखे दिसू लागतात. त्याचे धगधगीत, काळे, ताटाएवढे डोळे अगदी जवळ येतात आणि या लाल फुलांची प्रतिबिंबं त्यांच्यात स्पष्ट दिसू लागतात.''

''आणि पुढं काय होतं?'' स्तिमित होऊन सदानंदने विचारले.

''तेच मला पाहायचं आहे,'' डोळे विस्फारत मालती म्हणाली, ''कारण स्वप्न इथंच तुटतं, संपतं. मी पावसाळा होईपर्यंत राहिले, तर कदाचित समजेल, उमजेल.''

ती जायला निघाली व तिचा चेहरा पुन्हा कुंठित झाला. सदानंद चटकन दोन पावले पुढे आला व म्हणाला, ''चला, मी तुम्हांला घरापर्यंत पोचवून परततो.''

''नको, तुम्ही येऊ नका बरोबर, मी जाईन,'' मालती अतिशय तुटकपणे म्हणाली व चालू लागली.

''कधी त्या बाजूला आलात तर या आमच्याकडे!'' अतृप्त आवाजात हताशपणे सदानंद म्हणाला.

मालती तशीच निघून गेली. जाताना तिने एक फूल केसांत डाव्या बाजूला टोचले. आता वारा मागून होता व तिचे वस्त्र पुढील बाजूला फडफडू लागले होते. जणू एखाद्या मूर्तीचे शिल्प पुरे झाल्याप्रमाणे त्याच्या मनात तिची पूर्ण आकृती उष्ण वासनेने स्पष्ट झाली आणि ती आंब्याखालच्या घरात जाईपर्यंत तो हावरेपणाने पाहत राहिला.

आता भोवती अवेळ रात्र झाल्याप्रमाणे अंधार झाला होता आणि आभाळात ठिगळाएवढीदेखील जागा स्वच्छ उरली नव्हती. आंब्याच्या फांद्यांची अस्वस्थ धडपड येथपर्यंत स्पष्ट ऐकू येत होती आणि काटेरी झुडपांच्या फांद्या अगदी सरपटत जमीन ओरबाडू लागल्या होत्या. सदानंदाने जिन्याचा दरवाजा उघडला आणि वाऱ्याला दडपत तो पुन्हा लावून तो सावधपणे वर आला. त्याने काड्याची पेटी काढत टेबलावरचा कंदील लावला आणि भोवतालच्या अंधाऱ्या वणव्यात सुरक्षित असे प्रकाशाचे घरटे निर्माण केले. खाटेवर बसल्यावर मात्र आपले अंग अति शिणून गेले आहे याची त्याला जाणीव झाली. त्याने माधवरावांनी दिलेले पुडके, गाठोडे एका हातपिशवीत टाकले. पाच-सात फायली, मळके कपडे, दाढीचे सामान त्याने भराभरा बॅगेत टाकले. घड्याळ मात्र गजराकरिता अद्याप बाहेर हवे होते. नाहीतर सकाळी खाटेवरची चादर बॅगमध्ये टाकली की येथले काम संपले! त्याने कपडे काढले व अंगाखांद्यावर पाण्याचा शिडकावा घेतला. अंग पुसल्यावर त्याला फार ताजे वाटले. त्याने आरामखुर्ची खिडकीजवळ ओढली व जणू याच क्षणासाठी सारा दिवस जागवल्याप्रमाणे त्याने Old Smuggler ची तीन बाजूंनी चेपलेली बाटली काढली. तिच्यात अद्याप दोन पेग तरी धग होती. त्याने ग्लासात थोडी व्हिस्की घेतली, तिच्यात होय की नव्हे एवढे पाणी घातले आणि

बाटलीकडे पाहत मोठ्या उत्साहाने म्हटले, "Cheers, old boy!" तो कुठला कोण स्कॉटलंडमधला इरसाल म्हातारा; पण त्याच्या बाटलीने त्याला येथे पंधरा दिवस तगवले होते.

व्हिस्कीचा घोट उष्ण प्रकाशाच्या ओघळाप्रमाणे खाली उतरला व त्याला प्रसन्न वाटले. त्याने सिगारेट काढली व साऱ्या अंगावर कसल्याही हालचालीचे दडपण नसले की मनाला जे ऐषआरामी सुख वाटते, त्यात तो गुंगला. समोरच टेबलावर त्याच्या एका मित्राने हाँगकाँगहून आणलेले घड्याळ होते. त्याच्या मध्यभागी खडे बसवलेला मोर होता आणि मागील तबकडीवर नीलमणी खचलेला त्याचा पसरलेला पिसारा होता. दर टिकटिकीबरोबर पिसारा हाले, नीलमणी एकमेकांत मिसळत, उलगडत. इतर घड्याळांप्रमाणे दर टिक आवाजाबरोबर जाणारा क्षण येथे निष्फळ जात नसे. जाताना त्याला येथे नीलमणी निरोप देत, गोफाप्रमाणे गुंतून पुन्हा बाहेर येत व पिसारा थरथरे; पण मधला मोर मात्र हा काळाचा खेळ पाहत स्वतः निरामय, निर्विकार राही.

सदानंदला आता आपण व आपली खोली तशीच स्थिर वाटली. भोवताली आता काळोखाची अभेद्य वाटण्यासारखी तटबंदी निर्माण झाली होती. वादळाच्या दडपणामुळे खोलीची एकुलती एक खिडकी सारखी करकरत होती. माधवरावांच्या घरात दिसणाऱ्या दिव्याखेरीज या सर्वभक्षक अंधाराला आता घास उरला नव्हता आणि तेवढ्यासाठीदेखील तो आंब्याच्या फांद्यांच्या अदृश्य हातांनी सारखी धडपड करीत होता. सदानंद जास्तच सुखावला आणि खुर्चीत जास्तच मागे रेलला. त्याने उरलेली व्हिस्की ग्लासात ओतली व 'थँक्स' म्हणत बाटलीला ऐटबाज सॅल्युट दिला. त्याने बाटली खाली ठेवली व त्यात पेटलेली काडी टाकली. भक्कन थोडा आवाज झाला आणि मोराने पिसारा थरकवून तोही क्षण जाऊ दिला.

सदानंदच्या मनात अनेक चित्रे पिसाऱ्याप्रमाणे मिसळून विरू लागली व त्यांच्याकडे पाहत तो रेंगाळला. त्याला वाटले, सारे पंधरा दिवस! पण तेवढ्यात मुंगुसाप्रमाणे आपण कितीतरी आयुष्यांच्या खाली बिळे पोखरत हिंडत राहिलो! ती माणसे अस्तित्वात आहेत याचीदेखील आपणाला कल्पना नसलेली रामकोळी जमात! त्यांच्यात डुक्कर वर्ज्य आहे; पण डुकराचे मांस खायला सोकावलेला रामजा रामतीर्थला एकादशीला जायचे निमित्त करून भूक भागवून हळूच परत येत असे. ही पाच मुले कोणाची म्हणताच, ''असलं ध्यानात बाळगून बसू व्हय?'' म्हणत फिदीफिदी हसणारी, लग्न न झालेली भांगली; मांगळ्याने गुणा लोहाराकडून पंधरा रुपयाला एक लंगडे घोडे विकत घेतले होते, पण त्याला हात लावताच घोड्याने कवड्यांसारख्या दातांनी त्याची दोन बोटेच तोडून काढली होती, पण नंतर कसली भानगड-खाज नको म्हणून गुणाने ते त्याला पैसे न घेताच देऊन टाकले होते, तो सौदा कसा अगदी फुकटात पडला हे उरलेली तीन बोटे नाचवत हर्षाने सांगणारा मांगळ्या; काल रात्री माझा बा भेटला होता, असे आपल्या तीसचाळीस

वर्षांपूर्वी मेलेल्या बापाविषयी सांगणारा आणि त्याच्यासाठी मोगाभर दारू ओढ्याकाठी ठेवून येणारा म्हातारा जखणू आणि तीच दारू चोरून पिऊन रात्रभर ''मी तुझा बा, तू माझा बा!'' असे ओरडत धिंगाणा घालणारा त्याचा मुलगा वारड्या... ही माणसे, त्यांचे जगावेगळे जगणे! पहिल्याच भेटीत सारे घडाघडा बोलून टाकणारा, कमिशन मिळालेले जुने निरुपयोगी पत्र जपणारा, कोंडलेला माणूस माधवराव; माई ह्न त्यांना तर सदानंदाने केव्हाच हिंडताफिरताना पाहिले नव्हते, आयुष्यच पांगळे झाल्याप्रमाणे त्या नेहमी बसूनच असत; खडकावर बसून कसलेतरी गाणे गुणगुणत असलेली एकाकी मालती; तिच्या खांद्याजवळची दोऱ्यांनी भरलेली काळी सर्पाकृती; बरीच रात्र झाली असली तरी गरम दूध अथवा कॉफी द्यायला येऊन तो दारे लावायच्या अधीर तयारीत असला तरी धीटपणे रेंगाळणारी गोदूबाई... जणू या सगळ्यांच्याच जाळ्यातून अलगद निसटल्याप्रमाणे त्याने मान हलवली. आता डोळ्यांवर सुखद आळस चढू लागला होता. खाटेवर जाऊन आडवे होण्याची त्याला अद्याप गरज वाटली नाही; शिवाय ग्लास अद्याप जिवंत होता. तो तसाच टाकून आडवे व्हायचे म्हणजे त्या म्हाताऱ्याला काय वाटेल? Cheers again, old boy...

मोरपिसारा संथ लयीत लखलखत राहिला. अंधाराच्या ओझावलेल्या पखालीतून फुटल्याप्रमाणे पाऊस आता कडकडपणे ओतू लागला. धारांच्या वेगात मोराचा शब्द विरून गेला आणि आंब्याची धडपडदेखील पुसल्यासारखी झाली. सदानंदाने हात लांब करून खाटेवरची चादर ओढली व ती अंगाभोवती गुंडाळत त्याने कोषात असल्याप्रमाणे स्वतःला उबदार सुखात लपेटून घेतले.

तो जागा झाला ते कडाडण्याच्या प्रचंड आवाजाने. सारे आभाळच अति ओझ्याने तडकून कोसळल्याप्रमाणे आवाज झाला होता. तो ताडकन उठला व त्याने खिडकीजवळ जाऊन बाहेर पाहण्याचा प्रयत्न केला; पण काळ्या मिट्ट अंधारावर कसलाच ओरखडा नव्हता. तोच आभाळ विजेने टरकल्यासारखे झाले, विजेची उग्र रेखीव रेषा थरारली आणि सारा माळ तांब्याच्या तप्त रसासारख्या प्रकाशाने देदीप्यमान झाला. समोरचे दृश्य पाहताच हृदयाचे ठोकेच थांबल्यासारखे त्याला वाटले. इतके दिवस तगून असलेले आंब्याचे झाड उन्मळून घरावर टेकवल्याप्रमाणे खाली आले होते व त्याची अर्ध्या घराएवढी मुळे जमिनीतून वर येऊन पावसात निथळू लागली होती.

त्याने टॉर्च उचलून पायजम्याच्या खिशात घातला व हातात कंदील घेऊन तो धाडधाड जिना उतरत खाली आला. तो बाहेर येताच पावसाची लाट संतप्त झाल्याप्रमाणे त्याच्यावर आदळली. दिव्याने आपली ज्योत प्राणान्त कष्टाने वाचवली. सदानंदने निश्चयाने घोटाभर पाण्यात पाऊल टाकले व पचपच आवाज करत, घराचा वेध घेत तो चालू लागला. आता पावसाच्या धारांना ओल्या वेताचे बळ चढले होते व त्यांच्या माऱ्याने अंगाखांद्यावर सळका उठल्याप्रमाणे भासत होते. मध्येच तो भीषण उग्र प्रकाश

लखलखून जाई. ठिकठिकाणी साचलेल्या पाण्याचे तुकडे, जमिनीत सहस्र डोळे उघडल्याप्रमाणे क्षणभर चमकत आणि दुसऱ्या क्षणी अंधारात पडलेले खिंडार बुजून जाई.

तो घराजवळ आला. आंब्याचे झाड कोसळले नव्हते, तर एखाद्या जीर्ण जर्जर व्यक्तीने हलकेच श्वास सोडून संपून जावे, त्याप्रमाणे कोणीतरी अलगद ढकलून दिल्याने ते छपरावर येऊन राहिले होते. घराच्या भिंती शाबूत होत्या; पण छप्पर मात्र माडीचा जीर्ण कडेपाट घेऊन आत उतरून अंतरवक्र होऊन टेकले होते. पुढचा दरवाजा फांद्यांनी अडला होता. सदानंद धावत जाऊन मागे आला. मागच्या खिडकीची चौकट मोडली होती व मागचे दार आत कोसळले होते. सदानंदने कंदील सावरला व खिडकीतून आत उडी मारत तो उतरला व त्याने आपला निथळत असलेला चेहरा पुसला.

त्याने कंदील उंचावत इकडेतिकडे पाहिले. भोवतालची भांडी सर्वत्र विखुरली होती आणि कडेपाटाला अडकवलेली शिंकी अद्याप खुळ्यासारखी हिंदकळत होती; पण त्याचे लक्ष कोपऱ्यात गेले. तेथले कपाट वाकडे होऊन खाली आले होते व त्यावर काळसर जुन्या वाशांचा जुडगा आदळला होता. सदानंद खिळल्यासारखा पाहत उभा राहिला. त्या ढिगाऱ्याखाली कपाटाच्या आडोशाला एक मिणमिण दिवा अद्याप जळत होता आणि माई तशाच गुडघे टेकून बसल्या होत्या; पण त्यांचे डोळे मात्र काचेचे झाल्याप्रमाणे निर्जीव, स्तब्ध होते. मध्येच त्यांनी एक उसासा टाकला व त्यांचे ओठ हलल्यासारखे झाले. एकदम धावत जाऊन त्यांच्यावरील कपाट, वासे यांचे ओझे सरकवावे म्हणून तो पुढे सरकला; पण अचानक तो थबकला. त्याला वाटले, मोठ्या श्रमाने माईंना बाहेर काढून वाचवले, तर काय होईल? त्या जगतीलही ह्र आणि सुटण्याची वाट पाहत बसतील! त्यांचा सुटकेचा क्षण हाच अति आनंदाचा क्षण आहे आणि तो अनायासे आलाच आहे. ते निष्फळ, दुबळे आयुष्य संपून जाईल. त्यांच्याबाबत काहीच न करणे हाच त्यांना मदत करण्याचा एकमेव मार्ग आहे...

तो पुढे वळला खरा; पण त्याच्या मनाच्या एका भागाला आपण फार गुन्हेगार आहो असे फार जाणवून गेले आणि जणू स्वतःचा एक नवा चेहरा दिसल्याप्रमाणे त्याला विस्मयाबरोबर शरमही वाटली. माजघराचा दरवाजा फांद्यांमुळे बंद झाला होता. तो बाजूच्या खोलीच्या ढासळलेल्या भिंतीवरून आत उतरला व त्याने कंदील फिरवून पाहिले. त्या ठिकाणी एक लहान तुळई खाली झोपलेल्या दोघांवर पडली होती आणि त्याखाली दोन्ही व्यक्ती खिळल्यासारख्या झाल्या होत्या. त्याने दिवा जवळ नेऊन पाहिले व त्याला एकदम धक्काच बसला आणि घृणाही वाटली. माधवराव अंग मुडपून झोपले होते व त्यांच्या शेजारी अस्ताव्यस्त कपड्यांत गोदूबाईंनी अंग पसरले होते आणि त्यांनी स्वामित्वाच्या विश्वासाने एक हात त्यांच्यावर टाकला होता.

डोक्यावरचा ओलसरपणा पुसत त्याने कंदील बाजूला अडकवला व तो पुढे आला.

आता खाली पिंढरीपर्यंत आलेल्या मऊ चिखलात पायाला नेट देण्याचा प्रयत्न करत त्याने खांद्याने तुळई सरकवण्याची धडपड केली; पण तिचे एक टोक छपरात अडकून राहिल्याने ती हललीदेखील नाही आणि त्या ओलसर चावऱ्या वाऱ्यातदेखील त्याचे अंग श्रमाने उष्ण झाले. तो हताश होऊन पाहतच राहिला. म्हणजे भूतकाळात भुताप्रमाणे जगत असलेले माधवरावांचे आयुष्यदेखील खरोखरीच्याच एका तुळईखाली संपून गेले तर! लेफ्टनंट कर्नल माधव सीताराम जोशी. या घरात वर्षाला वडिलांचे श्राद्ध करायचे आणि जुन्या मोडकळीला आलेल्या खुर्चीला खिळा मारताना शरमून जायचे!

परंतु मालतीची आठवण होताच मात्र तो एकदम डाग दिल्याप्रमाणे भानावर आला. तिला मात्र आपण प्राणपणाने वाचवलेच पाहिजे या ओढीने तो दारातील मातीच्या ढिगाऱ्यावर चढला व वासे, लाकूड यांचे तुकडे बाजूला करत माजघरात आला.

मालतीची खाट शाबूत भिंतीच्या कडेला होती व झाडाच्या दोन फांद्या आत येऊन तिच्यावर बेचक्याप्रमाणे उभ्या होत्या; पण त्यांच्यामधून तिची खाट पुढे ढकलणे अशक्य नव्हते. पुन्हा सदानंदने श्रमलेले शरीर ताणले व फांद्यांच्या कमानीतून तिला पुढे रेटत बाहेर आणले आणि दिवा उंचावून तिच्या चेहऱ्याकडे पाहिले. तिचा श्वास मंदपणे चालला होता व तिच्या देखण्या चेहऱ्यावर निरामय शांतता दिसत होती.

तिने झोपताना जास्तच तलम वस्त्र नेसले होते आणि आता ते किंचित ढळले होते. तिच्या आता सहजप्राप्त, रेखीव अंगाकडे पाहताच त्याच्या मनात सर्पकुंड फुटल्याप्रमाणे त्याचे शरीर वासनेने पेटले व हात थरथरू लागले. वासनेने एकदम वन्य झालेले श्वास बाहेर टाकण्यास त्यास छाती अपुरी वाटू लागली. तो क्षणभर घोटाळला व त्याने मागे वळून पाहिले. क्षणापूर्वी गुन्हेगार, आता पातकी; पुन्हा क्षणिक गुंतागुंत झाली; परंतु आता लालसा अनावर झाली व तो एकदम तप्त स्तंभासारखा झाला. त्याने कंदील बाजूला ठेवला व आवेशाने खाटेवर अंग टाकत, तो आंधळ्या, धडपडणाऱ्या बोटांनी तिच्या ब्लाउजची बटणे काढू लागला. तिचे वक्षस्थल अनावृत झाले आणि त्याच्या रानवट बोटांना तिच्या स्तनांचा उबदार स्पर्श होताच, त्याला धावत्या रक्ताच्या गतीने धुंद झाल्यासारखे वाटले. त्याची बोटे जास्तच अधीर झाली व त्याने उरलेली बटणे काढून तिचा ऊर पूर्णपणे उघडा केला व तो बुभुक्षित श्वापदाच्या निखळ रानभुकेने त्याकडे पाहू लागला.

आणि झटक्याने पूर्ण विकल बधिर होऊन तो पाहत राहिला. त्याची वासना क्षणात ओसरली व त्याला मलिन वाटू लागले. मालतीच्या नितळ मुलायम उरावर स्तनांच्या खाली वीतभर रुंद असा पांढरा निर्जीव अमंगळ असा डाग होता. त्याकडे गोठून पाहत असता त्याला मानेवर झरझर काटा उमटल्यासारखे झाले. डागाचा आकार पक्ष्याच्या पसरलेल्या पंखासारखा होता... 'आणि तो पक्षी पुढे काय करतो हेच मला एकदा पाहायचे आहे...'

तो तेथे किती वेळ थांबला हे त्याला जाणवले नाही. तेवढ्यात एक उसासा टाकत मालतीने उजवीकडून डावीकडे मान वळवली व डाव्या बाजूला केसात असलेले, आता मलूल झालेले रानफूल चिरडून गेले. भोवतालच्या खिंडारातून आता वारा जास्तच वेगाने हुंकारत येऊ लागला होता व कंदिलाच्या ज्योतीची तगमग आता वाढली होती. सदानंदाची दृष्टी एकदम समोरच उतरलेल्या कललेल्या छपराच्या तुकड्याकडे गेली व तो भीतीने झटदिशी मागे सरकत भिंतीवर आदळला. तेथील दोन वाशाना वेटाळून एक साप त्याच्यापासून काही अंतरावरच त्रिकोणी डोके पुढे करत फूत्कारला होता. जणू अदृश्य दोरीने खेचल्याप्रमाणे त्याचे डोळे सापाच्या वळशावळशांच्या चकचकीत काळ्या अंगावरून सरकत मागे गेले; पण त्याला सापाची शेपटी दिसली नाही. त्याच्या तोंडून भीतीचा आवाज फुटला व तेथून निसटायच्या धडपडीत त्याचा कंदिलाला जोराचा धक्का लागला आणि इतका वेळा कसाबसा तग धरून असलेला कंदील आडवा होऊन विझून गेला.

आता सगळा प्राणच भीती होऊन डोळ्यांत आल्याप्रमाणे तो चाचपडत, ठेचाळत सोप्यावर आला. तेथे वाऱ्याच्या निरनिराळ्या प्रवाहांचा धिंगाणा सुरू होता. आधाराला धरलेल्या प्रत्येक वस्तूचा ओला, निसरडा स्पर्श होताच त्याला लांब काळ्या अंगाचा भास होत होता. दरवाजाकडे जात असता तो एकदम ठेचाळून आडवा पडला. तोच काहीतरी विलक्षण वजनाचे ओझे त्याच्यावर उतरले व संथपणे स्थिर झाले आणि हतबल झालेले पाय घेऊन तो ओल्या जमिनीवर पडून राहिला. पडल्यापडल्याच त्याला गडद अंधारात चकचकीत वेटोळी उलगडत लांब होत असलेली दिसू लागली. अंधारालाच तोंडे फुटल्याप्रमाणे काळ्या ठिपक्यांचे डोळे असलेले त्रिकोण अगदी जवळ येऊन स्पर्श करतात की काय असे त्याला सतत भासू लागले; पण त्याच्या अंगातील पीळ आता संपत आला होता. तो ओठ मधूनमधून ओले करून निपचित पडून राहिला व त्याचा श्वास घरघरीत होऊ लागला.

आता सगळीकडे एकदम दिवट्या दिसू लागल्या व सदानंदने जड निर्जीव डोळे फिरवून बाजूला नजर टाकली. अंधाराला आता एकदम कुंद, मलिन दर्प येऊ लागला होता आणि तो त्याला अतिपरिचित होता. रामकोळ्यांसमोर बसले की याच वासाने त्याचे पोट उमळून येत असे. आता ठिकठिकाणी अंधारात दिवट्यांचा लांब प्रकाश पुसलेले तांबडे-हिरवे पटके दिसू लागले आणि मध्येच गुडघ्याएवढे घोडे ढिगारा हलवलेल्या दारातून आत आले. सदानंदने हाताची बोटे घट्ट आवळून धरली व त्याचा चेहरा हुंगत असलेले तोंड बाजूला करण्यासाठी तो अस्पष्टपणे घशातल्या घशात काहीतरी ओरडू लागला. रामकोळ्यांच्या दिवट्या घेतलेल्या आकृती इकडून तिकडे सारख्या हलत होत्या. त्यांनी भांडी, कपडे गोळा करून घोड्यांवर घातली. एकाने दिवटीच्या प्रकाशात हात अगदी जवळ नेऊन पाहिला व हातातील सोन्याची माळ,

अंगठ्या, मंगळसूत्र यांच्याकडे पाहत वचकन दात दाखवले. सदानंदला त्या घोळक्यात मांगळ्या, रामजा यांचे चेहरे दिसले व त्यांची नावे घेऊन आपणाला ओझ्याखालून काढण्याविषयी तो ओरडू लागला; पण त्याचे शब्द काही केल्या घशाबाहेर पोहोचेनात. आता शेवटी त्याला वारड्याचा चेहरा स्पष्ट दिसला. त्याने मालतीला दोन्ही हातांवर टाकून बाहेर आणले आणि घोड्यावर सामानाच्या मागे तिला टाकून त्याने घोड्याला लाथ मारली. सदानंदाने पुन्हा गळा ताणून हाक मारली; पण मग हळूहळू घोडे, दिवट्या, लाल-हिरव्या फेट्यांचे रामकोळी नाहीसे झाले.

आता सदानंदाचे अंग त्याच्याशी संबंध तोडून गेल्याप्रमाणे नाहीसे झाले होते. किंचित हालचाल केली तरच वेदनेची सणक त्याला समजत होती. त्याचा श्वास आता जास्तच खरबरीत होऊ लागला होता व हात निरुपयोगी होऊन बाजूला पसरले होते.

मध्येच त्याने श्वास आवरून कानोसा घेण्याचा प्रयत्न केला. त्याने श्वास आवरला; पण घरघरीत श्वासोच्छ्वास थांबला नाही. आता या नव्या अनामिक भीतीने त्याचे अंग एकदम कापू लागले. त्याच्या चेहऱ्यावर खरबरीत वाळलेले टणक काहीतरी सरकले आणि त्याच्या कानाजवळ कोरड्या कातड्याचा तुकडा चुरगळल्यासारखे शब्द आले, ‘‘मला बाहेर ने. मला वाचव.’’

त्याचे हात एकदम जिवंत झाल्याप्रमाणे छातीवरील दडपण ओरबडून बाजूला काढू लागले. त्याच्या निर्जीव, कापूसगाठी मेंदूत काहीतरी लखलखले व त्याला एकदम टॉर्चची आठवण झाली. त्याने धडपडत, पिळवटलेल्या अंगातील क्रूर वेदना सहन करत खिशातून टॉर्च काढला व बटण दाबले. झगझगीत भाल्यासारखा प्रकाश समोर पसरला व त्या प्रकाशात म्हातारीचा कवटीसारखा भीषण चेहरा स्पष्ट झाला. खालच्या प्रकाशामुळे उजळलेल्या भुवयांखालची टचटचीत हाडे आणि खोबण्या घेऊन चेहरा जास्तच जवळ आला व म्हणाला, ‘‘मला ने तिकडे, नाहीतर मरते मी!’’

म्हातारी जास्तच जवळ सरकली व तिने त्याच्या एका हातावर गुडघा रुतवला. त्याचा हात दण्णदिशी खाली आला व पेटलेला टॉर्च तसाच निसटून बाजूला घरंगळत गेला. त्या प्रकाशाच्या झोतात वाळलेली मान व हातांची हाडे लांब होऊन पुढे सरकली. सदानंदाला एकदम जाणवले, या प्रकाशातील चेहरा म्हातारीचा नव्हेच; खालच्या सखल भागातून जखणाईच येथे चढून आली आहे व पायांवर तुळई होऊन छातीवर रुतत आहे. प्रकाशाचा एक पट्टा चेहऱ्यापलीकडे गेला होता आणि त्या ठिकाणी समोरच सापाचा काळा पट्टा दिसत होता. कृष्ण आणि श्वेत प्रकाशांचे पट्टे एकमेकांवर आघात करत असल्याप्रमाणे त्या ठिकाणी त्रिकोण, तोंड वरखाली होत पुढेपुढे सरकू लागले होते. आता सदानंदाचा त्राणच संपला व त्याचा प्रतिकारही दुर्बल झाला. त्याच्या गळ्याभोवती जीर्ण कातडीच्या कणखर हातांची पकड जास्तच आवळली जाऊ लागून त्याला गुदमरल्यासारखे होऊ लागले आणि प्राण सारखे घुसळू लागले.

खूप खोल अंधाऱ्या गुहेत पाखरू फडफडल्याप्रमाणे त्या भीषणतेच्या तळाशी एक विचार त्याला जाणवला व त्यामुळे त्यातल्या त्यात त्याला मोकळेपणा स्पर्शून गेला. त्याला वाटले, हे सगळे स्वप्न आहे. आता गळ्यातून शब्द फुटला, की हे सारे विरून जाईल. दिवट्या घेऊन आलेले रामकोळी, छातीवर पांढरा पक्षी घेऊन गेलेली मालती, आपल्याला हाडांचा पेच घालून चेंगरत असलेली म्हातारी, एवढेच नव्हे, तर अंधारात मुक्तपणे हिंडत असलेला लांब काळा साप... सारे काही स्वप्नातले आहे. सारे काही आपल्या ताब्यातले आहे. आपण पापण्या हलवल्या, डोळे उघडले की ही माणसे, साप, आडवे झालेले झाड ह्व सारे काही चुटकीसरशी नाहीसे होईल. आपण अद्याप स्वप्नात आहो, म्हणून ही सारी जगत आहेत इतकेच!

परंतु या विचाराची ऊब पसरते-न पसरते तोच ती विरून गेली. तिच्या पाठोपाठ सापच मनात उतरल्याप्रमाणे तो निर्जीव झाला. सारी माणसे आपल्या स्वप्नात जगत आहेत, आपण डोळे उघडले की ती काळ्या पटावरून पुसती जातील. पण मग त्याचप्रमाणे, कोणास ठाऊक, आपणदेखील त्या प्रत्येकाच्या स्वप्नात जगत असू! मालतीची बेनजर दृष्टी, घोड्याचे काळ्या कवड्यांसारखे डोळे, म्हातारीच्या जुन्या आडव्या विहिरीसारख्या खोबण्या, रोखून पाहणारे झाड, लाल-हिरव्या पटक्यांचे रामकोळी या सगळ्यांच्या स्वप्नांत आपण तुकड्या-तुकड्याने जगत असू. त्यांच्यातील कोणी डोळे उघडले, कोणी जागे झाले, की कोणास ठाऊक, आपला एक भाग मृत होऊन नाहीसा होऊन जाईल आणि मग अगदी शेवटी कोणाच्यातरी अखेर जागे होण्याने आपण पूर्णपणे नाहीसे होऊन जाऊ...

यांच्यापैकी कोणीच जागे होऊ नये असे वाटत त्याची आतडी गोळा होऊ लागली. ‘‘मला अजून जगायचं आहे!’’ त्याच्या तोंडून घोगरे शब्द बाहेर पडल्यासारखे झाले; परंतु ते शब्द गळ्यापर्यंतच येऊन बुडबुड्याप्रमाणे फुटले होते. त्याच्या छातीवरील दडपण आता जास्तच वाढले व गळ्याची पकड जास्तच कठीण झाली होती आणि म्हातारी खरखरीत आवाजात सारखी म्हणू लागली होती, ‘‘मला अजून जगायचं आहे!’’

आता सदानंदाची ईर्ष्या संपली व तो पूर्णपणे पिळून टाकल्याप्रमाणे निश्चल पडला.

बाहेर आता वारा मंदावला होता व आभाळ स्वच्छ होऊन चांदण्या दिसू लागल्या होत्या; पण मधूनमधून एखाददुसऱ्या ढगाचा शिडकावा होताच. सारे आभाळच आता अभिषेकपात्र झाल्याप्रमाणे कालगतीचे थेंब ठिपकत होते आणि त्या प्रत्येक ठिपक्याबरोबर नियतीचा सहस्ररत्न मोरपिसारा चांदण्या चमकावत लहानमोठा होत सारे निर्विकारपणे पाहत होता.

दूत

नगराकडे येत असलेल्या रुंद मार्गावर एक रथ अतिवेगाने येत आहे व त्यावर सम्राटांचा नीलवस्त्रावरील हंसचिन्हाचा ध्वज आहे, हे पाहताच द्वारपालांनी अत्यंत प्रचंड अर्गल बाजूला केला आणि त्याबरोबर अवजड धातूच्या दोन लाटांप्रमाणे, त्याचे दोन पक्ष संथपणे मागे येऊन स्थिर झाले. नगरात प्रवेश करताना रथाची गती किंचितही कमी झाली नाही. शुभ्र घोड्यांच्या टापा फरशी बसवलेल्या रस्त्यावरून धावताना ठिणग्यांच्या चांदण्या उडवू लागल्या. रस्त्यावरील जनसंमर्दात भयाने दोन भाग होऊन त्यातून रथ पुढे जाताच उत्सुक जनांचा समुदाय त्याच्यामागे धावू लागला. नगरातील भव्य चौकात रथ येताच सारथ्याने एकदम लगाम खेचला. त्या क्रियेबरोबर उतावीळ, विस्तृत डोळ्यांचे शुभ्र घोडे मागच्या पायांवर उभे राहिले व त्यांच्या डौलदार आयाळांच्या माना सागराच्या वक्र लाटांप्रमाणे क्षणभर वर गेल्या. शक्तिमान घोड्यांच्या पायांना आता थारा मिळाला; पण पूर्वीच्या अतिवेगाचा परिणाम अद्याप ओसरला नव्हता व त्यांची निथळत असलेली शरीरे अद्याप थरथरत होती. भोवतालचा समुदाय वाढत गेला व प्रत्येकजण रथातून राजदूत खाली उतरण्याची उत्कंठेने वाट पाहू लागला.

चौकातील एका बाजूला राजपुत्राचा विशाल प्रासाद होता व त्याला सात गोपुरे होती. प्रवेशद्वारी दोन्ही बाजूंस, सुवर्णालंकार असलेले, विस्तृत गंडस्थलांवर स्वस्तिक चिन्हे असलेले भव्य हत्ती सुखासीनपणे डोलत होते व त्या हालचालीने त्यांच्या गजघंटिका लयबद्ध मंद स्वर निर्माण करीत होत्या. त्यामुळे आता निर्माण झालेल्या शांततेवर त्यांच्या सुरांची सौम्य कलाकुसर होत असल्याचा भास होत होता. प्रासादासमोरच दुसऱ्या बाजूला आर्यस्थविरांचा मठ होता व त्याचे प्रवेशद्वार आठ पुरुष उंचीचे होते. त्यातून आतल्या बाजूला पायऱ्यांचा एक प्रवाह वर गेल्याप्रमाणे अनेक शुभ्र संगमरवरी पायऱ्या होत्या व तेथील कोरीव स्तंभाशेजारी केशरवस्त्रधारी दोन भिक्षू शिलाकृतीप्रमाणे स्तब्ध उभे होते. त्यांच्या मागे मठाच्या वर्तुळाकार सज्जात नीरव

शांतता होती व त्यावर एखादा भिक्षू फुलाच्या शुष्क पाकळीप्रमाणे संथपणे सरकताना दिसे.

नेहमीची प्रौढ, समययोग्य वृत्ती सोडून दूत त्वरेने रथातून उतरला व त्याच्या सेवकाने तुतारीचा नाद केला.

त्या ध्वनीमुळे निद्रेतून अकस्मात जागा झाल्याप्रमाणे प्रासाद कोलाहलाने भरून गेला व त्यात गजघंटिकेचा मधुर नाद लाटेने उचललेल्या शिंपल्याप्रमाणे नाहीसा झाला. प्रासादातील प्रांगणात रक्तवर्ण वस्त्रांतील प्रतिहारींचा समुदाय दोन्ही बाजूंना नम्रपणे उभा राहिला. सुवर्णवस्त्रांत झगझगीत वाटणारी राजपुत्राची आकृती शांतपणे पायऱ्या उतरू लागली व प्रासादाच्या प्रवेशद्वारी येऊन थांबली. मठातील आवारातदेखील इतस्ततः फिरणाऱ्या शुष्क पाकळ्या एकत्र येऊन त्यांची माला झाल्याप्रमाणे अनेक भिक्षू एकत्र आले. आर्यस्थविरांची रेशमी, शिथिल वस्त्रांतील आकृती खाली येऊ लागताच त्यांचे दोन अनुयायीही त्याच आदरशील गतीने त्यांच्या मागोमाग येऊ लागले. वस्त्राच्या पुढील भागावर प्रज्वलित स्थंडिलाचे चिन्ह असलेल्या एका भिक्षूच्या हातात कमल शिखर अधिकारदंड होता व दुसऱ्या भिक्षूने त्यांच्यावर रेशमी केशरी वस्त्राचे सुवर्णछत्र धरले होते.

या साऱ्या जनसमुदायाची दृष्टी आपल्यावर खिळली आहे, या कल्पनेने दूतास अत्यंत समाधान वाटले व त्याची वृद्ध मुद्रा संतोषाने उजळली. तो किंचित गर्वाने पुढे झाला व त्याने राजपुत्र व आर्यस्थविर यांच्याकडे पाहत औपचारिक, अनुभवी अभिवादन केले. तो म्हणाला, ''राजन्, धर्मभूषण, सम्राटांचा विशेष दूत म्हणून मी आज येथे आलो आहे व सम्राटांची आज्ञा या जनसमुदायापुढे प्रकट करण्याचे भाग्य मला आज लाभत आहे. सम्राट मृगयेसाठी गेले असता कमल सरोवराकाठी शैलेश्वराच्या मंदिराजवळ त्यांना एक विलक्षण साक्षात्कार झाला व त्यांनी अत्यंत त्वरेने सेवकास येथे पाठवले. मृगया अपूर्ण ठेवून स्वतः सम्राट प्रार्थना व चिंतन यासाठी अज्ञात स्थळी गेले आहेत. त्यांच्या आज्ञेप्रमाणे घटना तत्काळ घडावी म्हणून त्यांनी पत्रिका, राजमुद्रा इत्यादी उपचारांत एक क्षणही वेचला नाही व मीही दोन दिवस अन्ननिद्रेचा विचार न करता या ठिकाणी प्राप्त झालो आहे. या आज्ञेचे स्वरूप सार्वजनिक आहे व ती सफल करण्यास कोणत्याही स्वामिनिष्ठ नागरिकास अधिकार आहे. कारण प्रत्येकाचे जीवित त्यावर अवलंबून आहे. सम्राटांची आज्ञा अशी आहे ह्व''

त्या जनसमुदायात विलक्षण शांतता पसरली. राजपुत्राचे एक पाऊल नकळत पुढे पडले. आर्यस्थविरांनी एकमेकांत गुंतलेली बोटे उलगडली व पुन्हा गुंतवली. हत्तींच्या गजघंटिकांचा नाद पुन्हा स्पष्ट होऊ लागताच, दोन प्रतिहारींनी त्यांच्यावर हात ठेवला व त्यांना मूक केले.

''त्यांची आज्ञा अशी आहे, अशी आहे ह्व'' दूताने पुन्हा शब्द उच्चारले; परंतु

त्याचा कंठ एकदम रुद्ध झाला व त्याचे शब्द स्पष्ट होईनात. त्याच्या डोळ्यांसमोर एक पटल पसरल्याप्रमाणे झाले व अंग आतून बधिर होत आल्याप्रमाणे शून्यपणे समोर पाहत तो स्तंभाप्रमाणे उभा राहिला. काही क्षण तसेच व्यर्थ जाताच जनांत अस्वस्थता पसरली व राजपुत्राच्या कपाळावर अधीरतेची सूक्ष्म अढी दिसू लागली. रेशमी वस्त्राआड लपलेली आर्यस्थविरांची बोटे उद्वेगाने तेथल्या तेथेच वरखाली होऊ लागली. दूताचे ओठ सारखे निष्फळपणे थरथरू लागले होते व त्याचा वृद्ध चेहरा असहाय, आर्त दिसू लागला होता. राजपुत्रासन्निध असलेल्या अमात्यांनी त्यास हलक्या स्वरात सूचना दिली. राजपुत्र दूताशेजारी आला व स्मित करत त्याने म्हटले, ''दूता, तुमच्यावर अद्याप प्रवासाचा शीण आहे; आपल्या कार्याच्या महत्त्वाचा ताण आहे; परंतु तुम्ही आणलेल्या सम्राटांच्या आज्ञेची मला कल्पना आहे. आपल्या उत्तराधिकाराची योग्य व्यवस्था करावी अशी सम्राटांची फार दिवसांची इच्छा होती. मीच ते अधिकारपद स्वीकारावे अशी ती सम्राटांची आज्ञा असावी ह्न''

तोपर्यंत आर्यस्थविरही आपला दंडधारी सेवक व दोन अनुयायी यांच्यासह तेथे आले. आर्यस्थविरांचा चेहरा पाताळगूढ दिसत होता व ओठ आवळून धरल्याने त्यांची रेषा रेखीव धारदार वाटत होती.

''राजन्, दूताने आणलेली आज्ञा तशी असणे अशक्य नाही,'' ते म्हणाले, ''सम्राटांवर धर्मपालनाचीदेखील महान पवित्र अशी जबाबदारी आहे. एक सप्ताहापूर्वीच मला त्यांच्या भेटीचा आनंद प्राप्त झाला होता, त्या वेळी याच विचाराने त्यांची मनःशांती ढळली होती. जर तसाच प्रसंग निर्माण झाला, तर धर्मशासनाची धुरा स्वीकारण्याचे मी त्यांना वचन दिले, तेव्हा त्यांच्या मुद्रेवर आनंदच नव्हे, तर कृतज्ञताही दिसली होती. कदाचित त्या संभाषणाची स्मृती होऊन मृगया अपूर्ण ठेवून त्यांनी दूताकडून हीच आज्ञा पाठविली असेल.''

राजपुत्राने त्यांस उपरोधाने नम्र अभिवादन केले व म्हटले, ''धर्मशासनाचे कार्य अतिपवित्र यात संदेह नाही; पण त्याबाबतचा निर्णय उत्तराधिकाराची निश्चितता झाल्यावरच अर्थपूर्ण होईल. राज्यशासक नसता धर्मव्यवस्था कदापि शक्य आहे का?''

आर्यस्थविरांच्या मुद्रेवर संतापाची किंचित छटा दिसली व त्यांचे ओठ जास्त रेखीव झाले; पण लगेच त्यांचा स्वर धूर्तपणे सौम्य झाला व ते म्हणाले, ''आपले शब्द अयोग्य आहेत असे कोण म्हणेल? परंतु सम्राट अद्याप अधिकारपदावर आहेत. तेव्हा त्याबाबतचा निर्णय त्यांच्या सुज्ञतेवर सोपवणे अनुरूप होणार नाही का?''

दूताच्या मनातील बधिरता नाहीशी झाली नाही; पण त्याचे ओठ हलले व शब्द उमटले, ''या दासाला क्षमा असावी. माझी स्मृती अकस्मात निर्जीव, जड झाली आहे. सम्राटांची आज्ञा काय आहे, याचे मला पूर्ण विस्मरण झाले आहे; परंतु ती आज्ञा उत्तराधिकाराविषयी नव्हती, याचा मला पूर्ण विश्वास आहे. तशा स्वरूपाची आज्ञा

नगरीतून राज्यमुद्रांकित आली असती व त्या वेळी दूताचा ध्वज श्वेतवस्त्रावर खड्गचिन्ह असा झाला असता.''

त्याच्या शब्दांनी राजपुत्राचा चेहरा निस्तेज झाला व आर्यस्थविरांचे ओठ किंचित विलगले; पण दूत पुढे म्हणाला, ''आणि ती आज्ञा धर्मशासनाविषयीदेखील नव्हती. त्या आज्ञा नेणारे दूत स्वतंत्र आहेत व त्यांच्या ध्वजावर कमंडलूचे चिन्ह असते. हे दोन्ही दूत सन्निध असता सम्राटांनी माझी निवड केली होती.''

''दूता, कदाचित शीघ्र प्रवासाचा शीण नाहीसा झाल्यावर तुमच्या स्मृतीला उजाळा येईल व आम्हांला सम्राटांची आज्ञा श्रवण करता येईल; तेव्हा तोपर्यंत प्रासादात तुम्ही आमचे स्वागत स्वीकारल्यास आम्हांला कृतज्ञ वाटेल,'' अमात्यांनी राजपुत्राकडे पाहत सुचवले. राजपुत्रास अमात्यांच्या चातुर्याचे कौतुक वाटले व त्याने हर्षाने दोन प्रतिहारींस खूण केली.

''हा अमात्यांचा विचार स्तुत्य आहे,'' आर्यस्थविरांनी म्हटले, ''या कार्यात आमचीही सहकार्य करण्याची नम्र इच्छा आहे.'' ते एका रुंद, निर्विकार चेहऱ्याच्या भिक्षूकडे वळले व म्हणाले, ''भद्रानंद, तू दूतासह राजनच्या प्रासादात जा व त्यांच्या सन्निध रात्रंदिवस राहून राजनना आपली नम्र सेवा अर्पण कर.''

मूळ वस्तूपासून छाया सुटल्याप्रमाणे भद्रानंद आर्यस्थविरांजवळून निघाला व संथ पावले टाकत दूताजवळ उभा राहिला. पराभूत झाल्यामुळे राजपुत्राचा चेहरा संतप्त झाला व त्याच्या तोंडून शब्द निघणार, तोच अमात्यांनी त्यास हलकाच स्पर्श केला व त्याने संयम पाळला. एका जागी खिळल्याप्रमाणे झालेल्या दूतास प्रतिहारींनी हलवले व त्याचे हात धरून ते भद्रानंदासह प्रासादात आले.

प्रासादात दूतास एका मृदू आसनावर बसवण्यात आले. भद्रानंदाने एका बाजूस आपले वस्त्र पसरले व तो तेथील अनेक शिल्पाकृतींपैकीच एक असल्याप्रमाणे निश्चल बसून राहिला. दूताच्या स्नानासाठी सुगंधी उष्णजलाची सज्जता झाली. एका युवतीने त्याच्यासाठी मृदू, विलासी शय्या मांडली व ती नम्रपणे सेवेसाठी उभी राहिली. दूतासमोर एका वेदिकेवर विविध पक्वान्नांची पात्रे मांडण्यात आली व त्यांचा सुखात काही न्यून राहता कामा नये, अशी राजपुत्राने सर्वांस आज्ञा दिली.

परंतु अदृश्य आघात झाल्याप्रमाणे दूत विकलपणे बसून राहिला. संध्याकाळ झाली, अंधार जमला, रत्नजडित दीप प्रकाशित होऊन सकाळच्या प्रकाशात निस्तेज होऊन विझून गेले; परंतु दूताला निद्रेने स्पर्श केला नाही. भद्रानंदाने निद्रेला स्पर्श करू दिला नाही. राजपुत्र आपल्या शयनागारात अस्वस्थपणे येरझारा घालत होता. थोड्याथोड्या कालावधीनंतर प्रतिहारी दूताजवळ येऊन जात; परंतु प्रत्येक वेळी त्यांच्याकडून तेच उत्तर ऐकून राजपुत्राला अतिक्रोध झाला आणि सूर्याचे किरण आत उतरून संगमरवरी चित्रमालेवर पसरताच तो अमात्यांसह दूतासमोर येऊन उभा राहिला.

"काही क्षणांत जर तुला सम्राटांच्या आज्ञेची स्मृती झाली नाही, तर मी स्वहस्ते तुझा शिरच्छेद करीन!" तो संतप्तपणे म्हणाला. त्याच्या शब्दांनी भद्रानंदाच्या निर्विकार चेहऱ्यावर सजीवतेची खूण दिसली.

अमात्य त्याला उद्देशून म्हणाले, "राजवंशीयांनी सार्वजनिक स्थळी क्रोध प्रकट करून नये, असा राजनीतीचा दंडक आहे. आपण शांत व्हावे."

"परंतु अमात्य, हे सार्वजनिक स्थळ नाही; हा माझा प्रासाद आहे, हे माझे निवासस्थान आहे!"

"ते सत्य असेल; पण या क्षणी नाही!" भद्रानंदाकडे सूचक दृष्टीने पाहत अमात्य म्हणाले, "एका परक्याच्या स्पर्शाने शय्यागृहाचे वेश्यागार होते आणि मूर्तीची मृत्तिका होते, हे वचन तुम्हांला अज्ञात नाही. आता दूताच्या बाबतीत मात्र आपण अन्य मार्ग शोधला पाहिजे. अनुनयाने असाध्य झालेले कार्य अनेकदा आक्रमणाने सहजसाध्य ठरते."

अमात्यांनी प्रतिहारीस आज्ञा दिली. काही वेळाने एका प्रतिहारीबरोबर चेहऱ्यासह सर्वांग काळ्या वस्त्राने झाकलेला एक उंच, बलवान मनुष्य आत आला. त्याच्या हातात तीन विविध तेजस्वी शस्त्रे होती. त्याच्या आगमनाने सर्वत्रच छाया पडल्याप्रमाणे झाले व भद्रानंदही तत्काळ उभा राहिला. "राजदूत, आपण आणलेली सम्राटांची आज्ञा निःसंशय राजपुत्राविषयीच आहे; मात्र ती तुम्हांला या क्षणी आठवत नाही इतकेच," अत्यंत सौम्य पण कुटिल स्वरात अमात्य म्हणाले, "ती स्मृती जागी व्हावी याच हेतूने मी आपणास साहाय्य करीत आहे. हा या नगरातील डोंब आहे व तो आपल्या व्यवसायात अत्यंत निष्णात आहे. मनुष्याच्या अंगावरील त्वचा सोलण्याचे त्याचे कौशल्य तर अद्वितीय आहे. त्याला तुमच्यावर किंचित कौशल्य दाखवण्याची आज्ञा आम्ही दिली आहे."

सर्वत्र भीतीची एक लाट स्पर्शून गेली; परंतु दूत मात्र या साऱ्याशी आपला काहीच संबंध नसल्याप्रमाणे बधिर बसून होता. अमात्यांनी क्षणभर याच्याकडून उत्तराची वाट पाहिली व मग डोंबाला सूचना केली. डोंब शांतपणे दूतापाशी आला व त्याने एका प्रहाराने दूताच्या पाठीवरील वस्त्र छेदून बाजूला केले. नंतर एक तीक्ष्ण शस्त्र घेऊन त्याने रक्तरेषा ओढली व निमिषात दूताच्या पाठीवरून तळहाताएवढे कातडे सोलून काढले. पहिल्या आत्यंतिक वेदनेच्या क्षणाने दूत पिळवटल्यासारखा झाला. नंतर ती वेदना केवळ असह्य झाली व तो निश्चेष्ट झाला.

काही काळ तसाच गेला. राजपुत्राच्या मुद्रेवर आत्यंतिक नैराश्यामुळे येणारा द्वेष दिसू लागला. तोच पुन्हा वेदनेचा दंश झाल्याप्रमाणे दूत उठून बसला व आर्ततेने म्हणाला, "या संथ यातनेपेक्षा माझा पूर्ण वध करा. मी अति कृतज्ञ राहीन. मला सम्राटांची आज्ञा आठवत नाही; पण ती राजपुत्राविषयी नाही हे मात्र मी शपथपूर्वक सांगतो."

राजपुत्राचा संताप अनावर झाला व त्याने दूतावर कठोर प्रहार करताच दूत मरगळल्यासारखा झाला व खाली कोसळला. ‘‘याला प्रासादाबाहेर फेकून द्या, म्हणजे तो कुत्र्यांच्या भक्ष्यस्थानी पडेल!’’ तो उद्गारला व अमात्यांसह निघून गेला. डोंबाने दूतास मलिन वस्त्राप्रमाणे उचलले व राजमार्गावर आणून टाकले. त्याच्या तेजस्वी शस्त्रांवर रक्ताचे डाग होते, ते त्याने दूताच्या वस्त्रास पुसले व तो निघून गेला.

भद्रानंदाने दूताकडे निरखून पाहिले. त्याची हालचाल नव्हती, तरी त्याच्यात अद्याप प्राण होता. त्याने दोन भिक्षूंना पाचारण केले. त्यांनी दूतास उचलले व अति कष्टाने पायऱ्या चढून ते तेथे उभ्या असलेल्या आर्यस्थविरांसमोर आले. भद्रानंदाने सारी कथा त्यांना सांगितली व म्हटले, ‘‘कदाचित मठातील शांत, सात्त्विक वातावरणात याची स्मृती जागी होईल. मात्र माझा मार्ग निराळा आहे. प्रासादात समृद्धीने साध्य झाले नाही, ते उपासमारीने मठात साध्य होईल.’’

आर्यस्थविरांनी अनुमती देताच भद्रानंदाने दूतास भिक्षूंच्या अत्यंत अरुंद अशा कोठडीत बंदिस्त केले व नम्रपणे म्हटले, ‘‘सम्राटांची आज्ञा आर्यस्थविरांविषयीच होती, अशी स्मृती होणे आपल्या हिताचे होईल. तोपर्यंत आम्ही आपणाला अन्नपाण्याच्या मोहापासून अलिप्त ठेवण्याचे ठरवले आहे. परंतु जर स्मृती जागी झाली, तर सम्राटांकडील इच्छाभोजन क्षुद्र वाटावे असे आपले आतिथ्य होईल. आता सूर्यप्रकाश कपोत आकृतीवर आहे. तो कमलदलांना स्पर्श करण्यापूर्वी आज्ञेचे स्मरण करावे.’’

भिक्षूंच्या त्या अरुंद कक्षेतही दूत तसाच निश्चल राहिला व पाठीवर धगधगीत स्थंडिल असल्याप्रमाणे पेटलेली वेदनादेखील त्याच्या शून्य डोळ्यांत दिसेना. कपोताकृतीवरून सूर्यप्रकाश नीरवपणे खाली सरकला. त्याने चतुर्दंत हत्तीला उजळत सहस्रदल कमलाला स्पर्श केला. त्याखालील सरोवराचे पाणी क्षणभर प्रकाशमय झाले, काठावरील झाडांची पाने सोन्याची होऊन पुन्हा काळवंडून गेली; परंतु दूताच्या चेहऱ्यावरील निर्जीव भाव बदलला नाही, की ओठांतून शब्द उमटला नाही. भद्रानंदाचा निर्विकार चेहराही संतप्त, अधीर होऊ लागला. तो म्हणाला, ‘‘आता अनुतापगृहाखेरीज मला अन्य मार्ग दिसत नाही.’’

भिक्षूंनी दूतास बाहेर काढले, त्या वेळी त्याचा देह शुष्क, जर्जर झाला होता व मुद्रेखालील कपालाकृती स्पष्ट होऊ लागली होती. त्यांनी दूतास मठाखालच्या विस्तीर्ण तळघरात नेले व तेथे मध्यभागी असलेल्या एका वेदिकेवर ठेवले. दोघा भिक्षूंनी त्याचे हात-पाय वेदिकेसच असलेल्या अंकुशांना दृढपणे बांधले. क्षीणपणे निःश्वास सोडत दूताने डोळे उघडले व वर पाहिले. वरच्या बाजूला भिंतीवर प्रखर तैलदीप होते व त्यांच्या थरथरत्या प्रकाशात भिंतीवर टांगलेल्या अनेक भीषण यातनायंत्रांच्या सावल्या अतृप्त पिशाचाप्रमाणे हालत होत्या. वेदिकेच्या सरळ वरच्या भागी एक ताम्रपात्र टांगले होते व त्याभोवतालच्या लोहवर्तुळात जागृत होत असलेल्या अग्नीच्या मंद जिव्हा दिसत होत्या.

हे दृश्य पाहताच दूतास पाठीवरील वेदनेचाही विसर पडला व तो हताशपणे उद्गारला, ‘‘धर्मगुरू, तुम्ही काय करणार याची मला कल्पना नाही; पण मला तत्काळ मृत्यू येईल असा देहदंड द्या. आता मला वेदना सहन करण्याचे सामर्थ्य उरले नाही!’’

भद्रानंदाचा चेहरा निर्विकार राहिला. तोपर्यंत त्याने पाठवलेला भिक्षू परत आला व त्याच्या मागोमाग त्याच काळ्या वस्त्रांतील डोंब वेदिकेजवळ आला.

‘‘डोंबा, राजदूतास प्रथम तैलदिव्याचा अनुभव पाहिजे. एका आततायी प्रहारापेक्षा सातत्याने होणारा तीक्ष्णाग्र आघात जास्त परिणामकारक होतो. हे दिव्य किती काळापर्यंत ठेवायचे हे दूताच्या सुज्ञतेवर अवलंबून राहील,’’ भद्रानंद म्हणाला.

त्याच्या अनुज्ञेप्रमाणे डोंब पायऱ्या चढून वर गेला व त्याने लोहवर्तुळातील अग्नी जास्त प्रज्वलित केला. आता अग्निजिव्हा संतापल्याप्रमाणे उंचावल्या व लालसेने ताम्रपात्राभोवती फिरू लागल्या. खाली अनुतापगृहाच्या कोपऱ्याकोपऱ्यात अनेक भिक्षू केशरी सावल्यांप्रमाणे एकत्र आले व श्वास आवरून ते दृश्य पाहू लागले. काही काळाने ताम्रपात्र अतिउष्ण, रक्तवर्णी झाले. तेव्हा डोंबाने त्याखालील छिद्रावरील आवरण बाजूला केले. त्या क्षणी उकळत्या तेलाचा एक गोल, स्पष्ट बिंदू वेगाने उतरला व दूताच्या अंगावर पडला. अंगाला त्याचा स्पर्श होताच आतून एक बुडबुडा यावा त्याप्रमाणे त्वचेवर एक गोलक निर्माण झाला आणि तेथील वर्तुळ जळून गेल्यामुळे तो काळवंडला. दारुण यातनेने दूत जागच्या जागी ताणल्यासारखा झाला व आक्रोशाने त्याचा स्वर मग्न झाला.

‘‘असेच काही अंतराने तैलबिंदू पडत राहू देत,’’ भद्रानंद समाधानाने म्हणाला.

‘‘नको, नको! खड्गाने माझा शिरच्छेद करा, तेवढी दया या क्षुद्रास दाखवा!’’ दूत याचना करत म्हणाला. तोच एक थेंब त्याच्यावर पडला व अनिवार वेदनेने त्याचे शरीर अस्ताव्यस्त झाले.

‘‘सम्राटांची आज्ञा आर्यस्थविरांविषयी होती, हे तुम्हांला आठवते ना?’’ भद्रानंदाने सूचित हलक्या स्वरात विचारले.

‘‘नाही, मला ती अद्यापही आठवत नाही,’’ दूत क्षीण, भग्न स्वरात म्हणाला, ‘‘पण ती आर्यस्थविरांविषयी नव्हती.’’

स्वतः आर्यस्थविर शांत पावलांनी येऊन सारा प्रकार पाहत होते, हे अद्याप कोणाच्याच दृष्टीस पडले नव्हते. त्यांनी निराशेने मान हलवली व म्हटले, ‘‘भद्रानंद, या क्षुद्राला येथून शूकराप्रमाणे स्मशानात फेकून दे! नाहीतर त्याच्या मलिन हत्येचा दोष आपल्याला स्वीकारावा लागेल!’’ त्यांनी मान हलवली व ते निघून गेले.

भद्रानंदाने त्यांची आज्ञा स्वीकारली; पण त्याचा चेहरा विलक्षण कठोर झाला होता. पूर्वायुष्यातील आर्यस्थविरांचा पुत्र कोठे वाढत आहे हे सांगण्याचे, अंगावरील मांसखंड क्षणाक्षणाला तुटत असताही, एका यःकश्चित पण्यांगनेने नाकारले, तेव्हापासून हा त्याचा

सर्वांत मोठा पराभव होता. त्याच्या दृष्टीने अजूनही काही मार्ग साध्य होते. धगधगीत तप्त खड्ग कंठातून खाली उतरवणे, हे कार्य डोंब अतिकौशल्याने करत असे. किंवा एका बंदिस्त हाताला मध लावून त्यावर रक्तजीवी कीटक सोडणे हा उपायही अनेकदा अत्यंत उपयुक्त ठरला होता. जर मग आवश्यकताच भासली असती, तर शरीरात मांसल जागी ठिकठिकाणी पोकळ खिळे टोचून त्यांच्यात रक्त जाळणारे अतिविष भरणे, हा मार्गही स्वीकारण्याचा त्याने निश्चय केला होता. या क्षणी आर्यस्थविर येथे यावयास नको होते असे त्याला फार वाटले आणि त्यांच्या आगमनाची सूचना देण्याचे कर्तव्य असलेला तरुण भिक्षू येथेच अतिभयाने स्तंभित होऊन उभा आहे हे पाहताच तर त्याचा संताप अनावर झाला. त्याने डोंबाला बोलावले व त्या कर्तव्यच्युत भिक्षूस सर्पकक्षेत तीन प्रहर बंदिस्त करण्याची आज्ञा दिली.

''आणि यास स्मशानात फेकून दे!'' भद्रानंद कर्कशपणे ओरडला व विषादाने निघून गेला.

सर्पकक्षेचा उल्लेख ऐकताच इतर भिक्षूंमध्ये हास्याची लाट उसळली. एखाद्या नवख्या भिक्षूला अनेक सर्पांच्या सान्निध्यात राहण्याचे शासन केले जात असे. हे सर्व सर्प पूर्णपणे विषहीन होते; पण हा विशेष नवख्या भिक्षूला माहीत नसे. मग सर्प अंगावरून फिरू लागताच तो अतिभयाने कसा मूढासारखा वागू लागे हे पाहताना इतर भिक्षूंना हास्य आवरत नसे. मग ते त्याच मुक्त विनोदाने दोन भिक्षू केवळ भयाने कसे मृत्यू पावले व त्यांच्या शरीराखाली हिरव्या रंगाचे तीन निष्पाप साप कसे अकारण चिरडले गेले याच्या हकिकती एकमेकांना सांगत. आता भद्रानंद गेल्यावर त्याच अनिर्बंध हास्यात ते निस्तेज मुद्रा झालेल्या भिक्षूभोवती गोळा झाले.

दोन भिक्षूंनी दूताला राक्षसीपणाने उचलले व काही अंतरावर असलेल्या स्मशानभूमीत टाकून दिले. सर्पकक्षेतील विनोदास आपण पारखे होऊ या भीतीने मागे एकदाही दृष्टी न टाकता ते तत्काळ परतले व मठात नाहीसे झाले.

दूताचा देह अतिनिर्जीव झाला होता. कठीण भूमीचा आघात झाल्याने त्याच्या तोंडून एक निर्बल निःश्वास बाहेर पडला; पण नंतर काही काळ तो निश्चल पडून राहिला.

स्मशानभूमीभोवती झाडांची गर्दी होती व जमिनीवर उंच गवत वाढले होते. तेथील गाढ शांततेवर झाडांतील एखाद्या पक्ष्याचा फडफडाट किंवा तृण-कीटकांचा कर्कश, एकेरी स्वर यांच्या डागाखेरीज काही जाणवत नव्हते. काही वेळाने दूताने डोळे उघडले त्या वेळी, हा देह आपला नव्हेच, त्याच्या आत खोल कोठेतरी कोपऱ्यात आपण अतिभयाने अंग चोरून बसलो आहो असा त्याला सतत भास होऊ लागला. उघड्या पावलांवर काही कीटक निर्धास्तपणे चढत आहेत हे त्याला उमगले; पण पाऊल हलवण्याचे सामर्थ्यही आता त्याच्यातून ओसरून गेले होते. थोड्या वेळाने गवतावर पावलांचा आवाज झाला. कोणीतरी येऊन त्याच्या अंगाखाली हात घालून त्याला उठवून

बसवले व त्याच्या तोंडाला उष्ण मधुर पेयाचे पात्र लावले.

तो उष्ण प्रवाह शरीरात उतरताच त्याची बधिरता किंचित कमी झाली; पण त्याच क्षणी त्याची वेदना नव्या तीव्रतेने जागी झाली. तिकडे निश्चयाने दुर्लक्ष करून तो म्हणाला, "आता तू मला आणखी काय यातना देणार आहेस?"

त्या उग्र बलवान मनुष्याने त्याला अत्यंत कोवळ्या हातांनी उठवून बसवले व अंगावरील खरबरीत पण सुखकारक वस्त्र त्याच्यावर पसरले. "मी आता कसलीही यातना द्यायला आलो नाही," तो सौम्यपणे म्हणाला, "या स्मशानाशेजारीच माझी झोपडी आहे. तेथे तुम्हांला नेण्यासाठी मी आलो आहे. तेथे आपण निर्भयपणे विश्रांती घ्यावी. तेथे प्रासाद किंवा मठ यांचे वैभव आढळणार नाही; पण त्याचप्रमाणे तेथील अन्नाला वेदनेचा स्पर्श नाही."

प्रासाद-मठाचे नाव ऐकताच दूताचे अंग कंपित झाले. तो म्हणाला, "तुम्ही फार सदय आहात; पण आता मला तुमच्या श्रमाची आवश्यकता वाटत नाही. आता माझा काळ फारसा उरला नाही. अल्पावधीतच तुम्हांला मला येथे आणावे लागेल. त्यापेक्षा मी येथेच असणे जास्त योग्य नाही का? आता माझ्या शरीराला हालचालीची देखील वेदना सहन होणार नाही. माझ्या शरीराकडे पाहा. पाठीवरील उघड्या मांसाला सौम्य वाऱ्याचाही स्पर्श झाला तरी सर्वांग क्षणभर मृत होते. या प्रत्येक व्रणातून अग्नी फुलला आहे."

"क्षमा करा राजदूत," त्या उग्र माणसाने म्हटले, "मला ते सारे माहीत आहे. तुमच्या पाठीवरील त्वचा मीच काढली, अंगावर तप्त तेल मीच टाकले, कारण मीच तो डोंब आहे; परंतु ती माझ्या कर्तव्यामुळे करावी लागलेली कृत्ये होती. पण अंगावरील काळी वस्त्रे उतरली की मी मुक्त आहे. तेव्हा आपण कसलाही संशय न धरता माझ्यासह चलावे."

त्याच्या शब्दांनी दूताच्या मनावर विजेचा आघात झाल्याप्रमाणे झाले. अंगावरील बधिरता हळूहळू वितळत जाऊन मनातील शून्यताही विरली. खोल कोठेतरी अद्याप जिवंत असलेला प्रकाशकण तेजस्वी होत गेला व सर्वांग आतून उजळल्यासारखे झाले. दूताने त्याचा हात आवेगाने धरला व म्हटले, "डोंबा, सम्राटांची आज्ञा आता मला सूर्यप्रकाशाप्रमाणे स्पष्ट दिसत आहे. ती आता तुझ्याजवळच प्रकट करणे अनिवार्य आहे. माझा मृत्यू तर आता माझ्या इतका सन्निध उभा आहे की त्याचा हिमश्वास आताच मला जाणवत आहे. सम्राटांची आज्ञा अखेर तुझ्यासमोर प्रकट व्हावी अशीच दैवाची इच्छा होती!"

"ते फार मोठे भाग्य आहे. मला ती आज्ञा सांगावी," नम्रपणे डोंब म्हणाला.

"भाग्य असेल; पण ते तसेच अतिकठोर दिव्यही आहे. डोंबा, माझ्या शब्दांकडे लक्ष दे!" उत्तेजित होऊन दूत म्हणाला, "जर तुझ्याकडून त्या आज्ञेचे पालन झाले नाही,

तर तुला मृत्युदंड प्राप्त होईल. सम्राटांना पूर्ण अंतर्ज्ञान आहे. आता आपल्याला एकट्यालाच ही आज्ञा ज्ञात आहे म्हणून जर तू आपल्या कर्तव्यात कसूर केलीस किंवा तिच्यात एका शब्दाचे परिवर्तन केलेस, तर तुला दारुण यातना होतील. तुला हे कार्य साहवेल का? अन्यथा दुसऱ्या कोणालातरी बोलावून आण. पण त्वरा कर, माझे अखेरचे क्षण ओघळून जात आहेत.''

''त्याबद्दल तुम्ही निश्चित असा. मी कालिकेची अत्यंत पवित्र शपथ घेऊन सांगतो, की माझ्यात प्राण असेपर्यंत मी सम्राटांचा पवित्र शब्द निष्फळ होऊ देणार नाही!''

''तर मग ऐक. सम्राटांची आज्ञा एका डोंबाविषयीच आहे. त्याचे नाव कालमुख आहे. सम्राटांस शैलेश्वराच्या मंदिरात साक्षात्कार झाला. त्या अतिपापी कालमुखास तीन दिवसांत देहान्ताचे शासन झाले नाही, तर साऱ्या साम्राज्यावर महान संकट कोसळेल, परचक्र येईल, जनांची भीषण हत्या होईल व रक्ताचे पूर वाहतील आणि स्वतः सम्राटांना जीवितास मुकावे लागेल. त्यामुळे सम्राटांनी मला तत्काळ येथे पाठवले. कालमुखाच्या सर्वांगावरील त्वचा सोलून काढावी व मग सर्व जनांसमोर त्याला उकळत्या तेलात टाकावे अशी ती आज्ञा आहे. ती तू सर्व जनांस विदित कर व आज सूर्यास्ताच्या आत त्याप्रमाणे कृती घडव. जर तू या कर्तव्यात अंतर दाखवशील, तर तुझ्याच सर्वांगावरील त्वचा सोलली जाईल व तू तप्त तेलात अति यातनेने मृत्यू पावशील. कालमुख हे नाव तुझ्या स्मृतीत राहील ना?''

डोंबाने आपला हात मागे घेतला व तो शिलाखंडाप्रमाणे स्तब्ध राहिला. त्याने दूताच्या क्षीण निर्जीव होत चाललेल्या डोळ्यांकडे अजाणपणे पाहिले. दूत सारा प्राण डोळ्यांत आणून पुन्हा विचारीत होता, ''कालमुख हे नाव तुझ्या स्मृतीत राहील ना?''

''होय, त्या नावाचा मला विसर पडणार नाही! राजदूत, या नगरात मीच एकटा डोंब आहे आणि माझेच नाव कालमुख आहे.''

राजदूताने अविश्वासाने त्याच्याकडे पाहिले. त्याच्या डोळ्यांत विलक्षण हालचाल झाली; पण दुसऱ्या क्षणी ते निस्तेज होऊन विझले. त्याचा चेहरा म्लान झाला आणि भूमीतील बीजांकुर सतत वर येत असावा, त्याप्रमाणे सतत स्पष्ट होत चाललेली त्याच्या चेहऱ्यामागील कवटी अखेर पूर्णपणे स्पष्ट होऊन गेली.

वंश

मागे पसरलेली सावली पुसून गेली व सगळीकडे मळकट संधिप्रकाश पसरताच पाठ दाबत करेव्वा उभी राहिली आणि तिने झटक्याने गवताचा भारा डोक्यावर घेतला. येथून पंधरा मिनिटे पाय ओढले की उबदार घर, वखवखलेल्या पोटात काहीतरी भर आणि दमून गेलेले अंग पसरून द्यायला चटई, या कल्पनेने तिचे मन बराच वेळ सुखावत होते; पण भारा डोक्यावर घेताच ती एकदम कावरीबावरी झाल्याप्रमाणे झपाझप चालू लागली कारण असल्या ठिकाणी रात्र कशी एकदम एखादे कांबळे टाकल्याप्रमाणे अंगावर पडते याची तिला कल्पना होती. शिवाय अंधारात एकटे सापडल्यावर तो कसा हजारो अदृश्य बोटे असल्याप्रमाणे अंगाला हुळहुळू लागतो, याचाही तिला अनुभव आला होता. तिच्यापुढे पायवाटेवर तिच्याप्रमाणे भारे घेऊन चाललेल्या आणखी तीनचार बायका होत्या. त्यांच्यामागे निदान हाकेच्या अंतरावर तरी असावे, म्हणून तिने गती वाढवली. ती येणार आहे हे माहीत असूनही तिच्याकरता कोणी मागे थांबले नव्हते. आपण जवळ गेलो तरी त्या काही आपल्याला मिसळून घेणार नाहीत, ही गोष्ट तिला काही नवीन नव्हती; पण वाढत्या अंधारात आपल्याचसारखे कोणीतरी हाडामांसाचे चालत-हलत आहे याचा तिला फार आधार वाटत होता.

ती त्यांच्यामागे थोड्या अंतरावर आली, तेव्हा त्यांच्या बोलण्यातील तीनचार शब्द तिच्या कानांवर पडले व ती दचकली आणि तिची पावले अडखळल्यासारखी झाली; पण लगेच पायांतून आग पेटत वरपर्यंत गेल्याप्रमाणे तिचे डोके भडकले व तिने गवताचा भारा खाली आदळला. तिने धावत जाऊन एकीचा पदर खेचला आणि तिच्या तोंडावर आडवा प्रहार केला.

"काय ग सटवे, कुणाला म्हणतेस वांझोटी?" ती ओरडली.

ती झाडणीसारखी दिसणारी बाई एकदम आडवीच पडली व भेदरून तिच्या तोंडून शब्दच बाहेर पडेना. सरकीच्या बीभोवती कापसाचा थोडा फिसकारा असल्याप्रमाणे

दिसणारे तिचे डोके भीतीने कापत होते. तिला एक लाथ हाणण्यासाठी करेव्वाने पाऊल उचलले; पण ते तिला नकळतच खाली आले. खाली भेदरलेल्या चेहऱ्यात, गुंतवळ केसांत तिला एकदम आपल्या आईचे चित्र दिसले. विंचू चावला असता ती वेदनेने जमिनीवर तळमळत पडली होती तशीच ही बाई दिसत होती.

''तुला आम्ही काही म्हटलं नाही. फुटक्या शिवलिंगाजवळ आणखी एक करेव्वा राहते, तिच्याविषयी आम्ही बोलत होतो,'' दुसरीने संभाळून घेत म्हटले.

करेव्वा त्यांच्यापुढे दैत्यासारखी उभी होती व कुठेतरी काही चिरडण्यामोडण्यासाठी तिचे दणकट काळे लोखंडी हात सारखे शिवशिवत होते. ''पुन्हा तसं कधी म्हणालीस, तर बत्तिशी काढून देईन बघ कवड्या खेळायला!'' ती म्हणाली व भारा उचलून मोठ्या तोऱ्यात पुढे निघून गेली. ''नाहीतरी आहेच गाडग्याच्या तोंडाची वांझोटी! खरं बोलायला कुणाची भीती आहे की काय?'' आता उठून बसत खालची बाई म्हणाली.

वळण ओलांडून टेकडी उतरत असताना मागच्या बायका दिसेनाशा झाल्या, तेव्हा मात्र करेव्वाचा ताठा एकदम कोसळल्यासारखा झाला व एका बाजूला बसून पोटभर रडून घ्यावे असे तिला एकदम हताश वाटू लागले. त्यांच्या शब्दांनी तिची हळवी जखम दुखावल्यासारखी झाली होती; पण जखम जुनीच होती. लग्न होऊन दहा वर्षे होऊन गेली होती. तिच्या बरोबरीने लग्न झालेल्यींची घरे लाह्यांच्या रांजणाप्रमाणे भरून गेली होती. पोरांच्या तक्रारी सांगण्या-ऐकण्यात त्या अगदी रुतून गेल्या होत्या. त्यांच्या त्या घोळक्यात ती भुताप्रमाणे एकटी पडे. पहिल्यापहिल्यांदा त्या तिला चिडवत, निरनिराळे नवस सुचवत; पण नंतर हळूहळू ते सारे बंद झाले. त्या तिला टाळू लागल्या. बाजाराला जातानाही कोणीही काही तिला हाळी देत नसे, की डोक्यावरची बुट्टी खाली उतरवून अंगणात क्षणभर टेकत नसे. दरवर्षी सुगी झाली की तळ्याकाठच्या शेतात सावरीच्या झाडाखाली बकऱ्या मारल्या जात, त्या जेवणाला सगळ्यांना आमंत्रण असे; पण तिला बोलवावयाचे राहून जाऊ लागले. गेल्या वर्षी ती आपण होऊन तेथे गेली होती, तेव्हा तिला कोणी नको म्हटले नाही हे खरे; पण ती आल्याची कोणी दखलही घेतली नाही. तिला घास गिळेना, तेव्हा ती तशीच उठून परतली; तेव्हा तिने काही खाल्ले का, ती का जाते याची चौकशी करायला कोणाला सुचले नाही. आता निर्जीवपणे पाय ओढत चालत असता तिला वाटले, आपण हळूहळू मरत चाललो आहो. शेवटी आपण घरात जेव्हा आडवे पडू, तेव्हादेखील कोणी अंगणात येणार नाही! उलट, नंतर भारे घेऊन जात असता मात्र त्या अगदी निर्भयपणे वांझोट्या करेव्वाविषयी कुजके बोलत राहतील!

तिने घातलेली झोपडी उतरण संपून गावाकडे जाणारा लाल रस्ता सुरू होतो तेथे होती. ती खाली आली तेव्हा तिला वाटले, आता मात्र कुणीतरी आपल्याकडे आतड्याने धावत येत असलेले दिसणार! ती उतरणीवर दिसली की पाठीवर भाजल्याप्रमाणे मोठा डाग असलेले कुत्रे तिच्याकडे धावत येत असे. आपण उतरण ओलांडून खाली आलो

तरी ते आज मात्र कुठे दिसले नाही, ही गोष्ट प्रथम तिच्या ध्यानात आली नव्हती; पण ती येताच मात्र ती चरकली. तिला स्वतःच्या दुःखाचा विसर पडला व ती नेहमीप्रमाणे सरळ वाटेने न येता मधल्या गावातून घरी आली.

तिरक्या एवढ्यात घरी आला होता व नेहमीप्रमाणे अंगणातल्या खाटेवर बसला होता. त्याचे सुटलेले अंग, डेऱ्याप्रमाणे दिसणारे पोट पाहून तिच्या मनात उगाचच किळस निर्माण झाली व ती पचकन बाजूला थुंकली. तिने भारा अंगणात आदळला. याच्याचमुळे आपले सारे आयुष्यच भरड होऊन गेले, हे तिला एकदम अंगात सळकल्याप्रमाणे जाणवले. तिला वाटले, कशासाठी आपण याच्याशी लग्न केले? आणि तेदेखील दुसरेपणावर? एके काळी हा तिरक्या कुस्ती खेळत असे खरा; पण ती झाली दहाबारा वर्षांपूर्वीची गोष्ट. आता त्याचे हे असे सोंग होऊन बसले होते. सारा दिवसभर तो छातीला कसलातरी पितळी बिल्ला लावून गावातल्या कचेरीत राबत असे. परत आल्यावर हातावर चुना चोळत तो खाटेवर बसून असे. घरात ठिकठिकाणी त्याने बोटाने चुना पुसल्याचे डाग दिसत. त्याचा खालचा ओठ चुन्याने भाजून कोड पडल्यासारखा होऊन बसला होता. रात्री पोटात काहीतरी ढकलून तो बाहेर पडला की त्याचा मुक्काम जकात नाक्याजवळच्या देवळात असे. मग परत यायला रात्री दोन काय, चार काय! देऊळ जुनाट असले तरी प्रशस्त होते. आतील शिवलिंग अनेक वर्षांपूर्वीच भंगल्याने दर्शनासाठी तिकडे कधीच कोणी फिरकत नसे. देवळात रात्रभर सोंगट्यांचा डाव पडे. त्यात जकात नाक्यावरचा कारकून, पोलिसदेखील भाग घेत. मध्येच जर रस्त्यावर एखाद्या ट्रकचा आवाज ऐकू आला तर चडफडत कारकून बाहेर येई; पण पटावर जर ऐन मोक्याचा क्षण असला तर मात्र ट्रक आणि जकात गेली खड्ड्यात! सारी रात्रभर देवळात भुतांच्या दिंडीप्रमाणे आरडाओरडा असे. पहाटे भग्न शिवलिंगामागे सोंगट्या-कवड्या ठेवून ईर्ष्येने पेटलेली पण पेंगुळलेली माणसे नाइलाजाने उठत व पुन्हा रात्र पडली की नव्या हिरिरीने कवड्या उचलत. तिरक्याचे शेवटचे दोनचार घास तर घशात कोंबल्याप्रमाणे उतरत व अंगात पैरण अडकवत असतानाच त्याची दोन पावले अंगणात पडलेली असत. त्याचा हात म्हणावा तर तोही तसाच भोके असलेला! तो दररोज आठबारा आणे घालवूनच घरी परते. मग खुळ्यासारखा अंथरूण झाडत बसे, मग मध्येच कसलेतरी भांडे लाथेने उडवून, दार धाडदिशी आपटून अंग पसरे व तोंड अर्धवट उघडे टाकून घोरत पडे. कधीकाळी चुकून कवड्या फळल्याच, तर जकात कारकुनाने जाणाऱ्या बैलगाड्यांतून काढून घेतलेले नारळ, विड्यांची पाने, बटाटे, केळी यांतील काहीतरी मिळवून तो परतत असे. एखाददुसरा नारळ घरी आला, तर तो काही तिला त्याला हात लावून द्यायचा नाही. मग अनेक दिवस तसाच पडून राहून वाळून त्याची गुडगुडी होई, किंवा तो अगदी कोवळा असला, तर बुरा येऊन नासून जाई. झोपडीभोवती गुडघाभर झुडपे वाढली होती, खांबांना वाळवी लागून भुसा झाला होता. तेव्हा एखाददुसरा खांब तरी नवा

घालण्याविषयी त्याला सांगत करेव्वाने दातांच्या कण्या केल्या होत्या; पण तो स्वतःच एक पुष्ट वाळवीची अळी असल्याप्रमाणे लठ्ठ पोट घेऊन असा कोडग्याप्रमाणे बसून असे व फुटक्या शिवलिंगाकडे जाण्यासाठी वखवखत असे. त्याला पाहताच आता तिला एकदम चीड आली होती व नेहमीच्या सवयीने ती त्याच्यावर वसूकन खेकसणार होती; परंतु आता नेहमीप्रमाणे कुत्रे आले नाही याची रुखरुख होती. त्याच्याकडे न पाहताच तिने विचारले, ''कुत्रं कुठाय?''

तिच्या बोलण्यावर तिरक्या अंगावरून पाणी ओघळल्याप्रमाणे स्वस्थ बसून असे; पण आज त्याचा चेहरा आकसल्यासारखा झाला. त्याने थोड्या अंतरावरच्या जागेकडे पाहत मानेनेच खुणावले व तो खाली पाहू लागला. करेव्वा एकदम चरकली. एवढ्या जवळ असून कुत्रे आले नाही म्हणताच ते आडवे झाले असावे हे तिने ओळखले व ती चटकन तिकडे गेली. कुत्रे गवतात पडले होते व तोंड वासून धापा टाकत होते. त्याचे पोट फुगल्यासारखे झाले होते; पण आतून दडपण असल्याप्रमाणे त्याच्या बरगड्या वरचेवर फाकत होत्या. मग कातडी ताणून त्यांना आवरण्याचा प्रयत्न ते करी; तिच्यावर हाडांच्या टचटचीत खुणा दिसत व आतले दडपण कमी झाले की पुन्हा त्या आत जात. त्याचे डोळे तर केव्हाच मेले होते. प्रथम करेव्वाला वाटले, येथे हरघडी निघणाऱ्या सापानेच त्याला आडवे केले असावे.

''मुन्शीपालटीच्या लोकांनी आज विष टाकलंय सगळीकडे,'' तिरक्या म्हणाला, ''आमच्या कचेरीजवळदेखील तीन कुत्री मेली आज.''

करेव्वाच्या मनातील विषण्णता जाऊन एकदम संताप निर्माण झाला आणि त्यात इतका वेळ दडपून ठेवलेली तिरक्याविषयीची किळसही मिळून गेली.

''मग तू काय झोपला होतास की काय?'' हात नाचवत ती म्हणाली, ''काय बेवारशी कुत्रं होतं हे? त्याला घरदार, माणसं होती की चांगली!''

''पण त्याच्या गळ्यात पट्टा नव्हता नव्हं का?''

''पट्टा घाल मातीत!'' ती खेकसली, ''आमच्या गळ्यात पट्टा नाही, म्हणून उद्या ती माणसं आम्हांलादेखील विष घालतील की! मढी मेली त्यांची मसणात!''

पण खरोखर तिलाच मारण्यासाठी विष घातल्याप्रमाणे ती चिडून गेली होती. घरी काहीतरी हलणारे-चालणारे असावे म्हणून तिने ते कुत्र्याचे पिलू आणले होते, वाढवले होते. मागे एका दांडगट कुत्र्याने त्याचा लचका काढला, त्या वेळी हळद-तेल, दहीभात यांचे माठवण बांधून तिने ती जखम बरी केली होती. आज ती जाताना तिला टेकडीपर्यंत पोहोचवायला आलेले कुत्रे, ती परत येण्यापूर्वीच मेलेल्या डोळ्यांनी पाय ताणून पडले होते.

ती आत आली व भ्रमिष्टासारखी बसून राहिली. तिला त्या बायकांचे शब्द आठवले व तिच्या डोळ्यांत पाणी आले. तिला वाटले, आपण उगाच भडकलो त्यांच्यावर!

आपले आयुष्यच वांझोटे हेच खरे. मागे एकदा एक पोपट आणला; पण कुठल्या मसणातून तो वरवंट्यासारखा काळा बोका आला आणि त्याने पोपट मोडून टाकला. आता हे कुत्रे आडवे पडले. म्हणजे निव्वळ आपली सावली पडली म्हणून उद्या संग्याला देखील काहीतरी... पण ही कल्पना येताच ती दंश झाल्याप्रमाणे उठली व दारात उभी राहून ओरडू लागली, ''संग्या, संग्या, चल घरी ह्व''

तेथून बऱ्याच अंतरावर दोन आवळीजावळी घरे होती. त्यांच्या अंगणातून ''आलो'' असे कोणीतरी ओरडले व मागून सातआठ वर्षांचा संग्या धावत आला. करेव्वाने दिवा न लावता अंधारातच खुंटीवरून दोन सदरे वसावसा काढले, एक चुरमडलेली जरीची टोपी उचलली व सगळे तिरक्याच्या अंगावर फेकले.

''जा, त्याला आत्ताच्या आत्ता आपल्या घरी टाकून ये, तेवढं तरी बूड हलू दे तुझं!''

अंगावर पडलेल्या कपड्यांमुळे दचकून तिरक्या तिच्याकडे पाहतच राहिला. इतर वेळी त्याने ही गोष्ट मोठ्या आनंदाने केली असती. करेव्वाने आपल्या चुलत बहिणीच्या पाचपंचवीस पोरांतून एक उचलून आपल्या घरी आणले, तेव्हापासूनच तिरक्याला त्या पोराचा दुस्वास वाटत होता. ते आधीच काळे कुळकुळीत, फताड्या नाकाचे होते; पण ते घरी आल्यावर त्याला पुरून उरला तर तिरक्याला चहा, त्याला नको असेल तर तिरक्याच्या ताटलीत भात, असे होऊ लागले होते. या पोराला बाजूला नेऊन बेदम ठोकावे असे तिरक्याला कितीदा तरी वाटून गेले होते; पण आता मात्र तो तिच्या वेड्यासारख्या किंचाळण्याने गोंधळून गेला होता. वेंधळेपणाने त्याने विचारले, ''त्याच्या घरी टाकून येऊ?''

''कान आहेत की परट्याची भोकं आहेत?'' करेव्वा पुन्हा म्हणाली, ''घे कपडे आणि जा आत्ताच्या आत्ता!''

''आत्ता? पण आता रात किती झाली आहे बघ,'' तो म्हणाला, ''उद्या कचेरीला जाताना पोचवीन की त्याला. त्यात एवढी घाई कसली?''

''घाई आहे मसणाची!'' चिडून करेव्वा म्हणाली.

तिरक्याच्या सुस्त मनात कोठेतरी थोडी चीड निर्माण झाली. हे पोर येथे राहिले तेव्हा तर त्याची कटकट होतीच; पण जातानादेखील ते काही सुखासुखी जात नव्हते. आता त्याला पोहचवून परत यायचे म्हणजे चांगले आठ-नऊ तरी होणार. त्यानंतर काहीतरी गिळून फुटक्या शिवलिंगाकडे जायचे म्हणजे बक्कळ दहा वाजणार. तोपर्यंत तेथे खेळ सुरू होऊन नुसता हैदोस उडाला असणार आणि आज तर केवढ्या ईर्ष्येचा दिवस! आज आपली पाच माणसे घेऊन हूविनूरचा रंगाप्पा येणार होता आणि आज जर कवड्यांनी हात दिला तर उद्या चमचमीत खारे जेवण मिळणार होते!

तिरक्याने शिव्या पुटपुटत कपडे गोळा केले व गोंधळून उभ्या असलेल्या संग्याच्या हाताला हिसडा दिला. काहीतरी खायला मिळेल या आशेने खेळ अर्धवट सोडून आलेले

ते पोर किंचाळू लागले व हाताला झटके देऊ लागले. करेव्वाच्या आतड्याला पीळ पडल्याप्रमाणे झाले. तिने त्याच्या तोंडावरून हात फिरवला, दंडावर चोळीच्या काठात लगडून ठेवलेले एक नाणे काढून त्याच्या हातात सरकवले व ती झटकन आत गेली.

''मग मी तिथंच काहीतरी खाऊन घेईन झालं,'' तिरक्या म्हणाला व संग्याचा हात धरून तरातरा चालू लागला. मग त्याला वाटले, झाले ते एका दृष्टीने बरेच झाले म्हणायचे! खाणे गेले खड्ड्यात! कुठेतरी भजी-चहा मिळाला तरी वेळ भागेल. त्या पोराला एकदा रस्त्याला लावून दिले की काम झाले! जाईल की मग कारटे एकटेच पुढे! आता काही लहान नाही ते. मांडी मुडपून खायला बसले की बूड अगदी न हलवता चांगल्या दोन भाकरी पाहतापाहता रिचवून बसते! या विचाराने तर तिरक्याला उत्साहच वाटला. त्याने हळूच खिशात हात घालून पितळी पंचपात्राला हात लावला व तो बेहद्द खूष झाला. कवड्या खुळखुळून टाकायला हे भांडे फार शकुनाचे होते व करेव्वा यायच्या आत त्याने ते आधीच खिशात घालून ठेवले होते.

संग्याला घेऊन तिरक्या निघून गेल्यावर तर करेव्वाला एकदम सारे भकास वाटू लागले व साऱ्या झोपडीलाच वाळवी लागून काळा भुगा पडत अंधारून आले आहे असा भास होऊ लागला. आत आता चांगलाच कोंदट अंधार भरला होता. बाहेर आता कुत्रे एकदाचे गप्पगार झाले असेल असे तिला सारखे टोचत होते; पण बाहेर जाऊन पाहण्यास तिचे मन होईना. ती भेंडाळलेल्या अंगाने उठली व तिने कोनाड्यातील बारीक वातीचा दिवा लावला. त्याला काहीच प्रकाश नव्हता व त्याची टिकलीएवढी ज्योत एखाद्या काळ्या बाईने नाकात चमकी घालावी, त्याप्रमाणे त्या अंधारात दिसत होती; पण करेव्वाला आता प्रकाश नको होता. येताना वखवखलेली भूकही आता मरून गेली होती. काहीतरी उकडून तिरक्यापुढे ठेवायची कटकटदेखील आता उरली नाही, या विचाराने तिला थोडे बरे वाटले. तिने दार लावले, चटई पसरली व ती अंग टाकून तशीच आडवी पडली.

दिव्याच्या ज्योतीने डागाळलेला आतला अंधार आता स्थिर, जाड झाल्यासारखा झाला होता. पडल्यापडल्याच करेव्वाच्या अंगात उष्ण ग्लानी पसरली व मनात खोल कोठेतरी मुळे कुरतडली जात असल्याप्रमाणे तिला बेचैन वाटू लागले. झोपडीच्या वरच्या बाजूला मधूनच सळसळ आवाज होत होता व काही वेळा त्या पाचोळ्यातून एखाददुसरी काटकी खाली पडत होती. भिंतीतील उघड्या कोनाड्याप्रमाणे असलेल्या लहान खिडकीतून वाऱ्याचा एखादा झपाटा आला, की ज्योत अगदी व्याकूळ होऊन आता विझते की काय असे वाटण्याइतकी लवू लागे. पण या साऱ्यांत ती ताठरलेल्या डोळ्यांनी एखाद्या बुरसलेल्या ओंडक्याप्रमाणे पडून होती.

पूर्वी तिला अनेकदा वाटली होती, त्याप्रमाणे तिला आता साऱ्या देहाचीच शिरारी वाटू लागली. आपण असेच कसे काय झालो हे तिला उमगत नसे. इतर बायकांनी परसात

लावलेली लाल भाजी किंवा मेथी तरारून येत असे; पण येथे मात्र बी वाहून जात असे किंवा कुजे. बहिणीच्या घरी ती कधीतरी धार काढायला बसली की नेहमी चरवीभर दूध देणारी म्हैस त्या दिवशी हटकून पान्हा चोरायची, दूध वाडगा-दोन वाडगे कमीच भरायचे. हे आले कोठून आपल्यात? तिच्या चुकचुकणाऱ्या मनात दोनचार प्रसंग आठवले : लहानपणी ती वीरभद्राच्या तळ्याजवळ गुरे चारायला नेत असे. दुपार झाली की गायीम्हशी सावल्यांत अंग टाकत किंवा तळ्यांत रुतत. तिच्या डोळ्यांवरही झापड चढे व अंग सुस्त होई. ती झोप टाळण्यासाठी ती हातात एखादी काठी घेऊन तळ्याकाठी हिंडे. चिखलात काठी आपटली की ओबडधोबड मद्दड दिसणाऱ्या बेडक्या पाय फाकवत बाहेर येत. त्यांना काठीचा नेमका फटकारा बसला की फिसक असा आवाज करून त्या फुटून जात व तिच्या अंगातून आनंदाची लहर थरथरे. मग कधीतरी ते तिच्या आईला कळले व तिने रागाने सांगितले, की बेडक्या मारल्या की मुले मुकी होतात! ते ऐकताच त्या वेळी तिचे अंग भेदरून आताप्रमाणेच अवजड ओझ्यासारखे झाले होते. त्या बटबटीत निर्जीव डोळ्यांच्या शापाने तर आपले आयुष्यच असे मुके झाले नसेल? की निव्वळ गंमत म्हणून पाटलांच्या गवतगंजीस आग लावल्यामुळे? त्या आगीत दोन बैल तडफडून जळाले होते! की काळम्माच्या देवळात उंबऱ्यावर निरनिराळी नाणी खिळे ठोकून बसवली होती, त्यांतील एक रुपया उखडून चोरल्यामुळे? की आईला एकदा विंचू चावला होता, तेव्हा खोटे सांगितले म्हणून? वेदनेने ती गडबडा लोळत असता, ओढलेल्या आवाजात तिने बसवंत जंगमाला बोलावून आण म्हणून तीनतीनदा विनवले होते. जंगमाला बोलावून आणायचे म्हणजे पाय ओढत चार मैल जायचे! त्या वेळी पाऊस तर फाटल्यासारखा ओतत होता. दोनदा तिने बाहेर जायचे टाळले. शेवटी बोटे मोडत ती बाहेर पडली व कोपऱ्यावरच्या पिंपळकट्ट्यावर जाऊन आराम बसली. तासाभराने परत येऊन तिने जंगम गावाला गेला आहे म्हणून आईला सांगून टाकले. आपले वर्षानुवर्षे न विंचरलेले केस फिसकारत आई रात्रभर तळमळली. शेवटी पहाटे विंचवाचे विष आपोआपच उतरले व पायाची सूज कमी झाली; पण यातनांमुळे तिला दोन दिवस अंथरुणावरून उठवत नव्हते. त्या वेळचा तिचा तळमळाट आपल्याला बाधला?

आईची आठवण होताच तिला तिचा हळदीने भरलेल्या कपाळाचा चेहरा व तिचा घोगरा आवाज आठवला. नवरा मेल्यावर ती जोगतीण झाली होती. त्या दिवसापासून तिने केसांना फणी लावली नाही. ते तिच्या पाठीवर कांबळ्याच्या जाड तुकड्याप्रमाणे हेलकावत. झोपली असता करेव्वाने रात्री सहज हात लांब केला, की तिला नेहमी तिच्या गळ्यातील कवड्यांची माळ हाताला लागे. एवढेच नाही, तर तिने एक कवडी मंत्रून एका गोफात अडकवून करेव्वाच्या गळ्यात अडकवली होती. भीतीच्या वेळी तिला नुसता हात लावला तरी ती धार्जीण होते, असे तिने बजावून सांगितले होते. आता करेव्वाला वाटले, तेव्हापासून आपल्या आयुष्याला ही कवडी चिकटली ती कायमचीच!

तिची आई तोडगे सांगत असे. एखाद्या पोराचा कान वाहत असला की ती पिंपळाच्या तीन पानांवर कसल्यातरी खुणा करून देत असे. ती पाने घरात नेऊन अडकवली की ती जशी वाळत जात तसा कान सुकत जात असे. तेलात कालवलेले काजळ वाटीला लावून ती त्यात पाहत बसे. त्यात तिला मग नखाएवढ्या आकृती दिसू लागत व हरवलेली वस्तू कोठे आहे, चोरी कोणी केली हे त्या काजळबाहुल्या सांगून जात. आपल्याला मूल होत नाही म्हणून पुष्कळशा बाया दोरा-ताईतासाठी तिच्याकडे येत. एकदा तर हातात चांगल्या जाडजूड गोठपाटल्या घातलेली, रेशमी लुगड्यातील एक बाई देखील आली होती व तिने एकदम तीन खणखणीत रुपये आईपुढे टाकले होते...

ती आठवण येताच करेव्वाचे अंग शहारल्यासारखे झाले. त्या दिवशी तिला गुरे घेऊन जायचा कंटाळा आला होता व ती घरी तशीच सुस्तपणे पडून होती. तिने डोळे मिटून घेतले होते; पण ती जागीच होती. त्या बाईने दिलेले रुपये उचलून आईने तिच्याकडे सावधपणे पाहून घेतले व ती हलक्या आवाजात बाईला म्हणाली, ''चला, बाहेरच्याच बाजूला बसू. या पोरीच्या कानांवर असल्या गोष्टी...!''

त्या दोघी बाहेर गेल्या व वळचणीलाच सारवल्या जागी बसल्या. आपल्या कानांवर पडू नये असे त्यांचे काहीतरी बोलणे होणार हे समजताच करेव्वाची उत्सुकता विलक्षण वाढली व ती पडल्यापडल्याच भिंतीकडे सरकली. आई गोठपाटल्या घातलेल्या बाईला उपाय सांगत होती : अंधाऱ्या पंधरवड्यात कोणालाही सोबत न घेता रात्रीच्या वेळी रानमारुतीच्या देवळाकडे जायचे व त्यासमोर पाचसात झाडांचा जो घोळका आहे, त्यात एक नारळ पुरला की हटकून एक वर्षात घरात पाळणा हललाच! पण जायचे म्हणजे एकटेच जायला हवे हं!

अविश्वासाने, भीतीने त्या बाईने ''अय्यो!'' असा उद्गार काढलेला करेव्वाने ऐकला व तिच्या भीतीने करेव्वाला ओझरता स्पर्श केला.

रानमारुतीचे देऊळ येथून दोन मैलांवर होते. त्याच्या चारही बाजूंना रुंद पसरलेल्या बसक्या टेकड्या होत्या. त्यांच्यामध्ये रुतवून बसवल्याप्रमाणे दिसणारे, पांढऱ्या रंगाचे पण उभे लाल पट्टे असलेले हे देऊळ शेजारच्या कमळवेलींनी भरून गेलेल्या तलावात प्रतिबिंब टाकून उभे असे. बाजूच्या टेकड्यांमुळे अगदी जोरकस, तालेवार वाऱ्याखेरीज किरकोळ झुळकींना तेथे फारसा प्रवेश नव्हता व त्यामुळे त्या ठिकाणी उभे राहिले की प्रथमप्रथम जगातील सगळेच आवाज कोणीतरी शोषून घेतल्याप्रमाणे सारे विलक्षण स्तब्ध वाटे. मग हळूहळू लपलेल्या ठिकाणातून आवाज बाहेर येत. एखादी खार फांदीवरून सरकत जाई, गवतात सळसळ होई, झाडांवर माकडे चीत्कारत किंवा पाण्यावर दूर अंतरावर तरंगत असलेल्या पाणकोंबड्याचे ओरडणे पुसट रेषेप्रमाणे उमटे. मारुतीची मूर्ती पुरुषभर उंच होती व शेंदूर-तेलाने माखलेली ती आकृती गाभाऱ्यातील मळकट अंधारात उग्र वाटे. बाजूच्या धर्मशाळेवर माकडे हिंडत, कौले फोडत व तेथे

फुटलेल्या खापऱ्यांचा एकच खच भरून राहिला होता. धर्मशाळेच्या कोपऱ्यात कोठडीसारख्या जागेत, भस्माने कपाळ माखलेला एक दाढीवाला बैरागी कितीतरी वर्षे राहत असे. संध्याकाळ झाली की त्याच्या धुनीतील निखारे लखलखू लागत, त्याने गाभाऱ्यात पणती लावली की शेंदराची मूर्ती चकचकीत लालसरपणे चमकू लागे. असल्या ठिकाणी एकटे जायचे आणि तेही रात्री म्हणताच करेव्वा हादरूनच गेली होती. मागे एकदा एका चुकार गाईमागे धावत ती या देवळापाशी आली होती. तेव्हा तिचे पाय भीतीने विरघळले होते व तिचा हात गप्पकन गळ्यातील कवडीकडे गेला होता. आपण केव्हा एकदा परत जाऊन घरी पडतो असे तिला होऊन गेले. गाईला तसेच सोडून ती परतली होती; पण आतून पेटल्याप्रमाणे दिसणारी ती लालभडक मूर्ती रात्रभर कोपऱ्यात उभी राहून टवकारून पाहत आहे असे वाटून रात्रभर तिला झोप आली नव्हती.

''हा उपाय मी सगळ्यांनाच सांगत नाही,'' आई म्हणाली, ''पण अगदी रामबाण आहे. खुद्द मीच तो करून पाहिला होता, नव्हं का? अहो, दहा वर्षं झाली मूल नव्हतं घरात. अगदी प्राण गेला तरी हरकत नाही अशा मनानंच मी रात्री गेले होते तिथं. मग वर्षातच ही पोरगी झाली की, सांगते काय...''

ताड्कन करेव्वा आपल्या जागी येऊन पडली. तिचे अंग एकदम झणझणल्यासारखे झाले होते. अनेक बिळांकडे सहज नजर टाकत असता, एकात सापाचे डोके व स्थिर डोळे अकस्मात दिसावेत त्याप्रमाणे ती भेदरली होती. म्हणजे त्या नवसाने आपण जन्माला आलो तर! त्या लालभडक मूर्तीचा आपल्याला स्पर्श आहे, आपले अंग तेथल्या मातीचे आहे, त्या तळ्याचे वारे आपल्या अंगात आहे, या जाणिवेने ती एकदम बदलून गेली होती व तेव्हापासून तिने त्या जागेकडे पाऊल वळवले नव्हते...

आता तिच्या डोळ्यांवरील झोप पार उडाली व ते ताणल्यासारखे झाले. वरच्या बाजूस एकदम खसपस वाढली. मागून उंदरांचा चीं चीं आवाज झाला व काहीतरी फळी-शिंक्यावरून वेगाने उड्या मारत गेले. खुंटीला अडकवलेली चाळण खाली पडली व आणखी काहीतरी पडल्याचा टप्पदिशी आवाज झाला. दररोज एखाददुसरी वस्तू अशीच खाली पडे. करेव्वा झोपेतच या कुशीवरून त्या कुशीवर होई. पण आज त्या आवाजाबरोबर काहीतरी गडगडत आले व तिच्या पायाला येऊन थडकले. चरफडतच ती दमलेल्या अंगाने उठली व पुन्हा शिंक्यावर ठेवण्यासाठी तिने नारळ उचलला. कधीकधी कवड्या खुळखुळून तिरक्याने आणलेली ती दौलत होती. तो अगदी वाळून गेला होता व हातात त्याची गुडगुडी खडखडत होती.

पण नारळ हातात धरताच ती एकदम खिळल्यासारखी झाली व तिच्यात काहीतरी भडकले. नारळ तसाच हातात घेऊन ती पिसाटाप्रमाणे उभी राहिली. आईचा गुपित घोगरा आवाज तिच्या कानात घुमू लागला व रानमारुतीच्या उग्र लाल आकृतीच्या आठवणीने ती भारावल्यासारखी झाली.

मग ताण संपला. तिने नारळ एका लहान पिशवीत घातला व ती तिने कमरेला खोचली. तिने कोपऱ्यातील लहान पहार उचलली व हात फिरवून तिच्यावरील धूळ पुसली. मग तिने दार ओढून घेऊन त्याला कुलूप अडकवले; पण निघताना तिला एकदम कुत्र्याची आठवण झाली. येथेच या गवतात कुठेतरी ते निपचित पडले असेल; कुणास ठाऊक, आता त्याला मुंग्यादेखील लागल्या असतील. नाहीतर अशा वेळी ते आपल्याबरोबर धावत आले असते व आपणाला तेवढाच आधार मिळाला असता.

लाल धुळीचा रस्ता ओलांडून ती आडव्या वाटेला लागली. येथील सारा भाग अगदी तिच्या पायाखालचा होता; पण दिवसा! आता त्यावर अंधाराची झापड पडल्याने सर्वत्र विलक्षण भयाण वाटत होते. ती मठपतीच्या शेताजवळ आली, तेव्हा दाट अंधारात दूर कुठेतरी कुत्री वचावचा ओरडू लागली व तो आवाज धावत जवळ येऊ लागला. त्या कुत्र्यांतील वासराएवढी मोठी दोन काळी कुत्री तिला एकदम आठवली व तिच्या पावलांनी लगबगीने ती वाट सोडली व ती बाजूची टेकडी चढू लागली.

टेकडी चढत असता तिचे सारे लक्ष पायांकडे होते. जर चुकून पाऊल दोन हात बाजूला पडले की संपलेच! कारण येथून खालच्या रस्त्यापर्यंत आता वापरात नसलेल्या दगडाच्या खाणी होत्या. ठिकठिकाणी पुरुष-दोन पुरुष खळगे होते व त्यांत सगळ्या ठिकाणी हिरवेचार पाणी साचले होते. दिवसा त्याच्याकडे पाहिले की ते हिरव्या विषारी डोळ्यांप्रमाणे दिसे व एकदोन ठिकाणी आत पडलेल्या कुत्र्या-शेळ्यांची हाडे दिसत. याच ठिकाणी झुबकेदार शेपट्यांची रानमांजरे राहत, असे लोक बोलताना तिने ऐकले होते. आपण जात असता, वरून एखादे रानमांजर आपल्या मानेवर अलगद उडी तर मारणार नाही ना, अशी तिला एकदम भीती वाटली व तिचा चेहरा ओलसर झाला. आता तिची पावले जास्त जलद पडू लागली. मध्येच एखादा दगड पायाखालून निसटे, घरंगळून खाली जाई व ती तीनचार पावले पुढे जाई तो खाली डुबुक आवाज करून अंधारावर बुडबुडा आणी. ती उतरणीवरून खाली आली, तेव्हा कोठे कांबळ्याप्रमाणे जाड वाटणाऱ्या अंधारात प्रकाशाची छिद्रे दिसू लागली. डाव्या बाजूला खूप दूर दोनचार पिवळसर दिवे दिसत होते, ते वडारांच्या वस्तीमधले असावेत. समोर बऱ्याच अंतरावर रानमारुतीच्या गाभाऱ्यातील पणती दिसत होती व तिच्या बाजूला लाल बेगडाच्या तुकड्यासारखा तळवाभर चकचकीत लाल डाग होता. देवळाच्या बाजूला मात्र अंधाराला मोठी जखम झाल्याप्रमाणे दिसणारी पेटलेली धुनी होती व तिच्या भोवतालची थोडी जागा उजळली होती; पण या लहानमोठ्या प्रकाशाच्या तुकड्यांना संधी मिळताच गिळून टाकण्यासाठी टपून असल्याप्रमाणे गडद अंधार भोवती दाटून होता.

ती खालच्या पाऊलवाटेवर आल्यावर मात्र सारे विलक्षण शांत होते. आपण एका विशाल विहिरीच्या तळाशी आहो, अंधारातून हजारो डोळे पापण्या न हलवता आपल्याकडे टक लावून पाहत आहेत, असे तिला उगाचच वाटू लागले. तिने

अवघडलेल्या हातातून पहार दुसऱ्या हातात घेतली व पदराने चेहरा पुसला. आता तर समोरची धुनी जास्तच मोठी दिसत होती व पणतीजवळचा लाल डाग एकदम वाढल्याप्रमाणे पसरला होता. आता भोवतालची हवा एकदम थंड ओलसर झाली व तलावाच्या कडेला हलणाऱ्या लाटांचा चुबुकचुबुक आवाज तिच्यात विरू लागला. आता मधूनमधून काजवे चमकत होते. दुरून एक प्रकाश धावत नेमका आपल्या डोळ्यांकडेच येत आहे असे वाटे व झटक्याने मान हलवायच्या आतच तो चटकन जवळून जाऊन अंधारात विझून जाई. तलावाच्या काठाने येत असता तिच्या चाहुलीने काहीतरी पाण्यात पटापट उडी घेत व क्षणभर अंधार डहुळल्यासारखा होत होता. आता या टेकड्यांच्या मध्ये आपण अगदी एकटेच उभे आहो हे जाणवून ती अगदी दडपून गेली. आता कसल्यातरी स्पर्श न करता येणाऱ्या अदृश्य भीतीने अंग कापूस झाले. अंधारातून मोठमोठे साप फणा उभारून सगळ्याच बाजूंनी आपल्याकडे तरंगत येत आहेत हा भास तर काही केल्या जाईना व तिने नकळत गळ्यातील कवडी बोटांत घट्ट धरून ठेवली.

अद्यापही उशीर झाला नाही, अजूनदेखील पाऊल वळवायला अवकाश आहे! असला करकरा नवस करायचा म्हणजे आग गिळण्यासारखे आहे. याच रस्त्याने डाव्या बाजूला वळून पुढे गेलीस की तू मोठ्या रस्त्याला लागशील. तो रस्ता लांबचा आहे खरा; पण तू घरी सुरक्षित जाऊन पडशील. वाटेत दगडाच्या खाणी नाहीत की मठपतीची कुत्री नाहीत... तिच्यात अशी सारखी कुरतड चालली होती, तोच अंधाराची एक नवी कोरी चिंधी दरदरा फाटल्याप्रमाणे जवळच आवाज झाला व ती उभ्याउभ्याच ताड्कन उडाल्यासारखी झाली. बाजूच्या झाडावर कुठेतरी माकडे होती. दातावर दात घासत त्यांची करकर थोडा वेळ चालली व पुन्हा पूर्वीसारखे झाले.

मूठ घट्ट आवळून तिने एक दीर्घ श्वास घेतला. तिने स्वतःला बजावले, आता पाऊल मागे घेण्याची वेळ निघून गेली आहे. उंबरा ओलांडायच्या आतच कदाचित मागे फिरता आले असते; पण आता नाही. त्या लालभडक मूर्तीने गळ टाकून खेचल्याप्रमाणे आपणाला ओढून घेतल्यावर आता परत फिरण्याची मोकळीक पायांना राहिलीच नाही! पण आता आपल्या हातांना असे कापायला काय झाले हे तिला समजेना. तिने हातातील थंड, जड पहार, जणू या साऱ्या अस्ताव्यस्त भीतीत ती एकच एक प्रत्यक्ष आधार असल्याप्रमाणे घट्ट धरली. त्याच वेळी तलावात शिरलेल्या जमिनीच्या तुकड्यावर वाढलेल्या मोठ्या झुडुपांत एक झाड मोठ्या मंद चंद्रज्योतीप्रमाणे एकदम लखखकन पेटले. त्याच्या ठिणग्या न विझता पाण्यावर तरंगत असल्याप्रमाणे तलावात त्याचे प्रतिबिंब दिसले व दुसऱ्या क्षणी फुंकर टाकल्याप्रमाणे विझून अंधारात लपले. करेव्वा भारल्याप्रमाणे पाहत राहिली. त्या दृश्याने तिच्या मनातील जळमटे एकदम झाडल्यासारखी झाली व ती काजवे पुन्हा तसे चमकतात की काय ते पाहत राहिली.

पण आता अंधार तसाच राहिला. मधूनमधून दोनचार काजवे चमकत इतकेच. टेकड्यांना न जुमानता वाऱ्याची एक लाट आली, वर खूप उंचावर नारळाच्या झावळ्या फरफरल्या. ती खाली येईपर्यंत विरल्यासारखी झाली व झाडांची पाने उगाच हलली न हलली. करेव्वा देवळापाशी आली. तेथे चारसहा झाडांच्या गोलाकार रेषेत मधल्या भागी मोकळी जागा होती. तिने मन घट्ट केले व ती गुडघे टेकून खाली बसली. तेथून रानमारुतीची आकृती लालभडकपणे स्पष्ट दिसत होती व डोळ्याजागी असलेले चांदीचे वर्तुळ मंदपणे पणतीचा स्पर्श दाखवत होते. तिला त्याच्याशी डोळा भिडवेना. 'मी इथलीच, याच मातीची आहे, मला पाठीराखा हो,' असे ती स्वतःशीच पुटपुटली. समोर लोंबू लागलेली कवडी तिने खांद्यावरून पाठीवर टाकली व पहार घेऊन नेटाने खणायला सुरुवात केली.

मागे अंधारातून कोणीतरी तिच्यावर वाकले व खरबरीत हात तिच्या गळ्याभोवती पडले. एकदम किंचाळत ती गर्रकन फिरली, तेव्हा तिच्या तोंडावर केसाळ चेहरा घासला व ओठांवर राखेची पिठाळ चव घुसमटली. हातांचा विळखा जास्त आवळ होऊ लागताच तिला गुदमरल्यासारखे होऊ लागले; पण मग मात्र तिच्या द्वेषाची आग पेटली. एखाद्या कोवळ्या, अद्याप न न्हालेल्या पोरीला भिववीत असल्याप्रमाणे हे कुठले कुबट मढे आपल्यावर हात टाकते याची तिला विलक्षण चीड आली. शिवाय त्या अंगाचे ओझे, त्याचे हात हे सगळे पकडण्याजोगे, खरेखुरे आहेत म्हणताच तिच्या मनातील सारी आकारहीन भीती नाहीशी झाली व ते स्वच्छ झाले. सारे अंग ताणून तिने एक लाथ झाडली व एका हिसक्याने अंगावरचे ते ओझे ढकलून दिले. कुणीतरी खाली पडल्याचा आवाज झाला. तिने पहार उचलली व चेवाने अंधारातच प्रहार केला. प्रथम काहीतरी तडकल्याचा आवाज झाला. नंतरचे आघात मात्र लिबलिबीत चिखलात पावले टाकल्याप्रमाणे दबकदबक आदळले. मग ती थांबली व तोंड पुसत धडधडत्या छातीने मागे सरकली.

ती तशीच गोठल्याप्रमाणे किती वेळ उभी होती कुणास ठाऊक; पण एकदम भानावर आल्याप्रमाणे तिने खाली पाहिले. तेथून कसलीच हालचाल नव्हती की कसला आवाज नव्हता हे पाहून ती आकसली. तिने खाली वाकून भीतभीत हात पुढे केला. तिला उष्णसा स्पर्श झाला; पण बोटे ओलसर होताच ती दचकून एकदम मागे सरकली. पुन्हा एक वाऱ्याची झुळूक आली व नारळाच्या झावळ्या तिच्या आईच्या घोगऱ्या आवाजात कुजबुजत असल्याप्रमाणे हलल्या. तिच्यामागे तलावातील झाड क्षणभर पेटले व पुन्हा विझून अंधारात मिळाले. उग्र रानमारुती त्याच चांदीपत्रा डोळ्याने पाहत उभा होता. समोरची धुनी पेटलेली होती व वाऱ्याच्या स्पर्शाने राख झडल्याने जास्तच उजळली होती. तिच्या बाजूला असलेल्या कोठडीसारख्या जागेचा दरवाजा उघडा होता.

आता तिच्या मनाचा पीळच सुटला व हताशतेने ती चिरडल्यासारखी झाली. म्हणजे

येथेदेखील आपल्या हाताला यश नाही हेच खरे, असे तिला वाटले. आताच नेमके हे कुठले मरतुकडे मढे उलथले कुणास ठाऊक! आपण इथलीच, या मातीची, इथल्या नवसाची असताना येथूनसुद्धा आपणाला वांझोटीच जावे लागत आहे याची तिला थोडी चीडदेखील आली व तिने त्या भरात रानमारुतीकडे पाठ वळवली; पण तिने स्वतःची समजूत घालण्याचा प्रयत्न केला : मी असल्या भूतवेळी या ठिकाणी उभी आहे. समोर पेटलेली धुनी आहे. रानमारुतीची संतापी मूर्ती, टेकड्यांत दबून असलेले देऊळ, मध्येच झाडाचा दीपत्कार दाखवणारा तलाव यांतील काहीसुद्धा खरे नाही, हे सगळे आपणाला झोपेतच दिसत आहे. येथे कोणी आपणावर झडप घातली नाही, की कोणी खाली ओलसर, उष्ण आडवे पडले नाही. खरे म्हणजे आपण आपल्या घरीच चटईवर पडून आहोत. काही न खाताच पडल्यामुळे आपल्यावर झोपेची असली पिसाट ग्लानी आली आहे इतकेच. पण एवढ्यातच शिंके किंवा फळीवरून काहीतरी धप्पदिशी पडेल, उंदीर चीत्कारतील व आपण जागे होऊ आणि मग मात्र हे सगळे हाताने पुसून टाकल्याप्रमाणे नाहीसे होईल...

ती तशीच थांबली. तलावाचे पाणी डहळू लागले. तलावाच्या वर असलेल्या हवेचा अदृश्य तलावदेखील वाऱ्याने डचमळला व झावळ्या थोड्या फरफरल्या; पण काहीसुद्धा बदलले नाही.

मग मात्र तिच्यातील जीव ओसरून गेल्यासारखा झाला. आता तिची हताश चीड कुठल्या कुठे गेली आणि उरली ती खोल, निखळ भीती! आता येथून निसटले पाहिजे हा एकच ध्यास तिला उरला. लहानपणी गाईमागे आली असता केव्हा एकदा घरात जाऊन स्वतःला कोंडून घेते अशी ओढ तिला लागली होती, तीच ओढ पुन्हा तिच्यात भरून राहिली. आता वाऱ्याचा जोर एकदम वाढला, झाडे एकदम गदगदली आणि तलावातील काज़व्याचे झाड एकदम उजळले.

पण स्वतः तीच आतून पेटल्याप्रमाणे चमकली. आपण इथलीच, इथल्याच नवसाची म्हणताच मनाला एकदम झगझगीत डोळा फुटल्याप्रमाणे तिला एक विचार आला : मागे अनेक वर्षांपूर्वी आपली आई याच ठिकाणी नवसाला आली होती. नंतर आपला जन्म झाला. म्हणजे कदाचित, हा बैरागी आपला बापच असू शकेलदेखील...

ती कल्पना येताच मात्र ती वेडी झाली. तिच्या हातातील ओलसर पहार खाली गळाली व लाल तोंडाचा, धुनीतील पेटत्या जाळाच्या जळजळीत उग्र डोळ्यांचा हा गडद अंधार सापाप्रमाणे तरंगत येणाऱ्या आपल्या हजारो अदृश्य हातांनी तिला कवटाळून उचलण्याचा प्रयत्न करत असल्याप्रमाणे ती नकळत गळ्यातील कवडी हातात गच्च धरून तेथून बेभान धावत सुटली.

ठिपका

अखेरीस एकदाची गाठोडी बांधून तयार झाली. खांद्यावर घेतलेल्या वेतपट्टीला राचय्याने दोन शिंकाळी अडकवली. भवरीने रामण्णाच्या पायावर डोके ठेवले व पदराने डोळे पुसतच एक मोठे गाठोडे हिसक्याने उचलून डोक्यावर घेतले. राचय्याच्या भावनांचा कढ तासापूर्वीच ओसरून गेला होता. ऊन एकदम वाढू लागल्याने तो अस्वस्थ झाला आणि जसजसा वेळ जाऊ लागला, तसतसा भवरीवर जास्तच खेकसू लागला. त्याने च्यॅक च्यॅक, हर्रर्र हर्रर्र करत मेंढ्या पुढे ढकलल्या आणि एकच ढीग करून चाललेल्या शेळ्यामेंढ्यांमागून, बें बें आवाजात मध्येच उगवणाऱ्या घंटांच्या आवाजाचा नाद कानावर घेत अखेर एकदाचे ते कुटुंब चालू लागले. मेंढ्या, माणसे पुढे सरकली. उडालेल्या धुळीत त्याचे पाय अर्धवट बुडाले, तरीसुद्धा वचवच ओरडत रामण्णाभोवती रेंगाळत असलेले कुत्रे मात्र काही केल्या पुढे सरकेना. जात असता राचय्याने त्याला काठीने ढोसले होते, तरी ते अद्याप रामण्णाच्या पायातच घोटाळत होते. शेवटी रामण्णानेच घोगऱ्या आवाजात त्याला म्हटले, ''जा बाबा आता! यापुढे तुझी भाकरी दुसऱ्या दिक्काला!'' आणि त्याला पुढे ढकलले. तेव्हा कुठे ते नाखुषीने राचय्याच्या मागून चालू लागले. नंतरदेखील वाटेत थांबून मागे पाहत दोनतीनदा ओरडले. मग मात्र त्यानेही बंधन तोडल्यासारखे केले व सारीजण वैराण माळावर पुढे सरकू लागली.

माणसे निघून गेल्यावरदेखील खांद्यावर मागच्या बाजूने काठी टाकून तिच्या दोन्ही टोकांवर हात चढवून रामण्णा बराच वेळ उभा होता. त्याचे मन उसवून गेल्यासारखे झाले होते. राचय्या बराच पुढे गेला. मेंढ्यांचे बें बें देखील अस्पष्ट झाले, तेव्हा या ठिकाणी एकदम भयाण झाले! आधी या टेकडीच्या पायथ्याशी होत्याच मुळी पाचसात मोजक्या झोपड्या; पण हळूहळू मरत चाललेल्या शेकोट्यांप्रमाणे गेल्या दीड-दोन महिन्यांत त्या एकामागोमाग विझून गेल्या! त्यांच्याभोवतीची बाभळीच्या काटेरी फांद्यांच्या कुंपणांची आवारे रिकामी पडली. येथून निघून जाणारा राचय्या हा शेवटचा. त्याने तरी आपली

माती सोडू नये म्हणून रामण्णाने दातांच्या कण्या केल्या होत्या; पण पोराचा आग्रह उलटाच पडला होता : आता या वयात रामण्णाने एकटेदुकटे वनवासी राहण्यापेक्षा आपल्याबरोबर चलावे, काय मिळेल ती मीठभाकरी हक्काने घ्यावी, असे त्याचे म्हणणे होते. दहा मैलांत आता गवताचे हिरवे पान नव्हते, की कधीच आटणार नाही असा समज ज्याविषयी होता त्या वीरभद्राच्या तलावात रखरखीत उन्हात जळणारे डोळे ओले करायलाही पाण्याचा टिपूस उरला नव्हता. मेंढ्यांच्या पाठीवर नुसता हात ठेवला की त्यांच्या अंगातील हाडे वचदिशी हात चावत आणि हातांच्या निव्वळ दाबाने त्या बसकण घालीत. नाही म्हटले तरी गेल्या तीनचार महिन्यांत चौदा मेंढ्या हिरवे ओकत, कोरडे खोकत आडव्या झाल्या होत्या. आता या ठिकाणी राहून जगायचे कसे? की त्यांच्यासारखीच धूळ खायची? की चेंगरून गेल्याप्रमाणे हातपाय घासत पडायचे?

यावर रामण्णापाशी काहीच उत्तर नव्हते खरे; पण या मातीत एकदा रोवलेले पाय काढायला त्याचे आतडे तयार नव्हते. आता खांद्यावर आडवी टाकून तो उभा होता तशीच आडवी काठी टाकून तो येथे प्रथम आला, त्या वेळी तो भुईतून वर आला असेल-नसेल. नंतर तो या ठिकाणीच वाढला. येथेच एका हाळीच्या अंतरावर त्याच्या आईबापांनी खत टाकले होते आणि येथेच कोठेतरी, याच लालसर मातीत आपणदेखील माती होऊन जावे अशी त्याची आयुष्यभरची इच्छा होती. सारा जन्म जागेपणी, झोपेत भोवती मेंढ्यांचा कुंद, केसाळ वास होता, नंतरदेखील तो तसाच राहावा असे त्याला वाटे. स्वतः अंग मोडून त्याने इतरांना झोपड्या घालून दिल्या. मग भोवती आवारे वाढली. दूरच्या तरण्याताठ्या पोरी झगमग लुगडी खोचून भरगच्च कणसासारख्या पोटऱ्या घेऊन लग्नाने येथे आल्या, लेकुरवाळ्या झाल्या. दिवस सरले तशी त्यांच्या अंगातील हाडे तक्रार करू लागली, त्यांचे बाप्ये कातडीने सैल पडू लागले. रात्री कांबळ्यावर एकदा अंग टाकल्यावर पहाटेलाच छेडलेल्या तारेप्रमाणे ताड्कन जागा होणारा रामण्णा आता अंगाला चिकटलेल्या लेंड्यांप्रमाणेच जमिनीला अर्धाएक तास जादा चिकटून वेळ काढू लागला. पण निदान राचय्या तरी आडव्या खडकाप्रमाणे वाढला होता व त्याच्या दंडावर मरीआईचा ताईत बांधताना वावभर दोरा लागू लागला होता आणि भवरी म्हणजे तर केवड्याचे कणीस होती. निंबाचा पाला तोडताना तिने नुसती खूण केली असती तरी ते झाडपाला देण्यासाठी एखाद्या गुलामाप्रमाणे तिच्यासमोर आनंदाने वाकले असते!

पण गेली दोनतीन वर्षे येथला पालाच झडत चालला. ती कुठली मसणी गिरणी सुरू झाली, तिची घरेदारे उभी राहिली आणि मैलच्या मैल गवत संपून गेले. मग त्यात भर म्हणून वर्ष कोरडे गेले. टेकड्यांच्या उतरणी मरून जाऊन भकास झाल्या आणि मूठभर पाचोळ्यासाठी दहाबारा मैल हिंडत पावले जाळावी लागू लागली. या वर्षीही पुन्हा तेच घडले. कुठल्या तरी गवतात तोंड घातले म्हणून सगळी मेंढरे दोनदा कोंडवाड्यात गेली.

कालपरवापर्यंत गावरान असलेली जमीन बघताबघता कोणा ना कोणाच्या तरी मालकीची होऊन बसली आणि या घळईतील आयुष्यच संपून गेले. एकेक खोपटे रिकामे झाले आणि सर्वांत शेवटी राचय्यानेदेखील भवरीच्या गावी जाऊन नशीब पाहायचे ठरवले.

"आणि व्हय, तू एकटा राहून खाणार काय, पिणार काय? चल आमच्याच जोडीन," तो रामण्णाला दहाव्यादा म्हणाला होता.

"माझं काय रे पोरा, वीत गेली बोटं उरली. आज काय, उद्या काय, इथं काय, तिथं काय, माझं संपलंच नव्हं व्हय? माझ्यासाठी घोर लावून घेऊ नका जिवाला," निःश्वास सोडीत रामण्णा म्हणाला, "तुम्ही तरणीताठी पोरं; तुमचं अजून व्हायचं-जायचं, तुमचं बघितलं पाहिजे आधी! व्हा म्होरं तुम्ही. माझं अगदी बेस चालेल. अरे, वेडपट की काय तू? कुठल्या तरी पेरवाच्या बागेत राखण केली, तरी दिसाला दीस जोडून रेटून नेईन!"

वरकरणी रामण्णाचे हे शब्द होते खरे; पण सगळा संसारच आपली मुळे उचलून दुसऱ्या ठिकाणी रुजायला चाललेला पाहून त्याच्या पोटात खळगा पडला होता. परंतु त्यांना आपल्याबरोबर तडफडत येथेच राहा असे सांगायलाही त्याला जीभ नव्हती. त्याची स्वतःची मात्र या मातीतून पाऊल उचलण्याची बिलकूल तयारी नव्हती. अखेर राचय्या-भवरींनी बोचकी बांधली, रामण्णाकरता दोन दिवसांचे अन्न उकडून ठेवले, गावातल्या मरीआईला नारळ दिला आणि निःश्वास टाकीत तेथली नाती तोडून टाकली. पाहतापाहता राचय्या-भवरीच्या आकृत्या करंगळीएवढ्या दिसू लागल्या. लाल रखरखलेल्या मातीत मेंढ्या कलिंगडाच्या फाकीत बियांसारख्या, बियांएवढ्या दिसू लागल्या आणि मग सगळीजणे परतणीपलीकडे दिसेनाशी झाली.

"पुढे डोळ्यांत मावणार नाही एवढं गवत, गवताच्या पात्याइतकी पुढे मेंढरं आणि मेंढरांइतकं लेकुरवाळ मिळू दे बाबा तुम्हांला!" रामण्णा दाटलेल्या गळ्याने म्हणाला आणि आयुष्याचा एक लचकाच कायमचा तुटून गेल्याप्रमाणे खुळ्यासारखा पाहत राहिला. मग थोड्या वेळाने त्याने त्या दिशेला दुवा फेकल्याप्रमाणे हात हलवला व तो खोपट्यात परतला.

त्याने दोन्ही खोल्यांत उगाचच येरझारा घातल्या; पण सकाळपर्यंत घरट्यासारखे वाटणारे खोपटे आता जुन्या, रिकाम्या करवंटीप्रमाणे दिसू लागले होते. जाताना भवरीने चुलीजवळ बोटांनीच चुन्याचे एक स्वस्तिक काढले होते आणि शेजारी हळदीकुंकवाची बोटे लावलेला नारळ ठेवला होता. शेजारीच, त्याला निदान दोन दिवस पुरतील एवढ्या भाकऱ्या ॲल्युमिनियमच्या थाळीत रचून ठेवल्या होत्या. पण त्याच्या बाजूला घडी करून ठेवलेले, मोगली एरंडाच्या चिकासारखे पांढरेशुभ्र कांबळे पाहताच मात्र तो हतबुद्ध झाला. भवरीच्या बापाने ते तिला लग्नात दिले होते; पण तिने ते सोबत न नेता रामण्णाकरताच मागे ठेवले होते. त्याला वाटले, या पोरांची डोकीबिकी फिरलीत की

काय कुणास ठाऊक! आता मला म्हाताऱ्याला असली कांबळी करायची काय घेऊन? आता आभाळाचे पांघरूण घेतले तरी हाडाला हाड बडवून थंड पडायची राहणार होय? परंतु कोणच्या आडखेड्यातून येऊन पोटच्या पोरीप्रमाणे आतडे गुंतवून जाणाऱ्या भवरीविषयी त्याला एकदम भरून आले. बाहेरच्या खोलीत राचय्याने आपले गरम जाकीट व नव्या करकरीत वहाणा सहज न दिसतील अशातऱ्हेने मुद्दामच बाजूला ठेवल्या होत्या. कितीतरी दिवसांचा बेत करून राचय्याने मोठ्या हौसेने या वीतभर उंच टाचांच्या लाल बेगडाच्या झगमग पट्ट्या असलेल्या, अर्ध्या मैलावरून ऐकू येईल असा कुरुकुरु आवाज करणाऱ्या वहाणा करून घेतल्या होत्या. आणल्यावर त्याने त्या चार दिवस तेलात बुडवून ठेवल्या होत्या आणि येत्या दसऱ्याला तो त्या घालून मिरवणार होता. पण कसला दसरा नि कसली दिवाळी! त्याआधीच घर विसकटून गेले होते. जाताना त्याने त्या वहाणा जाकिटाच्या जोडीला रामण्णासाठी ठेवल्या होत्या. निघताना राचय्या रडला नाही की चेपून गेल्याप्रमाणे मुळुमुळु बोलला नाही; पण या गोष्टी मात्र त्याने आठवणीने मागे ठेवल्या होत्या. 'पोरांची डोकी पार फिरली आहेत, नाही तर काय!' रामण्णा हळवेपणाने म्हणाला.

त्याने कांबळ्याची घडी उचलली व बाहेरच्या खोलीत पेटीत आणून ठेवली. त्याने वहाणासुद्धा एका पोत्याच्या तुकड्यात गुंडाळल्या आणि जाकिटाबरोबरच, पण अगदी एका बाजूला कोपऱ्यात पेटीत ठेवून दिल्या. आज ना उद्या, कधीतरी पोरे परततीलच की! पण त्यांचे येणे आता आपण पायांवर उभे असताना काही व्हायचे नाही, हे त्याला एकदम जाणवले व तो खिन्न झाला. पेटीचे दार लावीत असता तो वाकला, तेव्हा त्याने गळ्यात घातलेले चांदीत गाठवलेले वाघनख समोर लोंबले. रामण्णा एकदम थबकला व "अरे तिच्या!" म्हणत काहीतरी महत्त्वाचे विसरून गेल्याप्रमाणे त्याने कपाळावर हात मारला. राचय्या जाण्याआधी हे वाघनख त्याच्या गळ्यात अडकवण्याचे, त्याला काही सांगायचे राहून गेले होते. त्याला सांगायचे होते, 'बाबा रे, आयुष्यात कधीतरी का होईना, सामानगडाला जाऊन ये, तेथल्या हणमंताला नैवेद्य कर. कसंही असलं तरी ते आपलं गाव आहे!' पण आता राचय्या तर निघून गेला आणि सामानगड रामण्णाच्या मनातच शेवटचा राहून गेला! रामण्णाने अगदी जपून वाघनख गळ्यातून काढले व ॲल्युमिनियमच्या डब्यात ठेवले. त्याला बापाकडून जे मिळाले होते, ते त्याने आपल्या मुलासाठी मागे ठेवले.

आता त्याला आत राहवेना. तो बाहेर आला व अंगणात निंबाच्या झाडाखाली अंग आवळून, गुडघे उंचावून उकिडवा बसला. आता इतर नात्यांप्रमाणे घराचे नातेदेखील संपल्याप्रमाणे त्याला एकदम उदास वाटू लागले होते आणि बरेच दिवस बांधून ठेवलेल्या गुराला दावे सुटताच थोडा वेळ काय करावे हे समजू नये, त्याप्रमाणे तो गोंधळला होता.

समोरची टेकडी खडकाळ लालसर लाटांनी वर गेल्याप्रमाणे चढत गेली होती.

तिच्यावर मधूनमधून दिसणारी बाभळीची खुरटी झाडे व रानबोरांची झुडपे सोडली, तर काहीसुद्धा हिरवट दिसत नव्हते. ती चढतचढत स्वच्छ झगझगीत आभाळापर्यंत गेली होती आणि त्या ठिकाणीदेखील ती संपल्याप्रमाणे दिसत नसून वळून पलीकडे गेली आहे असा भास होत होता. निळे आभाळ तिला ज्या ठिकाणी भिडले होते, त्या रेषेवर सर्वांत उंच ठिकाणी तो पांढरा ठिपका दिसत होता!

रामण्णा शून्यपणे समोर टक लावून पाहत असता तो ठिपका विशेषच उठावदार दिसू लागला आणि तिकडे दृष्टी जाताच तो हरखून गेला. त्या ठिपक्याविषयी त्याला एकदम उत्सुकता वाटू लागली आणि त्याचे रिकामे मन भरल्यासारखे झाले. त्या टेकडीवर हिरवे गवत कधीच उगवले नव्हते आणि ठिकठिकाणी पडलेल्या खडकांच्या जखमा झाकल्या गेल्या नव्हत्या. रामण्णा इतकी वर्षे येथे होता, आजूबाजूच्या मुलखातले पानन् पान त्याला तळहाताप्रमाणे माहीत होते; पण या टेकडीच्या पहिल्या उशीपलीकडे कधी गेल्याचे त्याला आठवत नव्हते. पुष्कळशी माणसे त्याला भेटत; टेकडी, तिच्यापलीकडील गाव याविषयी बोलत; पण मेंढरे सोबत घेऊन तिकडे जावे असे त्याला काही ओढीचे त्यात वाटले नव्हते. गेल्या आठदहा वर्षांत काही वेळा संध्याकाळी तो अंगणात येऊन बसला की या अचानक उगवलेल्या ठिपक्याविषयी कुतूहल वाटू लागले होते आणि तो काय-कसला आहे हे पाहण्यासाठी कधीतरी प्रत्यक्ष जाऊन यायचेदेखील त्याने दोनचारदा ठरवले होते. कधीतरी, कधीतरी!! मग एक ना दोन गोष्टी घडत. लोकर कातरायचे दिवस येत, मेंढ्या वीत, बाजार भरे, दुरून गिऱ्हाईक येई, येथे कोणाचीतरी सोयरीक जमे आणि दिवस हाताला लागत नसे. पण माणसे त्याविषयी खूप सांगत.

हा ठिपका म्हणजे नवीन बांधलेले एक देऊळ होते.

प्रथम त्या ठिकाणी काही नव्हते. टेकडीपलीकडील गावातील गुराख्यांच्या पोरी त्या ठिकाणी जात; काटक्या, रानशेणी गोळा करून बुट्ट्या भरत आणि त्या डोक्यावर चढवायच्या आधी तेथल्या एका मोठ्या उभ्या दगडावर प्रथम टेकण देत. नंतर त्या दगडात आपोआप कसलीतरी आकृती दिसू लागली. हाहा म्हणता ती बातमी सर्वत्र पसरली. कोणी दगड आणून टाकले, कोणी अंग मोडून काम केले आणि हळूहळू हा पांढरा ठिपका तयार झाला. ते देऊळ कसले आहे, ते मात्र देव जाणे! प्रत्येकजण तोंडभरून बोलायचा खरा; पण त्यांच्यापैकी प्रत्यक्ष कोणीच तेथे गेले नव्हते. सुगीचे दिवस असत, शेतातील कामे निघत, वीरभद्राच्या जत्रेत घोड्यांचा बाजार भरे त्या वेळी नालबंदांना मान वर करायला वेळ मिळत नसे; वाघ्यांना मध, शिकेकाई घेऊन देशावर जायचे असे; नारळी पौर्णिमा झाली की दरवेशी आपली अस्वले बाहेर काढून गावागावात भटकू लागत. या ना त्या कारणामुळे त्यांच्यापैकी कोणालाच वर जाऊन यायला वेळ मिळत नव्हता. आता मात्र रामण्णा त्या ठिपक्याकडे निराळ्याच नजरेने पाहत होता. आता संसार, शेळ्यामेंढरे काही उरले नव्हते. वीते नव्हती की दवापाणी नव्हते. आता

सगळा दिवसच्या दिवस मोठ्या असोल नारळासारखा हाती आला होता. रामण्णाला वाटले, फार दिवस राहून गेले, आता मात्र तो ठिपका कसला आहे हे प्रत्यक्ष जाऊन पाहून यायलाच हवे!

आता त्याचे पाय चेकाळल्यासारखे झाले. तो उठला व बाहेर जाण्यापूर्वी थोडे खाऊन घेण्याच्या नेहमीच्या सवयीप्रमाणे त्यासाठी तो आत आला; पण राचय्या-भवरीने जाताना आतड्याबरोबर पोटदेखील नेल्याप्रमाणे त्याची भूकच संपली होती! त्याने पेटीचे कुलूप काढले व ते बाहेरच्या दाराला खटकून बसवले. त्याने काठी खांद्यावर टाकली आणि तो टेकडी चढू लागला.

टेकडीच्या पहिल्या उशीपर्यंत तो पूर्वी एकदा आलाच होता; पण आज तेथे येताच समोरचे चढाव खालून दिसत होते, त्यापेक्षा खूपच मोठे आहेत असे त्याला आढळून आले. या ठिकाणी जमिनीत गुडघ्यापर्यंत पाय जाईल एवढ्या भेगा होत्या; पण त्यांना चुकवतचुकवत एक हातभर रुंद पाऊलवाट वळणे घेत टेकडीवर गेली होती. रामण्णाला उगाचच वाटले, या पाऊलवाटा नेहमीच अशा तिढ्या वळणाने का बरे जातात? सरळ धाग्यासारखी एकही पाऊलवाट कधी दिसत नाही हे कसे?

आता ऊन वाढले होते आणि उष्णतेच्या बारीक लाटा निघाल्याप्रमाणे वाफारे निघू लागले होते. रामण्णाला वाटले, चार ठिकाणी टेकल्याखेरीज हा पल्ला काही आपल्या बाच्यानेदेखील निभायचा नाही. कोठे सावली दिसते का हे त्याचे डोळे शोधू लागले. पाऊलवाटेशेजारीच तीनचार मोठे खडक एकास एक टेकून होते आणि त्यांच्या बाजूला दोन कांबळी ऐसपैस अंथरता येतील एवढी सावली पसरली होती. रामण्णाची पावले तिकडे वळली. तो 'हुश्श' म्हणत बसणार तोच कोणीतरी म्हणाले, ''बस बाबा, ऊन तापलंय खरं.''

रामण्णाने चमकून पाहिले. एका खडकाच्या आड दगडाला टेकून लाल रुमाल बांधलेला, गळ्यात लहान पेटीएवढा चौकोनी ताईत घातलेला एक माणूस बसला होता. गारुडी नाग घालून ठेवतात तसली एक गोल बुट्टी त्याच्या शेजारीच होती. समोरच्या बाजूला दोन मोठ्या डोळ्यांप्रमाणे जाड काचा असलेले दोन गोल असलेली एक उभी पेटी होती आणि तिच्यावर अनुभवी शहाण्या डोळ्यांनी स्थिरपणे समोर पाहत बसलेले, लहानसर पण हजार सुरकुत्या तोंडावर असलेले एक लाल माकड निश्चल बसले होते.

''गारुडी होय रे?'' रामण्णाने अंग सैलावत बसताना विचारले.

''म्हटलं तर गारुडी, म्हटलं तर डबा शिणेमावाला!'' त्या माणसाने हसून उत्तर दिले. रुमालाच्या वेटोळ्यात चाचपडत त्याने एक विडी काढली व तो म्हणाला, ''मारतोस का एखादा दम?''

रामण्णाने मान हलवली. करायच्या वयात त्याने कसलीच व्यसने केली नव्हती आणि त्यामुळे त्याला व्यसनाच्या धुंद आनंदाची जाणीवच नव्हती! आणि आता तर

कसलाही शौक करायची नाडीच वाळून मरून गेली होती.

"हां, तसा गारुडीच म्हण की मी!" स्वतः विडी पेटवून सापाच्या बुट्टीकडे पाहत तो म्हणाला, "पण आता यात काही नाही. आहेत ह्यात दोनचार औषधं, पैसाअडका; पण सापबीप काही नाही. तसलं काम नंतर सोडून दिलं मी. साप नाचवून पैसा गोळा करायचे दिवस संपले आता. माझे संपले आणि लोकांचेही. आता लोकांना काय पाहिजे माहीत आहे? तर नाचरी, सुरेख रंगीत चित्रं आणि बाहुल्या! मुंबईचा राजा, दिल्लीची राणी ह्न असलं काहीतरी!" गारुडी मनमोकळेपणाने हसला आणि पुढे म्हणाला, "शिवाय माझं लक्षदेखील त्यातून उडालंच. चारपाच हात लांब असले किरकोळ नाग पकडायचे, त्यांना असल्या बुट्टीत कोंबत बसायचं यात काही दम नाही गड्या! तेव्हा हा शिणेमाचा डबा घेतला. डबा घेतल्यावर हे माकड घेतलं. जुना दोस्त आहे माझा हा जोत्या! का, होय की नाही, जोत्या?"

परंतु केसात मध्येच एक सराईत फटकारा मारण्याखेरीज माकडाने काहीच हालचाल केली नाही. ते त्याच गोठलेल्या पण शहाण्या डोळ्यांनी समोर पाहतच राहिले.

"अरे, पण त्याला दोरी नाही, काही नाही, मग ते पळून जाणार नाही व्हय रे शहाण्या?" हात नाचवत रामण्णाने विचारले.

"तुझं आपलं मुलखावेगळंच काहीतरी!" गारुडी म्हणाला, "येथून पळून जाऊन वाऱ्यापावसात भटकून ते करणार करणार म्हणजे काय करील? आँ, काय करील बोल तरी? वचावचा नाहीतरी खाऊन पोटच भरणार नव्हं? आणखी काय करणार? अरे, गाढवाला अगदी मोकळं, स्वतंत्र करून रानात वाऱ्यावर सोडलं म्हण, म्हणून काय ते कस्तुरी हागणार होय? पोटच भरायचं तर जोत्याचं पोट इथंही भरतंच की! मग तो पळून जाईल कशाला मरायला? तो काय वेडाबिडा आहे की काय! आणखी असं बघ गड्या," सलगीने जरा पुढे सरकत गारुडी म्हणाला, "अरे तू काय, मी काय, मोकळं होऊन करणार तरी काय? बोल बघू! त्यापेक्षा काय करावं, शहाण्यानं आपल्या गळ्यातल्या दाव्याची लांबी मोजून घ्यावी, तेवढी माया सोडावी, तेवढ्या जागेत काय घालायचा तो धिंगाणा घालावा आणि गप्प बसावं!"

रामण्णाने त्याचे सगळे शांतपणे ऐकून घेतले व तो त्यावर विचार करू लागला. त्याने पाठीनेच मागची जागा चाचपली व टेंगळे टोचणार नाहीत अशातऱ्हेने तो ऐसपैस बसला.

"व्हय रे, त्या शिणेमात आहे तरी काय, आँ?" डोळे बारीक करीत त्याने विचारले. इतकी वर्षे जन्म काढला; पण पोरांचा शिणेमा बघायचे डोहाळे लागले ते असल्या पिकल्या म्हातारपणात! या विचाराची त्याला गंमत वाटली व तो थोडा ओशाळलाही.

"बघायचा आहे का तुला तो?" एकदम उत्साहाने उठत गारुडी म्हणाला. त्याने

शिणेमाचा खोका पुढे ओढताच माकड शांतपणे उठले व त्याच्या खांद्यावर चढले. गारुड्याने एक पितळी वाटी काढली व ती उपडी करून खोक्यावर टकाटका आवाज करीत तो जणू गर्दी गोळा करण्यासाठी जोराने ओरडू लागला, ''बम्बई की रानी देखो, देखो दिल्ली का राजा, एक आने में देखो, देखो दुनिया की मज्जा...!''

रामण्णा लहान पोराप्रमाणे एकदम खिदळू लागला. तो म्हणाला, ''अरे, डोकंबिकं फिरलंय व्हय तुझं? ती वाटी, तुझं ओरडणं, कशाला रे इथं? या असल्या वैराण टेकड्यांवर कुठली बायापोरं जमणार तुझा शिणेमा बघायला?''

''गड्या, धंद्याचं कसब, कामाचा हात असा कधी मरतोय होय! अरे, गावात काय, मसणात काय, कुत्रं मुतणार ते अश्शी तंगडी वर करूनच की!'' गारुडी डोळे मिचकावत म्हणाला.

रामण्णाने डोळ्यांच्या दोन्ही बाजूंना झापडाप्रमाणे बोटे धरली व बसल्याबसल्याच त्याने खोक्याच्या गोल काचेवर डोळे लावले. डोळ्यांभोवती अंधार झाला; पण त्या अंधारात एक गोल, लहानसे पण फार दूरचे वाटणारे रंगीत जग जागे झाले. लालभडक पोशाख घातलेली राणी हिऱ्यांचा मुकुट घालून सिंहासनावर बसली आणि हजारो लोक मान लववून तिच्यापुढे नम्र झाले. अनेक घोडेस्वार धुळीतून धावले. प्रेतांचा खच पडला. सोन्याच्या झगझगीत नाण्यांचा, लखलखीत लाल-निळ्या रत्नांचा डोंगराएवढा ढीग दिसला, राजवाडे उभे राहिले, शहरे जमीनदोस्त झाली, घरे बेचिराख झाली... कट्ट् कडकड कट्ट्कट्ट् आवाजाने अनेक चित्रांची एक मिरवणूकच डोळ्यांपुढे सरकली. शेवटी गारुड्याने कड्ड्कड्ड् असा आवाज करून वाटी थांबवली व खोका मागच्या बाजूने बंद केला.

डोळे बाहेर घेऊन रामण्णाने चेहरा हलवला. रंग, गती, उन्माद, वैभव यांची धुंदी त्याच्यावरून कमीकमी झाली.

''हे सगळं कसं होतंय बघू तरी. तो खोका उघडून दाखव मला,'' पुढे सरकत रामण्णा उत्सुकतेने म्हणाला.

पण गारुड्याने हात उचलीत त्याला थांबवले. ''हां हां! गड्या, ठेचाळलास बघ तू इथं!'' तो म्हणाला, ''एक सांगतो बघ तुला हिताची गोष्ट! आवडलं की नाही सगळं? बस्स, झालं तर मग! पुढं जाऊन कश्शाच्या मागे जाऊन का-कसं असल्या उठाठेवी करू नये बघ कधी शहाण्यानं! नाचऱ्या मोराच्या मागं गेलं की काय दिसतं माहीत आहे नव्हं?''

रामण्णा ओशाळला. राचय्याच्याच वयाच्या या पोराने आपणाला शहाणपणा शिकवावा याचा त्याला थोडा राग आला; पण त्याला कसले चावरे उत्तर लगेच सुचेना, म्हणून गारुड्याला खिजवण्यासाठी तो चिडून म्हणाला, ''तू तरी दीडशहाणाच आहेस बघ! अरे, असल्या ठिकाणी तुझा व्यापार काय होणार, तू दोन पैसे काय मिळवणार

कपाळ! इथं कोण मरायला यायला बसलंय तुझा शिणेमा बघायला! तो असाच गंज खात पडून राहील की!''

गारुडी पुन्हा हसला. तो म्हणाला, ''तू बोललास बघ अगदी लाखातलं! पण माझं मनच उडालं आहे या धंद्यावरून. मी इथंच वणावणा भटकत आहे, याचं खरं कारण निराळंच आहे. मला इथला सोन्याचा साप पकडायचा आहे. साप पकडणाऱ्या माणसाचा इतर धंद्यात जीव रमायचा नाही. तो त्यातच मरायचा!''

''सोन्याचा साप?'' रामण्णाने आश्चर्याने विचारले. गारुड्याने गंभीरपणे मान हलवली आणि तो सांगू लागला,

''चांगला पंधरावीस वाव लांब आहे तो आणि माझ्या मांडीएवढा जाडजूड आहे. एकदा एका सशाला त्याने धरलेलं मी पाहिलं होतं. त्याचे दात आहेत एखाद्या बर्चीएवढे. पण काय देखणं जनावर आहे म्हणतोस! साऱ्या अंगभर जरतारी काडी आहे, डोळ्यांत पाचू बसवले आहेत आणि पाठीवरच्या चौकोनाचौकोनात माणकं-हिरे जडवलेले आहेत. त्याला पाहिल्यावर माझ्या हातापायांतील शक्तीच गेली; पण आत वणव्यासारखी ईर्ष्या पेटली. त्याच वेळी मनाला गाठ बसली, बस्स, या नागाला पकडून खेळवायचं, नाहीतर आपण या ठिकाणी खत टाकायचं!

''आता दुसरातिसरा रस्ता नाही. मग मी जमवलेली वीत-वीतभर लांबीची फुसकुली गांडुळं सोडून दिली. शिणेमा संपला. मिळेल त्यावर पोट बांधून माझी वणवण सुरू झाली. एकदा तो मला खडकावर उन्हात पसरलेला दिसला होता. नंतर एकदा तो सोन्याच्या वेटोळ्यांची उतरंड करून मावळतीच्या लाल रंगाकडे पाहत असता मी त्याला पाहिलं होतं. पण दर वेळी तो माझ्यावर हिरवे डोळे रोखून लगेच नाहीसा झाला; पण आता त्याला पकडल्याखेरीज कशात राम नाही! पण मला सांग, तू रे इकडे कोणीकडे?''

आपण इकडे कशाला चाललो आहे हे त्याला सांगावे की नाही याचा रामण्णाला क्षणभर विचार पडला; पण त्याने सारे धडाधड सांगून टाकले. आता तो आपल्याला खुळ्यात काढणार, अशी त्याला सारखी धुकधुक होती; पण गारुड्याने गंभीरपणे मान हलवली.

''बरोबर आहे! तू तुझ्या, मी माझ्या सावजामागं!'' तो म्हणाला, ''पण तुला जर कुठे हा नाग दिसला तर परत जाताना मला सांग. तो जवळपास असला तरीसुद्धा मोगरीच्या फुलांचा ढिगारा चिरडत असल्यासारखा वास येतो!''

हात ताणून सैल करत रामण्णा उठला. आता पाय ताजे झाले होते. ''बराय, लागतो वाटेला, ऊन वाढायला लागलं,'' तो चालू लागत म्हणाला. गारुड्याने नुसता हात हलवला; पण खाली मान घालून तो स्वतःच्याच विचारात गढून गेला. लाल तोंडाचे माकड आवाज न करता त्याच्या खांद्यावरून उतरले व पुन्हा खोक्यावर चढून पाठमोऱ्या रामण्णाकडे त्याच अनुभवी, शहाण्या, मुरलेल्या डोळ्यांनी निर्विकारपणे पाहू लागले.

टेकडीचा पहिला कंगोरा उतरून रामण्णा पुढे गेला तेव्हा पलीकडे मध्येच एक लहान घळई असून त्यात एक झोपडीही आहे हे पाहून त्याला फार आश्चर्य वाटले; पण त्यापेक्षादेखील त्याला जास्त आश्चर्य वाटले ते झोपडीसमोरचा हिरवळीचा चौकोन पाहून. रखरखलेल्या मातीत त्या स्वच्छ हिरवळीने त्याचे डोळे एकदम निवल्यासारखे झाले. हिरवळीच्या मध्येच पाण्याचा एक वेडावाकडा मोठा तुकडा होता आणि जणू आभाळाचाच एक भाग फुटून खाली पडल्याप्रमाणे तो स्वच्छ निळा दिसत होता. ते आरशासारखे पाणी पाहून रामण्णाचे ओठ कोरडे झाले आणि त्याच्या थंड स्पर्शासाठी तो एकदम आसुसला. तो धावत पाण्याशेजारी जाऊन बसला आणि त्याने ओंजळभर पाणी ओठापर्यंत नेले.

''हां हां, ते पाणी प्यायचं नाही, नुसतं पाहायचं आहे,'' कोणीतरी खोल विहिरीतून बोलल्याप्रमाणे घुमणाऱ्या रुंद आवाजात म्हणाले. हात एकदम खाली झटकून रामण्णा उभा राहिला व त्याने झोपडीकडे पाहिले. तेथे बाजूच्या ओवरीत भव्य गोऱ्या कपाळावर भस्माचे पट्टे ओढलेला एक संन्यासी बिबळ्या वाघाच्या कातड्यावर बसला होता. त्याने रामण्णाला खूण केली व जवळ बोलावले. ''तुला पाणीच हवं असेल, तर खरं पाणी यात आहे ते घे. समोरचं पाणी विषारी आहे आणि ती हिरवळ जर पोटात गेली तर माणसाचं रक्त पांढरं होतं. तू हे पाणी घे.'' संन्याशाने आपला कमंडलू त्याच्यापुढे केला; परंतु त्याकडे पाहताच रामण्णाची तहानच मेली. तो कमंडलू माणसाची कवटी उलटी करून केला होता! संन्याशाने त्याची प्रतिक्रिया पाहिली व कमंडलू बाजूला ठेवला.

''कोण आहेस तू? कुठे चाललास?'' त्याने कठोरपणे विचारले.

रामण्णाने पहिल्या प्रश्नाला उत्तर दिले नाही; पण आपण वर देवळाकडे चाललो आहोत असे बिचकत सांगितले.

''देऊळ? कसलं देऊळ? आणि वर खरोखरच देऊळ आहे म्हणून कोणत्या शहाण्यानं सांगितलं तुला?'' संन्याशाने विचारले; पण असल्या प्रश्नाला काय उत्तर द्यावे हे रामण्णाला समजेना. टेकडीवरचा ठिपका अगदी रेखीव स्पष्ट दिसत होता.

''सांगायला कशाला पाहिजे कोणी? अगदी परट्याच्या डोळ्यांनादेखील ते स्पष्ट दिसेल की!'' तो अस्वस्थपणे म्हणाला.

संन्यासी स्वतःशी हसला व त्याने एक निःश्वास सोडला. तो उठला व त्याने रामण्णाला बरोबर येण्याची खूण केली. त्याने त्याला पाण्यापासून थोड्या अंतरावर उभे केले व पाण्यात पाहायला सांगितले. टेकडीवरचा पांढरा स्वच्छ ठिपका पाण्यात प्रतिबिंबित झाला होता.

''सांग आता, तुला कुठल्या पांढऱ्या देवळाकडे जायचं आहे ह्न या की त्या?''

संन्याशाने विजयी स्वरात विचारले; पण रामण्णाला तो संन्यासी सरळ खुळचट वाटला. त्या टीचभर पाण्यातील देवळाकडे जायचे म्हणजे काय टाळके?

“मी काय खुळा आहे व्हय?” तो किंचित चिडून म्हणाला, “मी जाणार ते टेकडीवरच्या देवळाकडे. हे काय, पाण्यातलं खोटं सोंग आहे!”

“का रे बाबा? मला तर ते परट्याच्या भोकांनाही दिसेल इतकं स्पष्ट दिसतं!” संन्यासी हसून म्हणाला, “हे जर प्रतिबिंब आहे, तर तुझं ते टेकडीवरचं देऊळ कशाचं तरी प्रतिबिंब नाहीच, असा कोणी ताम्रपट दिला आहे तुला लिहून?”

‘आता याच्यापुढे काय बोलणार कपाळ!’ असे रामण्णाला वाटले व तो गप्प झाला. संन्यासी आश्रमाकडे वळला व त्याने रामण्णास थोडा वेळ तेथेच टेकण्यास सांगितले. रामण्णा दाराशीच एका बाजूला बसला.

“अरे, जे दिसतं तेवढ्यानं माणसानं फसून जाऊ नये. तो सगळा वरवरचा नखरा, समोर घातलेला रेशमी पडदा असतो. हा पडदा फाडायला मन दगडाचं करावं लागतं. खरं काय हे शोधायला आणि त्याकडे धैर्याने पाहायला डोळे गारगोटीचे करावे लागतात. पण आपण हे सगळं निष्ठुरपणे केलंच पाहिजे. नाहीतर आपण माणसं रे कसली? येथे पाण्यासारखं काही दिसतं म्हणून त्यात तोंड घालून मरावं ते जनावरांनी, पाखरांनी! माणसानं तसं मरायचं म्हणजे काय? सत्य काय आहे हे शोधत नारळाच्या झाडावर वरतीवरती जावं. तेवढी जर हिंमत नसेल, पायात नेट नसेल, तर निदान मुळात तरी खोलखोल खणत जावं. जरा आतल्या बाजूला वाकून बघ बघू आश्रमात ह”

रामण्णाला त्याचा विशाल घंटेप्रमाणे घुमत असलेला ढोलआवाज ऐकून भेदरल्यासारखे झाले होते. त्याने थोडे अंग हलवून तेथूनच आत पाहिल्या-न पाहिल्यासारखे केले; पण तेवढ्या आत पाहण्यानेच आता त्याचे हातपाय बसल्याबसल्याच कापू लागले. आत एका फळीवर पुष्कळशा कवट्या रांगेत मांडून ठेवल्या होत्या. त्यांच्या शेजारी फडक्याने तोंड बांधलेली काही मडकीदेखील होती.

“पाहिलंस?” मान हलवीत संन्यासी सांगू लागला, “त्या सगळ्या कवट्या माझ्या ओळखीच्या माणसांच्या आहेत. वरच्या बाजूला स्मशान आहे. तेथे माझ्या माहितीपैकी कोणाला जाळलं किंवा पुरलं, तर रात्री जाऊन मी त्याची कवटी घेऊन येतो किंवा मडक्यात राख गोळा करतो. अरे, चेहऱ्यापेक्षा कवटी खरी, कवटीपेक्षा राख खरी आणि राखेपेक्षा माती खरी!”

“आणि मातीपेक्षा?” संन्याशाच्या शब्दांच्या ओघाबरोबर फरफटत चाललेल्या रामण्णाने घाबरून विचारले.

पण संन्याशाने त्याच्या प्रश्नाकडे दुर्लक्ष केले व कमंडलूमधील पाण्याचा घोट घेतला. तो पाणी पीत असता कवटीचे दात रामण्णाकडे वळले व ती आपल्याकडे पाहून खरेखुरे हसत आहे असा त्याला भास झाला. “तू येत असता वाटेत तुला तो गारुडी भेटला होता?” जणू आरोप करीत असल्याप्रमाणे संन्याशाने एकदम खोचून विचारले. रामण्णा दचकून मागे सरला व त्याने मान डोलावली. “अजून इथेच आहे का तो?

सोन्याचा साप पकडायची त्याची अजून ईर्ष्या आहे तर!'' कुत्सितपणे संन्याशाने म्हटले. त्याचे दात एकदम पसरल्यासारखे झाले. तो हसला आणि त्याचा रुंद भव्य चेहरा टेकडी हादरत असल्याप्रमाणे हलला. ''तुला म्हणून एक खाजगी गोष्ट सांगू? तो नाग त्याच्या हाती लागणं कधीच शक्य नाही! कारण काय माहीत आहे? कारण तो सोन्याचा साप मी आधीच मारला आहे. एवढंच नाही, तर त्याला येथेच एका पिंपात घालून ठेवला आहे!''

रामण्णाने गारुड्याने केलेले नागाचे वर्णन आठवले : त्याच्या डोळ्यांत पाचू बसवले आहेत, त्याच्या पाठीवर माणके-हिरे आहेत आणि तो जवळ आला की मोगऱ्याच्या फुलांचा ढीग चिरडल्यासारखा वास येतो! ''तुला बघायचा आहे तो?'' त्याच्याजवळ येत त्याला बोटाने डिवचत संन्याशाने विचारले.

त्या स्पर्शाने रामण्णाचे अंग काल्यासारखे थंड झाले. झोपेत असल्याप्रमाणे तो गुंगीतच संन्याशामागून आत आला. कवट्या, मडकी यांच्या फळीवर एक दांडी होती आणि तिच्यावर निरनिराळ्या सापांची कातडी टाकली होती. संन्याशाने रामण्णाचा हात घट्ट पकडला व त्याला एका पिंपाजवळ नेले. नंतर त्याचे डोके किंचित वाकवत त्याने पिंपाचे झाकण उघडले. आतून येणाऱ्या विलक्षण कुंद दर्पाने रामण्णाला भोवळल्यासारखे झाले व तोल सावरण्यासाठी त्याने भिंतीचा आधार घेतला. एक प्रचंड दोरखंड चिखलात कुजत ठेवल्याप्रमाणे पिंपात काहीतरी अस्पष्ट दिसत होते.

''ह्यः! हा कसला नाग! त्या नागावर माणकं आहेत, अंग जरतारी आहे,'' रामण्णा जागा झाल्याप्रमाणे उसळून म्हणाला.

संन्याशाने पिंपावर झाकण घातले व तो रामण्णाकडे वळला. ''हाच खरा नाग आहे. आणखी थोड्या दिवसांनी तर तो जास्तच खरा होईल. तू तुझं देऊळ पाहून परत येशील की नाही कोणास ठाऊक; पण परत जाताना तू पुन्हा पाहा. मी त्याला मारला तेव्हा त्याचे पाचू, त्याची माणकं एकामागोमाग विझून गेली आणि हा असा राहिला! पण मला हाच जास्त सुंदर वाटतो. कारण हा जास्त सत्य नाग आहे. पूर्वीचा नाग म्हणजे बेगडी सोंग होतं. थांब, तुला आणखी एक गंमत दाखवतो. तीस वर्षांपूर्वी मला एक लहान मुलगा होता. तो गोरापान, कुरळ्या केसांचा होता खरा; पण ते सगळं वरवरच्या रंगरंगोटीचं काम होतं. तो खरा कसा होता हे दाखवतो तुला, थांब ह्न''

एका बाजूला वळून संन्यासी एका लहानसर पिंपावर वाकला. त्याची पाठ वळताच रामण्णाच्या एरव्ही आखडलेल्या पायांत एकदम पारा उसळला व तो तेथून बेभान धावत सुटला. हिरवळ तुडवत, पाण्यात पचपच पावले टाकीत बरेच वर चढून गेल्यावर त्याने गती कमी केली व आपला मुलगा खरा कसा होता हे दाखवण्यासाठी संन्यासी आपल्यामागे धावत येत नाही याची त्याने खात्री करून घेतली; परंतु खूप खाली आश्रमाच्या दारात संन्यासी खरोखरच हातात काहीतरी घेऊन उभा होता आणि हातवारे करून काहीतरी ओरडत होता.

त्याचा चेहरादेखील समोर नको म्हणून आणखी धावण्यासाठी रामण्णा वेगाने वळला, तोच त्याचा कशाला तरी जोरदार धक्का लागला आणि धाडकन खाली पडून तो लोळत गेला व थोड्या अंतरावर थांबला. चेहऱ्यावर काहीतरी खरबरीत जोरात घासून गेल्याप्रमाणे कातडीची आग होत होती व जुन्या तेलकट घाणेरड्या कपड्यांचा वास नाकात भरून राहिला होता. रामण्णा तसाच निपचित पडून राहिला, कारण धावण्याने त्याची छातीच पिळवटून टाकल्यासारखी झाली होती आणि आता चिमूटभर श्वासदेखील ऐपतीसाठी उरला नव्हता. पण थोड्याच वेळात कोणीतरी त्याच्याजवळ आले व शेजारी बसले. त्याचा हात रामण्णाच्या अंगावर फिरला व रामण्णाच्या हाताला तो हात लागताच त्याने त्याला ओढून उठून बसवले.

''कोणी ना कोणी येऊन मला सदोदित का धडकतो कोणास ठाऊक!'' तो माणूस हताशपणे म्हणाला, ''लोकांना वाटावं, जगात इतरत्र सगळी माणसं पार आंधळी आहेत!''

रामण्णाने डोळे उघडले. त्याचे अंग चांगलेच झेजरून निघाले होते; पण नाकातोंडात भरलेल्या शिळ्या तेलकट वासामुळे त्याचे पोट उमळून आल्याने ते त्याला जास्त असह्य होत होते. स्वतःला कसेबसे सावरीत त्याने समोर पाहिले. समोर एक भुत्या बसला होता. त्याच्या मुंडाशावर तिरपा लावलेला अर्धचंद्र होता. त्याच्या लांबलचक कांबळ्याच्या अंगरख्यावर शेकडो कवड्या बसवल्या होत्या आणि त्या प्रत्येकीवर काजळाचा ठिपका असल्यामुळे अनेक डोळे आपल्याकडे पापणी न हलवता स्थिरपणे पाहत आहेत असा रामण्णाला भास झाला व तो झट्दिशी बाजूला सरकला; पण भुत्याचे डोळे मात्र शून्य होते, कारण तो पूर्ण आंधळा होता.

''कोण आहेस तू?'' या खेपेला रामण्णानेच प्रथम विचारले.

''मी होय? मी आहे भुत्या! हा अंगरखा, या कवड्या दिसत नाहीत तुला? की तुझ्या मुलखात एखादा राजा घालतो रे असले कपडे?'' किंचित चिडून भुत्याने म्हटले. ''वरती जगदंबेचं देऊळ आहे, तेथला भुत्या आहे मी.''

त्याला जेवढे लागले असेल त्यापेक्षाही आपल्याला जास्त लागले आहे, असे असता त्याने एवढे चिडून का जावे, हे रामण्णाला समजेना. त्यामुळे तोदेखील एकदम चिडल्यासारखा झाला.

''म्हणे वरती जगदंबेचं देऊळ आहे!'' तो तिरसटपणे म्हणाला, ''ते जगदंबेचं देऊळ आहे म्हणून कोणाच्या बानं सांगितलं तुला?''

''ते जगदंबेचं देऊळ नाही, म्हणून तरी कोणाच्या बानं सांगितलं तुला?'' जणू नेमक्या याच प्रश्नाची वाट पाहत टपून बसल्याप्रमाणे भुत्याने धूर्त चेहरा करून पटकन विचारले. ''तू स्वतः वर गेला नाहीस, मीही गेलो नाही. ते जगदंबेचं आहे कशावरून, तर ते जगदंबेचं नाही म्हणून तरी कशावरून?''

रामण्णा गोंधळला. भुत्याने आपल्याला नेमके जाळ्यात पकडले हे त्याला उमगले; पण त्यामुळे तर तो जास्तच चिडला.

"ते राहिलं; पण भुत्या म्हणून गावात दिवट्या मिरवण्याऐवजी तू या मसणात काय करीत आहेस? धड समोरचं दिसत नाही तुला. आंधळं ते आंधळं आणि गावदरीत चरत नाही!"

"काय लाख बोललास बघ! मी तरी दुसरंतिसरं काय म्हणतोय होय?" आनंदाने मान डोलावीत भुत्या म्हणाला. "आंधळं ते आंधळं, त्यानं आपलं गावदरीतच चरावं. मग तू तरी इथं कशाला आलास मरायला? मला एक समोरचं दिसत नाही; पण तुझे डोळे तरी कुठं गेले नाहीत ना मेंढरं राखायला? तू डोळे असून आंधळा. मग दोघांत कोण बरं, तू का मी रे? आणि असं बघ पाव्हण्या, मला काही दिसत नाही हे तरी कशावरून? मला डोळे नाहीत म्हणून होय? मग तर वेडगळच आहेस तू. बघ, तुला डोळे असून दिसत नाही, तर मला डोळे नसून दिसत नसेल म्हणून कशावरून? आताच बघ, तुझं काळीज कसं बेडकीसारखं लपालपा उड्या मारून बाहेर येत आहे."

घाबरून रामण्णाने पटकन काळजावर हात ठेवून बघितला. ते चांगलेच धडधडत होते; पण ते बाहेर पडण्यासाठी बिलकूल धडपडत नव्हते. भुत्याची हसूनहसून मुरकुंडी वळली. "सगळीच वेडी भुतं रे तुम्ही! मला जर दिसत नाही, तर तू का रे बाबा हात उचलून चाचपून बघितलंस?" तो हसतच म्हणाला, "जो येतो तो तेच बडबडतो. जगदंबेचंच देऊळ कशावरून? तुला काय दिसणार टाळकं? तू गावात न जाता इथंच का? अशी कशी रे तुम्ही सगळी एकजात सोट माणसं? एक तरी जाणतं माणूस कधी यावं इकडं? सगळ्यांना चिंता कसली? तर या मसणात मी माझं पोट कसं भरतो याची! एवढ्याशा टीचभर पोटाला लागणार ते किती? प्रत्येकजण अगदी निश्चित शहाणा, त्याला वाटतं, सूर्य उगवतो तो आपल्याच बोडक्यात आणि मग सगळ्या जगात प्रकाश होतो!"

भुत्याला पुन्हा हसण्याची उकळी आली आणि तो खिदळू लागला. "बराय, ऊठ आता आणि चालायला लाग ढुंगणाला पाय लावून. यापुढे बघताबघता काळवंडतं, वाट दिसत नाही. हा घे भंडारा आणि जा आपल्या वाटेनं, कुठं जायचं आहे ते!" भुत्याने एका मळक्या तेलकट पिशवीतून काळसर रंगाची पूड काढली व रामण्णापुढे धरली.

आता मात्र त्याच्या लबाडीचा रामण्णाला फार राग आला. "माझे डोळे काही अजून परट्याची भोकं झाली नाहीत! भंडारा कधी काळा, राखेसारखा असतो होय? तो असतो हळदीचा पिवळाजर्द."

"मग काय, हा पिवळाच आहे की!" भुत्याने खवचटपणे हसून म्हटले.

"अरे, हा तर अगदी राखेसारखा काळाढुस्स आहे," रामण्णाने अगदी नेटाने स्पष्ट सांगितले.

"हे बघ पंडित, तू म्हणतोस हा काळा आहे, मी म्हणतो पिवळा आहे. म्हणजे

भंडारा काळाही असेल, पिवळाही असेल, होय की नाही? पण तू अगदी छातीवर हात ठेवून तो काळाच आहे असं कसं म्हणतोस? पाव्हण्या, जरा आजूबाजूला बघ, आहे आणखी कोणी तिसरं माणूस? तर नाही... सगळ्या अख्ख्या जगात तू आणि मीच आहो. तू एका बाजूला, मी एका बाजूला. तुझ्या बोलण्याला माझ्या बोलण्याची टक्कर! तेव्हा हा भंडारा काळाच आहे हे तू कोणाच्या साक्षीनं ठरवणार? समज, इथं माझ्यासारखाच आणखी एक आंधळाच माणूस आहे. त्याच्या साक्षीत मी ठरवलं, की भंडारा पिवळाच आहे, म्हणून तेवढ्यानं लगेच भंडारा पिवळा होऊन बसणार होय?''

''पण मला डोळे आहेत बघायला, तुला तसलं काही नाही. एक तिरळा माणूसदेखील शंभर आंधळ्यांपेक्षा बराच म्हणायचा की!'' रामण्णा आत्मविश्वासाने म्हणाला.

''असतील, असतील! तुला डोळे आहेत हे आताच दिसलं की!'' हसू दाबत भुत्या म्हणाला, ''परंतु तू रंगाचा आंधळा नाहीस म्हणून कशावरून? आणखी समज, तुझ्यामाझ्यापेक्षा निराळा असा एक चांगला शहाणा देवमाणूस आहे. त्याचे डोळे निराळेच आहेत. त्याला शंभर रंग दिसतात. तो तुला काय म्हणेल माहीत आहे? अरे हे वेडपटच आहे मेंढरू! या असल्या रंगाला हे काळा रंग म्हणत बसलंय! हुच्च! हा खरा रंग आहे अमुक, म्हणून तो एक नवीनच रंग सांगेल. ह्न आता सांग, भंडाऱ्याचा खरा रंग कोणता? तेव्हा शहाणा असशील तर असेलही-नसेलही असं म्हणायला शीक. बाबा रे, तेच खरं शहाणपण!''

रामण्णाने त्याच्याकडे वेड्याकडे पाहावे त्याप्रमाणे पाहिले. त्याच्या बडबडीने त्याचे डोके गरगरू लागले होते; पण त्याने नकळत भंडारा घेतला व तो मागे न पाहता दुखरे गुडघे संभाळत चालू लागला. थोडे पुढे गेल्यावर त्याने चुरचुरू लागलेले डोळे बोटांनी दाबले व चोळले. आता ते थोडे स्वच्छ झाल्यासारखे झाले आणि आता काळजाची धडधडही बरीच कमी झाली. थोड्या अंतरावर त्याने हातातील भंडाऱ्याची पूड फेकून देण्यासाठी मूठ उघडली, तेव्हा हात हळदीने पिवळाधमक झालेला पाहून तो खुळाच झाला. हा काय ब्रह्मघोटाळा आहे देवच जाणे अशातऱ्हेने त्याने मान हलवली व तो पुढे गेला.

पण आता त्याचे पाय मात्र पिंजल्यासारखे होऊ लागले होते आणि इतका वेळ दाबून ठेवलेली तहान तर वाढत जाऊन घसा ओढू लागली होती; पण भोवती तर सगळीकडे जळून गेल्याप्रमाणे दिसणारे ओबडधोबड, राक्षसांनी मांडलेल्या चुलीप्रमाणे दिसणारे खडक, लालसर माती याखेरीज काहीच दिसत नव्हते. अंगावरील कातडी तापून ताणल्यासारखी होऊ लागली आणि डोळ्यांच्या कडेने लाल जळती किनार उमटली. त्याने आशेने वर पाहिले. ठिपका आता मोठा होऊन त्यावर उभ्या समांतर रेषा दिसू लागल्या होत्या हे खरे; पण आता तेथपर्यंतचा पल्ला काही झेपणार नाही, या जाणिवेने

रामण्णा हताश झाला. त्याला एकदम राचय्या-भवरीची आठवण झाली. तेथूनच परतून थेट खाली जावे आणि त्यांच्या मागोमाग वाट गाठावी, असे त्याला तीव्रपणे वाटू लागले. त्या मातीतून पाऊल उचलण्याची आपली तयारी नाही, म्हणून त्यांच्याबरोबर न जाता आपण तेथे राहिलो आणि आता येथेही नाही-तेथेही नाही असल्या या मसणात पाय जाण्याची पाळी आली आहे हे पाहून तो मूढच झाला. त्याने मागे पाहिले. अगदी खालपर्यंत टेकडीच्या फुगीर लाटा पसरत गेल्या होत्या आणि त्याला आलेल्या पाऊलवाटेची, आपल्या खोपट्याची खूणदेखील दिसत नव्हती. आता प्राण अगदी पणाला लावून तो पावले ओढू लागला. वेड्यावाकड्या दातांप्रमाणे दिसणारा टेकडीचा कंगोरा संपला व समोर सपाट अशी विस्तृत जागा पाहताच त्याला त्यातल्या त्यात समाधान वाटले. त्या लहान मैदानावर एका जागी लाकडाच्या वखारीप्रमाणे भोवती ओंडक्यांचा गोलाकार आडोसा केला होता आणि त्यात एका कोपऱ्याला जुनाट पत्र्यांच्या खोलीप्रमाणे काहीतरी होते. त्या ठिकाणी कदाचित आपणाला पाणी मिळेल म्हणून धापा टाकत, पावले ताणत रामण्णा स्वतःला ओढू लागला आणि तो लाकडाच्या वखारीत आला; पण त्या ठिकाणी सर्वत्र निर्जीवतेची कळा होती. लाकडे वजन करण्याचा तराजू मोडून गंजून पडला होता आणि ओंडक्यांना वाळवी लागून भोवती पाऊल बुडण्याइतका भुसा पडला होता. रामण्णाने तडकलेल्या आवाजात हाक मारली, ''कोण आहे का आत?'' कोपऱ्यातल्या खोलीतून बारीक अशक्त आवाज आला, ''आहे की! किती मण लाकडं पाहिजेत?''

माणसाच्या आवाजानेच रामण्णाचा थकवा अर्धाअधिक कमी झाला. लाकडाचा भुसा, जुन्या सालपटी तुडवत रामण्णाने खोलीत पाऊल टाकले; पण त्याला आत कोणीच दिसेना. एका बाजूच्या भिंतीत एक मोठे भगदाड होते. त्यावर कसला आडोसा नव्हता; पण त्यातून येणारा प्रकाश अपुरा वाटत होता.

''कोण आहे इथं?'' त्याने पुन्हा विचारले.

''मी आहे इथं वरती माळ्यावर,'' तो अशक्त, विरलेला आवाज पुन्हा आला. रामण्णाने विस्मयाने वर पाहिले. फारशा उंच नसलेल्या माळ्यावर एक मुलगा पांघरूण घेऊन पडला होता. त्याचा चेहरा सुकून आकसला होता. त्याचा एक हात उघडा होता, तो वाळल्या शेंगेसारखा दिसत होता. ''लाकडं फार चांगलीच आहेत. किती मण पाहिजेत?'' त्याने पुन्हा विचारले.

''मला लाकडं नकोत; मला प्यायला पाणी पाहिजे,'' तेथल्या एका घडवंचीवर अंग टाकीत रामण्णा म्हणाला.

''लाकडं नकोत?'' उशाखाली घेतलेल्या कापडाच्या सुरळीवर मान टाकीत मुलगा निराशेने म्हणाला आणि त्याचा किंचित खुललेला चेहरा पुसल्यासारखा झाला. ''त्या घडवंचीखालीच डेरा आहे बघ पाण्याचा.''

रामण्णाने अधाशासारखे पोटभर पाणी पिऊन घेतले व तापलेल्या चेहऱ्यावर पचापचा शिडकावा केला. आता तो घडवंचीला खिळून गेल्याप्रमाणे दमला होता व त्याला उठावेसे वाटेना. त्या मुलाकडे पाहताच त्याचे आतडे वर आले आणि आवाज कोवळा झाला, ''तू एकटाच आहेस व्हय इथं? आणि झोपून का रे पोरा?'' त्याने आत्मीयतेने विचारले.

''आता मी एकटाच आहे. बाबा दोन-दोन दिवस कामाला जातो; मग करणार काय!'' मुलगा म्हणाला, ''मला तर पायच नाहीत; मग मी खाली कसा येणार?''

''मग लाकडं हवी असली तर कोण कसं देणार? आणि काय रे, असल्या मसण्या ठिकाणी कशाला घातला आहे हा अड्डा तुझ्या बाबानं?''

''मसण्या ठिकाणी म्हणजे काय? ही मसणवटीच आहे की!'' मुलगा आश्चर्याने म्हणाला, ''पूर्वी रात्रंदिवस येथे खूप माणसं यायची. तेव्हा बाबादेखील याच खोलीत राहायचा; परंतु आता लाकडासाठी या ठिकाणी कुणीसुद्धा येत नाही. त्या पलीकडे आणखी एक अड्डा झाला आहे म्हणे. तेथे मणाला तीन पैसे कमी घेतात म्हणे. खरं म्हणजे आमचीच लाकडं कितीतरी चांगली आहेत!''

''अरे, तसं नसेल. माणसंच कमी मरत असतील हल्ली,'' त्याला समजावण्याचा प्रयत्न करीत रामण्णा म्हणाला.

''छट्, दररोज कितीतरी मरतात. रात्रभर त्या जाळाच्या प्रकाशात मला झोप येत नाही.''

''मग त्या भोकावर काहीतरी झाकायला का सांगत नाहीस बाबाला?''

''त्यानं एकदा त्यावर चादर टाकली होती; पण मीच ती हळूच काढून टाकली. कारण मग मला तो जाळ दिसत नाही. त्याखेरीज येथे पाहत बसायला काहीच नाही! आणखी एक सांगू? येथे एक राक्षसासारखा गोसावी येऊन रात्री हळूच तेथली हाडं, डोकी गोळा करून घेऊन जातो; भोक बंद केलं तर तो देखील दिसणार नाही मला!''

''म्हणजे? तू त्याला बघितलंस?'' रामण्णाने चमकून विचारले. मुलाने मान हलवूनच होय म्हणून सांगितले; पण त्याचे डोळे भीतीने एकदम मोठे झाले होते.

''तो एकदादोनदा इथंदेखील आला होता,'' तो कापऱ्या फुटक्या आवाजात म्हणाला, ''त्यानं माझ्या डोक्यावरून हात फिरवला आणि विचारलं, 'पोरा, हे डोकं कधी पाठवणार माझ्या आश्रमात?' मला तर घाबरून एक शब्द बोलायला येईना. मग जाताजाता त्यानं आढ्याकडे पाहत हसत म्हटलं, 'येईल, येईल लवकरच ते!' ''

''बेरड कुठला!'' रामण्णा म्हणाला व त्याचा राग अनावर झाला, त्याला काय बोलावे हे समजेना. आता उन्हे कलू लागली होती आणि ठिपका तर अद्याप तेवढ्याच अंतरावर असल्यासारखा दिसत होता. शिवाय आता पोटातदेखील भुकेने पेट घेतला होता. 'एवढ्याशा टीचभर पोटाला लागूनलागून लागणार किती?' हे त्याला भुत्याचे

शब्द आठवले व तो स्वतःशीच हसला. भूक लागलेली असली की सगळी पृथ्वी आवळ्याएवढी वाटू लागते आणि भूकच नसली की आवळादेखील पृथ्वीएवढा अवाढव्य वाटू लागतो.

''म्हणजे तुला लाकडं नकोत तर! थोडी तरी घे की,'' त्या मुलाने पुन्हा एकदा थरथरत्या आवाजात म्हटले.

''मला आता करायची काय घेऊन लाकडं?'' रामण्णा म्हणाला. एकदम सारे झाकाळून गेल्याप्रमाणे त्याच्या सुरात खिन्नता आली. ''माझ्या माणसांसाठी लाकडं घेऊनघेऊन माझी पाळी संपली. आता माझ्यासाठी लाकडं घेणारी रक्ताची माणसं आपल्या वाटेनं निघून गेली. आता कोणीतरी वाटेवरचा वाटसरू बघून घेईल माझं! मी तरी आता मोकळा आहे बघ.''

''मग इकडे कुठे चाललास तू?''

''ते पांढरं देऊळ खालून दिसायचं. ते कसलं आहे ते एकदा बघावं म्हणून वर चाललो आहे. आज-उद्या करीत वर्षं गेली. आता सगळ्यातून सुटून मोकळा झालो आहे. पण एवढाच चढ तुडवेपर्यंत पाय गेले बघ पोरा!'' रामण्णा म्हणाला. आतापर्यंत चेहरादेखील न पाहिलेल्या या वातीसारख्या पोराविषयी त्याला एकदम ओढ वाटू लागली होती; पण त्याचे बोलणे मध्येच थांबले. देवळाचे नाव काढताच पोराचा चेहरा एकदम उजळल्यासारखा होऊन डोळे चमकू लागले. त्याने धडपड करून उठण्याचा प्रयत्न केला. तेव्हा रामण्णा उठला व त्याने त्याला आधार देऊन अंथरुणातच टेकवून बसवले.

''वर देवळात जाणार तू?'' मुलाने उत्सुकतेने विचारले, ''मग मला घेऊन जाशील बरोबर?'' रामण्णा पाहतच राहिला. त्याला पायच नाहीत तर त्याला घेऊन जायचे कसे? आता अंथरुणात पाहिले की जुडीभर हाडांखेरीज काही दिसत नव्हते हे खरे; पण तेवढेदेखील पाठीवर लादून टेकडी चढण्याचे वय राहिले नाही. आता आपण आपल्याच पायांनी वरपर्यंत पोहोचलो, तरी रग्गड झाले असे त्याला वाटले.

''त्याचं असं आहे बघ पोरा ह्न'' तो अस्वस्थपणे म्हणाला; पण उभ्या आयुष्यात कधी वाटली नाही तेवढी शरम त्याला वाटू लागली होती. ''मी पडलो असलं पिकलं पान, तुला घेऊन जाणार कसा मी? आणि तुझा बाबा तरी काय म्हणेल? मी ना रक्ताचा, ना ओळखीचा. तू आत्ताच जायची कशाला धडपड करतोस? थोडे दिवस जाऊ देत, तुला बरं वाटेल; मग तुझा बाबाच घेऊन जाईल की तुला! कसं म्हणतोस?''

मुलाचा चेहरा मळकट चिंधीने पुसल्यासारखा झाला. खाली सरकतसरकत त्याने उशीच्या मुटकुळीवर मान टाकली व तो रडकुंडीला आला. ''बरा झाल्यावर काय जाणार देवळाकडे कपाळ! देवळाकडे जायचं तेच बरं होण्यासाठी,'' तो घायकुतीने म्हणाला, ''मागे एकदा एक जोगतीण इथं आली होती. तिनं मला सांगितलं, की देवळात मूर्ती

कसली आहे हे मला समजलं की मला हलायला येईल, मग धडपडत मी वर गेलो की माझे पाय खाड्कन बरे होतील.''

मुलाने निराशेने भिंतीकडे मान वळवली व तो निपचित पडून राहिला.

रामण्णा खालच्या मानेने उठला. ''तुला वर काही पाणी वगैरे देऊ का?'' त्याने उगाचच विचारले. त्याला वाटले, आपण या वाटेला यायचे होते ते पाचसहा वर्षांपूर्वी. त्या वेळी राचय्यालादेखील आणता आले असते. त्याने या पोरालाच काय, सगळ्या टेकडीलाच पाठीवर घेऊन धावतच देऊळ गाठले असते. आता आपणालाच कोणीतरी पाठीवरून न्यायची वेळ आली आहे; आपण काय त्याला नेणार!

मुलाने त्याला काही उत्तर दिले नाही, की त्याच्याकडे वळून पाहिले नाही. रामण्णाच्या पोटात कालवल्यासारखे झाले. तो माळ्याजवळ गेला व त्याने आवेगाने पोराच्या डोक्यावरून प्रेमळपणे हात फिरवला. डोक्याला हाताचा स्पर्श होताच मुलगा झर्रदिशी वळला. त्याचा चेहरा विलक्षण भीतीने चिरडल्यासारखा झाला होता. रामण्णाने हात झटकन मागे घेतला. जणू रामण्णा आता आपल्यावर आघात करणार असे वाटून तो मुलगा अंग आवळून त्याच्याकडे पाहत राहिला.

''तुझा बाबा येईल उद्या-परवा. त्याला सांग देवळाकडे जाऊन यायला एकदा. दोनचार दिवस मागेपुढे झाले म्हणून असा घोर लावून घेऊ नको जिवाला!'' रामण्णा म्हणाला.

''मी खोटं सांगितलं,'' मुलगा म्हणाला, ''मला बाबा वगैरे कोणी नाही. तो फार दिवसांपूर्वीच मला इथं टाकून निघून गेला. तेव्हापासून मी एकटाच आहे.''

''अरे पण मग तुझं खाणपिणं कोण बघतंय?''

''कवड्याकवड्यांचा सदरा घातलेला एक आंधळा माणूस दररोज संध्याकाळी येतो, काहीतरी खायला ठेवून जातो, पाणी देतो; पण त्या गोसाव्याची आठवण झाली की अंगाचं पाणी होतं. कालच तो पुन्हा विचारून गेला मला ह्व 'पोरा, डोकं केव्हा पाठवणार माझ्याकडे?' वरती आढ्याकडे बघ. ते आडवं लाकूड दिसतंय तुला?''

रामण्णाने वर पाहिले. आढ्याचे आडवे वेडेवाकडे लाकूड वाळवीने काढलेल्या रेघोट्यांनी भरून गेले होते. बाजूची वीतभर जागा सोडली, तर सगळे लाकूड पोखरून निघाले होते.

''दिसलं?'' मुलगा कुजबुजल्यासारख्या घोगऱ्या आवाजात म्हणाला, ''वाळवी त्या टोकापर्यंत आली की माझं डोकं त्याला मिळणार आहे म्हणे! म्हणून मला कोणीतरी वर न्या, वर न्या असं मी सांगतो,'' मुलग्याला आता पुढे बोलवेना व तो हुमसून हुंदके देऊ लागला.

रामण्णाच्या अंगातून सारी दमणूक ओसरली व संतापाने त्याचे अंग ताणलेल्या तारेसारखे झाले. त्याला वाटले, संन्याशाच्या झोपडीतून घाबरून पळत सुटलो हेच

आपले चुकले. त्याने पाठ वळवताच त्याच्या तासलेल्या प्रचंड डोक्यावर काठी हाणायला हवी होती, त्याची भोपळ्यासारखी भरगच्च मान करकचून आवळायला पाहिजे होती.

तो आवेशाने पोराला म्हणाला, ''संन्यासी गेला खड्ड्यात, पोरा! मी आहे, तू घाबरू नको. गुडघे मोडले तरी बलाई गेली. आत्ता अस्सा जाऊन देवळात बघून येतो. उद्या दिस मावळतीच्या आत इथं हजर आहे म्हणून समज. मग तू माझ्याबरोबर माझ्याच खोपटीत चल. तिथे जर तो गोसावडा आला, तर आकड्यानं त्याचं टाळकं टांगतो बघ अंगणातल्या निंबाला!''

रामण्णा त्वेषाने वळला व तरातरा चालू लागला; पण जाताना काळजात कसली वेदना सळकली. सकाळी पोटचा पोरगा कायमचा दूर निघून गेला होता; आता आपण आपल्या पोटच्या पोरापासून दूर चाललो, असे त्याला उगाचच वाटले आणि त्याचा चेहरा आकसला.

पुन्हा चालू लागताच विषण्णतेने त्याची पावले जड पडत होती खरी; पण संतापाची धगदेखील कमी झाली नव्हती. त्या जोडीला पोटातला वणवा जसा वाढू लागला, तसे अंगसुद्धा दुबळे होऊन कापू लागले होते. सारे अगदी काळवंडून जायच्या आत निदान देवळाच्या आवारात तरी जाऊन पडावे म्हणजे रात्र तेथे काढून उद्या परतता येईल, अशा ओढीने तो पावले खेचू लागला. जळून गेल्यासारखे खडक आता नाहीसे झाले होते आणि रखरखीत मातीत पोपटी पाती दिसू लागली होती. थोड्या अंतरावर तर पांढऱ्या चाफ्याचे एक झाड होते. त्यावर एक पान नव्हते; पण मध्ये पिवळसर शिंपण असलेल्या फुलांचे पेले प्रत्येक फांदीच्या टोकावर चंद्रज्योतीतील चांदण्या चिकटवल्याप्रमाणे उमललेले होते.

आता अद्याप आपणाला किती जायचे आहे हे पाहण्यासाठी रामण्णाने समोर पाहिले आणि तो विलक्षण विस्मयाने चकित झाला. मान वर करून पाहतापाहता आपण मागे पडू नये म्हणून त्याला काठी टेकवून डळमळीत अंगाला आधार द्यावा लागला.

समोरचे मंदिर एकदम अतिविशाल, उत्तुंग आणि देदीप्यमान दिसू लागले होते. सायंकाळच्या लालसर प्रकाशाची झळाळी आलेल्या त्याच्या तेजस्वी शुभ्र रंगाने सारे आभाळ व्यापून टाकले होते. त्याचा भव्य विस्तार पाहिल्यावर ते आपल्यावर ओणवेच झाले आहे असा भास होऊन त्याचे हातपायच गेले. मंदिराभोवती सभोवार लांबलचक पायऱ्या होत्या. आता एवढ्या जवळ आल्यावर रामण्णाला नवा उत्साह वाटू लागला व त्याच्या एका आवेगात तो पायऱ्या चढू लागला. परंतु आता उरात वेगाने धडधडू लागले होते. डोक्यात अनेक चक्रे एकदम कर्कशपणे फिरू लागल्याप्रमाणे डोळे भोवळल्यासारखे होऊ लागले. त्याने मध्येच थोडा दम काढला व मागे वळून पाहिले. लाकूड अड्ड्यातील त्या मुलाची खोली येथून काड्याच्या पेटीएवढी दिसत होती व

भिंतीचे भगदाड लहानशा वेजाप्रमाणे दिसत होते. रामण्णाला त्या मुलाच्या वाळून कोळ झालेल्या सुपारीसारख्या चेहऱ्याची आठवण झाली, त्याच्या आतड्याला एक नवा पीळ पडला व त्याने पायांना नवा नेट लावला.

देवळाला उंचउंच गेलेले सुबक असे शेकडो खांब होते व ते सगळे जिवंत ज्योती असल्याप्रमाणे जागच्या जागी फिरत वळशाने वर चढून नाहीसे होत आहेत, असा भास होत होता आणि खुद्द देऊळ तर अविरतपणे स्वतःभोवतीच फिरत होते. रामण्णाने त्या भिरभिरत्या दृश्यावरून नजर काढली व पायऱ्या कशाबशा चढून घेतल्या. शेवटच्या पायरीवर मात्र त्याचे पायच आपोआपच दुमडले व त्याने दीनपणे वर पाहिले!

विस्मयाने तो स्वतःला विसरून गेला. तो भास नव्हता. मंदिराचे खांब खरोखरच गोल फिरताना जागच्या जागी वळत होते आणि स्थिर पायऱ्यांच्यावर शतावधी खांबांचे तंतू घेऊन मंदिर स्वतःभोवती प्रदक्षिणा करीत होते. मंदिराला, दोन खांबांमध्ये एक असे रत्नखचित दरवाजे होते; पण मंदिर फिरत असता रामण्णासमोर जो दरवाजा येत होता तो नेमका बंद असे. त्याच्या पुढील, मागील दरवाजे खुले असत, ते समोर आले की पाखराने नीरवपणे पंख मिटावेत त्याप्रमाणे त्यांची दारे आपोआप बंद होत!

आता खाली मंद असे धुके भरले आणि त्या मुलाची खोली घेऊन खालची टेकडी पुसून टाकल्याप्रमाणे त्यात वितळून गेली. मंदिरावरील कमल रंग जाऊन संधिप्रकाश उमटू लागला. आता बघताबघता सारे अंधारेल, मग आतील मूर्ती दिसणार नाही, मग येथून हातवारे करून त्या पोराला काही सांगण्याचा प्रयत्नही करता येणार नाही हे त्याच्या ध्यानात आले. रामण्णाने मोठ्या कष्टाने अंग वर ओढले आणि समोरून जाणाऱ्या एका खांबाला त्याने गच्च पकडले. त्याबरोबर खांबामधील ज्वाला-आवर्तने थांबली व मंदिरदेखील निःशब्दपणे स्थिर झाले; पण त्याच्यासमोरील दरवाजा मात्र बंद राहिला! त्याच्या अलीकडील-पलीकडील उघड्या दरवाजातून कसला तरी फिकट केशरी प्रकाश पाझरल्याप्रमाणे बाहेर येत होता व मधून धुपाच्या धुराची वलये तरंगत होती.

परंतु समोरच्या दृश्यातील स्तब्ध झालेली गती आता त्याच्या डोक्यात शिरली होती. चक्रांचा वेग वाढला आणि दृष्टी कशावरही स्थिर होईनाशी झाली. डोळे उघडे ठेवले की गोल ठिपके असलेले वाघाचे एक विशाल कातडे कोणीतरी वेगाने समोर फिरवत आहे असे वाटे, डोळे मिटले की लाल कडा असलेल्या कवड्यांतील काळे ठिपके ह्व लक्षावधी डोळे अनिमिषपणे रोखल्याप्रमाणे दिसत. मध्येच धुक्याचा भूतपडदा थरथरत समोरून जात असे आणि तो निघून गेला की मूठमूठभर हाडांच्या जुड्या त्या मुलाच्या चेहऱ्यांनी सगळ्या बाजूंनी पायऱ्या चढू लागलेल्या दिसत, त्यांच्या मागोमाग विक्राळ दिसणाऱ्या वाळवीच्या राक्षसी मुंग्या रानश्वापदांप्रमाणे त्यांच्यामागे धावू लागत आणि पायऱ्यापर्यंत येताच, गुहेत अंधारातून वेगाने वाहणाऱ्या प्रवाहासारख्या संन्याशाच्या गूढ रुंद आवाजात एकामागोमाग पडून नाहीशा होत...

रामण्णाने एक झोक देऊन सारे अंग पायऱ्यांवरून उचलले व सारा प्राण ताणून बाजूच्या उघड्या दरवाजातून आत फेकले. वर चढताना त्याचा स्थिर पायऱ्यांशी असलेला शेवटचा संबंध संपला व मंदिर पुन्हा वेगाने फिरू लागले. खांबांतील संगमरवरी ज्योती पुन्हा वळशावळशाने भिंगरू लागल्या. बाहेर भोवती, आत खोलखोल या बेभान गतीचे वादळ सुरू झाले आणि रामण्णा त्याबरोबर भरकटला जाऊ लागला. समोरच्या चौकटीतील दरवाजा बंद होण्यासाठी दर क्षणाला जास्त नेटाने सरकत होता व त्याला अडवून धरण्यासाठी रामण्णाला अंगातील साऱ्या रक्ताचा थेंबन् थेंब तेथे पेटवावा लागला. त्याने दरवाजातून आत डोकावून पाहिले व त्याचा चेहरा सूर्यास्त झालेल्या मावळतीसारखा झाला. त्याने झट्दिशी हात वर केला, धुक्यात दडलेल्या खोपट्यात आढ्याकडे पाहत पडलेल्या त्या मुलाला ऐकू जावे म्हणून त्याने खाली पाहत काहीतरी ओरडून सांगण्याचा प्रयत्न केला; पण काही केल्या शब्दच फुटेनात, ओठांना स्वर येईना!

आता हाताचा आधार सुटताच चक्रावरून फेकल्याप्रमाणे मंदिराने त्याला ढकलून दिले. रत्नखचित दरवाजा बंद झाला. पायऱ्यांवरून लोळण घेत, ठेचाळत रामण्णा खाली आला.

साचलेले पाणी, जुने, शिळे पण अद्यापही मंदपणे सुगंधी असलेले निर्माल्य यांनी अर्धवट भरलेल्या तीर्थकुंडात येऊन तो आदळला आणि निर्जीव, निश्चल तऱ्हेने तो तसाच पडून राहिला.

''हा आणखी एक!'' ओठ, चेहरा यांची कसलीही साक्ष नसलेला एक आवाज अगदी हलक्या स्वरात म्हणाला आणि मग सारेच निःशब्द झाले!

क सा ब

सोनू आंगलीने हातात असलेल्या सहा मळकट नोटा दोनतीनदा सावकाश मोजून पाहिल्या व तितक्याच बिनघाईने त्या दोनतीन वेळा उलथ्या करून तपासून घेतल्या. होय, सारे ठीक होते. दररोज दोन रुपये मजुरीने तीन दिवसांच्या चुना लावण्याच्या कामाचे सहा रुपये झाले होते. नोटा बरोबर सहा होत्या आणि त्या मळकट दिसल्या तरी त्यांच्यावर तेलाचा डाग नव्हता. त्याला फार समाधान वाटले व त्याने मान हलवली. गिळायची वेळ झाली की मात्र ऐसपैस मांडी ठोकून बसतो झाले, असे म्हणायची आता तरी कोणाच्या बाची प्राज्ञा नव्हती! त्याने नोटांची पुरचुंडी करून जाकिटाच्या खिशात टाकली. गेले दोनतीन दिवस भट्टीजवळ कोणाच्या पुढे तरी तोंड वेंगाडत चहाचा एखादा कप काढायला त्याला तसे काही विशेष वाटले नव्हते; पण आता मात्र एखाद्या राजरोस रोखठोक गिऱ्हाइकाप्रमाणे ऐटीत बसून चहा आणि रोट-उसळ मागवावी की काय याचा तो विचार करू लागला.

त्याने हातातील चुन्याची बादली व झाडणी काळजीपूर्वक कोपऱ्यात ठेवली व तेथल्याच एका खुर्चीवर त्याने शिणले अंग टाकले. त्याचे लक्ष सहज समोरच्या आरशात स्वतःकडे गेले. अस्ताव्यस्त पांढऱ्या केसांत कशीबशी खुपसून ठेवलेली, शास्त्रापुरताच आपला गोल आकार सांभाळून असलेली काळी टोपी त्याला अपरिचित नव्हती; परंतु आता ठिकठिकाणी अंगावर चुन्याचे डाग पडले होते आणि अंगावर सांडगे घातल्याप्रमाणे दिसत होते. त्याने हातानेच तोंड पुसले व सैलसर अंगाने तो खुर्चीत पसरला. दाण्यांना कोंभ सुटावेत त्याप्रमाणे हनुवटी भिजल्यामुळेच आठदहा लांब केस उगवले आहेत, असली दाढी असलेला एक माणूस शेजारच्या खुर्चीवर बसला होता. अधाशीपणाने खाली वाकून तो वाफा निघत असलेली मसालेदार लालभडक उसळ तोंडात भरत होता आणि प्रत्येक चमच्यानंतर मान वर करत समाधानाने स् स् करत होता. सोनूच्या तोंडाला एकदम पाणी सुटले व आपणही उसळ घ्यायचा त्याला अतिशय मोह

झाला. त्याने पुन्हा विचार केला व फार कष्टाने तो बाजूला सारून त्याने फक्त चहाच मागवला.

हॉटेलात फोनो चालू होता; पण प्लेट केव्हाच संपून सुई मात्र घरघरत राहिली होती. परंतु तेथे कोणालाच त्याची काही दरकार दिसत नव्हती. मागच्या बाजूला खाण्याच्या जिनसांवर माशा मध्येच ठिपक्यांच्या आवाजाच्या तुकड्यांप्रमाणे उडत व पुन्हा निगरगट्टपणे परत जाऊन बसत. त्यातून लाल डोक्याची, हिरव्या अंगाची एक मोठी घोडमाशी आली आणि गरगरत्या प्लेटवर जाऊन बसली आणि स्वतः गरगर फिरू लागली. चारपाच फेऱ्यांनंतर जणू कंटाळल्याप्रमाणे ती उडाली आणि घोळक्यात नाहीशी झाली. सोनूला उगाचच गंमत वाटली. साले, सुई नसताना आम्हांला गाणे कळत नाही, तुला काय करणार टाळके! त्याला वाटले व तो स्वतःशीच थोडा हसला.

मळकट सदऱ्यातल्या एका वीतभर पोराने चहाचा कप आणून त्याच्यासमोर ठेवला. त्या पोराची गालफडे बसली होती व हात काटक्यांसारखे वाळले होते. याच पोराला मघाशी चहा सांडल्याबद्दल मालकाने मुस्कटात भडकावली होती आणि एकदम गुडघे मोडल्याप्रमाणे ते कोलमडून खुर्चीखाली पडले होते. गालावरची खूण अद्याप जिवंत दिसत होती, चेहरा अद्याप रडका होता; परंतु आता सवय अंगवळणी पडल्याप्रमाणे डोळे मात्र वाळल्या करवंदांप्रमाणे कोरडे होते. त्याच्याकडे पाहताच सोनूला पुन्हा आरशात पाहिल्याप्रमाणे वाटले व त्याने उचललेला कप पुन्हा खाली ठेवला.

कितीतरी वर्षांमागे तो कोकणातून पळून इकडे आला तेव्हा प्रथम तो गाडीअड्ड्याजवळच्या माधवाश्रमात कपबशा विसळायला राहिला होता. तेथे उजाडायच्या आत कामासाठी हाडे गोळा करावी लागत आणि नाटकाचा खेळ सुटला की ती गोणपाटावर पसरायला पुन्हा वेळ मिळे. कडाक्याच्या थंडीत हाडांच्या अगदी आतदेखील ठणक जागी व्हायची. मग थोडी चाळवाचाळव करत झोपेचे पांघरूण अंगावर ओढतो-न ओढतो तोच राजाभाऊ सगळ्यांना लाथेने डिवचत जायचा आणि मग मरगळलेले घोडे पुन्हा दोन पायांवर तयार! एखादी बशी जर हातातून निसटून खाली भुईवर पडली की पोट नाही, पाठ नाही, राजाभाऊ अशी करकचून लाथ हाणे की डोळ्यांपुढे हिरव्या-निळ्या मेणबत्त्या लागत. अनेकदा मन अगदी आवळून घेऊन सोनू शेजारच्या देवळामागे जाऊन बसे आणि फुसफुसत असलेल्या कुत्र्याच्या पिलाप्रमाणे एकटाच रडत बसे.

त्या वेळची हाडे पोखरत असलेली उपाशी थंडी, आतडी कुरतडत असलेली गारठ भूक त्याला अद्यापही झोपेत उठवे. मग झोप खाडकन उडे व नंतर अर्धा तास तो घाबरा होऊन चटईवर तळमळत पडे. एक दिवस राजाभाऊच्या मुलीच्या गळ्यातील साखळी नाहीशी झाली. नामू भट्टीवाल्याने तिला खेळवायच्या निमित्ताने आत आणले होते व ती साखळी तट्कन तोडून कनवटीला लावली होती. ते पाहून सोनू एकदम वाचा गेल्याप्रमाणे

गप्पगार झाला होता व त्याचे हात थरथरू लागले होते. आता आपण येथून एकदम नाहीसे व्हावे असे त्याला फार वाटू लागले. नामू त्याच्याजवळ आला व त्याने शांतपणे त्याच्यासमोर एक रुपयाचे झगझगीत नाणे धरले व म्हटले, ''तोंड बंद ठेवलं तर सारं ठीक होतं या जगात!''

सोनूच्या भेदरलेल्या अंगातही काहीतरी उसळल्यासारखे झाले.

''मला नको असलं काही शेण,'' तो धीटपणे म्हणाला.

''नको तर राहिलं, आपलं काय!'' खांदे उडवत नामूने म्हटले. त्याने कांदेबटाटे कापायची लांबलचक सुरी उचलली व सोनूचा खांदा पकडून तिची थंडगार धार त्याच्या गळ्याला लावली; पण लगेच ती बाजूला टाकत त्याने आपला रुंद पंजा सोनूच्या अशक्त गळ्याभोवती टाकला व बोटे पसरत म्हटले, ''छाः, तुला सुरी तरी काय करायची घेऊन? असा गळा बोटात घेऊन आंगठा दाबला की दोन मिनिटांत काम खलास! सारा वीतभर तर गळा आहे तुझा ह्न''

तो निघून गेल्यावर थरथर कापत सोनू उभा होता. त्याने गबागबा आपले दोन मळके कपडे गोळा केले व त्यांचे बोचके बांधून ठेवले. आता या ठिकाणी राहण्यास त्यास धैर्य उरले नव्हते. संध्याकाळी केव्हा एकदा राजाभाऊ येतो याची तो वाट पाहू लागला. हातात कामाचा एक रुपया पडला, की तो गाडीअड्ड्यातून जाणाऱ्या एखाद्या बैलगाडीतून येथून निसटून जाणार होता.

साखळी हरवल्याचा संध्याकाळी मोठा गवगवा झाला. राजाभाऊने सगळ्यांना दरडावून विचारले; पण कोणीच ताकास तूर लावू दिली नाही. मग नामू राजाभाऊला घेऊन स्वयंपाकघरात आला व त्याने सोनूच्या बोचक्याकडे बोट दाखवले. कोणीतरी ते उघडून त्यातील कळके कपडे इकडेतिकडे फेकले. अगदी तळाशी काळ्या टोपीवर साखळी चमकत होती. राजाभाऊने छत्रीच्या लोखंडी दांड्याने हाडांवर खट्खट् आवाज करत सोनूला पंधरा मिनिटे गुराप्रमाणे झोडपून काढले. नंतर नामूने दोन लाथा हाणून त्याला उचलले व सरळ म्युनिसिपालटीच्या गटारात नेऊन फेकले. ती आठवण येताच सोनू अगदी शरमून गेला व अंग अजूनही घाणीने माखले असल्याप्रमाणे त्याला एकदम किळस वाटू लागली.

ते गाव सुटले. मग अनेक धंदे झाले. त्याने तेलकट वासाच्या दुकानात सायकली पुसल्या, जळाऊ लाकडाच्या वखारीत हाडे ताणत लाकडे फोडली, थेटरात पाठ मोडून बादल्याबादल्याभर केर काढला, मन घट्ट करून दवाखान्यातील घाणेरडी भांडी हाताने स्वच्छ केली, सतत बारीक धागे नाकातोंडात घेत कापसाच्या गिरणीत हाडे झिजवली... आणि या साऱ्या पसाऱ्यात शिल्लक राहिले ते म्हणजे रडका चेहरा, निर्लज्ज होऊन जगलेले ते निर्जीव डोळे आणि हसत खांद्यावर बसलेल्या माकडासारखी नाटणारी ती जळजळीत, कधी न भागणारी भूक...

चहा आणणारे पोर केव्हाच निघून गेले होते आणि चहाही निवत चालला होता. बऱ्याच वांझ दिवसांनंतर हातात पुष्कळ पैसे मिळाल्याचा आनंदसुद्धा थोडा विझला होता. सोनूने दोनचार घोटांतच चहा संपवला व एक विडी काढली. ती त्याने नोटांप्रमाणेच उलटसुलट तपासून पाहिली, तिचा दोरा पिळून घट्ट केला व मग त्याने ती पेटवली. आता पुन्हा अंग सुखकारकपणे विसावत गेले आणि खुर्चीतच रुजत चालल्याप्रमाणे त्याला पुन्हा स्वस्थ वाटू लागले.

"काय बा सोनू, अगदी ऐटीत बसलास की सोकाजीसारखा!" कोणीतरी मागून म्हणाले. त्याने मागे वळून बघायच्या आतच बाजूच्या खुर्चीवर मेहबूब येऊन टेकला. त्याच्या माजलेल्या अंगाला नेहमी जाड उग्र वास येत असे आणि तो स्वतः काही अंतरावर असतानाच त्या वासाने पोटात उमळायला लागे. तो शेजारी येताच सोनूच्या विडीची लज्जतच गेली व तो उठला.

"अरे बस की!" आपल्या अजस्र पंजाने त्याला खांद्यावर दडपत मेहबूब म्हणाला, "काय, उसळ मारतोस प्लेटभर?"

आपली जीभ तत्काळ फितूर होणार असे सोनूला एकदम वाटले. त्याने घाईने मान हलवली; परंतु तो पुन्हा खाली बसला.

"मग काय झालं तुझ्या त्या शेळीचं?" मेहबूब म्हणाला, "बघ, चार रुपयांत मामला भागवून टाक! अरे, आता आहे काय तिच्यात? दोन हाडे आणि वीतभर कातडं उरलं आहे सगळं! आणखी थोडे दिवस थांबलास तर चार रुपये तर जाऊ दे, चार पैसे मिळायचे नाहीत तुला! नुसतं म्हातारं मढं झालंय, खायला घालायची मात्र किटकिट! त्यापेक्षा लावून टाक तिची विल्हेवाट. तुला चार पैसे मिळतील, मला चार पैसे मिळतील. मग कसं म्हणतोस, येऊ आत्ता बरोबर?"

सोनूने पुन्हा निश्चयाने मान हलवली. मेहबूबची ही जिकीर नाही म्हटले तरी गेले दोन महिने चालली होती व त्या अवधीत तो तीन रुपयांवरून चारचार आणे चढत चार रुपयांपर्यंत आला होता. तसे पाहिले तर त्याचे म्हणणे काही चूक नव्हते. शेळी कोरडी तर केव्हाच पडली होती; पण शिवाय तिची हाडे वर आली होती आणि ती सतत लांबलचक, खरखरीत खोकू लागली होती. तिला बाहेर सोडायचे दिवस तर केव्हाच संपले होते. मागेदेखील ती अनेकदा तरवाळासारखे भटकत कुठच्या कुठे गेली होती आणि दोनचार प्रसंगी तर सोनूला वाघाचे डोळे हातावर टिकवून तिला कोंडवाड्यातून सोडवून आणावे लागले होते. ती घरात शिरली की सगळीकडे तोंड घालून घरात सर्वत्र लेंड्या टाकत घाण करत असे. त्यामुळे सारा दिवस तिला काथ्याचा दोर बांधून बाहेरच्या खिडकीजवळ ठेवावे लागे. मग तेथच्या तेथेच फूं फूं करत ती दोनचार पाने तोडण्याचा प्रयत्न करी. मेहबूबला ही गोष्ट माहीत नव्हती; पण गेल्या आठदहा दिवसांत तिला कोपऱ्यापर्यंतदेखील हिंडायची ताकद उरली नव्हती. खरे म्हणजे आता चार रुपये

म्हणजेसुद्धा अगदी चांगला चंगळ सौदा होता; पण उघड्या डोळ्यांनी तिला कसाबाच्या हातात द्यायचे, या कल्पनेने सोनूच्या अंगावर काटाच आला. नाही म्हटले तरी त्याने तिला ती एक फूट उंच असल्यापासून वाढवले होते, कोणाकोणाच्या तरी आवारातून चोरून हिरवा चारा आणून तिच्या पुढ्यात टाकला होता, उग्र वासाचे दीडदोन कप दूध प्याले होते. रात्री ओवरीत अंग पसरले की बाजूने येणारा तिचा उग्र दर्प अंगावरील कांबळ्याच्या परिचित बाराप्रमाणे त्याच्या अगदी अंगवळणी पडून गेला होता.

"अरे मेहबूब, ती बात छोड दे! ती राहील, मरेल म्हण माझ्याच घरात! तिचं काय मला ओझं आहे होय? मी काही तिला कसाबाच्या सुरीखाली देणार नाही!"

"मग बस तर कुल्ले आपटत! चार रुपये घालव आणि मग दे आणखी एक रुपया कुणालातरी तिला घरातनं ओढून न्यायला!" मेहबूब चिडून म्हणाला.

सोनूने व्यग्र होऊन एक झुरका घेतला. त्यालादेखील अनेकदा वाटून गेले होते ह्न शेळी एकदाची मेली तर बरे होईल! घरी दत्तू, कमळी तिला एक तरी लाथ हाणल्याखेरीज आत-बाहेर होत नसत, तिच्या पाठीत एक तरी झाडणी घातल्याखेरीज येसूबाईचा कचरा काढून होत नसे. आपल्याला आता काही तिच्याकडे लक्ष द्यायला होणार नाही. तिच्याप्रमाणे आपणदेखील आता थकून गेलो! तिच्या अंगावर लाथ बसली की ती धडपडत, बांधलेल्या दोरीत ठेचाळत उठायचा प्रयत्न करी आणि तिच्या त्राण नसलेल्या त्या ओरडण्याने त्याच्या मनावर सतत असह्य ओरखडे पडत. मग का देऊन टाकू नये तिला मेहबूबला?

पण मग त्यापुढचे चित्र त्याला डोळ्यांसमोरही नकोसे वाटे. शेळी अद्याप पाय झटकत पडली आहे आणि तिच्या गळ्यावर सुरी फिरल्याने रक्ताचा पाट वाहत आहे, मग तिचे डोळे हळूहळू निर्जीव काचेचे होत मरून जात आहेत...

"छे, नको, ती राहील माझ्याजवळ!" तो पुन्हा म्हणाला, "तुम्ही कसाब तिचे हालहाल करून माराल!"

"हाच बेवकूबपणा आहे तुम्हा लोकांचा!" आपली हातोड्यासारखी मूठ टेबलावर हाणत मेहबूब म्हणाला, "अरे बंदर, आमचा तो धंदा झाला म्हणजे आम्ही माणसं नव्हे होय? की आम्ही शेळी-मेंढी जिवंत ठेवून तिचे लचके तोडीत बसतो? चल माझ्याबरोबर आत्ता, दाखवतो तुला आम्ही जनावरं कशी मारतो ते! त्याला कळतदेखील नाही, इतक्या समजुतीनं ते येतं ठोकळ्याकडे. सर्रदिशी सुरी फिरली की काम खलास!" लहानगा फुगा बोटात फोडल्याप्रमाणे मेहबूबने मध्येच चुटकी वाजवली, "बघ, माल तुझा, तू मालक. तुझं तू ठरव, आमची काय बळजबरी आहे होय? पण हे बघ, आता तुम्ही माणसं गाव सोडून मुंबईला जाणार, समुद्र बघणार, सिमेंटच्या खोल्यांत राहणार. तिथं जाताना काय शेळीचं मढं घेऊन जाणार होय? तुझा पोरगा तर म्हणत होता, की एक भांडंदेखील न घेता तुम्ही लोक शीट वाजवीत ऐटीत जाणार म्हणून!"

सोनू एकदम पेटल्याप्रमाणे संतापला व त्याने एक शिवी हासडली.

''ते कारटं आणि केशवराव दोघेही गेले खड्ड्यात! घाम टाकत, स्वतः राबून मी घर बांधलं ते असं फुंकून टाकण्यासाठी होय रे कसाबा?'' तो कर्कशपणे म्हणाला, ''ते घर म्हणजे मी आहे. मी त्यातच मरणार, माझी शेळीदेखील तिथंच हाडं पसरणार. तूदेखील जा त्याच खड्ड्यात तुझे चार रुपये टाळक्यावर आपटत!''

ओल्या जनावराने पाठ हलवावी तसे मेहबूबने खांदे उडवले व तो उठला. त्याबरोबर त्याचा उग्र वासदेखील उठला. बाहेर एकमेकीला बांधून उभ्या केलेल्या दोन अशक्त हाडकुळ्या गाईंना त्याने चक्‌चक् करत पुढे हाकलले व निव्वळ सवय म्हणून हातातली काठी त्यांच्यावर हाणली. जाताना तो मध्येच थांबला व रस्त्यावरून ओरडला, ''घे आठ आणे जास्त! यापेक्षा कोणीच एक पै जादा टिकवणार नाही. तू दोस्त म्हणून देतो बघ पदरचे ह्र'' आणि उत्तराची वाट न पाहता तो निघून गेला.

परंतु सोनू स्वतःच्याच विचारात गढला होता. एकमेकीला बांधलेल्या त्या गाई खरे म्हणजे तर मेहबूब येईपर्यंत अगदी मोकळ्या होत्या; पण तरी त्या उधळून का नाहीशा झाल्या नाहीत? तो बाहेर आल्यावर जणू त्याचीच वाट पाहत असल्याप्रमाणे त्या निमूटपणे चालू लागल्या हे कसे? त्यांना माहीत होते म्हणूनच, का त्यांना माहीत नव्हते म्हणून?

पण केशवरावाविषयीचा संताप अद्याप त्याच्यात धुमसत होता. या लडदू गलपोजीला त्याने पूर्वी कधी पाहिलेसुद्धा नव्हते; पण येसूबाईला काकी काकी म्हणत एक महिन्यापूर्वी तो जो घरात शिरला, तो घरात पालीसारखा मुक्काम ठोकून बसला. तो मुंबईला ड्रायव्हर होता आणि आपण दोन महिन्यांच्या रजेवर आलो असे तो प्रत्येकाला सांगे. त्याच्या हातात झगझगीत घड्याळ होते. त्याचा सदरा रेशमी असे आणि तो अंगठ्या असलेली बोटे मधूनमधून मिजासखोर मिशांवरून फिरवत असे. त्याने येसूबाईसाठी, कमळीसाठी दोन छटेल पातळे आणि दत्तूसाठी सारे अंग दाखविणारे कसलेतरी तलम कापड आणताच त्याला कुठे ठेवू अन् कुठे नको, असे येसूबाईला होऊन गेले; पण सोनूला मात्र त्याला प्रथम पाहिल्यापासूनच पांढऱ्या पुष्ट अळ्या खाऊन जगणाऱ्या पांढऱ्या पुष्ट अळीकडे पाहत असल्यासारखे वाटत असे आणि एकदा कमळीशी फाजीलपणा करताना त्याला पाहून तर त्याच्या डोक्यात कुऱ्हाड घालावी असा इसाळ त्याच्यात निर्माण झाला होता. या भुक्कड केशवरावाने घरात तो साप सोडून दिला होता. ''तीस वर्षं या गावात काढली आणि मिळवलं काय? तर हे वाशांचं छप्पर, या चिखलाच्या भिंती!'' त्याने कुत्सितपणे म्हटले होते, ''चला माझ्याबरोबर मुंबईला. सिमेंटची खोली मिळेल, आराम काम मिळेल आणि राजासारखं राहाल ऐटीत! कमळीसारखी उजवी पोर पटकन गिरणीत काम मिळवून जाईल आणि महिन्याला रुपये मोजताना पाठीचे काटे ढिले होतील ढिले! चला मुंबईला.''

आणि मग येसूबाईने तीच कटकट त्याच्या मागे लावली. जणू आता निघायचेच

ठरल्याप्रमाणे तिने दोन घरची भांडी सोडली. दत्तूचे शाळेत जाणे बंद झाले आणि तीनचार दिवसांत त्या खोल्यांना तीनशे रुपये देणारे एक गिऱ्हाईक सोनूकडे चक्कर टाकून गेले. त्याच दिवशी आरडाओरड करत सोनूने येसूबाईला सांगितले, ''हे बघ, त्या तुझ्या केशवरावाला सांगितलंय, तुलादेखील बजावून ठेवतो! हे घर मी बापजन्मी विकणार नाही. हाडाची काडं करून मी बांधलंय ते! ते चाफ्याचं झाड मी स्वतः हातानं लावलंय!''

''त्यालाच मग गळफास लावून मरा आता!'' येसूबाई कर्कशपणे म्हणाली, ''काय करायचं आहे ते घेऊन? घराची कधी ओल जात नाही. पाट्याच्या दगडाला रोग व्हायचा असल्या ठिकाणी! असं सोन्यासारखं गिऱ्हाईक आलंय; पण नशिबाची करटी फिरली पाहिजे नव्हे!''

''मला माहीत आहे तू मस्त राजवाड्यात जन्मलीस ते!'' सोनू चवताळून म्हणाला होता, ''मी एकदाच सांगून ठेवतो. मी हे घर साफ विकणार नाही. मी मरणार ते या ठिकाणी. मग घरात असो अगर चाफ्याच्या झाडाला असो. आता पुन्हा एकही शब्द काढायचा नाही त्या गोष्टीबद्दल!''

त्याला वाटले होते, एवढ्यावरच सारे मिटून जाईल! पण मग मेहबूबला ते कारटे भेटून पुन्हा तेच सांगत होते; म्हणजे तो किडा अद्यापही घर पोखरत बसला आहे हेच खरे! सोनूचा राग वाढला व आता घरी गेल्याबरोबर त्या मुंबईवाल्याला घरात पाऊल टाकलेस तर तंगडी मोडून देईन अशी तंबी देण्याचा त्याने निश्चय केला.

त्याची विडी संपत आली होती. शिवाय संध्याकाळची झगमगदेखील उतरली होती. तो जायला उठला, तोच खिडकीपाशी उभ्या असलेल्या पोराने शीळ वाजवली. त्याबरोबर हॉटेलमधील इतर नोकरदेखील हातातील काम टाकून खिडकीपाशी आले, घामाने निथळत असलेला भट्टीवाला तर हातात झारा घेऊनच बाहेर आला. त्यांनी खिडकीपाशी घोळका केला व ते एकमेकांच्या खांद्यावर हात टाकून ताणलेल्या नजरेने बाहेर पाहू लागले.

''आली, मारवाड्याची गाडी आली!'' एकाने शेजारच्याला कोपरखळी मारत म्हटले, ''आणि आज नट्टापट्टा तर दिलखूष फिल्मी रंगीत आहे!''

''करायचा काय घेऊन तो टिनपाटी नखरा! सालीला शेळीचा वास आहे!'' भट्टीवाला तुच्छतेने म्हणाला.

''तुला रे काय माहीत भटा?''

''काय माहीत म्हणजे?'' डोळे मिचकावत भट्टीवाला हसला, ''एकदा मी दहा रुपयांची नोट गमावून बसलोय बाबा!''

सगळेजण पाचकळपणे हसले व खिडकीतून एकाग्रतेने पाहू लागले.

सोनूला एकदम कुतूहल वाटले व तो थोटूक टाकून इकडे आला.

त्या घोळक्यातील एकाला बाजूला करत तो पुढे जाऊ लागला, तेव्हा भट्टीवाला

त्याच्या पोटात बोट टोचत म्हणाला, ''काय करता घेऊन असल्या गोष्टी या वयात राव? आता काय पानं रंगायचं वय राहिलं होय?''

सोनू मनमोकळेपणाने हसला व पुढे सरकला. समोरच्या रस्त्यावरून पाठ सारी उघडी टाकून अंग मुरडत एक निबर पोरगी चालली होती व रस्त्याच्या दोन्ही बाजू न्याहाळत मान जादा मुरडत होती. कोणीतरी पुन्हा शीळ घालताच तिने ठुमकत खिडकीकडे पाहिले व भडक फुलांचा टळटळीत गजरा अडकलेल्या मानेला उघड लटक्या रागाने एक झटका दिला.

सोनूला सारे अंग एकदम पेटल्याप्रमाणे वाटू लागले व त्याचे हात थरथरा कापू लागले. तो जवळच्या खुर्चीवर दण्णदिशी बसला व त्याने विकलपणे चेहरा हातावर टेकवला. ती निघून गेल्यावर हॉटेलमधली पोरे परत फिरली. त्यांतील एकाला त्याने थांबवले व शांत राहायचा प्रयत्न करत विचारले, ''ही पोरगी वरचेवर येते होय इकडे?''

तो पोरगा डोळे मिचकावत खिस्सदिशी हसला व म्हणाला, ''तर काय! मंगळवार, शुक्रवार, बयेचा मुक्काम इथंच की! कधी त्या मारवाड्याकडे, कधी त्या शिंप्याकडे. मग इथून भजी काय, शेवचिवडा काय बघायला नको! मग सिनेमा! मालक, आहात कुठं, काम मोठं चैनी आहे! जवान घोडी, लाल लगाम, ऐसा मैदान, ऐसा काम!''

अगदी आखडून गेल्याप्रमाणे सोनू किती वेळ बसला हे त्याचे त्यालाच समजले नाही. तो आवेगाने उठला. त्याने चुन्याची बादली उचलली व पैसे टाकून तो रस्त्यावर आला. त्याचा चेहरा शरमेने जळत होता; पण तेवढ्यातही त्याने सराईत धंदेवाईक दृष्टीने झाडणीकडे पाहिले. ती आता झिजून निरुपयोगी झाली होती. ती त्याने गटारात फेकून दिली व तो घराकडे झपाझपा चालू लागला. चालत असता मधूनमधून काहीजण आपल्याकडे कुत्सित, जाणत्या नजरेने पाहत आहेत असे त्याला सारखे वाटू लागले. गटारातून तो घाणेरड्या, चिरडलेल्या अंगाने बाहेर आला होता, तेव्हाच्या भोवतालच्या घोळक्यातच आपण उभे असल्याप्रमाणे त्यास वाटू लागले व त्याला मान वर करवेना.

ती पोरगी म्हणजे त्याची धाकटी मुलगी ह्न कमळी ह्न होती. परवापर्यंत ती मळके परकर नेसून लोकांच्या घरी भांडी घासत असे आणि महिना-महिनाभर तिच्या झिंज्यांना तेल लागत नसे. पण मग ती कुठलीतरी मसणी ग्रामोद्योग संस्था निघाली. त्या ठिकाणी दररोज एक रुपया देऊन शिवणकाम शिकवत. कमळीच्या मानेवर दगड ठेवला तरी तिच्या बाला देखील सुईत दोरा ओवता आला नसता; परंतु तिची मैत्रीण ह्न नजमा ह्न तिच्याकडे आली आणि त्या दोघी शिवणक्लासला जाऊ लागल्या. पंधरवड्याच्या आतच कमळीच्या अंगावर झकपक पातळे दिसू लागली आणि पाठीवरचा पदर खांद्याच्या अगदी टोकाला ठेवून ती अगदी श्रीमंत गरत्या बायकांप्रमाणे पाठ उघडी दाखवत निर्लज्जपणे मांड्या मोडत रस्त्यावरून चालू लागली. बकाबका गिळायला कधी वेळेवर न येणारी कमळी, न चुकता शुक्रवारी, मंगळवारी शिवण क्लासला जाऊ लागली.

एकदम जुनी जखम जागी झाली आणि सारे छप्परच कोसळत असल्याप्रमाणे सोनू भांबावला. ती थोरली मुलगी पारू ह्व (तिचे कोवळे, मऊ, मक्याच्या कणसातील केसांसारखे हात! तिच्याकडून पायाचे तळवे चोळून घेत असता कापसासारखी झोप लागे) ह्व ती अशीच आपल्या बेशरम मार्गाने निघून गेली आणि सोनूला बरेच दिवस बाहेर तोंड दाखवायला जागाच उरली नाही. तो कुठलातरी परजातीचा लोखंडी सामानाचा दुकानदार होता. हातात सुरा घेऊन ओरडत सोनू त्याच्या घरी गेला, तेव्हा त्याने बेगुमानपणे शंभर रुपयांच्या नोटा त्याच्या अंगावर फेकल्या. सोनू एकदम पुढे धावला; पण येसूबाईने त्याला आवरले व सगळ्या नोटा काळजीपूर्वक गोळा करून ती मख्खपणे घरी आली. मग एक दिवस आपले पोर घेऊन पारू बाहेर पडली, ती घरी आलीच नाही.

ह्व आता कमळी!

पुन्हा त्याचे अंग हबकून निघाले. वाटेत आपल्याला कोणीतरी हाक मारत आहे, असे त्याला अस्वस्थपणे जाणवले; पण तो तसाच पिसाट कुत्र्याप्रमाणे पुढे गेला व घरापाशी आला. तेथे चाफ्याच्या झाडाजवळ टाकलेल्या खाटेवर केशवराव ऐसपैस बसला होता आणि येसूबाई व दत्तू बाजूलाच बसली होती; परंतु सोनू आलेला पाहून कोणी हलले नाही की उठले नाही. सोनूने लाथेनेच दार उघडले. केशवरावाला असा सोकावून बसलेला पाहून तर त्याच्या कपाळात तिडीक उठली. त्याने रागानेच चुन्याची बादली कोपऱ्यात आदळली व वाटेत एक अल्मीनचे पातेले होते ते लाथेनेच बाजूला भिरकावले. बारीक करून ठेवलेला दिवा त्याने मोठा केला. त्या दत्त्याला तर कपड्याची किंमतच नव्हती. त्याने आपली चड्डी अशी मध्येच टाकली होती. सोनूने संतापाने ती उचलली व दारातूनच बाहेर फेकली, तेव्हा तिच्यातून दोन सिगारेटी बाहेर पडल्या. सोनू क्षणभर त्याच्याकडे पाहतच राहिला व एकदम तडकल्याप्रमाणे ओरडला, ''दत्त्या, बेरडा, इकडे ये जरा ह्व''

विजारीच्या खिशात एक हात अडकवून दत्तू उभा राहिला. त्याने पारदर्शक कपड्याचा सदरा घातला होता व केसांना पाणी लावून ते व्यवस्थित विंचरून कपाळावर त्यांचा उनाडटप्पू तुरा काढला होता. सोनू लांब टांगा टाकत त्याच्याजवळ आला व बोटे पसरून त्याने दत्तूच्या मुस्कटात दिली. त्या प्रहाराने दत्तू एकदम भिंतीकडे तिरपा झाला.

''कमळी कुठाय?'' सोनूने विचारले.

''ती गेली आहे मार ह्व मला ठाऊक नाही!'' मध्येच अडखळत दत्तू उर्मटपणे म्हणाला व गारगोटीसारख्या डोळ्यांनी सोनूकडे पाहू लागला. सोनूने पुन्हा एक चपराक देताच तो किंचाळत बाहेर धावला. ते पाहून येसूबाई आत आली व दारातूनच ओरडली, ''काय पिऊन आलात की काय? काय झालं आल्याबरोबर पोराला लाथ हाणायला?''

''घाल ते पोर खड्ड्यात!'' गळ्याच्या शिरा ताणत कर्कशपणे सोनू म्हणाला, ''भिकारडं कारटं, एक पै मिळवायची अक्कल नाही! बरोबरीची पोरं शिकलीसवरली

आणि हा रेडा करतोय काय? तर नाटकवाल्यासारखं अंग दाखवत केस पुढं आणतो आणि सिगारेटी फुंकत हिंडतो!''

''जरा आवाज उतरवा की! घरात पाहुणे आले आहेत, त्यांच्यासमोर तरी तमाशा नको!'' स्वतःचा आवाज कमी न करता येसूबाई म्हणाली, ''त्या सिगारेटी केशवरावानं ठेवायला दिल्या असतील त्याच्याजवळ, त्यात एवढं भुसभुसायला काय झालं? तो एवढा तालेवार माणूस, त्याच्यापुढं तरी असं गावंढळाप्रमाणं आरडाओरडायला लाज वाटत नाही?''

''लाज मला की तुला बघ!'' सोनू हात उडवत म्हणाला, ''कमळी कुठाय? ती आली की तिची हाडं सैल करून टाकतो! गावात मान वर करायला जागा ठेवली नाही भिकारडीनं! तीस वर्षं अब्रूनं काढली या गावात आणि ही जगावरून ओवाळून टाकलेली कारटी बाजारबसवीप्रमाणं त्यावर निखारा ठेवायला उठलीय! म्हणे लाज वाटत नाही काय! तू आणि तुझा तो तालेवार पाहुणा, तुम्ही घाला तुमच्या लाजा चुलीत!'' सोनूने उगाचच बाजूच्या कोनाड्यातील दोन वाट्या उचलून दणादण जमिनीवर आदळल्या. त्या आवाजामुळे भिंतीपलीकडे असलेल्या शेळीने भेदरलेली हालचाल केली व जुने कापड फाटत असल्याप्रमाणे ती कोरड्या, कातर आवाजात ओरडली.

येसूबाई आत आली व तिने दार ढकलून अर्धवट लावले. ती निर्दयपणे हसली व हात नाचवत म्हणाली, ''मस्त माहीत आहे तुमची अब्रू मला! आहे हत्तीच्या पायाएवढी अभंड! आत्ता जाऊन कुठूनतरी दहा रुपये उसने आणून दाखवा आणि मग बोला अब्रूच्या गोष्टी! म्हणे कमळी कुठाय! ती गेली आहे मसणात! कशाला पाहिजेत या चांभारचौकशा? खायला मिळतं नव्हे दोन वेळा? गिळा आणि गप्प बसा मुकाट्यानं!''

तिच्या बेगुमानपणाने सोनू खिळल्यासारखा झाला. आपण कमळीला कोठे, कसे पाहिले हे सांगून तिला चकित करण्याचा त्याचा बेत कोसळला व तो तिच्याकडे पाहतच राहिला.

''म्हणजे, ती कुठं जाते, काय करते हे दत्त्याला, तुला ठाऊक आहे तर!'' त्याने अगदी अविश्वासाने विचारले, ''मग संपलंच की! आईलाच शरम नाही, तर पोरीला कुठली येणार! खाण तशी माती!'' कपाळावर थडाथडा हात मारून घेत सोनू म्हणाला.

येसूबाईने मुठी घट्ट आवळल्या व दातओठ खात दणादण पावले टाकत ती त्याच्या समोर आली. ती आता रानवटपणे आपल्यावर प्रहार करणार की काय अशी सोनूला क्षणभर भीती वाटली व जणू राजाभाऊसमोरच असल्याप्रमाणे त्याने अंग आकसून सुतळीच्या गाठीसारखे करून ठेवले; पण येसूबाई मुठी आवळून तशीच उभी राहिली व शब्द थुंकत असल्याप्रमाणे म्हणाली, ''होय, कमळी जाते मारवाड्याकडे, काय म्हणणं आहे तुमचं? मीदेखील केव्हाच लाज कोळून प्याले आहे, झालं समाधान? तसं केलं नसतं तर दारोदार परटं घेऊन भीक मागण्याची पाळी आली असती सगळ्यांवर! तुमचा

पगार बघावा तर अगदी साहेबी! सहा महिन्यांतून तुम्ही मोप शिप्तरभर दोन रुपये आणणार, मग आम्ही काय पोटाचा बिब्बा घालायचा होय? म्हणे तीस वर्षं अब्रूनं काढली! काढली असाल की, त्यात काय एवढं? दोन वेळा गिळायची ठीक व्यवस्था असली की अब्रू बासनातनं बाहेर येते कशाला शिंदळकी करायला?''

''हे बघ, मी अगदी भूकेनं मरत होतो, तेव्हादेखील सोन्याची साखळी ह्न'' सोनू सांगू लागला.

''पुरे ती रडकथा! हजार वेळा तो पराक्रम ऐकून कान किटले माझे! तुम्ही रुपया घेतला नाही आणि लाथा खाऊन बाहेर पडलात कुत्र्यासारखे! मोठ्ठा दिवा लावलात आभाळात, तुमच्यावर शिणिमा काढायला सांगूया हरिश्चंद्राप्रमाणं! तीस वर्षं राबलात आणि काय दौलत मिळवलीत? तर या बिळासारख्या दोन खोल्या! त्यात भिंतीत पिंपळ उगवतो आणि पावसाळ्यात कुत्रं मुतू लागल्याप्रमाणं झरे फुटतात! आणि दारात शेळीच्या मढ्याचा भरजरी हत्ती! त्या केशवरावाकडे बघून तरी काहीतरी वाटायला पाहिजे मनाला! चार वर्षांत त्यानं गावात माडी बांधली, गुरं-गोठा केला!'' तिने पुन्हा दात आवळले व त्याच्यावरून हात ओवाळले, ''आणखी एक सांगून ठेवते, पुन्हा कधी माझी अब्रू काढू नका! तुमच्या आयाबहिणींची पुराणं मला चांगली माहीत आहेत. काही झालं तरी मीसुद्धा तुमच्या गावापासून दोन कोसांवरचीच बया आहे!''

सोनू एकदम चिडून जाऊन उभा राहिला व त्याचे भान गेल्यासारखे झाले. त्याचे सर्वांग थरथरू लागले व शब्द न फुटता ओठ मात्र बुडबुडल्यासारखे हलू लागले. त्याने खिडकीकडे हात पसरला व तिचे दार उघडे राहावे म्हणून टेकण देण्यासाठी ठेवलेले फळकूट उचलले आणि सारे बळ एकवटून ते त्याने तिच्या कपाळावर आदळले. येसूबाई वेदनेने विव्हळली व जेथे प्रहार लागून रक्ताची धर लागली होती तेथे हात दाबत दरवाजाला ठेचाळत बाहेर आली. तिच्या ओरडण्याने बाहेर शेळी धडपडत उठली व दोरी ताणत बें बें ओरडू लागली. स्वतःशीच काहीतरी ओलसर पुटपुटत सोनू बाहेर आला व वेड लागल्याप्रमाणे तो हातातील फळीचा तुकडा दणादणा शेळीवर हाणू लागला. पहिले दोनतीन प्रहार खटखट करत पाठीवरच्या हाडावर बसले व शेळी एकदम बसकली; पण त्याने पुन्हा तिच्या पायावर फळकूट मारताच तिला पायही जवळ घेता येईना. ती पसरली व मान ताणत घरघरीत खोकू लागली.

''मरतही नाही एकदाची कटकट!'' सोनू म्हणाला व आत आला.

पण आत आल्यावर मात्र तो एखाद्या मळक्या चिंधीसारखा गळाला आणि बावळटपणे तोंड उघडे टाकून भ्रमिष्टासारखा बसून राहिला. आई, बहीण...

बादशाही मटण खानावळीचा नानू कदम वेळीअवेळी घरी येत असे. तो घरात आला की अर्धांगाने एक पाय गेलेला सोनूचा बाप त्याला हाताला धरून विरेश्वराच्या देवळाकडे न चुकता जायला निघे. मग तासा-दोन तासांनी तो परतला की नानूने

आणलेला मटण-रस्सा ओठ ओले करत तो समाधानाने खात बसे. काही वेळा आठवडाभर नानू आला नाही की तो सारखा चौकशी करी. मग पळत जाऊन सोनूला खानावळीत निरोप सांगून यावा लागे. भोवतालची माणसे फिदीफिदी हसत व मग सोनूचे डोळे रडकुंडे होत. बाप एकदाचा वारला. शेवटी तो बोबड्या, अडखळत शब्दांत काय बोलत होता कुणालाच समजले नाही. मग एकदा आई नानू कदमाबरोबर मुंबई बघायला गेली ती परतलीच नाही. घरी थोरला वेडसर भाऊ, हातभर बहीण, दोनचार चिरगुटे, रिकामी गाडगी! मग एका पहाटे सोनूने घर सोडले. भाऊ अस्ताव्यस्त झोपला होता, बहीण अंग आखडून लुगड्याचे चिरगूट पांघरून झोपली होती. रात्री कोणीच काही खाल्ले नव्हते. त्यांना तसेच टाकून जाताना त्याच्या पोटात खळगा पडला होता. नंतर दहाबारा वर्षे तो घरी परतलाच नाही. भावाबहिणीची आठवण झाली की त्याची आतडी गोळा होत; पण आपले बूड कुठेतरी टेकले की त्यांना आणावे असे म्हणताम्हणता दिवसाला दिवस लागून वर्षे निघून गेली. मग एकदा सुट्टी घेऊन तो गावात आला. भाऊ वारला होता. झावळ्यांचे घर नाहीसे झाले होते. बहिणीने मोटर स्टँडवर पानपट्टीचे दुकान लावले होते. तिला पाहताच तो शरमून शेण झाला. पान खाऊन लाल झालेले ओठ, गळ्यात पुतळ्यांची माळ, दंडात रुतलेली चोळी! तो गेला त्या वेळी दोन ड्रायव्हर फळीवर बसून खिदळत होते. त्याला पाहताच बहिणीने एक पिंक टाकली व म्हटले, ''का इकडं बरं फिरकलास? ठीक आहे नव्हं सगळं?''

तो गप्पच राहिला. बोलण्यासारखे काही उरले नव्हते. तास गेले, दोन तास गेले, तसा तो उठला. आठदहा दिवस राहायच्या तयारीने तो आला होता; पण आता त्याचे मनच मेले होते. ''उद्या राहिलास तर ये की!'' त्याची बहीण म्हणाली व व्यापारात गुंतली. तो उठला व बसकडे आला. सकाळी त्याला घेऊन आलेली बसच संध्याकाळी परतणार होती. जाताना काही तुटल्याचीदेखील वेदना न होता सारे संपून गेले होते. त्याच्या मनातील बहीण थंडीत अंग आखडून लुगड्याचे चिरगूट पांघरून झोपली होती व तिचा निरोप घेण्याचे त्याला आयुष्यात लाभले नव्हते आणि त्या आठवणीने तो उगाचच व्याकूळ झाला होता...

त्याला ते सारे असह्य वाटू लागले. येसूबाई, पारू, मुली, बहीण, आई... म्हणजे आपला हा पिंडच, हे बीजच डागळून गेले आहे की काय? खाण तशी माती...

तो गोठल्यासारखा बसून होता. बाहेर कोणीतरी शेळीला लाथ मारल्याचा बकूदिशी आवाज आला आणि ती दीनवाणे फुटक्या आवाजात तडकून अशक्तपणे ओरडली. सोनूला एकदम शरम वाटली. तो उठला, त्याने एक जुने कापड फाडून दोन चिंध्या केल्या आणि तो शेळीजवळ आला. त्याला पाहताच एकदम भेदरून ती उठायचा प्रयत्न करू लागली; पण तिचे पुढील ताठलेले पाय काही केल्या जमिनीवर ठरेनात. त्याने हलकेच तिच्या अंगावरून हात फिरवला, तेव्हा तिची धडपड थोडी कमी झाली. त्याने तिचा

पुढचा एक पाय हातात घेऊन कोवळ्या हलक्या बोटांनी तो चोळला आणि आणलेल्या चिंध्या सांध्यावर हलक्या हातांनी गुंडाळल्या. त्याचे डोळे ओलसर होऊन गळा आवळल्यासारखा झाला व तो तेथून झटक्याने आत गेला.

तो परतून आत बसला असेल-नसेल, तोच चुलीजवळ पुष्कळशी भांडी कोसळल्याचा आवाज झाला व येसूबाई आवेशाने येऊन उंबऱ्याजवळ उभी राहिली. तिने पदर आडवा खोचला होता आणि तिच्या हातात लाकडाचे एक दांडके होते. कपाळाला जेथे खोक पडली होती तेथील रक्त थांबण्यासाठी तिच्यावर मूठभर हळद दडपली होती व त्यातील थोडी तिच्या अंगाखांद्यावर सांडली होती.

"त्याचं मढंच काढते बाहेर, माझ्या जिवावर उठतो काय? ही येसू अशी उंदरासारखी मरायला आली नाही!" तिने ओरडत म्हटले व ती सोनूकडे धावली. सोनूने फळकूट पुन्हा उचलले व तो सावध होऊन तयारीत उभा राहिला. हा आरडाओरडा ऐकून केशवराव व दत्तू धावत आले. केशवरावाने तिला आवरले नसते तर तिने लाकूड सोनूच्या डोक्यात आदळले असते.

"सोड मला, कधीतरी निकाल व्हायचाच की! मेले तरी बेहत्तर, त्याचं डोकंच फोडते गाडग्यासारखं! मग जाऊन विहिरीत पडते एकदाची!" ती किंचाळत म्हणाली.

सोनूने मुठी आवळत म्हटले, "तू विहिरीत जा, नाहीतर चुलीत जा, मला त्याचं आंघोळीचंदेखील सोयरसुतक नाही!" त्याने रागीटपणाने केशवरावाकडे रोखून पाहिले आणि सांगितले, "आणि तूही माकडा, चालता हो इथून! मोठा आला आहे मुंबईवाला साजिंदा!"

ते शब्द ऐकून येसूबाई पुन्हा चवताळून म्हणाली, "त्याला काही बोलाल तर जीभच हासडून टाकीन! तो बिचारा आला ते आमचं भलं करायला आणि त्यालाच लाथ मारता? माणूस आहात की कसाब?" तिने पुन्हा दांडके उचलले; पण दत्तूने तिला मागे ओढले व केशवरावाने तिला ढकलत खोलीबाहेर काढले.

"काकी, तुम्ही जा आत, मी हे सांभाळून घेतो सगळं गाडं," केशवराव म्हणाला व त्याने येसूबाईला डोळ्याने खूण केली.

तो आत आला व एक हात सोनूच्या खांद्यावर टाकत त्याने पंजा त्याच्या गळ्याभोवती पसरला व त्याला नेटाने मागे ढकलत खाली बसवले. मग त्याने एक खोके पुढे ओढले व स्वतः त्यावर बसला. त्याच्या अंगाच्या वासाने सोनूला अस्पष्टपणे मेहबूबची आठवण झाली व त्याने चेहरा थोडा बाजूला केला; पण केशवरावाचा चेहरा थोडा भडकल्यासारखा दिसत होता व त्याने दात आवळल्यासारखे दिसत होते.

"बरं का काका," तो म्हणाला, "एक आधीच सांगून टाकतो. मी इथं आलो आहे ते काही भिकारी म्हणून नाही, की मला स्वतःचं घरदार नाही असंही नाही. तुम्ही आता जे शब्द वाजवलेत, ते जर मला मुंबईत कोणी म्हटले असते, तर त्याची गर्दन खांद्यावर उरली

नसती! तेव्हा पुन्हा एकदा असं तोंड वाजवू नका माझ्या बाबतीत! काकीकडे, तुमच्या वयाकडे पाहून मी गप्प बसतो या खेपेला; परंतु मलासुद्धा राग आहे, पुढल्या खेपेला तो मला कदाचित आवरणार नाही; समजलं? हं, आता सांगा, भडकायला झालं तरी काय?''

''काय झालं? जाऊन विचार तुझ्या त्या बेशरम काकीला! त्या कमळीनं तोंडाला काळं फासलं! रस्त्यावरची म्हारंपोरं तिच्याविषयी पाचकळ बोलत होती...''

केशवराव थोडा हसला. तो म्हणाला, ''काका, वय झालं तरी रक्तातला गाढवपणा गेला नाही; मी आपलं स्पष्टच सांगतो. अहो, चार दीडदमडी माणसं बोलतात, म्हणून तुम्ही त्यांच्यावर विश्वास ठेवता? कोणाविषयी लोक चांगलं बोलतात? तुमच्याविषयी की माझ्याविषयी? थोडा विचार करायला सूत मिळालं की झालं, कायचा त्याचा फास? त्या पोराच्या खिशात सिगारेटी दिसल्या की बडव त्याला, पोरगी बाहेर गेली की उचल कुऱ्हाड, बायको बोलली की फोड डोकं ह्र काय चाललं आहे काय? त्या सिगारेटी माझ्या, जरा थोडी चौकशी तर करायची! घरचे धनी तुम्ही, असं उठलंसुटलं पिसाळून चालत नाही ह्र''

सोनू थोडा विरमला. कोणीतरी बऱ्याच दिवसांनी त्याच्याशी आदराने बोलत असल्यामुळे त्याला जिवंत वाटू लागले. विशेषतः केशवरावाने त्याला घरचे धनी म्हटल्यावर हा केशवराव म्हणजे अगदीच बेरड नाही असे त्याला वाटू लागले.

''पण ती कमळी नट्टापट्टा करून मारवाड्याच्या घरी गेली, हे तर खरं ना? तुझ्या काकीनंच बेशरमपणानं सांगितलं की!''

''त्यात बेशरमपणा कसला?'' केशवराव सहजपणे म्हणाला, ''वयाप्रमाणं पोरगी नटली असेल थोडी. आज तिच्या एका मैत्रिणीचं लग्न ठरतं आहे, म्हणून ती गेली एवढंच. चार भुक्कड बडबडणार, तुम्ही म्हातारं ऐकणार, झालं!''

सोनू थोडा भांबावला व त्याला आपले चुकल्यासारखे वाटू लागले.

''पण मारवाड्याच्या घरी?'' त्याने हट्टाने विचारले.

''हो, मारवाड्याच्या घरी!'' केशवरावाने आत्मविश्वासाने ठासून सांगितले, ''त्याचीच बहीण की भाची तिची मैत्रीण आहे.''

सोनू खुळ्यासारखा झाला व केशवरावाकडे टकाटका पाहू लागला. तो म्हणतो तसेही असू शकेल की, असे त्याला फार वाटू लागले व त्याच्या चिरडलेल्या मनाच्या तळाशी एक नवी आशा जागी होऊन तो थोडा खुललाही. कदाचित नानू कदम देखील सहजच घरी येऊन जात असेल. बहीण पान खात दुकानात बसली, एवढ्याचमुळे काहीसुद्धा सिद्ध होत नाही... त्याच्या मनावरील ताण थोडा कमी झाला व त्याने हातातील फळी बाजूला ठेवली.

''आणि मलाच तुम्ही शिव्या दिल्यात,'' केशवराव किंचित पुढे वाकून म्हणाला,

''मी आलो ते तुमचं भलं करण्यासाठी. मुंबईला आलात तर एवढ्या राबण्याने चार पैसे मिळतील, दोन घास पोटात जातील. मी प्रथमच तेथे गेलो, तेव्हा अंगावर नुसत्या चिंध्या होत्या चिंध्या! आता मी लखपती झालो असं नाही; पण काका, खाऊनपिऊन सुखी आहे, कोणाचा मिंधा नाही. धंदा चालवतो. रेटून खातोपितो.''

सोनूचे मन पुन्हा डुचमळले. ''हां, बस्स, एवढं बोललास तेवढं पुरे!'' तो उसळून म्हणाला, ''या घरात मी रक्त गाळलंय! मी मरणार तो इथंच. या ठिकाणी. तू घेऊन बस तुझी मुंबई तुझ्या पुढ्ठ्याखाली! आणि हे बघ, तुझ्या मिशा, तुझी मुंडेछाट पैरण याला घाबरणारा मी माणूस नव्हे. जर माझ्या बायकोपोरांच्या बाबतीत तू काही भानगड केलीस तर याद राख. डोकं फोडीन. मग फासावर लटकलो तरी बेहत्तर!'' सोनूचा संताप एकदम वाढला. त्याने केशवरावाचा हात गच्च धरला व तो म्हणाला, ''बऱ्या बोलानं तू निघून जा, नाहीतर उद्याच्या उद्या पोलिसात जाऊन मी फिर्याद करीन! म्हणे मुंबईला चला, पोरीला कामाला लावा. माझी बायको, माझी पोरगी काय बाजारबसव्या आहेत होय?''

केशवरावाचे डोळे किंचित बारीक होऊन फटीसारखे झाले व त्याने दात जास्तच जोरात आवळले; पण सोनूचा हा उलटा अवतार पाहताच त्याला हसू आवरेना. त्याने आपला हात सहजपणे सोडवून घेतला व सोनूला गळ्याभोवती बोटे पसरून खाली बसवले.

''काका, तुमच्या मनात नाही, तर राहिलं, त्यात कोणाची बळजबरी आहे होय? तुम्ही घरचे मालक, त्या माणसांचे पोशिंदे! तुम्ही ठरवा त्यांचं पुढंमागं! मी वाटेचा वाटसरू. काकीचं नातं म्हणून मी आलो, आतड्यानं बोललो, इतकंच! आता असं करा, डोकं फार भडकलंय. दोन घास गिळून स्वस्थ पडा; मग सकाळी थंड डोक्यानं विचार करा...'' केशवरावाने बाजूला वळून हाक मारली व म्हटले, ''काकी, यांचं ताट तेवढं दे भरून. आज तमाशा झाला तेवढा बस्स झाला!''

आतल्या खोलीत भांडी वाजली व थोडी आदळआपट झाली. शेवटी दत्तूच ताट घेऊन आला व त्याने ते सोनूपुढे आदळले. भात गरम होता व त्यातून वाफा येत होत्या. ताटात कसलीतरी कोशिंबीरदेखील होती. म्हणजे आजदेखील केशवराव जेवायला राहणार हे स्पष्ट होते. पण त्या मऊ भाताचे गरम घास गळ्याखाली उतरताच गाठी सुटत गेल्याप्रमाणे सोनू सैल पडत गेला. या एवढ्या अन्नासाठी पोरपणापासून कणा झिजवत गेलो, जगण्यासाठी अन्न मिळवण्याची धडपड केली आणि ते मिळवतामिळवता जगण्यासारखे काहीच उरले नाही, या विचाराने तो खिन्न झाला. त्याने ताटातच हात विसळला व तो चटईवरच्या गोणपाटावर आडवा झाला. केशवरावाने कंदील किंचित बारीक केला व तो बाहेर येत म्हणाला, ''पडा आता काका, डोकं थोडं थंड होऊ द्या.''

तो बाहेर आला व वळचणीला उभा राहिला. त्याच्या पाठोपाठ येसूबाई व दत्तू बाहेर आली व त्याच्या शेजारी उभी राहिली. थोडा वेळ कोणी बोलले नाही. तेव्हा येसूबाईच

म्हणाली, ''केशवराव, खाऊन घेतोस न्हवं थोडं? पोराचं झालंय, पोरगी जेवूनच येईन म्हणाली होती.''

केशवराव तंद्रीतून बाहेर आला व त्याने दत्तूच्या पाठीवर थाप मारली. ''खाऊन झालंय होय रे तुझं? मग सिनेमालाबिनेमाला जातोस काय बघ,'' त्याने एक नोट काढली व दत्तूला दिली. ''जा, घे हा रुपया आणि चैन कर बेट्या! मार खाल्लास तर खाल्लास, मग सिनेमा तरी बघ ऐटीत! हे बघ, विड्या फुंकू नकोस आणखी ह्न''

दत्तू खजीलपणे हसला व आत जाण्यासाठी वळला. थोड्याच वेळात तो कपडे घालून आला. त्याने गळ्याभोवती रंगीत हातरुमाल गुंडाळला होता व केसांचा तुरा जास्तच उठावदार केला होता.

''आणि ती पोरगी भेटली तर सांग, आज कुठेतरी रात्र काढ म्हणून! बाप भडकला आहे म्हणावं!'' तो जात असता केशवराव म्हणाला.

त्यांनी वचावचा दोन घास गिळले. केशवरावाने एक सतरंजी काढली व तो त्यावर बसला. येसूबाईने पानाची चंची काढली व ती त्याच्यापुढे टाकून ती स्वतः जवळच बसली. केशवराव काहीतरी बोलेल म्हणून ती मघापासून वाट पाहत होती; पण तो मात्र सिगारेट काढून शांतपणे ओढत बसला होता. आता सोनूच्या खोलीतून दाराच्या फटीत मंद केलेल्या प्रकाशाची सुतासारखी रेषा मात्र दिसत होती आणि जणू तिलादेखील फुंकून टाकण्याचा प्रयत्न करत असल्याप्रमाणे बंद खिडकीबाहेर शेळी सतत लांब घोगरे खोकत होती.

''काकी, हे प्रकरण सहजासहजी मिटायचं नाही!'' मध्येच केशवराव म्हणाला, ''पोलिसात उद्याच्या उद्या फिर्याद करीन म्हणतो तो. आणि खरं सांगू? पोलिसापासून जरा दूर राहणंच माझ्या धंद्याच्या दृष्टीनं फायद्याचं आहे. परंतु मी काही म्हातारा मरेपर्यंत मुक्काम ठोकून बसणार नाही. शिवाय माझे चारशे रुपये तरी तुझ्याजवळ किती दिवस अडकवून ठेवू? आणि एक बघ काकी, मी आपला घडाघडा स्पष्ट बोलणारा माणूस! पोरगी जशी उफाड्यानं वाढते, तशी ती सुकतेदेखील उफाड्यानंच! आणखी चारपाच वर्षं अशीच गेली, की तिच्याकडे कुत्रेदेखील ढुंकून पाहणार नाही! आत्ताच आलात माझ्याबरोबर तर तिचं बस्तान बसेल, तूदेखील कुठंतरी पान-तपकिरीचं दुकान घालशील. तेव्हा तुझं तू बघ आणि ठरव आता. मी चाललो परत येत्या आइतवारी.''

येसूबाई चिडून म्हणाली, ''मग मी तरी काय करू सांग! मढं मरतही नाही एकदा, म्हणजे मी तरी सुटेन! वीसपंचवीस वर्षं काढली मी खातेऱ्यात. कसली अब्रू नि काय! कधी धड धडोतं लागलं नाही अंगाला, की कधी ढेकर आली नाही पोटाला! माझं जसं, तसंच त्या पोरांचं! मघाशी तू उगीच आडवा आलास बघ. मी एकदा सारं कायमचं मिटवून टाकलं असतं बघ!''

''होय, आणि गेली असतीस फासावर! मग ते करून फायदा काय तुला?''

केशवराव म्हणाला, ''धडक देऊन स्वतःचं डोकंदेखील फोडून मरायचं, हे रानडुकराचं काम; आपण पडलो माणसं, आपलं तसलं काम नव्हे काकी!''

''मग मी करू तरी काय सांग!'' आक्रस्ताळेपणाने येसूबाईने विचारले, ''आम्ही जर उद्या तुझ्याबरोबर निघालो तर तो पोलिसात जाऊन गावगन्ना करेल की!''

''छे छे, ते तर बिलकूल उपयोगी नाही! आपलं काम तर मांजराच्या पावलांनी व्हायला पाहिजे!'' केशवराव म्हणाला; पण तो मध्येच एकदम गप्प झाला व हाताच्या बोटांची उघडझाप करत त्यांच्याकडे पाहत राहिला. ''ही वीत आहे बघ काकी, त्याचा गळा बरोबर एवढ्याच मापाचा आहे,'' तो थोड्या वेळाने अकस्मात म्हणाला.

येसूबाईने गोंधळून विचारले, ''आँ? काय म्हणालास?'' पण नंतर तिच्या ध्यानात आल्यावर ती गप्पगार झाली व खुळ्यासारखे तोंड उघडे टाकून तिने गपकन त्यावर बोटे ठेवली.

''आता भांडं कशासाठी लपवायचं, काकी? एकदा काहीतरी ठरवून टाकलं पाहिजे. जर तू माझ्यावर भार टाकणार असशील तर बघ, मग तुला पुढची काळजी नको कसली! मला असल्या गोष्टी नव्या नाहीत; पण एकदा माझ्याकडे काम दिलंस की मात्र त्यात ढवळाढवळ नको. नाहीतर माझे पैसे परत करून टाक, मी निघालो मुंबईला. मग तुम्ही जाणे, तुमचं फुटकं दरिद्री नशीब जाणे!'' जणू त्यानंतर काही बोलण्यात अर्थ नसल्याप्रमाणे तो उठला व पुन्हा म्हणाला, ''गळा तर सारा वीतभर आहे.''

आता सुतासारखी प्रकाशाची रेषा दारात ठेवून सोनू चटईवर पडला होता; पण त्याची झोप सतत विसकटत होती. हॉटेलमधील पोराने सुरी टाकल्याप्रमाणे टाकलेली शीळ, कमळीच्या मैत्रिणीचे लग्न ह्न मैत्रिणीचे लग्न? सायकलीच्या दुकानात काम केल्यावर जेवताना प्रत्येक घासाला येणारा कुबट तेलकट वास; सिनेमा चालू असता मध्येच उठून मॅनेजरच्या खाजगी खोलीत जाणाऱ्या, फुकट सिनेमा पाहायला चटावलेल्या गरत्या बायका; गिरणीत काम करताना चक्रात सापडल्या राणोजीचा जमिनीवर पडलेला सुरकुतलेला पाय; प्लायवूड कारखान्यात राबताना तेथील राक्षसी पात्याखाली फळी सरकवत असता खाडकन उडालेला अहमदचा पंजा; जिच्याकडे सरळ नजरेने पाहतादेखील येत नसे, असली गाडीच्या गाडी जळण खाणारी, अजस्र धगधगीत भट्टी आणि तिच्यात एक दिवस पडलेले ते काळे मखमली मांजर; चाफ्याचे वाढलेले झाड ह्न त्याने नेटाने आपली सारी मुळे जमिनीतून काढली, आपल्या फांद्यांचे बोचके करून पाठीवर टाकले व खोकत असलेल्या शेळीच्या आवाजात विचारले, ''येतोस मुंबईला? मी आता सिमेंटच्या खोलीत वाढणार आहे!'' प्लेटीवर फिर फिर फिरणारी लाल डोक्याची हिरवी माशी समोर आली व वाढतावाढता माणसाएवढी झाली. तिचा चेहरा बहिणीचा होता व ती हिरवे ल्याली होती. ''ये की उद्या राहिलास तर!'' प्लेटीसारखे डोळे भिरभिरत ती म्हणाली व मग भट्टीवाला चावटपणे हसला. भट्टीवाल्याचा नामू झाला

आणि गळ्याला सुरीचे थंडगार पाते लागले, गळ्याभोवती सापासारखी बोटे पसरली ह्न ''छे छे, तुला सुरी कशाला? तुझा गळा तर सारा वीतभर आहे, वीतभर आहे...''

सोनूचा गळा एकदम चोंदल्यासारखा झाला. तो घाबरा झाला व हातपाय झाडत तो एकदम उठून बसला आणि त्याने दिवा मोठा केला. दाराच्या फटीतील प्रकाशरेषा सुरी धारदार होऊन तयार झाल्याप्रमाणे जास्त जवळ आली. हे सारे झोपेतच होते हे सोनूला पूर्णपणे जाणवल्यावर हायसे वाटले; पण लगेच आडवे होण्याची त्याला इच्छा झाली नाही, तो तसाच बसून राहिला. कोठूनतरी वारे आत शिरत होते व त्यामुळे अंग काकडत होते. खिडकीबाहेर शेळी मध्येच पाय झाडत होती व त्या आवाजामुळेच थरकल्याप्रमाणे चाफ्याचे झाड पाने हलवत होते. सोनू उठला. त्याने अंथरलेले गोणपाट उचलले व दार उघडून प्रकाशाची रेषा रुंदावत तो बाहेर आला.

त्याचा गळा तर सारा वीतभर आहे! येसूबाईला ते शब्द आठवले व ती खिळल्यासारखी झाली. ते अगदी खरे आहे हे दाखवण्यासाठीच जणू सोनू बाहेर आल्याप्रमाणे त्याला पाहताच ती चपापली व झटकन बाजूला झाली. केशवरावदेखील चमकला व त्याच्याकडे पाहतच राहिला.

सोनू बाहेर आला त्या वेळी त्याचे अंग जास्तच काकडले. तो शेळीजवळ बसला तेव्हा ती पुन्हा भेदरून काकुळतीने ओरडत उठण्याची धडपड करू लागली; परंतु तिच्या कोणत्याच पायात नेट उरला नव्हता. तिच्या पाठीवर कापूसहात फिरवत सोनूने तिला समजावले व हातातील गोणपाट तिच्या पाठीवर पसरले. शेळीने पाय हलवण्याचे बंद केले व ती मान ताणून निपचित पडून राहिली; परंतु तिचा श्वास मात्र कांबळ्याचे खरखरीत तुकडे बाहेर पडत असल्याप्रमाणे येत होता आणि दर श्वासाला तिची पाठ पिंजऱ्याच्या तारेप्रमाणे ताठत होती. तिच्यावर हात फिरवत सोनू थोडा वेळ तेथे बसला; पण आता त्याला उमज पडला होता. त्याने निरोप घेत असल्याप्रमाणे तिला पाठीवर थोपटले व तो दडपलेल्या मनाने आत आला.

त्याने दार लावले. प्रकाशाचा पट्टा पुन्हा आकसला व सोनू आत येऊन नुसत्या चटईवर पडला. त्याने दिवा घालवताच प्रकाशाची रेषा एकदम तोडून टाकल्याप्रमाणे नाहीशी झाली व आता वाऱ्याचे धारदार पाते तेथून आत येत राहिले. सोनूने गुडघे अगदी अंगाजवळ दुमडून घेतले व थोड्याच वेळात तो तोंड किंचित उघडे टाकून घरघरीत घोरू लागला.

येसूबाई आत आली व आपल्या अंथरुणाकडे गेली. केशवराव उठला व कानोसा घेत दारापाशी थांबला. नंतर त्याने उंचावलेले हात कोपरापाशी दुमडत आळस झाडल्यासारखे केले व मग लगेच हात पसरून त्याने उरलेली सारी रात्रच आपल्या ताब्यात घेतली.

भो व रा

गोपाळ पायऱ्या चढून आत आला व त्याने कागदात गुंडाळलेले हातातले पुडके टेबलावर टाकले. दमलेल्या अंगाने कोट काढून त्याने खुर्चीत आसरा घेतला, तेव्हा त्याच्या मनात एकच इच्छा उरली होती. मंगल शाळेतून आली का? शांतूने चहाबरोबर काहीतरी ऊन खायला केले असेल का? नमूताई काय करीत असेल? माधवला थोडी झोप लागली असेल का? ह्न या सगळ्यापेक्षाही हे शिणलेले, ओढाताणीने हिसकलेले अंग थोडा वेळ कोठेतरी निर्वेधपणे टाकावे, आता एखादा शब्ददेखील उच्चारायला जिभेला ताण नको, एवढीच हाव त्याला उरली होती. त्याने कपाळ दाबीत डोळे मिटून घेतले आणि हे शांत मोजके क्षण एवढेच आपले स्वतःचे खरेखुरे आयुष्य, अशा कडवट समाधानाने खुर्चीत अंग सैल पसरले.

पण नंतर त्याला वाटले, खरेच एव्हाना मंगल शाळेतून घरी परत यायला हवी होती. आपण घरी येताना ती पूर्वीप्रमाणे धावत येत नसली तरी ती समोरच कोठेतरी असे. ती फारच लहरीत असली की आईविषयी एखादी तक्रार सांगे किंवा अमुक एक आणून देणार की नाही असे निर्वाणीने विचारीत असे. पण आज मात्र ती कोठेच दिसत नाही, ही गोष्ट आता गोपाळच्या ध्यानी आली; पण त्याबरोबर आपल्याला आतल्या आत थोडे चोरटे समाधानदेखील वाटले हे पाहून तो थोडा खजील झाला. मंगलने काहीतरी मागावे, आपण आजउद्या करीत दिवस ढकलावेत, मग कधीतरी एखादी स्वस्तातली वस्तू आणून वेळ भागवावी, हा प्रकार तर नेहमीचाच झाला होता. तिला शाळेत घेऊन जायला सुमतीप्रमाणे कातडी पिशवी हवी होती; पण तिची किंमत साडेपाच रुपये म्हणताच गोपाळने फुले-फुले असलेली एक सुरेख पण कापडी पिशवी मंगलला आणून दिली होती. तेव्हा फुरंगटून ती दिवसभर जेवली नाही आणि नंतर हट्टाने ती आपली जुनी, फाटकीच पिशवी वापरीत होती. असे काही झाले की गग शांतूदेखील खूप चिडते, बडबडते. हिसकलेले मन जास्तच हिसकते, एखादा विषारी शब्द जातोयेतो व नंतर

आठदहा दिवस मनस्तापाचे होतात. मग तिघांभोवती कधी न झटकता येणारे विषारी वस्त्र पडल्याप्रमाणे ती दिवस काढीत. मग कधीतरी मंगल हसते, पुन्हा सारे उबदार होते आणि मग त्या उबेतूनच पुन्हा ते भूत समोर उभे राहते...

शांतूने चहा आणला व काही न बोलता ती समोरच्या बाकावर बसली. आता नुसताच चहा पाहून गोपाळ एखाद्या लहान मुलाप्रमाणे हिरमुसला. खरे म्हणजे आज आपल्याला गरम पोहे किंवा कोबीचे थालीपीठ फार हवे होते हे त्याला जाणवले. शिवाय आता जेवण होईपर्यंत काही खायला मिळणार नाही हेही त्याला सवयीने माहीत झाले होते; पण त्याने मुकाट्याने कप उचलला व शांतूकडे पाहिले. तिचा चेहरा त्रासिक, ताणलेला दिसत होता आणि तिचे ओठ शब्द सहजपणे बाहेर सोडायला तयार नसल्याप्रमाणे निश्चयी दिसत होते. मंगलला लाल बूट न आणता पुन्हा साध्याच वहाणा आणून दिल्या, याचा राग अद्याप ओसरलेला दिसत नव्हता.

''मंगल आली नाही शाळेहून?'' गोपाळने कप उचलताना विचारले.

शांतूच्या कपाळावर बारीकशी आठी दिसली; पण आता अशा आठ्या नेहमीच्याच झाल्या होत्या.

''घरीच आहे ती. शाळेला गेलीय कुठं ती?'' त्याच्याकडे न पाहता शांतू म्हणाली, ''असेल बाहेरच कुठंतरी!''

गोपाळ आधीच उठला होता. तो बाहेर आला नि त्याने इकडेतिकडे पाहिले. मंगल डोणीच्या दगडावर तोंड एवढेसे करून बसली होती. गोपाळला पाहताच तिने फुरंगटून त्याच्याकडे पाठ वळवली. गोपाळने जाऊन तिला कुरवाळले तरी ती खुलली नाही.

''बाईसाहेब, आज शाळा नाही? पण आज कार्यक्रम होता ना शाळेत!'' त्याने विचारले.

कार्यक्रमाचा उल्लेख ऐकताच आतापर्यंत दडपून ठेवलेले रडे मंगलच्या डोळ्यांत एकदम जमा झाले व तिने हात झिडकारल्यासारखा केला; पण गोपाळने तिला उचलून घेताच ती निमूटपणे आली. त्या वेळी त्याला उगाचच वाटले, माधव हिच्यापेक्षा वयाने कितीतरी मोठा; पण त्याला उचलताना फोलपट उचलल्यासारखे वाटते! आत आल्यावर गोपाळने मंगलला समोर उभे केले आणि स्वतः खुर्चीवर बसत शांतूला म्हटले, ''हं! सांग बघू! झालं तरी काय?''

''सांगायचं काय त्यात? नेहमीचीच रड आहे झालं! आता दोघांपैकी कुणीतरी एकानं लाजून गप्प बसलं पाहिजे. कार्यक्रमात भाग घ्यायचा म्हणजे तिला निळा कमरपट्टा असलेला नवा पांढरा झगा हवा होता. तो नसेल तर शाळेतही येऊ नकोस असं सांगितलं बाईंनी तिला.''

गोपाळ एकदम आकसल्यासारखा झाला. तो थोडा वरमलाही. बरेच दिवस आपल्यासाठी ठेवलेले रेशमी कापड त्याने झग्यासाठी मंगलला देऊन टाकले होते, तेव्हा

तो विषय संपला अशी त्याची समजूत झाली होती. त्याने शांतूकडे विषण्णतेने पाहिले. त्याला वाटले, अलीकडे ही सतत असे लागणारे का बरे बोलते? आपल्याला काहीच आतडे नाही? मंगल आपलीदेखील मुलगी आहेच. तिने 'पेन हवे' म्हणताच आपण आपल्या खिशातील पेन काढून तिला कायम देऊन टाकले. तिला छत्री आणून दिली; कुठेतरी 'ट्रिपला जाते' म्हणताच रानडेकडून पाच रुपये आणून ताबडतोब तिची व्यवस्था केली. हे सारे एक महिन्यात घडले आणि तरीदेखील शांतूचे शब्द असे का होतात?...

आपण बाहेर गेलो असता शांतूने कागदाचे पुडके सोडले आहे व आतील लोकरी कापडाची नवी अर्धी चड्डी टेबलावर विसकटून पडली आहे हे गोपाळला दिसले व मग त्याला ताजे कारण कोणते हे उमगले.

''पण दिवाळीनंतर तुमचा मोठा कार्यक्रम आहे ना, त्या वेळी आणू की!'' तो खोट्या मनमोकळेपणाने हसत मंगलला म्हणाला, ''आणि त्या वेळी आणखी काय आणणार माहीत आहे? मधे लाल लोलक असलेली मोत्यांची माळ, शेजारच्या उषेसारखे काळे सँडल्स ह्र''

''माहीत आहे सगळं. 'आणतो! आणतो' म्हणता आणि मला काही आणीतच नाही. सारं काही आणता ते माधवसाठी आणि ते सगळं पडून राहतं!''

गोपाळचा खोटा मोकळेपणाही पुसल्यासारखा झाला व त्याच्याभोवती एक अदृश्य भिंत उभी राहिल्याप्रमाणे झाली. पलीकडून बायको आणि ऐकूनऐकून तिचाच सूर उचलू लागलेली मुलगी हिरमोडीने, संतापाने त्याच्याकडे पाहत होत्या. पण खुद्द त्याच्या मनात देखील अपराधी भावनेचा एक डोळा उमटला होता. शांतूविषयी आता त्याला विशेष खंत वाटली नाही. तिच्यात व आपल्यात आता समंजसपणाचे नाते कधी निर्माण होणार नाही, हे त्याने आता स्वीकारले होते; पण ही मंगल?

पण तिचेदेखील काही चूक नाही म्हणा. पाहतापाहता ती मोठी होऊन पंख पसरून आपल्या आयुष्याच्या मार्गाने निघून जाईल नि असल्या गोष्टींचा हट्ट करण्याचा काळही संपेल. बोटांतून वाळू सतत सरसर झरत आहे. आपल्या हातात मावणार नाही असा आपला स्वतःचा एक मोठा रंगीत भोवरा असावा, या इच्छेने आपण कितीतरी वेळा रात्री झोपेशिवाय पडून होतो; पण तसा भोवरा हातात यायला तीसपस्तीस वर्षे वाट पाहावी लागली आणि तोपर्यंत त्यासाठी जीव टाकणारा खेडवळ, आडदांड, दरिद्री पोरगा व त्याचा मूक हट्ट केव्हाच नाहीसा होऊन गेला होता...

गोपाळ अगदी विषण्ण होऊन गप्प राहिला. त्याने निवून गेलेला चहा दोनतीन घोटांतच संपवला व विमनस्कपणे हात डोक्याखाली घेतले. त्याला वाटले, शांतूने थोडे समजावून घ्यायला हवे. त्यांच्या सगळ्या हौशी पुरवायच्या तरी कशा? घरात त्या दोघीच असत्या तर एवढ्या पगारात निदान त्यांच्या मनाप्रमाणे तरी राहणे अवघड नव्हते; पण घरी माधव, नमूताई होती. नमूताईचे ते अर्थहीन मंगळसूत्र, डोळ्यांत अकस्मात

दिसणारी, भिववणारी वेडपट चमक, तिच्या आयुष्यात लुळ्या पायांनी रेंगाळणारा माधव!... तिच्या समाधानासाठी मधूनमधून औषधे आणावी लागत. खोटे हसून 'वाः! या बाटलीनं हमखास सुधारणा होणार बघ!' असे निर्ढावलेल्या निर्लज्जपणे सांगावे लागे. शिवाय त्याच्यासाठी आणखी एका नव्या नमुन्याचे बूट, निळ्या रंगाचा सदरा किंवा कोट हेदेखील असेच. आजच ही लोकरी कापडाची चड्डी आणल्यानंतर त्या महिन्यातील उरलेले सगळे पैसे संपले होते. आता तिची व्यवस्थित घडी करून नमूताई ती माधवला दिसेल अशा ठिकाणी समोर दोरीवर ठेवून टाकील. ती दररोज त्याच वेड्या जिद्दीने ती चड्डी झटकून ठेवीत जाईल, पांघरुणाखाली दुबळे पाय झाकून माधव तिच्याकडे मधूनमधून हावरेपणाने पाहत आडवे दिवस ढकलीत राहील व पायांकडून सुरू झालेली निर्जीवता अनिवार्यपणे वरवर चढत राहील...

गोपाळला हे सारे नकोसे वाटले. तो उठून उभा राहिला आणि त्याने उघडलेला कागद व नवी चड्डी उचलली. ते पाहून शांतूचे डोळे जळजळीत झाले हे ध्यानात आले नाही, असे दाखवीत तो नमूताईच्या खोलीकडे निघाला; पण उद्या मात्र या वेळेपर्यंत घरात वणवा भडकणार, या कल्पनेने त्याचे मन शहारले. त्याने चार दिवसांपूर्वी शांतूला नकळत बँकेच्या व्हॉल्टमधून तिची बोरमाळ काढली होती व ती विकून बाजारात नुकत्याच आलेल्या सुबक, किमती सायकलीसारखी एक लहान सायकल विकत घेतली होती. उद्या ती सायकल घरी पोचती होणार होती; पण सर्व बाजूंनी कोंडलेल्या माणसाच्या मनात सतत भीतीमुळेच, 'उद्याचं उद्या पाहू' अशी जी एक पळपुटी बेदरकार वृत्ती असते, ती आता गोपाळच्या आयुष्यात जाड कातड्याप्रमाणे वाढली होती. त्याने मन झाडल्यासारखे केले व तो नमूताईच्या खोलीकडे आला.

नमूताई खिडकीजवळ उभी राहून शाळा सुटल्यावर परत चाललेल्या पोरांकडे नेहमीप्रमाणे पाहत उभी होती. गोपाळला एकदम नकळत कडवटपणे वाटून गेले ह्ल मेहरबानी व्हावी आणि कुठल्याही पोराने नवे काहीतरी आणून येथून मिरवत जाऊ नये! ह्ल खाण्याचा नव्या तऱ्हेचा डबा, कसलेतरी जगावेगळे खेळणे, साहेबी टोपी... काही नको! निदान आता या महिन्याला तरी नको! पण लगेच त्याला स्वतःच्या क्षुद्रपणाची लाज वाटली नि त्याने आत येत नमूताईला हाक मारली.

नमूताईने वळून त्याच्याकडे पाहिले, तेव्हा तिच्या चेहऱ्यावर आलेली उत्सुकता अद्यापही पुसट दिसत होती. ती आपले करडे केस फार ओढून बांधीत असे. त्यामुळे काही वेळा साधे बोलतानादेखील तिच्या कपाळावर हालचाल दिसे. पण तिच्या केसांत नेहमी एक फूल असे. ती जुन्या पद्धतीप्रमाणे मोठे, कोरडे कुंकू लावीत असे; पण संध्याकाळपर्यंत त्याच्या कडा वेड्यावाकड्या होऊन ते आयुष्यातील कायम जखमेप्रमाणे दिसू लागे. गोपाळला तर ते दररोज पाहण्याचा प्रसंग येई व दर वेळी त्याला डाग बसल्याप्रमाणे होत असे. मग त्याला वाटे, ही आपली बहीण डोळे उघडून जागी

होणार तरी कधी! कधी ती आपल्या वेड्या स्वप्नांच्या छायेमधून बाहेर येऊन उन्ह सहन करायला शिकणार? ते कुंकू, ते मंगळसूत्र, हाडकुळ्या हातावरची काकणे ह्न आणि येथे खोली भरून राहिलेल्या, स्वतःचे पोट मारून माधवसाठी तिने आणून ठेवलेल्या या निरनिराळ्या वस्तू!...

पहिल्यापहिल्यांदा ती गोपाळला नकळत बाजारात जात असे. दोनचार दिवसांनी नवे काहीतरी आणून ती या खोलीत ठेवी. एके दिवशी गोपाळला सत्यनारायणाच्या पूजेसाठी तिचा पीतांबर हवा होता, म्हणून त्याने तिची पेटी उघडली, तेव्हा तो खुळ्यासारखा पाहतच राहिला. 'पेटीत आहेत' म्हणून ती सांगे ते बिलबर, कुड्या, फार काय ह्न चांदीची जोडवी, कशाचाच पत्ता नव्हता. त्याबरोबरच पीतांबर, दोन पैठणी, तिचा एक शालू यातलेदेखील काही उरले नव्हते. ती आल्याबरोबर तिला खडसावून विचारायचे गोपाळने ठरवले; पण ती आली निथळत्या उत्साहाने. उन्हात भटकल्यामुळे तिचा चेहरा थोडा काळवंडलेला दिसत होता व तिचे पाय धुळीने भरले होते. रानडेच्या मुलाने घेतलेल्या बुटासारखेच बूट तिला मिळाले होते आणि तेदेखील अगदी माधवच्याच मापाचे, सांगून करवल्यासारखे! जाताना तिने वीत-बोटे घालून माधवचे माप पाहून ठेवले होते. तिचा उजाड मोकळा चेहरा, अंगावर दोन ठिकाणी फाटलेले पातळ पाहून गोपाळचा राग नाहीसा झाला व त्याला भडभडून आले. जणू गळा आवळला जात असल्यासारख्या आवाजात त्याने विचारले, "बूट आणलेस तू माधवला?"

"होय. अरे माधवचं काय, आता पाचसहा महिन्यांत तो पूर्वीसारखा चालू लागेल की! काल मी पाय चोळीत होते, त्या वेळी त्याची पावलं मला मोठी वाढलेली, रसरशीत वाटली. तो शाळेला जायला लागला की त्याला मग बूट हवेतच की! काल ती त्याची शाळा सुटली तेव्हा मी पाहिलं, कितीतरी मुलं पायात बूट अडकवून टक्टक् करीत ऐटीत चालली होती अगदी!" नमूताई माधवकडे वळली व लगबगीने बूट त्याच्यासमोर धरीत म्हणाली, "बघितलंस? हे तुझ्यासाठी आहेत!"

माधव थोडा हसला व त्याने कसलातरी आवाज केला. त्याने बूट हातात घेतले, त्यांच्या मखमली, गुळगुळीत कातड्यावरून आसक्तीने हात फिरवला आणि मग तो झटकन कुशीवर वळून डोळे झाकून पडला.

"नमूताई, तू जाऊ नकोस अशी वणवण हिंडत बाजारात," आपला आवाज शक्यतो शांत ठेवीत गोपाळ म्हणाला, "तुला काय हवं असेल ते मला सांगत जा. मीच ते आणून देत जाईन." आणि तो झटकन बाहेर निघून गेला.

मग त्याने हळूहळू काळे बूट, निळे मोजे, तपकिरी बूट, लाल सँडल्स आणले. थोड्याच दिवसांत प्लॅस्टिकचे दप्तर आले, मधल्या वेळेचा खायचा डबा आला, क्रिकेट बॅट आली, फूटबॉल आला. एकदा त्याने बाजूला हिरवे पीस असलेली साहेब टोपी

आणली. रेनकोट आला. निरनिराळ्या नमुन्याचे सातआठ कातडी पट्टे आले. लोकरीच्या कापडाच्या चड्ड्या, सुबक रंगाचे सदरे तर पुष्कळच झाले. नमूताईने त्या सगळ्या वस्तू माधवला दिसतील अशातऱ्हेने दांडीवर व भिंतीतल्या कपाटात मांडल्या. ती स्वतः जुनी, विटकी पातळे नेसून या साऱ्या वस्तू हळुवारपणे झाडून-झटकून ठेवीत असे.

त्या सगळ्यांत गोपाळने आपण होऊन उत्साहाने आणलेली एकच वस्तू होती ह्व अद्याप पातळ कागदी पिशवीत असलेला भोवरा. तो त्याने अचानकपणे एका दुकानात पाहिला होता व त्याबरोबर लहानपणी दडपून राहिलेल्या त्याच्या सगळ्या इच्छा इतक्या वर्षांनी एकदम भुईवर आल्या होत्या. फार मागे, इतर मुले खेळत असताना त्याला तसला स्वतःचा एक भोवरा हवा होता. एकदा सारे धैर्य एकवटून त्याने दुकानात जाऊन त्याच्या किमतीची चौकशीदेखील करून ठेवली होती; पण नंतर स्वतःसाठी कसला हट्ट धरण्याची वृत्तीच नाहीशी होऊ लागली. मग ते वय संपून गेले आणि ती इच्छा मात्र तशीच अहिल्येप्रमाणे जडशीळ, निर्जीव पडून राहिली होती. भोवरा लाकडी असून त्याच्यावरच्या गुळगुळीत भागावर निरनिराळ्या रंगांचे तुकडे रंगवलेले होते. गोपाळने दोन भोवरे विकत घेतले. घरी आल्यावर त्याने एक भोवरा मंगलला दिला. तिने तो पिशवीतून काढला व निर्विकारपणे "भोवरा?" असे म्हणून बाजूला ठेवून दिला. गोपाळने दुसरा भोवरा माधवच्या खोलीत आणला नि उत्साहाने कोट काढून खुर्चीवर टाकला. मग भोवऱ्याभोवती जाळी गुंडाळून त्याने ती सर्रदिशी ओढली व भिरभिरू लागलेला भोवरा वरच्या वर तळव्यावर झेलला. वेगाने फिरत असलेल्या त्या भोवऱ्याचा खिळा हातात हुळहुळत होता; पण आता त्याच्यावरचे रंग एकमेकांत मिळून गेल्याने काळा निळा कुठे संपतो, पिवळा लाल कुठे सुरू होतो हे दिसत नव्हते. गोपाळ हलकेच माधवजवळ आला व त्याने फिरता भोवरा तसाच माधवच्या तळव्यावर सोडला. जणू गोपाळने लहानपणी दडपून ठेवलेला सगळा आनंद त्या खिळ्याच्या टोकातून माधवमध्ये उतरल्याप्रमाणे माधवचा चेहरा एकदम उजळला होता... भोवरा हळूहळू मंदावला, रंगांचे तुकडे स्पष्ट होऊ लागले आणि शेवटी गिरकी घेऊन भोवरा खाली पडला व लडगडत नमूताईजवळ गेला. क्षणभर गोपाळला उदास वाटले. आता तसल्या गोष्टींना काही अर्थ राहिला नाही, हे त्याला जाणवले. माधवही आता कुशीवर वळला होता. गोपाळला वाटले, त्याला वय आहे; पण भोपऱ्याचा उपयोग नाही. मंगलला वय आहे, भोवरा आहे; पण इच्छा नाही. लहानपणी अण्णा ती कसलीतरी कथा सांगून म्हणत, तेच खरे म्हणायचे शेवटी! जे आहे त्याचा काळ नाही, जे मिळते त्याला बळ नाही आणि जे नाही त्याची कळ जात नाही! नमूताईने भोवरा उचलला, जाळीची गुंडाळी केली व दोन्ही पिशवीत घालून ती कपाटात बुटाशेजारी ठेवून दिली.

आणि ही एक अतूट जिद्द जतन करीत जगणारी नमूताई!...

घरी आईबापांचे दारिद्र्य नि भावंडांच्या आयुष्याची परवड पाहून नमूताई बिनतक्रार

दुसरेपणाच्या लग्नाला तयार झाली होती. दारिद्र्य? डोंगराच्या उतरणीवरचे ते आडगाव सोडून ती सगळीजणं इकडे आली, तेव्हा रात्री चावऱ्या वाऱ्याने हाडे चिंबून जायची, असल्या एका जुनाट धर्मशाळेत त्यांनी दिवस काढले. अण्णा कीर्तने करीत, पुराणे सांगत व कधीतरी धोतराच्या सोग्यातून शेरभर तांदूळ आणीत. दोन पैशाला पन्नास मिळणाऱ्या पिवळ्या, बियाळ वांग्याचे तुकडे एका मोठ्या पातेल्यात घालून शिजवलेले आमटीवजा पाणी, लोकांनी देवळात टाकलेल्या कुबट, ओलसर तांदळाचा गोळागोळा भात, मिरच्यांची पूड कांडून द्यायची हे आईने ठिकठिकाणी स्वीकारलेले काम आणि कामावरून आल्यावर हातपाय जळत तिने तळमळत काढलेल्या रात्री, अण्णांची पोटदुखी व त्यांना हटकून लागणारे थोडेतरी दूध आणि सगळ्या वाढत्या भावंडांच्या पोटात सतत उसळत असलेली भूक, भूक!... अजूनदेखील पानावर बसले की गोपाळला काही वेळ एक विलक्षण कल्पना येत असे : हे स्वच्छ ताट, पांढराशुभ्र हवा तेवढा भात, खूप डाळ घातलेली, मसाल्याच्या वासाची आमटी, भाजी, तूप ह्व हे काहीसुद्धा खरे नाही. आता एकदम थंडी वाजेल, कुठेतरी कुत्रे भुंकेल आणि हे सगळे ताटच्या ताट नाहीसे होईल!... जवळजवळ दुप्पट वयाच्या नारायणरावांशी नमूताईने कोरड्या डोळ्यांनी लग्न केले. आपल्या नव्या इरकली लुगड्याच्या टोपपदराखाली तिने आईवडील, भावंडे यांना आसरा दिला आणि त्यांच्यासमोर जेवणाची ताटे ठेवली, अंगावर पांघरुणे घातली, हातात पाटीपेन्सिल दिली, सनई लावून पोरांचे संजाब राखले. आता मालतीचे लग्न होऊन ती सुखात आहे. राजाराम मद्रासला एक लहानसा अधिकारी आहे. दत्तूने दहा माणसे राबतात असला यंत्राचा एक छोटा कारखाना काढला आहे आणि आडदांड, खेडवळ अंग घेऊन दुसरीच्या वर्गात जाऊन बसताच घोडपोरे म्हणून कुचेष्टा झालेल्या या गोपाळाला आता नावापुढे बी.ए. ही अक्षरे वापरता येऊ लागली होती. शांतू आली ती नंतर. तिला यांतल्या कशाचीच आतड्याने जाणीव नव्हती. तिच्या वडिलांनी गोपाळच्या पगाराची चौकशी केली, त्याची नोकरी कायम आहे ना हे पाहिले आणि शांतू सुबक वहाणा घालून जरीच्या पातळात या घरात आली. एकदादोनदा मागचे सारे सांगण्याचा गोपाळने प्रयत्न केला होता; परंतु पाचदहा मिनिटांतच तिचे लक्ष उडाले होते. तिने अर्ध्यावरच आपले भरतकाम उचलले होते नि मध्येच आपल्या वडिलांच्या घरी फोनोग्राफ आहे असे सांगितले होते. मग गोपाळ गप्प होऊन स्वतःशीच धर्मशाळेत जाजमावर अंग आखडून ताटभर गरम भाताची चित्रे पाहत रात्र ढकलू लागला होता. मालतीला परकर नाही म्हणताच एक पैठणी फाडून तिला कौतुकाने परकर शिवणारी, आपल्या आईला दरिद्री म्हटलेले समजताच बेरात्री मामलेदाराच्या घरी जाऊन तासभर तोंड वाजवून येणारी नमूताई तिला माहीत नव्हती. तिला माहीत होती ती ही वठून गेलेली, नवऱ्याने सारे उधळून वाऱ्यावर टाकलेली, अपंग माधवची आई ह्व ही समोरची नमूताई!...

नारायणराव वारले, तेव्हाची गोष्ट. त्यांच्या आजाराने हाय खाऊन नमूताईचे डोळे आत ओढले गेले होते नि अंग वणव्यावर टांगल्याप्रमाणे सुरकुतले होते. सारे संपून गेले, हे पाहून गोपाळ खालच्या मानेने बाहेर पडला. तेवढ्यात रात्री चारचौघांच्या दारांवर धक्के मारून त्याने माणसांना उठवले व सारी व्यवस्था केली; पण आत नमूताई अजूनही कापडाचा बोळा करून थंड पावले शेकत होती, तळवे चोळीत होती. ओठ घट्ट आवळीत गोपाळने तिला खांदे धरून उठवले, तरी ती खुळ्यासारखी पाहतच राहिली नि प्रेत उचलताना डोळे गरगरत खाली पडली. दत्तूला सारी कामे सोडून तिच्याच शेजारी बसून राहावे लागले. पंधरा दिवस ती अंथरुणाला खिळून होती. तेवढ्यात तिने आपण होऊन घोटभर पाणी मागितले नाही, की माधवची चौकशी केली नाही. गोपाळने तिची समजूत घालण्याचा प्रयत्न केला. पोर बघ कसे खंगू लागले आहे, असे म्हणत त्याने माधवला कडेवर उचलून समोर उभे केले; पण नारायणराव वारले हेच ती कबूल करीना. ''तुला देखील असा कसा भ्रम झालाय?'' गोपाळला समजावीत ती म्हणाली, ''आता असलं वेडंवाकडं माझ्यापुढं तरी काही बोलत जाऊ नकोस, समजलं? तुला ते वडिलांसारखे. त्यांनी मरावं असं तुला म्हणवतं तरी कसं? तुला माहीत नसलं तर मी सांगते. ती माणसं होती हॉस्पिटलची. त्यांना आता हॉस्पिटलमध्ये ठेवलं आहे. येतील ते महिना-पंधरवड्यात घरी!'' आणि या माहितीनेच समाधान झाल्याप्रमाणे ती हसली होती.

गोपाळला काही बोलवेना. माधवला तेथेच टाकून तो बाहेर निसटला. नमूताईच्या आवाजात वेड्या माणसाच्या बोलण्यातील आततायीपणा नव्हता की अगदी खाक झाल्याप्रमाणे ती किंचाळतही नव्हती. अत्यंत शांतपणे तिने गोपाळला त्याच्या लहानपणातल्याप्रमाणे समजावण्याचा प्रयत्न केला होता.

नंतर दोनचार दिवसांत ती उठली. तिने शांतूला बाजूला सारून नेहमीप्रमाणे स्वयंपाक केला. त्यात तिने नारायणरावांना विशेष आवडणारी खोबऱ्याची चटणी व वांग्याची भाजी केली होती. दत्तू आपल्या कामामुळे परत गेला होता. मालती तर बाळंतपणामुळे आली नव्हती. गोपाळचीदेखील रजा संपली होती व तो बाहेर पडला होता; पण जाताना त्याने शांतूला खूण करून नमूताईवर नजर ठेवण्यास सांगितले होते.

शांतू दुपारी आपल्या खोलीत आडवी झाल्यावर नमूताईने डबा भरला व ती भर उन्हात अनवाणी बाहेर पडली. हॉस्पिटल तेथून दोन मैलांवर होते. तेथून परतल्यावर तिने रिकामा डबा धुऊन पालथा घातला, जळजळत असलेले पाय पाण्यात ठेवले व ती घुम्म बसून राहिली. दोनचार दिवस ती दररोज हॉस्पिटलात जात होती; पण आता तिच्या पायांना फोड आले होते. डोके तडकल्याप्रमाणे होऊन डोकेदुखी तासन् तास जात नव्हती. त्या दिवशी गोपाळ घरी आला तो विसकटलेल्या, हताश चेहऱ्याने. त्याने नमूताईने केलेला चहा घेतला व तिला खांद्याला धरून समोरच्या खुर्चीवर बसवले. त्याने

तिची पावले उचलून पाहिली. ती ठिकठिकाणी फोडांनी भरली होती. त्याने न बोलता बोटभर व्हॅसलीन घेतले, हलकेच ते तिच्या पायांवर चोळले आणि त्यावर जुनेराच्या दोन पट्ट्या गुंडाळल्या.

"उद्यापासून तू हॉस्पिटलकडे जायचं नाहीस! मी जात जाईन," तो म्हणाला.

"उद्या जायचं रे कशाला?" ती स्वच्छ हसून म्हणाली, "त्यांना म्हणे आजच नेलं आहे मुंबईला औषधपाण्यासाठी. आपली मालती तिथं आहेच की! तिला म्हणावं, जाऊन बघत जा कधीतरी आठवड्यातून एकदा. तूदेखील दोनतीन महिन्यांनी एकदा गेलास तरी चालेल. पण त्यांना इकडे आणायचं ना, त्या वेळी मात्र मला नि माधवला घेऊन जा बरं का! खर्चाचं काम होईल थोडं; पण जाऊयाच रे! मलाही त्या वेळी अनायासं मुंबई बघितल्यासारखं होईल, नाही?"

गोपाळ भेदरून तिच्याकडे पाहत राहिला. तिचा कोळपलेला चेहरा टवटवीत झाला होता व ती एकदम दहा वर्षांनी लहान दिसू लागली होती; पण तिच्या डोळ्यांतील चमक पाहताच त्याची मान खाली गेली होती. लहानपणी तो जसा तिच्या कुशीत तोंड खुपसून रडत असे, तसे एकदा जडावलेले मन मोकळे करून द्यावे असे त्याला वाटू लागले.

आज तो परत येत असताना डॉक्टर जोगळेकरांनी मुद्दाम गाडी थांबवून त्याला हाक मारली होती. नमूताई हॉस्पिटलमध्ये नारायणरावांची चौकशी करीत हिंडत होती, त्या वेळी त्यांनी तिला पाहिले होते. त्यांनी तिचा डबा घेतला; पण तिला बाहेरच थांबवले. नंतर त्यांनी एका वॉर्डबॉयकडून डबा रिकामा करवला व तिला परत दिला. "येतील नारायणराव महिन्यात घरी; पण त्यांना भेटायची मात्र कुणाला परवानगी नाही. नाहीतर दुखणं उलटेल," असे तिला सांगून त्यांनी तीनचार दिवस सांभाळून घेतले होते.

"पण शेवटी त्यांना इथून मुंबईला हलवलं आहे म्हणून सांगावं लागलं मला," जोगळेकर म्हणाले, "पण गोपाळ, हे असं किती दिवस चालणार? मला तरी लक्षण काही बरं दिसत नाही. तू तिला थोडे दिवस कुठंतरी पाठवतोस का बघ एखाद्या सॅनॅटोरियममध्ये. नाहीतर स्वतः-दुसऱ्याला भलतंसलतं करून बसली तर करणार काय! तुझी बायको घरी एकटी. त्या मुलालादेखील तिच्याजवळ ठेवावं की नाही हाच प्रश्न आहे बघ... पाहा. विचार करून ठरव काहीतरी."

पण नमूताईजवळ माधवला ठेवायचे की नाही या प्रश्नाचा विचार करण्याची पाळीच आली नाही. माधव कोपऱ्यावरच्या शाळेत जायला लागून सहा महिने झाले असतील-नसतील, तोच एके दिवशी शाळेतच त्याला फणफणून ताप आला व तो बसायला घातलेल्या फळीवरच झोपला. पोरांनी घरी येऊन कळवताच नमूताई आडव्या लावलेल्या जुनेऱ्यातच बाहेर पडली व त्याला खांद्यावर टाकून घेऊन आली. दीडदोन महिने अंथरुणाला खिळल्यावर त्याचा ताप गेला; पण तापातच त्याच्या पायांवरून वारे गेले व जीभही वाकडी झाली. त्याला कोणाचा तरी आधार घेतल्याखेरीज बसता येईना. एकदा

नमूताईने त्याला खुर्चीवर बसवून जरा पाठ वळवली, तेव्हा त्याने उतरण्याचा प्रयत्न केला आणि कोलमडून हात दुखवून घेतले. तेव्हापासून तो अंथरुणाला सपाट चिकटला. पुष्कळदा गोपाळ जवळ गेला की तो त्याला मिठी मारीत असे व काहीतरी बोलण्याचा प्रयत्न करी; पण तो आडवा झाल्यापासून गोपाळला त्याचा एक शब्ददेखील कधी समजला नाही. गोपाळ एकटा असला म्हणजे त्याला अनेकदा वाटे, माधवला काय सांगायचे असेल बरे? 'कोणीतरी बाहेर फिरायला घेऊन जा' म्हणून? 'लाल काडीचे आइस्क्रीम हवे' म्हणून, की 'वाजत जाणाऱ्या सिनेमा-गाडीची जाहिरात हवी' म्हणून?... गोपाळचे मन पिंजूनपिंजून जात असे. नमूताईने आपल्या भावंडांना हातांच्या पाळण्यात वाढवले, त्यांना आयुष्याला लावले; पण स्वतःच्या मुलाला मात्र तसे करण्याचे सुख तिला का मिळाले नाही? कोणाचा गुन्हा हा? की तिच्या वाट्याचे पुत्रसुख, माधवच्या वाट्याची माया आपणच सगळ्यांनी घेतली? की त्याआधी आपण सगळ्यांनी तिला दुसरेपणावर लग्न कर म्हणून सांगितले त्या आपल्या स्वार्थाची तिला शिक्षा आहे? मग गोपाळला आपण नमूताईचे नशीबच पिऊन पुष्ट झाल्याप्रमाणे मलिन वाटू लागे व तिच्यासमोर अनेकदा त्याला मान वर करवत नसे. माधव खंगतच गेला. दगडामातीचा स्पर्श न झालेली त्याची स्वच्छ, लालसर, तुकतुकीत पावले जास्तच हळवी होत गेली. नमूताई नियमाने वाटीभर खोबरेल घेऊन त्याचे पाय तासन् तास चोळीत बसे; रात्री एकदम उठून त्याला वाटीभर दूध पाजण्याचा प्रयत्न करी. अनेकदा झोप न येता त्याची घालमेल होऊ लागली, की ती हलक्या आवाजात जुनी गाणी म्हणे. अशा वेळी ती चंद्रसेनेचे रामाला उद्देशून, 'माहीत नव्हते थोर होऊनी असे फसवाल' हे किंवा लक्ष्मी-पार्वतीच्या भांडणाचे, 'भोळा ग माझा सांब, लक्ष्मी, उगीच निंदू नको' हे गाणे म्हणू लागली की थोडा वेळ गोपाळची झोप उडे व त्याला भरल्या पोटी, उबदार अंथरुणात देवळातली थंडीने अंगात कापरे भरवणारी धर्मशाळा आठवे आणि चिमणीच्या प्रकाशात बसून मालतीला झोपवण्यासाठी तिला पायांवर पालथी घालून पाठीवर थापटीत गाणे म्हणणारी नमूताई दिसू लागे. अशा वेळी अगदी न राहवून तो बाहेर आला, की नमूताई त्याला मोठ्या उत्साहाने हाताला धरून माधवकडे नेई व विचारी, "बघ! आज त्याचा चेहरा जास्त ताजातवाना दिसतो, नाही? आणि पाय देखील दोनचार दिवसांत मला भरल्यासारखे वाटतात!"

हेच क्षण गोपाळला फार भीतिदायक वाटत. त्याला माधवमध्ये काहीसुद्धा सुधारणा दिसत नसे; उलट असल्या बाबतीत फारशी आशा नसते, हा वर्षा-महिन्यांचाच प्रश्न असतो, असे जोगळेकरांनी सांगितलेले त्याच्या मनात वाघळाप्रमाणे फडफडू लागे व तो हताशपणे बाजूला नजर फिरवी. पण नमूताई मात्र गुंग उत्साहाने माधववर आपली नजर विस्तारून उभी असे. गोपाळला काही वेळा एका गोष्टीचे आश्चर्य वाटे : नमूताई आपल्याला आठवते ती फक्त दोनच चित्रांनी. नुकतीच मोठी झालेली; पण अद्यापही

कधीतरी देवळात शिवाशिवी खेळायला मागे न पाहणारी पोरगी आणि आताची ही नमूताई! व्याकूळ चेहऱ्याची, केसांत पांढरे पट्टे उमटू लागलेली, पिळलेल्या दोरीसारख्या दमलेल्या हातांची. इतर बायका दिसत तशी तृप्त, सुखी, तरुण नमूताई मध्येच कोठे गहाळ झाली की काय? की तिला तरुण होऊन स्वतःमध्ये रमायला वेळच मिळाला नाही?...

गोपाळने हातातील नवी चड्डी नमूताईकडे दिली व म्हटले, ''बघ, अशीच हवी होती ना?''

नमूताईने लगबगीने ती घेतली व हसत म्हणाली, ''होय रे होय! अगदी अशीच! झगझगीत बकल लावलेली!'' ती माधवकडे वळली, ''पाहिलंस माधव! नवी चड्डी बरं का!''

माधवने डोळे न उघडताच मान हलवली. नमूताईने उदासपणे निःश्वास सोडला, ती चड्डी दांडीवर ठेवली व ती गोपाळजवळ आली.

''गोपाळ, एक सांगू?'' ती अवघडत म्हणाली. आपल्याला स्वतःला अमुक हवे असे कधीच न सांगणारी नमूताई आता काय मागणार याचा गोपाळला प्रश्न पडला. त्याने मान डोलावली.

''हे बघ, मालतीकडून मागं नियमित पत्रं यायची; पण गेले सहा महिने तिनं हॉस्पिटलविषयी काहीच कळवलेलं नाही. तू जाऊन येतोस का एकदा? नाहीतर मालतीला तरी तार कर,'' ती म्हणाली.

अंधारात वळवळणाऱ्या सापावर नकळत उघडा पाय पडल्याप्रमाणे गोपाळ दचकला. बऱ्याच दिवसांत नमूताईने तो विषय काढला नव्हता व त्यामुळे तिच्या मनाची जखम भरून आली आहे अशी त्याला आशा वाटू लागली होती; पण आता हे शब्द ऐकल्यावर तो गोठल्याप्रमाणे तिच्याकडे पाहतच राहिला. त्याच्या तोंडून शब्दच फुटेना.

''होय. मलादेखील माहीत आहे, हे पैशाचं काम आहे; पण एवढं केलंस माझ्यासाठी, आणखी थोडं कर! त्यांना जर घरी यायला मिळालं, तर मला फार आधार वाटेल बघ. मला काही वेळा वाटतं, पोर खचत चाललं आहे...'' आपल्या तोंडून असे शब्द अचानक कसे काय गेले याची एकदम शरम वाटल्याप्रमाणे नमूताई थांबली नि खिडकीबाहेर पाहू लागली.

गोपाळ तेथून परतला. त्याने कोट अंगात चढवून पाऊल बाहेर काढले व दीडदोन तास तो झपाटल्याप्रमाणे वणावणा हिंडला. एका कोपऱ्यावरच्या दुकानात समोर प्रथम दिसल्या त्या सिगारेट्स त्याने विकत घेतल्या व गावाबाहेर भटकत त्या भसाभसा ओढून फस्त केल्या. मधूनमधून नीटनेटका स्वयंपाक करणारी, दारावर येणाऱ्या भाजीपाला, लोणी विकणाऱ्या बायांशी धूर्तपणे झुंजून दोनचार आणे दर उतरवणारी, शांतूला दिवस गेलेयत हे नेमके सांगून, ''माकडगोपाळा, आता मुलगा हवा; पण तो तुझ्यापेक्षा थोडा

शहाणा हवा बाबा!'' असे म्हणत खळखळून हसणारी नमूताई आता कळवळून आपल्याला हॉस्पिटलकडे जाऊन यायला सांगते! माधवचा आजार वाढला, हे झक्कदिशी क्षणभरच पण स्वच्छ ओळखणारी नमूताई!... निळा रंग संपतो कोठे? लाल कोठे सुरू होतो? कुणास ठाऊक!... इथे सगळेच वेगाने फिरत असल्याप्रमाणे सगळे एकमेकांत मिसळून पुसट होऊन गेले होते. पुढच्याच आठवड्यात गोपाळला ऑफिसच्या कामासाठी बाहेर जायचे होते. तेव्हा, आपण मुंबईला जाऊन आलो; अजून दोनचार महिने नारायणरावांना तेथेच राहावे लागणार, असे नमूताईला सांगण्याचे त्याने ठरवले; पण त्या वेळी रस्त्यावर अनोळखी चेहऱ्यांच्या घोळक्यात एकटा असतानादेखील त्याला फार शरम वाटली आणि कोणीतरी आपल्याला संतापाने फाडफाड मारावे असे त्याला क्षणभर वाटून गेले.

दुसऱ्या दिवशी सायकल घरी आली, तेव्हा मंगल शाळेला गेली होती व गोपाळ बाहेर जाण्याच्या बेतात होता. आताच ती आली हे बरेच झाले असे त्याला वाटले. कारण त्यानंतर निदान सहा तास तरी त्याला बाहेर राहायला मिळणार होते. त्याने सायकल आणून नमूताईच्या खोलीत ठेवली. नमूताई प्रथम त्या सायकलीकडे मोठ्या डोळ्यांनी पाहतच राहिली. नंतर तिने एका उशीचा आधार देऊन माधवला अंथरुणातच बसवले व सायकल त्याच्यासमोर, खिडकीजवळ भिंतीला टेकवली. बाहेरच्या सोप्यावर शांतू उभी होती. गोपाळ बाहेर जायला निघाला, तेव्हा तिने शांतपणे विचारले, ''तुम्ही विकत आणलीत ही सायकल?''

''हो. नमूताई फार दिवस मागत होती,'' गोपाळ म्हणाला व लगबगीने बाहेर पडला; पण आता नाही, तरी संध्याकाळी निखारे कोसळणार या कल्पनेने तो आताच व्यग्र झाला होता.

संध्याकाळी तो परतला व खुर्चीत पडून राहिला. येतानाच त्याने चहा घेतला होता, त्यामुळे त्याने 'चहा नको' म्हणून सांगितले. समोर शांतू बसली होती. तिच्या बोलण्याकडे त्याने बराच वेळ दुर्लक्ष केले होते; पण आता आवाज ताणलेला, कापरा झाला होता आणि ती उतू जात असल्याप्रमाणे थरथरत होती.

''दहाबारा वर्षं मी सारं सहन केलं. घरी माझी पोरगी, मी, कशासाठी? तर राबण्यासाठी, उकडण्यासाठी! कधी साधी हौसदेखील पुरी करावीशी वाटली नाही तुम्हांला! माझं एक गेलं चुलीत; पण सणासुदीला तिला कधी वारभर कापड मिळालं नाही! चारदा टाचा लावलेल्या वहाणा ओढीत शाळेला जाते ती! निदान पोरीविषयी तरी काही आतडं आहे की नाही?''

आतडे? मंगलविषयी आतडे?...

आपला जादा खर्च होऊ नये म्हणून गोपाळने आपले मधल्या वेळेचे खाणे बंद केले होते व तो मंगलला कँटीनमध्ये घेऊन जात असे. चार वर्षांत त्याने स्वतःला नवे कपडे

केले नव्हते. कारण त्याच्यासाठी आणलेला कपडा तिच्यासाठीच वापरला गेला होता. माधवला काहीही आणले तरी त्याच्या जोडीला मंगलला काहीतरी असेच. तिने एकदा आपले बोट कापून घेतले, तर सारा दिवस गोपाळ ऑफिसमध्ये हळहळत होता... आतडे? काय केले म्हणजे लोकांना आपले आतडे दिसून येते?...

पण ही शांतू नेहमीची नव्हेच. ही भडकली आहे, चावरे बोलत आहे. तिच्यातील निरनिराळे रंग वेगाने भिरभिरत आहेत...

''जरा हळू बोल. असं काय करतेस वेड्यासारखं!'' इतक्या वेळाने तो प्रथम म्हणाला, ''तू जरा नमूताईच्या डोळ्यानं बघ आपुलकीनं. थोडं समजावून घे. तिला कसलं सुख आलं आहे वाट्याला? आपल्याला तसं पाहिलं तर काही कमी नाही. आपण धडधाकट आहोत. उद्याची आशा करायला जागा आहे ह्न''

''हो! जागा आहे की अगदी हत्तीच्या पावलाएवढी! तेवढ्यावरच जगत बसायचं आम्ही! आणि उद्याचा प्रश्न आहे, म्हणूनच मला चिंता आहे. मी सांगू तुम्हांला? या घरावर सावट पडल्यासारखं झालं आहे. सतत आजारानं घर पोखरून गेलं आहे. जेवायला बसलं तर सरळ घास गिळवत नाही मला. किती दिवस चालायचं हे? बूट काय, कपडे काय आणि आता सायकल! आणि हे कुणासाठी? तर खचत चाललेल्या त्या पांगळ्यासाठी! आणि तो दुसरा नमुना! तिथं तर डोकंच नाही! उलथून जातील म्हणावं तर तेही नाही!'' ह्न शांतू एकदम चाचरली आणि असले शब्द अनावरपणे तोंडून गेल्याने भेदरून स्तब्ध झाली.

गोपाळ ताठरल्यासारखा झाला नि त्याचे अंग बधिर झाले. भोवतालचे सारे एकदम फुटल्याप्रमाणे तो बेभान झाला व शांतूसमोर येऊन उभा राहिला. ''तिच्याविषयी, माधवविषयी असं बोललेलं मला चालणार नाही!'' तो शांतपणे म्हणाला व त्याने हात उगारून शांतूच्या गालावर प्रहार केला.

शांतू जागच्या जागी खिळल्यासारखी झाली. तिने गोपाळचा संताप मधूनमधून पाहिला होता; पण अशातऱ्हेने अंगावर हात टाकण्याची त्याची ही पहिलीच खेप होती. एका नव्या, भिरभिरणाऱ्या माणसाकडे पाहत असल्याप्रमाणे ती पाहत राहिली व तिला वेदनेचाही क्षणभर विसर पडला; पण मागे येऊन उंबऱ्याजवळ उभी असलेली मंगल मात्र तिच्यावरच आघात झाल्याप्रमाणे आकसली व शांतूला चिकटून उभी राहिली.

गोपाळ आता चिरडल्यासारखा झाला व त्याचे मन पश्चात्तापाने ओलसर झाले. त्याला एकदम मळकट वाटू लागले. ''शांतू, मला क्षमा कर. मला एकदम राहवलं नाही!'' तो म्हणाला, ''पण तूदेखील असं म्हणायला नको होतंस. आईसारखं आम्हांला तिनं जतन केलं. एका क्षणाचाही विचार न करता ती असल्या लग्नाला उभी राहिली. आता तिला कुणाचा आधार आहे सांग.''

पण शांतूच्या मनातील आश्चर्याची जागा आता संताप नि अवमान यांनी घेतली होती

आणि तिच्यात काहीतरी कायमचे तुटून गेले होते.

''आणि मी, माझी पोरगी यांना मात्र ठिकठिकाणी आधार लागून राहिले आहेत झाडांना! ह्न छान,'' ती वेडावीत म्हणाली, ''आज हा चांगला पराक्रम केलात तुम्ही. माझ्यादेखील हे चांगलं ध्यानात राहील!'' ती मंगलकडे वळली आणि म्हणाली, ''मंगल, तू जा बघू. तुझी तिमाही परीक्षा आहे ना परवा? जा, अभ्यास करीत बस.''

तेथून निसटायला आधीच उत्सुक असलेल्या मंगलला तिने आत पाठवले व ती गोपाळकडे वळून म्हणाली, ''ठीक आहे. केव्हा ना केव्हातरी हे होणारच होतं. मलादेखील मनावरचं दडपण कधीतरी बाजूला टाकायचं होतंच. या घरात पाऊल टाकल्यापासून मला एखाद्या थडग्यात राहत असल्याप्रमाणं वाटत आलं आहे. घरी कुणाला बोलवायची सोय नाही; कारण यांचं वेड सगळ्यांना माहीत! घरी राहायची सोय नाही; कारण सतत अंथरुणाला खिळलेला माधव! कसलं आयुष्य आहे हे? माझी पोरगी मळक्या, जुन्या कपड्यांत बाहेर जाते, मुलींकडून हिणवून घेते; तर इथं कधी ताठ बसायला न येणाऱ्या पोराला लोकरी कपडे, सायकली येतात! मी आई आहे. मन पिळवटून काही बोलले तर अंगावर असा हात पडतो रानवटाप्रमाणं! आता मी तुम्हांला स्पष्टच सांगते! माझी पोरगी खुरटत चालली आहे, माझंदेखील काही सगळं संपून गेलेलं नाही. मला मुलंबाळं व्हायची आहेत. आता असल्या थडग्यात मन पोखरत राहायची माझी तयारी नाही. मी मन मारलं, फार सहन केलं; पण ते निदान तुम्हांला तरी त्याची जाणीव असेल म्हणून! पण तुम्हांला जाणीव आहे ती एकच की मारायला आपल्याला हात आहे, मला चेहरा आहे! बस्स झालं मला सारं हे!''

''पण मग मी करू तरी काय, सांग तूच!'' वैतागाने कपाळावर हात मारीत गोपाळ म्हणाला.

''सांगते. तुम्ही त्यांना आणि माधवला एका हॉस्पिटलमध्ये का ठेवीत नाही?''

नमूताईला हॉस्पिटलमध्ये?... झोपेत कोणीतरी गळा चेंगरत असल्याप्रमाणे गोपाळ अस्वस्थ झाला. कॉलेजमध्ये शिकत असताना त्याने तसल्या हॉस्पिटलमध्ये कारकुनाचे काम केले होते. तेथे त्याने चिरडलेली, भकास डोळ्यांची, टाकून दिलेली अनेक माणसे पाहिली होती. समोरचे अन्न कुणीच्या कुणी हिसकावून घेतल्याने स्वतःशीच हुंदके देत, न बोलता दोनदोन दिवस उपाशी राहिलेला म्हातारा, रात्री प्यायला पाणी मागितले म्हणून अंगावर बादलीभर घाण पाणी ओतलेला भटजी, एका स्वच्छ क्षणी डॉक्टरजवळ कसलीशी तक्रार केली म्हणून वार्डरने वेताने बडवून काढलेली नमूताईच्याच वयाची एक खेडवळ बाई... हॉस्पिटलच्याच बाजूला मोठा तुरुंग होता. त्याला नियमाप्रमाणे चौदा फूट उंच भिंती होत्या; पण हॉस्पिटललादेखील तेवढ्याच उंच भिंती मिळाल्या होत्या. मात्र येथील माणसे स्वतःच्या आणखी अदृश्य भिंतीआड असल्याप्रमाणे दोन तुरुंगांत राहणारी. तसल्या ठिकाणी नमूताईला ठेवायचे, या विचारानेच गोपाळ व्याकूळ झाला. शिवाय

आता आयुष्याच्या बोटांतून पाझरत चाललेल्या माधवला सोडून ती दूर राहील?...

"मग त्यांना स्वतंत्र बिऱ्हाड करून द्या. आपला अर्धा पगार तिकडे गेला तरी चालेल; पण आपण स्वच्छ मोकळ्या उजेडात तरी राहू."

"पण शांतू, हे घर तिचं, माधवचं आहे, हे विसरतेस तू," गोपाळ म्हणाला.

शांतूने तिरस्काराने, संतापाने हात झिडकारले. "मग आपल्या वाट्याला गावातली इतर घरं काही जळून गेली नाहीत सगळी! माणसाच्या मिंधेपणालादेखील मर्यादा असावी काहीतरी! तुमच्यातला सारा मीपणाच झडून गेला आहे. ह्व ठीक आहे. तुमच्याच मनात नाही, तर मला दुसरा मार्गच नाही. मला यापुढं या ठिकाणी राहायचं नाही. मी मंगलला घेऊन उद्या जाते. नाहीतरी चारपाच महिन्यांनी जाणारच होते. इथं काही बाळंतपण होणं शक्य नाही. तोपर्यंत विचार करायला तुम्हांलाही वेळ मिळेल; पण तुमचा विचार बदलला नाही, तर मी परत येणार नाही."

"बरं आहे. जाण्यानं तुम्हांला सुख होणार असेल तर जरूर जा," अगदी दमून गेलेल्या आवाजात गोपाळ म्हणाला. त्याला वाटले, रात्रीच्या उसंतीनंतर तिचे तापलेले मन शांत होईल, तिचा विचार बदलेल.

त्या रात्री कोणीच जेवले नाही. सकाळी गोपाळ उठला तेव्हा बराच वेळ झाला होता; पण अद्याप त्याचे डोके भणभणत होते. पण आधीच उठून शांतू-मंगल तयार झालेल्या पाहताच तो हादरला.

"शांतू, काय वेडेपणा करतेस हा? पुन्हा थोडा विचार करून बघ," तो अजिजीने म्हणाला.

शांतूने न बोलता बॅग बंद केली व पिशवी मंगलकडे दिली. तिने पायात चपला अडकवल्या व ती बाहेर निघाली. "बरं आहे. मी जाते. स्टेशनपर्यंत चालत जायला एवढा वेळ लागणारच," ती म्हणाली.

"थांब जरा. मी कोपऱ्यावरून टांगा तरी घेऊन येतो," गोपाळ लगबगीने म्हणाला.

"नको टांगा. निष्कारण खर्च होईल आमच्यावर! तेवढ्यात तुम्हांला एखादा चेंडू आणून देता येईल की!"

गोपाळने शांतूचे शेवटचे वाक्य मनावरून तसेच ओघळू दिले. त्याने मन गारगोटीसारखे ठेवले; पण ठिणगी पडू दिली नाही. आता तेवढा त्राणही त्याच्यात उरला नव्हता.

"बरं तर, तुझी मर्जी! पण माझं एवढं ऐक तरी," तो शांतपणे म्हणाला, "त्या कोपऱ्याजवळ जाईपर्यंत तरी तुम्ही अगदी सावकाश जा."

"सावकाश? ते का?" कपाळाला बारीक आठी घालीत शांतूने विचारले.

"म्हणजे जात असताना तुला नि मंगलला मला तेवढाच जास्त वेळ पाहत उभं राहायला मिळेल."

शांतूच्या मनात चलबिचल झाली व तिची पावले रेंगाळली. गोपाळचा चेहरा हताश, कसलाच आग्रह नसलेला दिसत होता; पण लगेच तिला वाटले, ही चौथी खेप. आधीच्या तीन खेपांना आपला विचार सांगण्याचे धैर्य ऐन मोक्याच्या क्षणी वितळून गेले होते. आता जर पाऊल मागे घेतले, तर पुन्हा तीच शिक्षा, तेच कुढणे सुरू! तिने मंगलचा हात धरला व ती बाहेर पडली. गोपाळला वाटले, पोरीने तरी आपल्याशी काहीतरी बोलावे; पण त्याने तिच्या केसांवरून हात फिरवला तरी ती मुकाट परकीच राहिली.

''नमूताईला भेटायचं होतंस जाताना,'' गोपाळ म्हणाला, ''तिचं दार बंद आहे; पण ती खात्रीनं उठली असणार!''

पण शांतूने त्याच्या शब्दांकडे दुर्लक्ष केले आणि ती निघून गेली.

त्या गेल्यावर गोपाळला सारे घर एकदम विरलेले, भकास वाटू लागले. वस्तू सगळ्या त्याच ह्र परिचित. त्याच खुर्च्या, तेच स्वयंपाकघर, शांतूची पातळे, मंगलचे जुने दप्तर... पण आता त्या सगळ्याच झिडकारल्यासारख्या वाटत होत्या. निव्वळ माणसांच्या सान्निध्याने या निर्जीव वस्तू कशा जिवंत होतात याचे त्याला नवल वाटले. तो खुर्चीवर कितीतरी वेळ बसून होता. थोड्या वेळाने नमूताई बाहेरून आली, तेव्हा तो चमकून तिच्याकडे पाहू लागला.

''म्हणजे तू सकाळीच बाहेर पडली होतीस? कुणाला न सांगता?'' त्याने विस्मयाने विचारले.

''होय. मी लौकरच जागी होते. आता डोळ्यांत झोपच उरली नाही,'' ती म्हणाली, ''शिवाय माझं थोडं कामही होतं.''

''कसलं काम? मी तुला हजारदा सांगितलंय, की काही काम असेल तर मला सांगत जा म्हणून. असं अनवाणी कशाला हिंडतेस तू?'' गोपाळ थोडा चिडून म्हणाला.

''नंतर सांगेन सगळं. आधी तुझी जेवणाची तयारी. तू माकडगोपाळ होतास तेव्हापासून मला माहीत आहे, तू पोट किती हातात धरलं आहेस ते!'' नमूताई म्हणाली.

त्या दिवशी तिनेच स्वयंपाक केला. गोपाळची भूक जिरली होती व मन विटल्यासारखे झाले होते; पण त्यातही त्याला वाटले, हिच्या हातालाच तसला गोडवा आहे. तिने काहीही कसेही शिजवले तरी दोन घास जास्त जातात. अण्णा तर अनेकदा जेवण झाल्यावर तिच्या पाठीवर हात फिरवीत म्हणत, ''पिठात पाणी मिसळून दूध म्हणून अश्वत्थाम्याला दिलं ही कथा मी शंभरदा सांगतो. लोकांना वाटतं, पीठ-पाण्याला काय येणार दुधाची चव? पण मला वाटतं बघ, ते पीठ-पाणी कोण कालवतं याला फार महत्त्व आहे. नमी, तू जर ते कालवलं असतंस, तर अश्वत्थाम्यानं खरं दूधदेखील झिडकारलं असतं!''

नमूताईने चटपट दुपारचे काम आटोपले व ती आपल्या खोलीत गेली. गोपाळ थोडा आडवा झाला; पण त्याला झोप येईना. नमूताईच्या खोलीत सारखी हालचाल होत होती.

तो अस्वस्थपणे उठला व तिकडे गेला; पण आतले काम पाहताच तो थबकला. नमूताईने एक जुनी मोठी पेटी रिकामी केली होती व ती त्यात आपले सामान, माधवचे बूट, कातडी पट्टे, कपडे भरीत होती. खोली आताच अर्धवट उघडी दिसत होती. तेवढ्यात चटकन डोळ्यांत भरत होती ती खिडकीजवळची नवी करकरीत सायकल!

''नमूताई, हे काय? की घरात सगळ्यांनाच एकदम वेडाचे झटके आले आहेत?'' तो रागाने म्हणाला.

''वेडाचा झटका नाही. मी दुसरीकडे राहायला जाणार आहे,'' काम तात्पुरते सोडून गुडघे उंचावून बसत नमूताई म्हणाली, ''शांतूचं बरोबर आहे. तिला तरी हे किती दिवस सहन करवणार? तिची मुलंबाळं वाढणार. तिचा तिला संसार आहे... मी सकाळीच देशपांड्यांच्या आवारात एक खोली पाहून आले आहे. ती जरा एका कडेला, विहिरीजवळ आहे; पण तिथून शाळा दिसते.''

''पण नमूताई, हे घर तुझं ह्न तुझ्या मालकीचं आहे,'' हातवारे करीत गोपाळ म्हणाला.

''वेडा की काय तू गोपाळ? तुझा संसार वाढता. तुला असलं घर हवं. मला काय करायचं एवढं घर घेऊन? माधवला झोपायला जेवढी जागा लागेल, तेवढी आता मला बस्स झाली. हे बघ, मी सांगते ते ऐक. माधवला थोडा ताप आहे. तो उतरला की चारपाच दिवसांत जाते मी. मला थोडं काम करावं लागेल; पण माझं चालेल. शिवाय अडीअडचणीला तू आहेसच. आता नाहीतरी माझं मलाच संभाळलं पाहिजे. तू नंतर माझी ही पेटी कुणाकडून तरी पोचव. सायकल मात्र तुलाच आणावी लागणार. चारसहा दिवस जाऊ देत. तोपर्यंत शांतूलाही विश्रांती मिळेल. तिचं मन शांत होईल. तूदेखील थोडा निवशील. मग तिला पत्र घाल नि बोलावून घे. कालच मी तुम्हांला हे सांगितलं असतं; पण तुम्ही दोघांनीही मला हिडीसफिडीस केलं असतंत. ऐकून घ्यायला तुमची मनं ठिकाणावर होती कुठं? तू तर माकडगोपाळ, अगदी लहानपणासारखं भांडत होतास. तेव्हा म्हटलं, बडबडू देत यांना. थोडासा कढ जाऊ दे.''

भोवतालचे सारेच एक मोठा भोवरा असल्याप्रमाणे गरगरत फिरत आहे, कुठलाच रंग कुठे सुरू होतो, कुठे संपतो हे समजत नाही, असे गोपाळला वाटू लागले. शांतू थोडी शिकलेली; नवरा, मुलगी, माहेर ह्न सारे काही असलेली; पण ती वेड्यासारखी भडकली. ही नमूताई!... आयुष्यात आता एकही निरांजन न उरलेली, शिवलीलामृत वाचण्यापलीकडे न शिकलेली ही बाई इतक्या समंजसपणे बोलते, स्वीकारते, आपल्यालाच समजावते आणि शांतू तिला हॉस्पिटलमध्ये ठेवू असे म्हणते. यात वेडे कोण? शांतू? माधवला बूट आणणारी मनूताई? की... की त्यालाच भोवरादेखील आणणारे आपण?

''आणि शिवाय हॉस्पिटलमधून ते परत घरी आले की पुढचं पुढं पाहता येईल.

तोपर्यंत माधवदेखील चालू लागेल. तो सुधारत आहे असं परवा डॉक्टर म्हणत होते,'' नमूताई म्हणाली.

भोवऱ्याची गती कमी होत रंग स्पष्ट दिसू लागले होते, तोच ती पुन्हा वाढली. दिसू लागलेले रंग पुन्हा मिसळून गेले. वेडे कोण? शांतू की नमूताई? पण नमूताईमधली कोणती? ही का ती? का तिसरी, चौथी...?

गोपाळ तेथून आवेगाने बाहेर आला. आपल्या खोलीत येऊन दाराला कडी लावून त्याने हताशपणे सिगारेट पेटवली. नमूताई घरात असताना त्याने पेटवलेली ही पहिली सिगारेट; पण तिच्यामुळे त्याचे मन थोडे स्थिरावले. डॉक्टरांनी फार तर महिनाभर मुदत दिली होती. माधवचा रक्तदाब फार कमी झाला होता. अलीकडे तर डॉक्टरांना बोलावायला गेले तरी ते क्वचितच येत, एखादी गोळी देऊन कशीबशी वेळ मारून नेत, इतकेच.

त्या दिवशी रात्री नमूताईच्या खोलीत रात्रभर दिवा होता. सारी रात्र ती माधवच्या शेजारी बसून होती व तिचा डोळादेखील दिव्याप्रमाणेच मिटला नव्हता. माधवचा ताप वाढला होता नि त्याच्या अंगाची सारखी अस्वस्थ धडपड होत होती. नमूताईने सकाळी गोपाळला डॉक्टरला बोलावून आणायला सांगितले. गोपाळने अंगात कोट अडकवला व कर्तव्य म्हणूनच तो बाहेर पडला. डॉक्टर येणार नाहीत हे त्याला निघतानाच माहीत होते. जात असताना तो मध्येच थबकला व त्याने आश्चर्याने खिशाकडे पाहिले. खिशाला त्याचे पेन अडकवलेले होते. म्हणजे जाताना मंगलने पेन परत खिशात ठेवले होते तर! त्याला वाटले, याचा अर्थ काय? जाताना बोलले नाही तर काय झाले? 'तुम्हांला पेन जास्त हवं आहे' म्हणून तिने गुप्तपणे ते पेन जाताना दिले, की तेवढेही मला नको म्हणून तिने ते परत फेकले? हा झिडकार आहे की कोवळी माया आहे? कुणास ठाऊक! कोणता रंग काय आहे हे समजत नाही. गती कमी होण्याची वाट पाहिली पाहिजे...

डॉक्टर संध्याकाळपर्यंत आले नाहीत. संध्याकाळी क्लबला जाताना त्यांनी गाडी पाच मिनिटे थांबवली. एक पांढरी गोळी ताबडतोब माधवला देण्यासाठी गोपाळजवळ दिली व ते बाहेर आले.

''गोपाळ, आजची रात्र टिकेलसं वाटत नाही... सॉरी, माझा इलाज नाही,'' जाताना ते म्हणाले. त्यांच्या मागोमाग काहीतरी विचारायला आलेली नमूताई मागच्या मागेच वळली नि आत गेली. गोपाळला हे बरेच दिवस जाणवत होते; पण आता त्या अर्थाचे प्रत्यक्ष शब्द ऐकताच मात्र त्याला आपले अंग निर्जीवपणे भेंडाळत चालले आहे असे वाटले. तो सुन्नपणे खुर्चीवर येऊन पडला. नमूताईला यातून कसे सावरायचे? मंगल एव्हाना झोपली असेल! शांतू आता काय करीत असेल? शांतूचे उष्ण, तृप्त, रेखीव अंग... रजा वाढवावी लागणार. दत्तूला तरी बोलवावे का? आपण आता माधवशेजारीच जाऊन बसावे, नाही? आता काहीतरी खाल्ले पाहिजे. रात्रीच काहीतरी बरेवाईट झाले तर...

त्या विचाराने गोपाळ शरमला; पण पोटात भूक तर उग्र झाली होती. तो हलक्या पावलांनी स्वयंपाकघरात गेला. तेथील पातेल्यात दूध होते. त्यातील कपभर दूध त्याने उभ्याउभ्याच पोटात ढकलले. मग त्याला आठवले : पण नमूताईचे काय? दुपारीदेखील ती जेवली की नाही कुणास ठाऊक!...

तो थोडा खजील झाला नि तिच्या खोलीकडे जाऊन त्याने दार हळूच ढकलून पाहिले. नमूताई दाराकडे पाठ करून माधवच्या अंथरुणाशेजारी बसली होती आणि तिच्या वाकलेल्या पाठीत तिची सारी हताशता दिसत होती. पहिल्या हाकेला तिने ओ दिली नाही. दुसऱ्या हाकेला तिने न वळताच कोरड्या आवाजात विचारले, ''काय रे?''

''तू काही खाल्लं नाहीस. तुला थोडं दूध आणून देऊ का?'' गोपाळने दारातूनच विचारले.

माधवच्या अंगावर पायापर्यंत पांघरूण होते. त्याच्या डोक्याशेजारीच नमूताई बसली होती. त्यामुळे गोपाळला माधवचा चेहरा दिसत नव्हता. नमूताईची पाठ हलल्यासारखी झाली. ती म्हणाली, ''मला नको काही. तू मात्र थोडं घेतल्याखेरीज झोपू नकोस रे.''

टोपपदराचे फिकट विटके झालेले लुगडे, चिंचोळी अशक्त पाठ, लांब बिनसुरकुतीचे माधवचे पांघरूण, अर्धवट भरलेली पेटी, सायकल... सगळ्यांना पुसट चिकटलेला कंदिलाचा पिवळसर प्रकाश... सारे स्वप्नात पाहत असल्याप्रमाणे गोपाळच्या नजरेला ते सगळे क्षणभर टचटचीत, उठावदार दिसले व पुन्हा अस्पष्ट झाले. गोपाळने दार हलकेच ओढून घेतले व तो परत अंथरुणात येऊन पडला.

त्याची अस्थिर झोप भरकटणाऱ्या तुकड्यांची बनली होती. निरनिराळे तुकडे तरंगत एकत्र येत, सारखे आघात होत असलेल्या डोक्यात फिरून एकमेकांत मिसळल्यासारखे होत आणि एकदम भोवरा थांबल्याप्रमाणे फुटून निराळे होत... शांतूने असे करायला नको होते. म्हणजे घर इतके ओकेओके वाटले नसते. ती मंगल एकदा बोटांच्या टोकांवर शेणाचे लहानलहान गोळे ठेवून पुढे आली, तेव्हा आपण तिला म्हटले, ''जा, टाकून दे. खुळी कुठली!'' ती हसूनहसून दमली. ते शेणगोळे नव्हते, तर वाटलेली मेंदी होती, असे तिने सांगितले व खुळे ठरलो ते आपण!... शांतूने नुसतीच आतली चोळी घालून आपल्यासमोर कधीच उभे राहू नये. आपल्याच वासनेची तिला दृष्ट लागायची!... या खेपेला मुलगा होईल?... आणि दत्तू आपल्यापेक्षा कितीतरी लहान; पण आत्ताच अर्धे डोके स्वच्छ सारवून ठेवल्याप्रमाणे तो टकल्या होऊन बसला आहे... अण्णा झोपले की त्यांच्या मिश्या फुरफुरत व एकमेकाला डिवचीत आपण त्या गमतीने पाहत असू. माधवच्या पापण्या पातळ पापुद्र्यासारख्या दिसतात... हॉस्पिटलकडे जाऊ असा नमूताईने हट्ट धरला, तर काय करायचे?... अंगावर झुरळ टाकले म्हणून किंचाळत, ''माकडगोप्या, तुझी हाडं सैल करते थांब!'' म्हणत हातात लाकूड घेऊन मागे लागलेली

नमूताई... एकदा आपण दुपारी झोपलो असताना तिने दोन भेंड्या सुतळीत अडकवून ती माळ आपल्या गळ्यात घातली व शेंडीला एक लहानसे वाळलेले हिरवे केळे बांधले. मग आपण जागे झाल्यावर डोळे किंचित बारीक करीत, पूर्ण उतू गेल्याप्रमाणे अनिर्बंध हसणारी, दत्तू-मालतीबरोबर नाचत, टाळी वाजवीत गाणे म्हणणारी नमूताई... ''माकडगोपाळ, शेंडीबाळ, गळ्यात भेंडी, डोक्यात केळं...''

टाळीच्या आवाजाबरोबर ''माकडगोपाळ'' अशी हाक ऐकू येताच सारे एकदम नाहीसे झाले व गोपाळ अर्धवट जागा झाला. त्याला वाटले, केवढी स्पष्ट हाक होती ती! जणू वर्षेच्या वर्षे मागे परतवून नमूताईच समोर उभी राहून तशी हाक मारीत होती! त्याची त्यालाच थोडी गंमत वाटली व तो अंग सैलावून पुन्हा झोपण्यासाठी वळला.

पण त्याची झोप एकदम उडाली व सारे अंग एकदम थंड झाल्याप्रमाणे तो भेदरून ताडकन उभा राहिला. बाहेरून खरोखरच नमूताईची हाक ऐकू येत होती! त्याने धाडदिशी दार उघडले व तो बाहेर धावला.

नमूताईने मधल्या सोप्यावरचासुद्धा दिवा लावला होता; पण ती आपल्या खोलीच्या दारात उभी राहून हसत होती आणि तिच्या चेहऱ्यावर तेच अनिर्बंध, मुक्त हसू होते.

''ए माकडगोपाळा, तुला एक गंमत दाखवते ये,'' टाळी वाजवीत नमूताई म्हणाली. जणू ओढीत नेल्याप्रमाणे गोपाळ बधिर अंगाने तिच्याजवळ दारापाशी गेला. तिने आत हात दाखवला. ती कौतुकाने बाजूला उभी राहिली. समोर पाहताच गोपाळचे पायच गेले आणि त्याने दाराची चौकट घट्ट धरली.

नमूताईने उघड्या पेटीतील सगळ्या वस्तू काढून पुष्कळशा तशाच जमिनीवर टाकल्या होत्या. तिने माधवच्या निर्जीव अंगावर रेशमी सदरा व लोकरीची चड्डी घालून त्याचे लुळे पाय काळ्या स्वच्छ बुटांत कोंबले होते. नंतर तिने त्याला उचलून सायकलीवर बसवले होते. माधवची मान बाजूला पडली होती; पण त्याचा व सायकलीचा तोल जाऊ नये म्हणून तिने तीनचार ठिकाणी कातडी पट्टे बांधले होते. ''पाहिलंस?'' उत्सुकतेने सायकलीची घंटा किण्किण् वाजवीत ती म्हणाली.

''माधवनं बूट घालून सायकलीवर बसलेलं मला एकदा तरी पाहायचं होतं बघ! कसा ऐटबाज दिसतो तो, नाही?'' तिने खुषीने मान किंचित वाकडी केली. ''अरे! आणखी एक राहिलंच की!'' तिने लगबगीने त्याची दप्तराची पिशवी आणली व सायकलीला पुढे अडकवली. ''आता ठीक झालं!'' ती समाधानाने म्हणाली.

सायकल... माधव... हसताना डोळ्यांजवळ पडलेल्या सुरकुत्या... जुने, परिचित मुक्त हास्य... पुन्हा सारे वेगाने भिरभिरू लागले आणि गोपाळला भोवळल्यासारखे झाले. ही झोप आहे? मग आपले जळजळणारे डोळे चक्क उघडे कसे? आपण जागे आहोत? मग सारे अंग असे झोपी गेल्याप्रमाणे निर्जीव, जड का? आपल्याभोवती सगळे वेगाने फिरत आहेच; पण त्याच्या मध्यभागी आपणदेखील एखाद्या वेड्या

भोवऱ्याप्रमाणेच स्वतःभोवती भिरभिरत आहोत असा त्याला क्षणभर भास झाला. सारे तुकडे भोवती पिसाटाप्रमाणे फिरले, फिरले आणि पुन्हा एकदा स्वच्छ रेखीव, निर्जीव होऊन त्याच्याभोवती स्थिर झाले.

गोपाळ एकदम जागा झाल्याप्रमाणे झाला. ओठ आवळीत थरथरत्या पायांनी तो बाहेर आला. त्याने सोप्याचा दरवाजा उघडला व अंधारात शिरून बाजूच्या घरातील रमाक्काला उठवले. त्याने तिला घोगरेपणाने काहीतरी सांगितले व तिला नगूताईकडे पाठवले.

आणि तो स्वतः इतर तयारीसाठी बाहेर पडला.

ह्य आयुष्यात दुसऱ्यांदा!...

गु ला म

एखाद्या मृत जनावराच्या सडत चाललेल्या आतड्यात पुढे सरकत जावे, त्याप्रमाणे त्या कुंद, अरुंद गल्ल्यांतून भटकत असता मुशाफिराचे पाय पिंजून गेले. एकेक धागा गुंतवळीतून निराळा करावा, त्याप्रमाणे त्याने एकेक रस्ता संपवला होता; पण एवढ्या भटकण्यानंतरदेखील एमराच्या ठिकाणाचा पत्ता नव्हता. तो चौकशीसाठी थांबताच सैलसर, पायघोळ पोशाखातील काळीकभिन्न माणसे अदबीने कमरेपर्यंत लवत व नम्रपणे थांबत; पण त्याने एमराचे नाव काढताच ती एकदम ताठर होत व बाजूला हात दाखवत तिरस्काराने थुंकत. एकामागोमाग गल्ल्या संपल्या व मुशाफीर आता वाडीच्या वेशीजवळ आला. तेथील खुरट्या काटेरी झुडपांच्या पलीकडे आता फक्त जळजळीत अमर्याद वाळवंट आणि त्यातच कोठेतरी जळत असलेले क्षितिज याखेरीज काही नव्हते. वाडीत हिंडताना चिरा पडल्याप्रमाणे वाटणाऱ्या वाटांवर तापलेला अंधार तुकड्यातुकड्यांनी पसरला होता व प्रेतांच्या ताठर बोटांप्रमाणे वाटणाऱ्या उभट घरांच्या गुंतवळीत सलग प्रकाश क्वचितच खाली सरकत होता; पण या वेशीपलीकडे मात्र अंधाराला पाऊलभरदेखील जागा नाही. आता तेथे पूर्ण उघड्या डोळ्यांची नजरदेखील साहवून न घेणारा उद्धट सूर्यप्रकाश आणि त्याचा सतत निःशब्द स्फोट होत असल्याप्रमाणे वाटणारे वाळूचे अणूसारखे अनंत, तापलेले कण.

आपला हात कोणीतरी अचानक धरताच मुशाफीर एकदम दचकला, बाजूला सरकला. त्याची भीती पाहून कोणीतरी वेडगळपणे हसले. त्याच्या शेजारी एक कुबडा उभा होता. तो एखाद्या मुलाएवढा उंच होता; पण त्याचा चेहरा अतिशय आकसून सुरकतून जुन्या जर्दाळूसारखा झाला होता आणि त्याची विरळ लांब दाढी गुडघ्यापर्यंत लोंबत होती. तो अतिकुरूप खुजा माणूस पाहून मुशाफिराला विलक्षण संताप आला व त्याला एकदम लाथेने ठोकरावे असे त्याला वाटले; पण कुबडा काहीतरी दाखवत आहे हे पाहून त्याने तिकडे नजर वळवली. वेशीपाशी आता एकच घर राहिले होते. त्याच्या

दरवाजा नसलेल्या प्रचंड कोनाड्यासारख्या चौकोनात एक धिप्पाड माणूस कमरेवर हात ठेवून उभा होता व त्यांच्याकडेच पाहत होता. त्याच्यामागे घरातील अंधार होता; परंतु बाहेरचे जग उन्हाने पेटले असता त्यात लावलेला मंद दिवा मुशाफिराला या ठिकाणाहूनदेखील दिसत होता.

मुशाफिराला नवी आशा वाटली व तो त्या घराजवळ आला. त्याच्याबरोबर कुबडादेखील उडती पावले टाकत धावू लागला. त्या दर हालचालीने आतील सारी सैल हाडे खळखळत असल्याप्रमाणे तो मध्येच बावळटपणे ओलसर हसत होता. मुशाफीर घरापाशी आला, तेव्हा तेथे उभ्या असलेल्या माणसाने बाजूला न सरकता विचारले, "तू एमराची चौकशी करत होतास?" मुशाफिराने किंचित आश्चर्याने मान हलवली व म्हटले, "तुला कसं समजलं?" त्या प्रश्नाकडे दुर्लक्ष करत त्या माणसाने आत हात दाखवला व म्हटले, "आत ये. मीच एमरा आहे."

आत जावे की नाही याचा विचार करत मुशाफीर क्षणभर रेंगाळला. एमराचा चेहरा काळ्या-पांढऱ्या कातड्यांचे तुकडे जोडून केल्यासारखा होता व त्यामुळे तो सदैव अरुंद गल्ल्यांतील घरांच्या वळचणीखाली उभा असल्याप्रमाणे दिसत होता; पण याच एमराचा शोध करत मुशाफीर कितीतरी मैल आडवाटेने आला होता. त्याच्या मनाची अनिश्चितता नाहीशी झाली आणि तो झटकन पुढे होऊन आत आला.

आत खाली अंथरलेल्या गालिच्यावर बसल्यानंतर मुशाफिराला समोरील दृश्य जास्त स्पष्ट दिसू लागले. आत अंधार दाटला होता; पण टांगलेल्या, जाळीदार शामदानाच्या प्रकाशामुळे तो बाहेरून वाटे तेवढा गडद नव्हता. खोलीचा अगदी दुसरा भाग मात्र अगदी गुहेसारखा भासत होता. तेथे अंधारच गोठून ठेवल्याप्रमाणे दोन माणसे निश्चल बसली होती. त्यांच्या मुडपलेल्या पायांवर रुंद पात्यांचे राक्षसी कोयते होते व मधूनमधून शामदानाच्या प्रकाशाची रेषा त्यांच्या धारेवरून मंदपणे सरकत होती. एमरा आत आला व एका भिंतीला पूर्णपणे पसरलेल्या ओट्यावर बसला. कुबडादेखील खेकड्याप्रमाणे वर चढला आणि अगदी शामदानाजवळ बसला. त्या ठिकाणी पांढऱ्या कापडाचे पुष्कळसे तुकडे पडले होते. कुबड्याने त्यांतील एक तुकडा उचलला व एका रंगीत खडूने तो त्याच्यावर भराभर रेघोट्या ओढू लागला.

"तू कुठून आलास? एमराकडेच तुझं काय काम आहे?" एमराने विचारले. वर न पाहताच कुबडा खडखडीत हसला व म्हणाला, "अल मख्तूब, मख्तूब!" जे लिहिले आहे, ते लिहिले आहे! अल मख्तूब, मख्तूब! मुशाफिराने ते शब्द आपल्या प्रवासात हजारदा तरी ऐकले असतील. वाळवंटाला एकच वाक्य उच्चारायला येत असल्याप्रमाणे, त्याच्यात विरळ विखुरलेल्या प्रत्येक गावात, वाडीत हेच शब्द एखाद्या मंत्राच्या जपाप्रमाणे ऐकू येत : अल मख्तूब मख्तूब! जे लिहिले आहे, ते लिहिले आहे! विंगाझीच्या उंट बाजारात, खजूर आणि हस्तिदंत घेऊन जाणारे कारवान जेथे अनेक

शतके एकत्र होत आले त्या अल हकच्या विस्तीर्ण पटांगणावर, हबशी गुलामांची पेठ असलेल्या कोरफ्यूराच्या तटबंदीच्या सावलीत, घडीघडीला कोणीतरी चेहरा लांब करी, हात उडवी किंवा डोळा फिरवी आणि मग अनिवार्यपणे शब्द ऐकू येत : अल मख्तूब मख्तूब! कारवान निघाला असता नेमक्या त्याच वेळी एखादी सांड व्याली, नगद नाणी मोजून घेतलेला, डोंगराच्या कड्यासारखा वाटणारा धिप्पाड गुलाम अकस्मात एखाद्या मच्छरासारखा मेला, पाच फूट लांबीचा दुर्मीळ हस्तिदंत उंट उधळल्यामुळे खाली पडून फुटला किंवा भर वाळवंटात दुरून येणाऱ्या बंदूकवाल्या बेदुइन सैतानांचा दरोडा पडला, तर हे सारे का घडले हे न समजल्यामुळे गोंधळलेला मनुष्य एकच वाक्य उच्चारून सारे सहन करत असे : अल मख्तूब, मख्तूब!

''त्याच्याकडे लक्ष देऊन नको. त्याचे शब्द म्हणजे वाळूवरील फक्त रिकामे वारे आहेत,'' एमरा मुशाफिराला म्हणाला.

मुशाफिराने नाहीतरी कुबड्याकडे दुर्लक्षच केले होते. घरात आत अंधार असला तरी एखाद्या जनावराच्या तोंडात बसल्याप्रमाणे ओलसर थंड वाटत होते. त्याने सहजपणे पाय सैल केले व तो म्हणाला, ''मी शेकडो मैलांवरून भटकत आलो आहे. माझा देश इथून हजारो कोसांवर आहे. तो अतिशय घरंदाज आहे व त्याला अनेक शतकांची कुलीनता आहे. इतर माणसं फक्त आयुधंच म्हणून दगड वापरत असता आम्ही त्यावर देखण्या आकृती कोरल्या, अक्षरं खोदली; इतर माणसं जनावरांची शिकार करताना केवळ ओरडण्यासाठीच आवाजाचा उपयोग करत असता, आमच्या कवींनी सागरांची गर्जितं गायली, सौंदर्यस्तोत्रं लिहिली. तिथलं आभाळ वितळलेल्या नीलमण्यासारखं आहे आणि तिथल्या एखाद्या घरात सूर्यप्रकाशाचा कवडसा उतरला तर त्यात अणुरेणू दिसणार नाहीत. माझ्या त्या देशात, संगमरवरी सुबक खांबांची अनेक मंदिरं आहेत. तिथल्या आरसपानी तलावांत हंस पोहतात आणि तिथल्या स्त्रिया सुरेल संगीतासह नृत्य करत असता त्यांच्या पावलांखाली कमळ ठेवलं तर त्याच्या पाकळ्या दुमडणार नाहीत. पण मी खूप भटकलो आहे. बर्फाच्या प्रदेशात राहून मी देवमाशाचं अंग चिरलं आहे. कुत्र्यांवर बसून पाखरांची शिकार करणाऱ्या ठेंगू लोकांच्या प्रदेशात मी अजगराचे तुकडे खाऊन भूक भागवली आहे. माझ्या पावलांना जमीन चिकटून राहतच नाही.''

''पण यात तुला काय प्राप्त होणार आहे?'' एमराने विचारले, ''तुझा परिस्तानासारखा देश सोडून तू या रखरखीत वाळवंटात का आलास?''

मुशाफिराने खांदे किंचित हलवले व तो म्हणाला, ''एखादं मूल हातापायाला सहासहा बोटं घेऊन जन्माला येतं, तसाच मी जन्मलो असं म्हण. मला सतत आणखी थोडं पुढं जायची अनावर इच्छा होत असते, आणखी एक : मागे न घेता येण्यासारखं आणखी एक पाऊल पुढं टाक, असा माझ्या मनात सतत इशारा होत असतो. त्यामुळे माझ्या पायांखाली कधी शेवाळ वाढलं नाही. या भ्रमंतीत कसली आली आहे

मोजण्यामापण्यासारखी प्राप्ती? तलवारीच्या धारदार पात्याच्या रेषेवर पाऊल टाकत तोल सांभाळत पलीकडे जाणं हाच एक त्यातला आनंद आहे. मग त्यात अनंत यातना भोगाव्या लागतात, प्रसंगी प्राणही गमवावे लागतात, हे सारं स्वीकारलेलंच असतं. पातं कधी संपत नाही, पावलांचा प्रवास कधी पुरा होत नाही. अंत आहे तो माणसाला, या वेड्या भटकंतीला नाही.''

''तू वेडा नाहीस, चांगला शहाणा आहेस,'' एमरा मान हलवत म्हणाला, ''पूर्ण जाणिवेनं सर्पापुढं बोट धरणाऱ्या माणसालाही मी शहाणा समजतो; परंतु मी मात्र दुसऱ्या प्रकारचा माणूस आहे. माझ्या खुराड्यात खिडकीत ओणवून रस्त्यानं सदैव चाललेल्या कारवांकडे पाहत राहणं, हा माझा मार्ग आहे. ही वाडी सोडून मी आयुष्यात कधी बाहेर गेलो नाही आणि मी परकं आभाळ कधी पाहिलं नाही; पण आपलं आयुष्य म्हणजेच एक कारवा करणारे तुझ्यासारखे अनेक मुशाफीर मात्र मला भेटले आहेत ह्व पण एमराकडेच तुझं काय काम आहे, या प्रश्नाचं तू अद्याप उत्तर दिलं नाहीस.''

''मला हवा असलेला गुलाम फक्त एमराकडेच मिळेल, असं मला समजलं,'' मुशाफीर म्हणाला, ''अल एदिनला जायचं म्हणजे कोणीच गुलाम विकण्यास तयार होईना. त्या ठिकाणी जायला निघायचं म्हणजे आधीच वाळवंटात हाडं पसरण्याची तयारी ठेवूनच निघायचं. त्यात भर म्हणजे अल एदिनला येणाऱ्या प्रत्येक गुलामाची तत्काळ हत्या करण्याची परंपरा आहे. त्यामुळे या वाडीपलीकडे जायला मला कारवान देखील मिळाला नाही.

''मग तू तरी एवढ्या हट्टानं अल एदिनला का निघाला आहेस?''

सांगावे की नाही याबद्दल मुशाफिराच्या मनात क्षणभर चलबिचल झाली; पण ती त्याने बाहेर न दाखवण्याचा प्रयत्न केला. त्याने सतत कोरड्या होत असलेल्या ओठांवरून जीभ फिरवली व तो म्हणाला, ''मला अल एदिनच्या सिदीकडे जायचं आहे. एमान नदी त्याच्या प्रदेशात कुठेतरी उगम पावते. त्या नदीच्या उगमाचा मला शोध घ्यायचा आहे,'' मुशाफिराने हे शब्द उच्चारले खरे; पण त्याच्या आतल्या दृष्टीसमोर मात्र उगमाजवळच्या प्रदेशात खच पडलेल्या, शहामृगाच्या अंड्यांएवढ्या तेजस्वी हिऱ्यांचा झगझगाट होता.

एमरा किंचित हसला आणि त्याचे शुभ्र दात गडद चेहऱ्यावर प्रकाशकाडीप्रमाणे उजळले. ''तुझ्या देशातील बऱ्याच माणसांना तो उगम शोधून काढावा असं फार वाटतं, नाही?''

मुशाफीर थोडा वेळ गप्प राहिला. समोरच्या अंधारातील कोयते घेतलेली दोन माणसे उठून गेली होती; पण ती केव्हा अचानक गेली याचे त्याला सौम्य नवल वाटले. कुबडा एकदम चिंधी टरकावल्याप्रमाणे हसला व त्याने कापडाचा एक तुकडा एमरापुढे धरला. एमराने त्याकडे निर्विकारपणे पाहिले व तो कुबड्यास परत केला. कुबडा एखाद्या

कोळ्याप्रमाणे लगबगीने ओट्याखाली आला व त्याने तो तुकडा मुशाफिराला दाखवला.

तो पाहून मुशाफिराला फार विस्मय वाटला. कुबड्याने त्या तुकड्यावर हुबेहूब त्याचेच चित्र रेखाटले होते. एक डोळा खाली उतरलेला, गळ्यावरील भाल्याची जखम, तीन बोटे तुटलेला डावा पंजा हे विशेषदेखील त्याने अचूकपणे चित्रात दाखवले होते. पण आता त्याला विस्मयाबरोबर गोंधळल्यासारखे वाटू लागले. त्याने कापडावरची दृष्टी काढली व तो उगाचच समोर पाहू लागला. तेथला अंधार खरोखरच फसवा आहे याची त्याला खात्री झाली. अंधारात निश्चल बसलेली दोन माणसे कोठे गेली नव्हती; ती तशीच स्तब्ध होती व त्यांच्या मांड्यांवरील रुंद कोयतेही पूर्वीप्रमाणेच रेखीव मंद चमकत होते.

''वाळवंट सतत पाहणाऱ्या डोळ्यांना सावल्यांचा खेळ समजत नाही!'' तो अस्वस्थपणे म्हणाला.

कुबड्याने त्याच्याकडून कापडाचा तुकडा हिसकावून घेतला व त्याच्या चिंध्या करत तो पुन्हा वर चढला व दिव्याजवळ जाऊन बसला. आता त्याने कापडाचा मोठा तुकडा घेतला व त्यावर त्याची कुबडी पाठ पुन्हा वाकली.

''माझ्याजवळ तुला हवा तसला एक गुलाम आहे. तो सात वर्षांपूर्वी माझ्या ताब्यात आला. गुलाम कुठून येतात याची आम्ही कधी चौकशी करत नाही. या बाबतीत तर चौकशी करूनदेखील फायदा नव्हता. कारण कोणीतरी त्याची जीभ छाटून टाकली आहे. तो अन्नपाण्यावाचून चार दिवस चालतो, त्याला गूढपणे आधीच वादळाची जाणीव होते; पण एक गोष्ट ध्यानात ठेव, प्रसंगी तो आपल्या आईच्या काळजातदेखील कट्यार खुपसण्यास मागेपुढे पाहणार नाही!''

मुशाफिराचा चेहरा समाधानाने फुलला. त्याने सोन्याच्या नाण्यांची पिशवी बाहेर काढताच एमराने हात हलवला व म्हटले, ''त्याची किंमत नाण्यांत होणार नाही! हा काही धनगर, पखालवाल्यांपैकी भिकारी नाही. तो आला त्या वेळी त्याचे तळवे सय्यदच्या हातासारखे मऊ होते, समोर ठेवलेलं अन्न खायला सुरुवात करण्यापूर्वी त्यानं बोटं पाण्यात बुडवून घेतली होती. तो रात्री झोपला तेदेखील खजुराचं पोतं भिंतीला टाकावं त्याप्रमाणं नव्हे, तर भिंतीला पाठ लावून बसल्याबसल्याच ह्न एखादा अमीर तिरप्या पलंगावर झोपतो तसा! त्यापेक्षाही महत्त्वाची गोष्ट म्हणजे तू त्याला अल एदिनला नेणार आहेस. तिथं त्याला खास ठार करण्यात येईल. नुसत्या गुलामापेक्षा बळी जाणाऱ्या गुलामाला किंमत जास्त पडते. म्हणून त्याच्या मोबदल्यात मला तुझ्या कमरबंदामध्ये असलेलं लाल रत्न हवं आहे!''

एकदम आघात झाल्याप्रमाणे मुशाफीर चमकला. त्याने उतावीळपणे विचारले, ''माझ्याजवळ रत्न आहे हे तुला कसं समजलं? सिदीला भेट देण्यासाठी मी ते बरोबर घेतलं आहे.''

एमरा पुन्हा हसला. ''तुझ्या पांढऱ्या दोन उंटांवर जे सामान आहे, त्यातील प्रत्येक

वस्तू मला माहीत आहे. अल एदिनला रत्नांची भेट घेऊन जाऊन तू काय करणार? उंट, मेंढ्या हुसकावण्यासाठी तिथले धनगर मुठीएवढी मोठी रत्नं दगडासारखी फेकत असतील आणि तिथल्या सिदीला तू हे द्राक्षाएवढं रत्न भेट देणार! अरे, त्याला हवं असतं हस्तिदंत! सच्चं हस्तिदंत पाण्यात उगाळून ते पाणी प्यालं की झनान्यात हजार चंद्रकोरी हसतात!''

एमराने हसत बाजूच्या कोनाड्यात हात घातला व तेथून एक हस्तिदंती पेटी काढून मुशाफिराच्या हातात दिली. आकाराने ती लांबट चौकोनी होती व तिच्या चारही बाजूंनी उंटांचा सुबक कारवा कोरला होता. वरच्या बाजूला सूर्याचे चित्र असून तोंड रुंद करून एक साप त्याला गिळत आहे अशी आकृती होती. सापाने सूर्य सहज गिळलाही असता, कारण त्याचे तोंड तितके फाकलेच होते.

''हा तर एक नुसताच चौकोन दिसतो, पेटी नव्हे ह्न'' ती वरखाली करून पाहत मुशाफीर म्हणाला.

''ती उघडता येते; पण तुला येणार नाही. ही पेटी मी तुला देईन; एवढंच नाही तर तिच्यात काहीतरी वस्तूदेखील भेट म्हणून ठेवीन. सिदीला माझी स्वतःची खास भेट म्हणून!'' परंतु मुशाफिराने हात पुढे करताच एमराने ती पेटी मागे घेतली व परत कोनाड्यात ठेवली.

''ती तुला आत्ताच मिळणार नाही. तुझे उंट वेशीबाहेर पडू लागले, की त्या वेळी ती तुझ्या हातात पडेल. भेट द्यायची असते ती जाणाऱ्या माणसाला, अद्याप आपल्यातच असलेल्या माणसाला नव्हे!'' तो म्हणाला.

मुशाफिराने कमरबंदामधून रत्न काढले व ते त्याने तळहातावर धरताच तेथे लाल डोळा उघडल्यासारखा झाला. एमराने माणिक उचलले व आपल्या पायघोळ पोशाखाच्या घड्यांत कोठेतरी सराइताप्रमाणे दडवले.

''तू अल एदिनला जातो आहेस, ते निव्वळ एका नदीचा उगम शोधण्यासाठी!'' उठून उभे राहत छद्मीपणाने हसून एमरा म्हणाला, ''तेव्हा तुला सहज माहिती म्हणून सांगायला हरकत नाही. तिथे मेंढीच्या मुंडक्याएवढे हिरे खळग्याखळग्यात पडले आहेत हे खरं आहे; पण त्यांतील एक तुकडाही कोणी बाहेर नेताना आढळला, तर त्याचे डोळे फोडले जातात! अर्थात तुला त्याची काही भीती नाही म्हणा; तू आपला एका नदीच्या उगमाचा शोध घेण्यासाठी तिकडे चालला आहेस!''

''पाहू,'' त्याच्या नजरेला नजर भिडवत मुशाफीर धीटपणे म्हणाला, ''आमच्या लोकांपैकी अल एदिनला प्रत्यक्ष कोणी गेलंच नाही. त्यामुळे हिऱ्यांची गोष्ट बाजूला राहू दे; निदान मी अल एदिनला गेलो, जे कोणी अद्याप पाहिलं नव्हतं, ते मी पाहिलं, एवढं तरी मला अभिमानानं म्हणता येईल.''

''त्या ठिकाणाहून परत येऊन तू या वाटेनं जाताना, ते शब्द जर मला तुझ्या तोंडून

ऐकायला मिळतील, तर हा क्षुद्र एमरा धन्य होईल!'' किंचित लवून एमराने अदबीने मुजरा केला, बोटे उडवली आणि तो गुलामास आणण्यासाठी आत वळला.

आत कोठेतरी एक अवजड दरवाजा उघडल्याचा आवाज झाला व त्यानंतर लोखंडी साखळी जमिनीवर घरंगळली. मुशाफिराचे डोळे पुन्हा मंद झाल्यासारखे झाले, कारण कोयते घेतलेले दोन हबशी पुन्हा दिसेनासे झाले होते; पण हा आभास क्षणभरच टिकला. ते दोघेही त्याच ठिकाणी तसेच होते. शांत, स्तब्ध, वाट पाहत!

एमराने गुलामाला बाहेर आणले. त्याच्या अंगावर आसूडाचे मोठे पण आता बुजलेले व्रण होते व त्याच्या छातीवर डागल्याची अर्धचंद्राकार खूण होती; पण गुलामाचा चेहरा मात्र त्यात अद्याप रक्त, प्राण भरायचा असल्याप्रमाणे निर्जीव होता.

''हां, तुला एक विचारायचं विसरलो. तुला गुलाम सांभाळण्याची सवय आहे ना?'' एमराने विचारले.

तो प्रश्न ऐकताच मुशाफिराचे सारे शरीर द्वेषाने भरले. त्याने अंगरख्याची बटणे काढली व एमरापुढे छाती उघडी केली. तिच्यावर उठावदार झालेले जाड तकतकीत व्रण होते. सुरीने लांब खोलगट जखमा करून दररोज त्यांच्यात कोरडी माती भरत गेली की काही वेळाने तसल्या जाड दोरीसारख्या खुणा निर्माण होतात. तशी माती भरल्यावर ज्या वेदना सहन कराव्या लागल्या होत्या, त्यांच्या नुसत्या आठवणीने मुशाफीर इतक्या काळानंतर, इतक्या अंतरावर अतिशय व्याकूळ झाला. त्याने तीन बोटे तुटलेला आपला डावा पंजादेखील एमरापुढे धरला.

''मी स्वतः काही काळ एका भटक्या जमातीच्या तावडीत सापडून गुलाम झालो होतो. गुलामांना कसं वागवायचं हे मी तिथं अनुभवानं शिकलो आहे,'' तो कडवटपणाने म्हणाला, ''त्याशिवाय माझ्याबरोबर एक मित्र आहे. एकदा त्यानं बुजलेल्या एका उंटाची मान निव्वळ हातात धरून पिळवटली होती व उंटाचा लोळागोळा केला होता. त्या बाबतीत तू चिंता करू नकोस.''

आता कुबडा मध्येच खिंकाळला व आपले दोनचार उरलेले दात दाखवत म्हणाला, ''भविष्यकाल वर्तमान झालेला काही वेळा माणसाला पाहता येतो; पण वर्तमान भूतकाळ झालेला पाहण्यास तो बहुधा जगत नाही!'' तो मोठ्या समाधानाने पुन्हा हसला व रेघोट्या ओढू लागला.

''त्याच्याकडे लक्ष देऊ नको!'' तिकडे मान उडवत एमरा म्हणाला, ''आभाळात चंद्र नसताना तो जन्मला आणि पहिल्याच दिवशी त्याला उंटानं लाथ मारली. हां, तर काय सांगत होतो, या गुलामाला नेहमी तुराणी पद्धतीनं बांधत जा. म्हणजे त्याला चालता-खाता-पिता येईल; पण धावत दूर जाता येणार नाही. आणि दोरीला एक लहान घंटा बांधायला विसरू नकोस. गुलामांच्या हालचाली सतत कानांवर पडत असाव्यात.''

मुशाफीर जायला उठताच गुलाम एखाद्या यंत्राप्रमाणे त्याच्या मागोमाग निघाला.

आपल्याजवळचे मोराच्या गळ्यासारखे निळे रत्न एमराने पाहिले नाही याचे मुशाफिराला आतल्या आत फार समाधान वाटत होते. पुन्हा एकदा तो आतड्याच्या वेटोळ्यातून सरकत दुसऱ्या वेशीपाशी आपल्या तंबूत आला. त्याचा मित्र उतावीळपणे त्याची वाटच पाहत होता. आता सूर्यास्ताला अद्याप अवकाश होता; पण उन्हाची झळ कमी होऊ लागली होती. थोडी घाई केली तर अद्याप चारपाच तासांचा प्रवास सहज होऊ शकत होता. त्याच्या मित्राने उंट तयार केले व उरलेले सामान गुलामाच्या डोक्यावर लादून ते निघाले.

तोच कुबडा त्यांच्या मागोमाग आला. त्याची दाढी पंख्याप्रमाणे हलत होती व पाठ पखालीसारखी वरखाली होत होती. त्याने हस्तिदंती पेटी मुशाफिराला दिली, त्या वेळी लवून आदब दाखवताना तो वाळूत अर्धवट रुतला; पण त्या क्षणीदेखील त्याचे वाळलेल्या शेंगेतील बिया वाऱ्याने हलल्याप्रमाणे वाटणारे हसणे ऐकू आले.

त्या शुभ्र सळसळीत निर्दय वाळूत त्यांचा प्रवास सुरू झाला. आयुष्याचा एकेक क्षण गळून ठिबकत असल्याप्रमाणे गुलामाच्या दोऱ्याची घंटा लयीत किणकिणत होती. प्रत्येक दिवस उंटांच्या पावलांनी वाळवंट मोजू लागला. सूर्य आले-गेले. वाळवंटातील नितळ घुमटदार रात्री चांदण्याच्या वैभवाने उघडल्या आणि मिटून गेल्या. परंतु भोवतालच्या तहानलेल्या भीषण वर्तुळाचा परिघ कमी होईना. चामड्याच्या पिशव्यांतील पाणी कमी होऊ लागताच उलट तहानेला तीव्र धार येऊ लागली आणि वाळूची झळ अंगात शिरत राहिल्यामुळे रक्तालाच आच लागली आहे, असा भास होऊ लागला.

मुशाफिराच्या मित्राच्या चालण्यात सैलसर, भोवंडलेला वेडेवाकडेपणा दिसू लागला. त्याचे उघडे हात तर वरील पापुद्रे सोलल्यामुळे झाडांच्या सालीप्रमाणे खडबडीत झाले आणि डोळे सर्व बाजूंनी ताणल्यासारखे होऊन तिरळे झाले. तो बोलत असता जीभ शिशाची होऊन बसल्याप्रमाणे अवजड झाली व तो काय बोलत आहे हे समजून घेण्यासाठी मुशाफिराला अगदी जवळ जाऊन कान द्यावा लागू लागला.

भोवतालचा प्रदेश अगदी सपाट होता व त्यांना वेढणारे वर्तुळ इतके स्पष्ट रेखीव होते की त्या कडेला पोहोचल्यावर आपण सरळ खाली कोसळणार असे राहूनराहून मुशाफिराला वाटू लागले. अंगावरच्या साध्या ओरखड्याला तिचा स्पर्श झाला तरी आतडी तोडणारी वेदना होत असे, अशा क्षार मातीच्या देशातदेखील प्रवास करत असताना अनेकदा आभाळात काळा ठिपका दिसे, पसरलेले भयाण पंख आढळत. मग वेगाने गिधाड झेप घेत असता कानावरून वारा सरसर धावे व अनेकदा त्याची क्रूर, बाकदार पिवळी चोच स्पष्ट दिसे. पण या ठिकाणी मात्र एक जनावर नाही, एक पक्षी नाही, पंखांचा एक किडादेखील नाही. मुशाफिराला वाटले, गिधाडांनीदेखील टाळलेला असला प्रदेश साऱ्या जगात दुसरीकडे आढळणार नाही.

तोच त्याचा मित्र तोल सावरत थबकला व डाव्या हाताला बोट दाखवत डळमळत धावू लागला. ''ती बघ नारिंगांची टेकडी. तिथे मोठा तलाव आहे ह्न'' तो मोठ्याने ओरडला.

मुशाफीर क्षणभर त्याच्याकडे खुळ्याप्रमाणे पाहत राहिला. नारिंगांची टेकडी येथून हजारो मैल दूर त्यांच्या देशात होती; पण मित्राने दाखवलेल्या दिशेला मळकट तांबूस रंगाचा ढिगारा दिसत होता खरा. तेव्हा मुशाफीरही त्याच्या मागोमाग चालू लागला; परंतु मधल्या मृगजलाच्या आभासापलीकडे येताच टेकडीएवढा दिसणारा ढिगारा एकदम आकसल्यासारखा झाला. तेथे टेकडी नव्हतीच. त्या ठिकाणी दोनचार उंटांचे सांगाडे पडले होते व त्यांवर मळकट जीर्ण असे एक काटेरी झुडूप वाऱ्यावर उडत येऊन अडकून राहिले होते. त्या सांगाड्यांकडे पाहताच त्याचा मित्र झपाटल्याप्रमाणे झाला व काहीतरी अर्थहीन, लगद्यासारखे शब्द काढू लागला. त्याने वाळू, ऊन यांनी झगझगीत स्वच्छ झालेली हाडे गोळा करून एका बसलेल्या उंटाची आकृती तयार केली. मुशाफीर निश्चलपणे पाहत राहिला. या वेडाचारात वेळ घालवला नसता तर चारपाच मैल वाळवंट सहज मागे टाकले असते, असे त्याला फार वाटू लागले; पण तसे त्या मित्राला सांगण्याचे त्याला धैर्य होईना. त्याचा मित्र तर आता अंगात आल्याप्रमाणे झपाट्याने इकडून तिकडे उड्या मारत होता. तो मध्येच हर्षाने ओरडला व खाली वाकून त्याने काहीतरी बाहेर ओढून काढले. मुशाफिराने भेदरून तिकडे पाहिले. वाळू हातांनी खाली दडपत हसत, वर येत असल्याप्रमाणे दिसणारा एक मानवी सांगाडा त्याने बाहेर काढला होता. खुळचट हसत मित्राने तो अर्धामुर्धा सांगाडा उंटावर बसवला व उडी मारून भोवती गोल फिरून त्याने आपले कौशल्य न्याहाळून पाहिले.

''दोस्ता, आम्ही परत येईपर्यंत असाच राहा. जाऊ नको कुठं!'' तिकडे थरथरणारे बोट रोखत तो जाड खरबरीत आवाजात म्हणाला.

मुशाफीर त्याच्याजवळ गेला व त्याच्या खांद्यावर हात टाकून तो त्याला परत नेऊ लागला. झपाटा आता ओसरून गेल्यामुळे मित्रातील ताण गेला होता व मुशाफिराला त्याचे अवजड कोलमडणारे अंग सावरणे कष्टाचे होऊ लागले. त्याने गुलामाच्या मदतीने त्याला कसेबसे एका उंटावर बसवले व तो त्याच्या शेजारीच खाली पाय ओढत वाळू तुडवू लागला; पण काही केल्या त्याला त्या सांगाड्याचा विसर पडेना. तो हाडांचा ढीग म्हणजे आपला भविष्यकाल तर नव्हे ना, त्याला एकदम वाटले. त्याला कुबड्याच्या शब्दांची आठवण झाली व अंगात वीज झळकल्याप्रमाणे तो चमकला.

आता मित्राचा चेहरा छातीवर पडला होता व सारे अंग उसवत निघाल्याप्रमाणे सैल झाले होते. त्याच्या तोंडून काहीतरी घोगरे शब्द बाहेर पडत होते. मुशाफीर थांबला व तो काय म्हणत आहे ते ऐकू लागला; पण चिकट ओलसर चिखलात खडा शोधत असल्याप्रमाणे त्या जड, अस्पष्ट शब्दांतून त्याला काही अर्थबोध होईना. अखेर मित्रच

किंचित खाली वाकला. त्याच्या विस्फारित निर्जीव डोळ्यांत आता धूर्तपणाची छटा दिसली व तो म्हणाला, ''तू आता मागं वळून बघू नकोस; पण तो आपला सतत पाठलाग करत आहे.''

मुशाफिराने गोंधळून इकडेतिकडे पाहिले; पण गळफासाप्रमाणे गोल पसरलेल्या क्षितिजरेषेखेरीज भोवती काहीच दिसत नव्हते.

''कोण येत आहे? कोण पाठलाग करत आहे?'' त्याने किंचित रागाने विचारले.

''तो पांढऱ्या उंटावरचा पांढरा माणूस!'' मित्र पुन्हा सरळ बसत म्हणाला, ''आणि त्याच्या हातात लांब लाल भाला आहे.''

मुशाफिराने त्याला हताशपणे समजावले व त्याला धीर देण्यासाठी तो त्याच्या मागून चालू लागला.

आता त्याचेही पाय सुजले होते व त्यांतील भेगांत बारीक वाळू जाऊन आग पसरू लागली होती. क्षितिजावर अद्याप कसला बोटभरदेखील उभार नव्हता. उंटांच्या पायांवरील लव आता झडून गेली होती आणि त्यांच्या तोंडावरील कातडे कोळपत येत असल्याप्रमाणे ओठ आकसून दात पूर्ण उघडे पडले होते. या क्षणी पिवळ्या चोचीचे एक गिधाड आले, तर आपण हे ओझ्यासारखे झालेले शरीर त्याच्यापुढे फेकून एकदाचे मुक्त होऊ असेही त्याला क्षणभर वाटून गेले.

''तो आला! तो भाला मारतो बघ!''आत काहीतरी टरकल्याप्रमाणे मित्र ओरडला व अंग आवळत उंटावरून कोसळला; पण त्या आकस्मिक आवाजाने उंट उधळला व समोर निश्चेष्ट पडलेल्या मित्राच्या शरीरावर नाचू लागला. गुलामाने दोरी खेचून त्याला बाजूला ओढले व त्याच्या मऊ नाकपुड्यांवर दोऱ्यांच्या गाठींनी जोरात प्रहार केले. तेथून रक्त उसळताच उंट शांत झाला व हुंदक्यांसारखा आवाज करू लागला. मुशाफिराने खाली गुडघे टेकून मित्राकडे पाहिले; पण आता त्याचा आकारहीन लगदा झाला होता. परंतु एरव्ही पापण्यांच्या सांदरीतून तिरपे पाहावे लागणाऱ्या झळझळीत उन्हात त्याचे डोळे मात्र पूर्णपणे उघडे राहून सूर्याकडे सरळ बेगुमानपणे, न दिपता पाहत पडले होते.

मुशाफिराचे आता पायच गेल्यासारखे झाले व त्याने भांबावून भोवती पाहिले. बाजूला वाळूचा एक लहानसा ढिगारा होता व त्याच्या एका बाजूला एक प्रचंड तवा ठेवल्याप्रमाणे खळग्यात सावली होती. मुशाफीर अंग ओढत तेथपर्यंत आला व त्या सावलीत शिरून कोंडीत सापडलेल्या जनावराप्रमाणे सावध भीतीने बाहेर पाहत तो पडून राहिला.

घंटेचा ठिबकणारा आवाज क्षणभर थांबला. गुलामाने डोक्यावरील ओझे बाजूला टाकले. त्याने मऊ वाळू हातांनीच बाजूला करत खळगा केला व त्यात त्याने मित्राचे शरीर ढकलले. त्यावर गुलामाने वाळू पसरताच उंटाशी नाते जोडून आलेल्या त्या माणसाचा शेर संपला. गुलामाने पुन्हा ओझे उचलले; परंतु मुशाफीर हलण्याची चिन्हे

दिसेनात. शून्य डोळ्यांनी तो सारे पाहत गप्प पडून राहिला होता. गुलामाने खळग्यावर वाळू पसरताच अनेक पुसट आठवणींचा पुंजकाच त्याला दिसला व विरून गेला. त्यांतील एकच धागा मात्र मनात बराच वेळ तरळत राहिला. त्याला वाटले, हेही एका दृष्टीने बरेच झाले! आता रात्री-अपरात्री पाण्यावर चोरटा पाहारा ठेवायला नको! या विचाराने त्याला थोडे समाधान वाटले व त्याने विटून बेचव झालेल्या पाण्याच्या दोनचार थेंबांनी जीभ ओली करून घेतली.

आता आजचा प्रवास संपला हे गुलामाने ओळखले. टेकड्यांतील सावली पसरट झाली आणि वाळवंट लालसर झाले. गुलामाने थोड्या अंतरावर उंटांचे पाय मुडपून उंट खाली बसवले व भोवती पेटाऱ्यांचे अर्धवर्तुळ केले. त्याने टेकड्यांशेजारीच राहुटी उभी केली व तो तापत चाललेल्या सावलीसारखा उंटांपाशी वाट पाहत बसला.

मुशाफीर डळमळणाऱ्या पावलांनी राहुटीत आला व पाण्याची पिशवी अगदी अंगाजवळ घेऊन आडवा झाला. गुलाम उंटांभोवती फिरत असता, राहुटी लावत असता काहीतरी चुकत आहे असे त्याला सतत वाटत होते; पण ते नेमके काय हे त्याला काही केल्या उमगेना. गुलामाला बांधलेली लांब दोरी त्याने मनगटाला बांधून घेतली व आपली कट्यार सुरक्षित आहे याची खात्री केली. आता त्याचे डोळे हळूहळू जडावले. समोरील राक्षसी वाळवंट नाहीसे झाले. निळ्या तलावात कमळे फुलली; आभाळात लाल चोचीचा एक शुभ्र हंस दिसला; देवीपुढे बळी दिलेल्या कबुतरांच्या मानेतून रक्तधारा लागल्या व जडलेल्या ओठांना झुळझुळत्या शीतल पाण्याचा सुखद स्पर्श होऊ लागला. नदीवर एक नाव हलकेच तरंगत गेली व तिच्यावरील नाविकाच्या गीताचे सुरेल शब्द ऐकू आले : "मद्यासारख्या गडद लाल रंगाच्या सागरा, माझा सारा प्रवास तुझ्यावरूनच होणार आहे; परंतु तू मात्र मला एकही पाऊलखूण मागे ठेवू देत नाहीस..."

पहाटेच्या थंड वाऱ्याच्या स्पर्शाने तो जागा झाला, तेव्हाच त्याला काहीतरी भीषण घडले आहे याची जाणीव झाली. त्याने मनगटाला बांधलेली दोरी हिसकली, ती एकदम सैलसर जवळ आली. त्याने भेदरून पाण्याची पिशवी पाहिली, ती सपाट होऊन पडली होती. त्याने अस्पष्ट प्रकाशात हात पसरला तेव्हा त्याच्या स्पर्शाने जमिनीवर काहीतरी कलंडले व घंटा किणकिणली. तो आवाज ऐकताच मुशाफिराच्या मनात लख्खन झाले. काल चुकल्याचुकल्यासारखे वाटत होते ते हेच! सावलीप्रमाणे गुलाम काम करत होता; पण काल नेहमीप्रमाणे त्याच्या हालचालींना घंटेच्या आवाजाची किनार नव्हती. मुशाफीर बेभानपणे धावत बाहेर आला. सामानाशेजारी तोडलेल्या दोऱ्या पडल्या होत्या. दोन्ही पांढऱ्या उंटांची पोटे चिरली असून त्यांतून गळलेल्या द्रवाने पांढरी वाळू हिरवट झाली होती. त्याने कमरपट्टा चाचपून पाहिला. त्यातील हस्तिदंती पेटी नाहीशी झाली होती. आणि इतके दिवस छायेप्रमाणे सतत समोर असलेला गुलाम आता विरून गेल्याप्रमाणे नाहीसा झाला होता.

मुशाफीर असहायपणे मटकन खाली बसला; पण हळूहळू विषारी संतापाने त्याचे अंग पेटत गेले. ''तू पृथ्वीत गडप झालास, तरी तुला वर खेचून तुझी आतडी कुत्र्यापुढे टाकतो!'' थरथरत तो पुटपुटला.

तो पाय ओढत चालू लागला. सूर्य वर चढेपर्यंत त्याला काही फारसे जाणवले नाही; पण सूर्याचा ताप वाढल्यावर सारी आग डोळ्यांत मावेना. जीभ आत ओढल्यासारखी होऊ लागली, पायावरचा ताबा सुटत चालला व खालची वाळू अर्धवट पातळ झाल्याप्रमाणे निसटू लागली. आता वाटेत प्रथमच काटेरी झुडपांचा एक पुंजका दिसताच तो हर्षाने वेडा झाला. तो धावत गेला व त्यांच्या आधारे रात्र ढकलण्याचे त्याने ठरवले. रात्री अर्धवट ग्लानीत हाताला थंड स्पर्श होताच तो दंश झाल्याप्रमाणे जागा झाला. झुडपांवर दवाचे थेंब साचले होते. त्याने कापऱ्या हातांनी आपला अंगरखा सोलून काढला व सारे झुडूप त्याने टिपून घेतले. मग त्याने कापड पिळले व कुडचाभर मळकट पाणी सुकून जळत असलेल्या ओठांतून खाली ढकलले आणि तो श्रमांनी निर्बल होऊन खाली पडला.

सकाळी त्याच्यात थोडा त्राण होता; पण आजची रात्र मात्र आपण निभावणार नाही याची त्याला जाणीव झाली होती. त्यामुळे अशा वेळी निर्माण होणारा आततायी बेडरपणा त्याच्यात आला होता. हवा राखी रंगाच्या दाट धुराने भरल्यासारखी झाली आणि क्षितिजाचा एक मोठा टवका उडाल्याप्रमाणे त्याची रेषा खंडित झाली. मुशाफीर खाली मान घालून जणू समोरील विरल भिंत मागे रेटत असल्याप्रमाणे अंग ताणून पुढे सरकत होता; पण अखेर त्याचे सर्वांग भेंडाळल्यासारखे झाले. त्यावर त्याचा कसलाच ताबा उरला नाही व तो कसलाही प्रतिकार न करता वाळूत पालथा पडला.

पण आता समोर पाहताच त्याचा स्वतःच्या डोळ्यांवर विश्वासच बसेना. करड्या रंगाच्या धुराचा पडदा आता पूर्णपणे नाहीसा झाला होता. वाळवंटात लालभडक निवडुंग उमलल्याप्रमाणे समोर एक खडक उभा होता. त्यावर लालसर मातीची विस्तृत तटबंदी असून तिच्यातून निरनिराळ्या उंचीचे अनेक मनोरे वर चढले होते. प्रत्येक मनोऱ्याला एकच खिडकी असून त्या ठिकाणी सर्वांग निळ्या वस्त्राने झाकून चेहऱ्यावर मात्र काळा बुरखा घेतलेला एकेक सैनिक उभा होता. झळझळणाऱ्या सूर्यप्रकाशात लाल तटबंदी आणि तिचे मनोरे कातडी सोललेल्या अजस्र पंजाप्रमाणे दिसत होते. मुशाफिराला अल एदिनचे वर्णन ऐकून माहीत होते. त्याचे मन एकदम कृतज्ञतेने भरले व आता ताण संपलेल्या सैल अंगाने तो काही वेळ तसाच पडून राहिला.

परंतु अल एदिनला जाईपर्यंतदेखील त्याचे शरीर कणाकणाने झिजले. वाळूत सरपटत पुढे जात असता आपले अंग आतून उलट बाहेर होत असल्याप्रमाणे त्याला यातना होऊ लागल्या. तटबंदीचा भव्य दरवाजा उघडा होता; पण तेथपर्यंत जायला अनेक पायऱ्या होत्या. दरवाजापाशी दोन्ही बाजूंना अनेक निळ्या आकृती स्तब्ध उभ्या

होत्या. त्यांच्या काळ्या बुरख्यांवर त्यांचे रोखलेले डोळे तेवढे स्पष्ट दिसत होते. कण्हत तो एकेक पायरी ओलांडत असता एकही आकृती हलली नाही, की तिने त्याला मदतीचा हात दिला नाही.

मुशाफीर पायऱ्या चढून वर आला. दरवाजा ओलांडून आत आल्यावर समोर खूप लांबवर गेलेला सज्जा होता; पण त्याच्या शेवटी काय आहे हे पाहण्यासाठी त्याची नजर तेथपर्यंत धावली नाही, कारण मध्येच हिरवट निळसर पाण्याचा लांबट हौद होता. पाणी पाहताच त्याचा सगळा प्राण डोळ्यांत आला व बेभान श्वापदाप्रमाणे आंधळेपणाने धावत जाऊन त्याने त्या हौदात अंग ढकलले.

काही वेळाने अंग निवून त्यातील ताप कमी झाल्यावर तो बाहेर आला व बाजूच्या रुंद चौथऱ्यावर बसून त्याने सभोवार काळजीपूर्वक पाहिले. दोन्ही बाजूंनी त्याच पायघोळ, सैल निळ्या वस्त्रातील अनेक माणसे दाटीने उभी होती आणि त्याच्याकडे स्थिर नजरेने पाहत होती. समोर काही लहान पायऱ्या असलेल्या चबुतऱ्यावर एक झगझगीत आसन असून त्यावर एक निळी आकृती बसली होती; परंतु ती दरबारी अधिकाराने बसली असून काळ्या बुरख्यावर तिच्या डोक्यावर शहामृगाच्या पिसांचा डौलदार मुकुट होता. आसनाशेजारीच दोन्ही हात रुंद अस्तन्यांत एकमेकांत गुंतवून एक वृद्ध उभा होता. या साऱ्या संमर्दात त्याचाच चेहरा मात्र पूर्णपणे उघडा होता आणि त्याच्या डोक्यावर केसांचा अंशही नसल्याने तो होता त्यापेक्षाही विस्तीर्ण, भव्य वाटत होता. त्याची वस्त्रेदेखील इतरांपेक्षा पूर्ण निराळी अशी लालभडक होती व त्याच्या काळ्या रुंद कमरबंदात डाव्या बाजूला हातभर लांब अशी भीषण कट्यार होती.

तो हौदातून बाहेर येऊन चौथऱ्यावर बसताच सर्वत्र विलक्षण शांत झाले होते. मुशाफिराने धीटपणे सर्वत्र पाहिले व तो म्हणाला, ''अल एदिनच्या सम्राटाला मी अभिवादन करतो. मला त्याच्याकडून उदार आतिथ्य हवं आहे; पण त्याआधी मला हवा आहे न्याय! माझा गुलाम या ठिकाणीच आला असला पाहिजे. मी त्याला अन्न, वस्त्र, निवारा दिला; परंतु त्यानं माझा विश्वासघात केला. त्यानं माझ्या उंटांची निर्घृण हत्या केली व माझ्या अमूल्य भेटीचा अपहार केला. अल एदिनची पवित्र भूमी अशा कृतघ्नाला पाठीशी घालणार आहे काय?'' त्याच्या या शब्दांनीही कोरल्या आकृतींप्रमाणे वाटणाऱ्या निळ्या गर्दीत काही हालचाल झाली नाही; परंतु लाल वस्त्रातील वृद्ध किंचित पुढे झाला व हात न उलगडता म्हणाला, ''तुझा गुलाम इथं आला आहे. तुला न्याय हवा आहे असं तू म्हणतोस; पण तू त्याला गुलामाप्रमाणं वागवलंस का?''

उत्तर देण्यापूर्वी मुशाफीर क्षणभर रेंगाळला; पण धैर्याने म्हणाला, ''मी गुलाम असता जसं मला वागवलं गेलं, तसंच मी त्याला वागवलं.''

''या ठिकाणी शब्दातदेखील उद्धटपणा करू नकोस. तुला तसं ज्यांनी वागवलं ते जर तुझ्या हातात सापडतील तर त्यांना ते शब्द ऐकव; आम्हांला नको!'' वृद्ध कठोरपणे

म्हणाला, ''द्वेषाचं नाणं मूळ ठिकाणीच खपतं, त्याचा वापर दुसरीकडे होत नाही. सांग, तू तुझ्या गुलामाच्या अंगावर तापलेली सळई ठेवलीस की नाही?''

''होय, अशी सळई खांद्यावर असली की जास्त वेगानं चालण्यास मदत होते.''

''तू त्याला मिठाचं पाणी प्यायला दिलंस?''

''होय, त्यामुळे जास्तच तहान लागते व पाण्याचा वाटा लवकर मिळावा म्हणून गुलाम जास्त काम करतो.''

''तू त्याला उंटाचं सडलेलं मांस खायला दिलंस?''

''होय, सडलेलं मांस खाल्लं की सारं अंग पेटून वेडावल्यासारखं होतं व हातापायांत वादळ फिरू लागतं. त्यामुळं तर माझ्या गुलामानं एकदा पाच दिवसांचा प्रवास दोन दिवसांत केला.''

त्यावर वृद्ध काही बोलला नाही; पण त्याचा चेहरा मात्र संतप्त दिसत होता. मुशाफीर उभा राहिला व म्हणाला, ''पण मी पुन्हा सांगतो, मी कोणत्याही तऱ्हेचा अपराध केला नाही. एखादं कृत्य अपराध ठरवण्यास परंपरा लागते, भोवती सामाजिक स्थिती लागते. मी तर त्या गोष्टींचा पूर्ण त्याग करूनच वाळवंटात आलो होतो. त्या अमर्याद, निर्दय वाळवंटात मी आणि हा गुलाम दोघंच होतो. तिथं जिवंत राहणं हा एकच धर्म होता. त्या ठिकाणी मी करीन ती नीती व मी पाळीन तो धर्म हेच एक सूत्र सत्य होई. त्या ठिकाणी मी काय केलं याचा न्याय तुम्ही कशाच्या आधारे करणार? तुमच्या इथल्या कायद्याप्रमाणं, की माझ्या देशातील कायद्याप्रमाणं? कारण ते दोन्ही या बाबतीत अर्थहीन आहेत. नद्या, सरोवरांच्या देशातील धर्म वाळवंटात वेडा ठरतो आणि वाळवंटातील धर्म सागरावर खुळा होतो. मी केलेल्या कृत्यांची शहानिशा करण्याचा अधिकार फक्त मला आहे आणि मी पुन्हा एकदा सांगतो, त्या क्षणाचा माझा धर्म मी अत्यंत निष्ठेनं पाळला आहे.''

वृद्धाने त्याच्याकडे स्थिर नजरेने पाहिले व म्हटले, ''परंपरेच्या दडपणाखालून निसटून तू वाळवंटात आलास हे सत्य आहे; परंतु मग त्या ठिकाणी नीतिनियम करण्याचा तुला जसा अधिकार आहे, त्याचप्रमाणे तो गुलामालाही आहे. म्हणूनच त्यानं तुझे उंट मारले व स्वतःची मुक्तता करून घेतली. तुझी नीती व त्याची नीती यांच्या संघर्षात तू पराभूत झालास इतकंच. या परिस्थितीत तू स्वतः जर गुलाम असतास तर तूही हाच धर्म पाळला असतास. मग जर गुलामानं काही अपराधच केला नाही, तर तुला न्याय हवा तो तरी कोणा, कशाविरुद्ध?''

मुशाफीर एकदम गोंधळला व त्याला काही उत्तर सुचेना. त्या भरात तो आवेशाने म्हणाला, ''मी त्या गुलामाला अल एदिनच्या सम्राटासाठी आणलं होतं. इथं येणाऱ्या प्रत्येक गुलामाची हत्या होते, ही अल एदिनची परंपरा आहे. त्या परंपरेविषयी तुम्हांला काहीच आदर वाटत नाही का?''

''आमची परंपरा काय आहे व तिची जोपासना कशी करायची, याबद्दलचं ज्ञान

आम्हांला तुझ्याकडून नको!'' एक हात कट्यारीवर ठेवत वृद्ध म्हणाला, ''पहिला सूर्य निर्माण झाला त्या वेळी अल एदिन अस्तित्वात आलं आणि शेवटचा चंद्र मावळल्यावरही इथं प्रकाश असेल.'' त्याने खूण करताच आसनामागून दोन काळ्या आकृती खाली आल्या व संथपणे येऊन मुशाफिराच्या दोन्ही बाजूंना उभ्या राहिल्या. त्यांच्या हातांत रुंद पात्यांचे कोयते होते व आता पाती संपूर्णपणे झगझगत असल्यामुळे, ती विजेच्या तुकड्यांप्रमाणे वाटत होती. मुशाफिराने बावरून त्यांच्याकडे पाहिले व त्यांची एकदम ओळख पटल्याप्रमाणे त्याचे शरीर बधिर झाले.

आता झळझळणाऱ्या आसनावर बसलेला सिदी पायऱ्या उतरून खाली आला व मुशाफिरासमोर उभा राहिला. त्याने हलक्या हाताने पिसांचा मुकुट खाली उतरवला व काळ्या वस्त्राचा बुरखा काढला. नंतर त्याने नुसते अंग हलवून पायघोळ निळे वस्त्र सळसळत खाली टाकले.

मुशाफीर विश्वास न ठेवणाऱ्या डोळ्यांनी पाहत राहिला. त्याच्या समोर त्याचा गुलाम उभा होता.

त्याच्या मागोमाग लाल वस्त्रातील वृद्धही काही पायऱ्या उतरून आला होता. तो म्हणाला, ''हा अल एदिनचा सम्राट आहे. सात वर्षांपूर्वी तो शिकारीला गेला असता विश्वासघातानं गुलाम झाला. तो नसताना त्याच्या एक वर्षांच्या मुलाच्या नावानं आम्ही सारं सांभाळलं. आता तो परत आला आहे आणि आपलं जे हक्काचं आहे, ते त्यानं परत मिळवलं आहे.''

त्याने कोयते घेतलेल्या सेवकांस इशारा करताच त्यांतील एकाने अजगरासारख्या हाताने मुशाफिराला धरले व त्यास गुडघे टेकून बसायला लावून त्याचे डोके चौथऱ्यावर टेकवले. सारे यत्न सरल्यावर, अनिवार्य ते स्वीकारताना येते ती असहायता मुशाफिरात आली. त्याला वाटले, नदीच्या मुखाकडून प्रवास करत तिच्या उगमाचा शोध घ्यायचा आपण प्रयत्न केला. उलट झाले काय, तर ऑलिव्ह झाडांच्या राईतील छोट्या घरात उगम पावलेल्या आपल्या आयुष्याचे मुख मात्र आपणाला येथे गवसले! फासे खुळखुळणे आपल्या हातात असते; पण दानावर मात्र आपली सत्ता नाही. इतक्या ठिकाणी, इतक्या वेळा ऐकलेले शब्द बी रुजल्याप्रमाणे त्याच्यात आता रक्ताच्या धगीने आपोआप उमटले : अल मख्तूब, मख्तूब! परंतु त्याची नजर समोर उभ्या असलेल्या गुलामाकडे गेली. त्याच्या एका हातात ती हस्तिदंती पेटी होती. मुशाफिराच्या मनात या अंतिम क्षणी एकदम उत्सुकता जागी झाली. तो म्हणाला, ''माझी एक शेवटची इच्छा आहे. त्या पेटीत कसली भेट ठेवली गेली आहे, हे मला पाहायचं आहे.''

गुलामाने शांतपणे पेटीवरील सूर्य सापाच्या तोंडात ढकलताच पेटीचे झाकण चटकन उघडले व त्याने पेटी मुशाफिरासमोर धरली.

पेटीत घडी केलेला कापडाचा एक तुकडा होता. त्याने घडी उलगडली व

कापडाकडे पाहताच तो विस्मयाने गोठल्यासारखा झाला. कापडावर काढलेले चित्र हुबेहूब भोवतालचे होते. लाल भिंतीसमोर निळ्या वस्त्रातील माणसांची गर्दी होती व गुलाम निळे वस्त्र खाली टाकून उभा होता; परंतु चित्रात चौथरा रक्ताने माखला होता व खालच्या बाजूला धड, हातपाय, पंजे इत्यादी तुकडे विखुरले होते. त्यांतील एका पंजाची तीन बोटे तुटली होती. चित्राखाली काहीतरी लिहिले होते; पण अक्षरे अस्पष्ट असल्याने मुशाफिराने कापडाचा तुकडा आपल्या ओलसर कपड्यावर किंचित घासला व पुन्हा पाहिले. अक्षरे ओली होऊन स्पष्ट होताच त्याला अंगभर सळकल्यासारखे झाले. चित्राखाली लिहिले होते : ''भविष्यकाळ वर्तमान झालेला काही वेळा माणसांना पाहता येतो; पण वर्तमान भूतकाळ झालेला पाहण्याला तो बहुधा जगत नाही.''

तो मूढाप्रमाणे चित्राकडे किती वेळ पाहत राहिला हे त्याचे त्याला समजले नाही. पुन्हा एकदा काळ्या लोखंडी हातांचा स्पर्श झाला. त्याने कापडाची घडी घालायला सुरुवात केली, तोच तो थबकला व विस्फारित डोळ्यांनी पाहतच राहिला. चित्रात थोडा बदल झाला होता. लाल भिंती, निळ्या, बुरखे घातलेल्या आकृती, जमिनीवर विखुरलेले अवयव सारे काही पूर्वीप्रमाणेच होते; पण आता गुलाम पायऱ्यांवरून खाली कोसळत होता, कारण मागेच उभ्या असलेल्या लाल वस्त्रातील वृद्धाने आपली भीषण कट्यार त्याच्या पाठीत खुपसली होती.

आतून पोखरलेल्या अंगात अनेक कीटकांनी आवाज सुरू करावा त्याप्रमाणे त्याला वाटले. त्याने सुकत चाललेल्या कापडी चित्राची घाईघाईने घडी घातली व ती गुलामाकडे परत दिली. गुलामाने ती परत पेटीत ठेवली व तो वाट पाहत उभा राहिला!

मुशाफिराने आता चौथऱ्यावर मान ठेवली; पण त्याला अगदी राहवेना. त्याने डोके उचलले व गुलामाकडे पाहत तो अनावरपणे मोठ्याने हसू लागला आणि त्याच्या हसण्याचा आवाज आता अगदी कुबड्याच्या आवाजाप्रमाणे होता ह्न

चिंबलेला, शरण, उमज पडलेला!

कळसूत्र

लाल गरुडाने विमनस्कपणे समोरील हरिणमांसाच्या तुकड्याकडे पाहिले व तो रेंगाळला. उतरणीवरील गर्द रानातून धावणारी ही हरिणे कोठली आणि आपण कोठल्या दूर मातीचे! पण आपल्यात कसल्यातरी अदृश्य धाग्यांचे नाते होते, म्हणूनच आपण असे एकत्र आलो आणि हे सारे घडले. आपण जमीन तुडवत, डोंगर ओलांडत येथे आलो आणि ही हरिणे घोड्यांवर आडव्या टाकलेल्या उष्ण अंगांनी आपल्यापुढे येऊन पडली! त्याने तो तुकडा बाजूला केला व जेवणाच्या थाळ्या उचलून नेण्यास त्याने सेवकास खूण केली. त्याने उरलेली फळे, रंगदार नक्षी असलेल्या भांड्यातील मद्य यांकडे दृष्टी टाकली; पण आता याविषयी आसक्तीच मेली होती. एका गोष्टीचे मात्र त्याला फार नवल वाटले. चारच दिवसांपूर्वी आपण असा एखादा तुकडा बाजूला सारला असता तर केवळ नाइलाजाने, आणखी एक घासही खाली उतरवणे शक्य नाही म्हणूनच! परंतु गेल्या चार दिवसांत मात्र आपण अन्न नुसते चिवडण्याखेरीज काही केले नाही! एका कठोर क्षणी आयुष्यावर भीषण छाया पडते व ते त्या सावलीत भुतासारखे होऊन बसते; सारे पाय जवळ घेऊन गोल पडलेल्या किड्याप्रमाणे ते आसक्तीचे धागे आखडून घेऊन शेवटच्या क्षणाची वाट पाहू लागते.

शिवाय आज आपणास खाणे नकोसे वाटले; पण कुणास ठाऊक, उद्यापासून हे खाणे समोर येणारही नाही. जेवण तर राहू देच; पण इतर देखील काही उद्यापासून आयते मिळणार नाही. मग इतरांबरोबर रानोमाळ हिंडावे लागेल. शिकार मिळाली नाही तर भुकेने कुरतडत जात असलेली आतडी घेऊन शेकोट्यांभोवती निर्विकार बसून रात्री काढाव्या लागतील किंवा फार झाले तर असहाय, जर्जर झालेल्या वृद्धांकरिता ठेवलेल्या कोठडीत, फेकून दिलेल्या वस्त्राप्रमाणे कुजत विरून जावे लागेल...

तो अस्वस्थ मनाने घरासमोर आला व त्याने खालच्या मैदानाकडे दृष्टी टाकली. उजवीकडील विशाल, पिवळसर पर्वतात शतकानुशतके चाललेल्या वारा आणि पाऊस

यांच्या कलाकुसरीने विलक्षण आकृती, खांब व मनोरे निर्माण झाले होते व आभाळापर्यंत पोहचल्यासारखे भासत होते. त्याच्याखाली काळीशार दरी व तिच्यात सापाच्या कातीप्रमाणे फिकट वाटणारी अरुंद संथ नदी होती. परंतु डावीकडे मात्र मैदान अगदी क्षितिजापर्यंत पोहोचले होते व दोनचार खुरटी काटेरी झुडपे सोडली, तर त्याची पांढरी वाळूमिश्रित माती अगदी अक्षत होती. जमातीची अनेक घरे कोरलेल्या खडकासमोरच, निरनिराळ्या कोरीव चित्रांच्या चवडीवर पूर्ण गरुडाकृती असलेला गोत्रस्तंभ होता. बऱ्याच दूर अंतरावर एकच एक भव्य वृक्ष होता; पण विजेच्या आघाताने तो अर्धवट काळवंडून भग्न झाला होता आणि त्याची हिरव्या पानांची आठवणदेखील आता पूर्णपणे मरून गेली होती. गोत्रस्तंभ, वृक्ष एवढे भव्य; पण एवढ्या उंचीवरून ते मातीतून वर आलेल्या एखाद्या प्रेताच्या बोटांसारखे दिसत होते; पण आज खाली पाहत असता नव्याने दिसत होते, ते धुमसत असलेल्या लाकडांचे वर्तुळ! त्यातून निघत असलेल्या काळसर धुरातून आता जाळाच्या लाल जिभा उमटू लागल्या होत्या. मग लाल गरुडाला एकदम आठवले, आज सूर्यभंग आणि पर्जन्यनृत्ये व्हावीत, असा आपण दहा दिवसांपूर्वीच आदेश दिला आहे! दरीतील नदीत स्नान करून, आज पूर्ण दिवस उपवास केलेले, लाल-काळ्या रंगांनी अंग रंगवलेले नर्तक, आता खाली आपलीच वाट पाहत असतील! गेल्या तीस वर्षांत ही नृत्ये घडवण्याची ही सातवी खेप ह्व

आणि आता काहीही झाले तरी निश्चयाने अगदी शेवटची खेप!

वर आभाळ झळझळीत पोलादासारखे होते व खालच्या कपारीत गवताचे पातेदेखील होरपळून गेले होते. दरीतील नदी तर आता वृद्धेच्या एका पांढऱ्या केसासारखी झाली होती. रानातील रानबैल व अस्वले आता नाहीशी झाली होतीच; पण आता हरिणांच्या खुरांच्या खुणा देखील दुर्मीळ झाल्या होत्या. आता जर लौकरच पावसाची एक जरी सर आली नाही, तर ज्यांच्यात पुरुषदेखील शेतात नांगरटीसारखे क्षुद्र काम करतात त्या क्रो जमातीकडून मका आणून गुजराण करावी लागेल. असला मान खाली घालण्यासारखा प्रसंग निर्माण झाल्याखेरीज राहणार नाही. पण ही नृत्ये झाली की चारपाच दिवसांत पाऊस ओतू लागेल. कोरलेला खांब आणि निष्पर्ण वृक्ष एवढेच धारण करून पसरलेले मैदानदेखील कोवळ्या हिरवळीचा दिमाख दाखवू लागेल. गेल्या तीस वर्षांत पर्जन्यनृत्य कधीतरी अपयशी झाले आहे का? लाल गरुड कडवटपणे म्हणाला व स्वतःशीच कडवटपणे हसला.

निळ्या आभाळात रुंद पंखांची एक दाट सावली दिसली व एक गिधाड पिसे नसलेली उघडी मान ताणत त्या वृक्षावर उतरले. त्या दृश्याने लाल गरुडाला आपल्या इतर विचारांचा क्षणभर विसर पडला. कधी कोठे कामाखेरीज न जाणारा हा पक्षी, येथे कशासाठी, कोणासाठी आला आहे? कोठे सडलेले मांस पडले आहे, की दरीत पाय घसरून पडलेला एखादा रानघोडा अंग मोडून कण्हत आहे? लाल गरुडाला पुष्कळदा

एका गोष्टीचे आश्चर्य वाटे. त्याने अनेक मेलेले पक्षी पाहिले होते. एकदा तर त्याने पिंगट रंगाचा गरुड विस्कटलेल्या पंखांनी धुळीत पडलेला पाहिला होता; पण त्याने मेलेले गिधाड मात्र कधी पाहिले नव्हते. की गिधाड मरताच इतर गिधाडे त्याचेदेखील लचके तोडतात? मेलेले गिधाड त्याने पाहिले नव्हते, त्याप्रमाणे लहान कोवळे गिधाडदेखील त्याच्या नजरेला पडले नव्हते. सारी गिधाडे अजस्र, सुरकुतलेल्या चेहऱ्याची, फार पाहिले असल्याने सगळेच स्वीकारायची तयारी असलेल्या शहाण्या डोळ्यांची असत.

"तू बाबा इथे कोणासाठी आलास?" लाल गरुडाने थट्टेने म्हटले; पण जणू तो प्रश्न ऐकू गेल्याप्रमाणे गिधाड उडाले. त्याचे पंख विस्तृत पसरले व उत्तर स्वतःशीच ठेवून ते नीरवपणे पिवळ्या, कोरलेल्या पर्वतापलीकडे निघून गेले.

लाल गरुड आत आला व बसल्याबसल्या त्याची नजर आत फिरली. गेली अनेक वर्षे अंगवळणी पडलेले सुख बाजूला करताना, त्या सुखावरच पुष्ट वाढलेले मांस खरडून टाकत असल्याप्रमाणे त्याला यातना होत होत्या. चार दिवसांपूर्वीचा तो प्रसंग घडला नसता, तर पुष्ट आळी सरकत सांदरीत जावी त्याप्रमाणे हेच आयुष्य काही संथ वर्षांनंतर संपून गेले असते. किंवा आपल्याच मांसारक्ताचा आपला मुलगा तरी अहोरात्र आपल्या शेजारी असायला हवा होता. मोठ्या आवडीने आपण त्याला नाव दिले, उगवता तारा ह्र आणि तो उगवायच्या आतच झाकोळून गेला! आता तो कुठल्या झऱ्याकाठी दगडाच्या ढिगाऱ्याखाली असेल? आता तो प्रसंग घडला, आयुष्य एकदम हादरून गेले असे ज्याच्याजवळ आतड्याने सांगावे असे कोणी माणूसच आपल्याला उरले नाही!

कारण त्या प्रसंगाने त्याच्या आयुष्यावरील किटणच भंगून पडल्यासारखे झाले होते. तो एकदम अस्वस्थ झोपेतून जागा झाला होता. कोठडीत भिंतीवर खोचलेला पलिता काळ्या धुराचे लहान ढग ओकत हबक्याहबक्याने जळत होता. खडकाच्या पायथ्याशी अद्यापही काही माणसे शेकोटीभोवती बसून गाणी गात होती व त्यांचे धारदार, दीर्घ ताणलेले आवाज वरपर्यंत येत होते. समोरच्या भिंतीवर रानबैलाचे कातडे टांगले होते. त्याच्यासमोर निखाऱ्याचे डोळे असलेला, पण खांद्यावर चेहऱ्याऐवजी निव्वळ कवटी असलेला काळा झगझगीत माणूस उभा होता. त्याने हात वर केला व पाच बोटे दाखवली. असे त्याने सतत पाचदा केले. लाल गरुडाच्या अंगावर सर्रदिशी काटा उमटला व ओलसर अशी लहर पसरली; पण त्याने धैर्याने पडल्यापडल्याच बाजूची सुरी उचलली व वेगाने समोर फेकली. ती सरळ चकचकीत रेषेने काळ्या माणसाच्या उरावर आदळली; पण सहज पलीकडे गेली व रानबैलाच्या कातड्यात जाऊन रुतली. आपले रुंद हसणे घेऊन काळा माणूस तत्काळ नाहीसा झाला.

लाल गरुड उठून बसला व त्याने कपाळ पुसले. आता त्याचे अंग बधिरल्यासारखे झाले होते व भेदरल्यामुळे एकदम मोठ्याने ओरडावे असे त्याला वाटले. पाच बोटे पाचदा म्हणजे काय? पाच दिवस, महिने की वर्षांनी मृत्यू येणार? पाच दिवसच असले

पाहिजेत, कारण महिने, वर्षे आधी सूचना द्यायला हा कवटीचा माणूस कधी कुणाला दिसला आहे का?

मग त्या रात्री त्याला क्षणभरही झोप आली नाही आणि आतापर्यंत ऐषआरामात काढलेले आयुष्य उफराटे होऊन त्याच्या डोळ्यांपुढे उभे राहिले. स्वतःचा घोडादेखील नाही, असल्या कंगाल अवस्थेत पावलांना झाडांच्या साली बांधून वणावणा हिंडत तो उपाशी जगत होता. कोणीतरी कधीतरी भाजलेल्या पिठाचा रोट पुढे टाकला, तरच दिवस निभावून निघे; पण एका झऱ्यापाशी उपाशी पडलेला तो माणूस त्याला दिसला आणि त्याच्या आयुष्याची सारी दिशाच बदलून गेली. त्याने त्या हाड-कातडे एक झालेल्या माणसाला उचलून, एका टाकून दिलेल्या जुन्या खोपटात नेले आणि त्याला मधूनमधून पाणी दिले. एवढेच त्याचे कर्तृत्व. पण मग कृतज्ञतेने त्या माणसाने त्याला आपली सारी हकिकत सांगितली. अगदी मावळतीकडे राहणाऱ्या एका जमातीच्या प्रमुखाचा तो मुलगा होता आणि तेथील कोंदट, बंदिवासासारख्या जीवनातून सुटण्यासाठी कोणाला न सांगता तो बाहेर पडला होता; पण परक्यांच्या मुलखात तो उपऱ्याप्रमाणे वणावणा हिंडला आणि आता मृत्यूची वाट पाहत येथे पडला. आता त्याची एकच इच्छा उरली होती ह्व जर कधीकाळी कोणी पश्चिमेकडे गेलाच, तर आपले आयुष्य वाळूत टाकलेल्या चुळीप्रमाणे वाया गेले, एवढा निरोप आपल्या बापाला सांगावा.

एकदोन दिवसांतच तो मेला. त्याने त्याचे विरलेल्या पानासारखे प्रेत सहज उचलले व ते झऱ्याकाठच्या एका खळग्यात पुरून त्यावर दगडांचा चौकोन रचला. एवढे कर्तव्य झाल्यावर मात्र त्याचा स्वार्थ जागा झाला. त्याने त्याचे मळके पण कशिद्याचे कपडे घातले व निळ्या खड्यांची माळ गळ्यात अडकवली. त्याची अंगठी तर त्याने आधीच बोटात घातली होती. तिच्यावरील आकृतीप्रमाणे हुबेहूब एक गरुड त्याने पाठीवर उजव्या बाजूला गोंदवून घेतला व पश्चिमेकडचा रस्ता धरला.

अनेक राने तुडवल्यावर तो एका टेकडीवर उभा राहिला. समोर त्याला खडकात कोरलेल्या घरांच्या रांगा दिसताच आपल्या साहसाचे सार्थक झाल्यासारखे वाटले. नदी ओलांडून तो वर आला, तेव्हा चालताना तो सावधपणे झोकांडू लागला व काही अंतरावर दोनचार माणसे आपल्याकडेच रोखून पाहत आहेत हे पाहून तो जमिनीवर कोसळला व त्याने डोळे मिटून घेतले.

त्याला त्या माणसांनी उचलले व पायऱ्या चढतचढत अगदी उंचावर असलेल्या घरात नेले. खडकात कोरलेल्या त्या घराला दारे-खिडक्या काही नव्हते; पण खाली अंथरलेली केसाळ कातडी अति उबदार होती आणि मातीच्या भांड्यातून आणलेले पेय विलक्षण उत्साहदायक होते. जागा झाल्याप्रमाणे त्याने डोळे उघडले व उठण्याचा प्रयत्न केला; पण त्याच्या शेजारीच बसलेल्या वृद्धाने त्याला हलकेच झोपवले.

''तू इतक्या वर्षांनी परत आलास, माझ्या वृद्धापकाळी मला दृष्टी मिळाली,'' तो

वृद्ध म्हणाला. त्याच्या अंध डोळ्यांत ओलसरपणा होता; पण जुन्या चामड्याचा असल्याप्रमाणे वाटणारा सुरकुतलेला चेहरा निर्विकार होता. "तुझी अंगठी, तुझ्या पाठीवरील गरुड आम्ही पाहिला." त्याने एक निःश्वास सोडला. त्याने आपल्या डोक्यावरून गरुडांच्या पिसांचा उंच मुकुट खाली उतरवला व त्याच्या कललेल्या डोक्यावर हलकेच ठेवला आणि आपला चांदीचा मोठा ताईत त्याच्या गळ्यात अडकवला. "आज हा झंझावात संपला, आता त्याचा मुलगा त्याची जागा घेईल. पुढे आता तुझं तू सांभाळ."

त्याच्या या शब्दांनंतर भोवती उभ्या असलेल्या तीन धिप्पाड वीरांनी आपले भाले त्याच्यासमोर जमिनीवर ठेवले व लाल खडकात कोरलेल्या आकृतीप्रमाणे ते स्तब्ध उभे राहिले.

तो विस्मयाने चकित झाला. हे सारे इतक्या सहजपणे घडून येईल, असे त्याला वाटले नव्हते. त्या दगडांच्या ढिगाखाली विसावलेला तरुण, घोड्यावर बसून बाणासारखा धावत असे, अंधारात बर्फासारख्या थंड पाण्यात उभे राहून माशांची शिकार करत असे. तेव्हा आपणास घोड्यावर बसून दाखवावे लागणार की काय, याचे त्याला विलक्षण भय वाटत होते. शेतात राबून मुर्दाड झालेल्या घोड्याचेदेखील मोठे ओलसर डोळे व चौकोनी दात पाहताच त्याला मरगळल्यासारखे होई. येथील घोड्यांना तर अद्याप रानाचा विसर पडला नव्हता, प्रत्येकाच्या पायांत वीज कोंडून ठेवली आहे असे वाटे. पण त्याला घोड्याजवळ जावे लागले नाही की कोणी एक धनुष्य आणून त्याच्यासमोर ठेवले नाही. आता तो आग्रहाने उठून बसला व गरुडाच्या पिसांचा मुकुट त्याने डोक्यावर व्यवस्थित ठेवून घेतला.

अंध झंझावात उठला व त्याने तेथून आपला भाला व एक केसाळ कातडे एवढेच मात्र बरोबर घेतले. त्या तीन माणसांच्या मदतीने तो खाली उतरला. तो खाली उतरत असता इतर घरांसमोर स्त्रीपुरुषांची गर्दी झाली व ते स्तब्धपणे उभे राहून मूक निरोप देऊ लागले; पण काही वेळाने स्त्रियांना भावना आवरल्या नाहीत. त्यांच्यातून एक बारीक शोकस्वर उमटला व झंझावात खाली उतरेपर्यंत त्याच्यामागे फेकलेल्या एखाद्या माळेप्रमाणे त्याच्या मागोमाग खालीपर्यंत गेला. वस्तीच्या कडेला एक मोठे खोपटे होते. तेथे आत शिरण्याआधी झंझावाताने तीन वीरांच्या खांद्यांवर आळीपाळीने हात ठेवला व तो आत गेला. आता यापुढे झंझावात बाहेर दिसणार नाही. त्याच्यासाठी दररोज थोडे अन्न ठेवले जाईल. मग एक दिवस अन्न तसेच बाहेर राहील. मग एक दिवस केसाळ कातड्यात त्याच्या भाल्यासह गुंडाळलेले त्याचे प्रेत बाहेर आणले जाईल! पण खरे तर आता आत शिरतानाच झंझावात संपला होता.

त्या रात्री जमातीत मोठा उत्सव झाला. दहा झाडांचा जाळ पेटवण्यात आला व स्वच्छ आभाळात एकेक चांदणी वितळून जाईपर्यंत त्याभोवती नृत्ये झाली. सोललेला

एक पूर्ण रानबैल दांडक्यावर अडकवून जाळावर भाजण्यात आला आणि एरव्ही अर्धपोटी जगणाऱ्या स्त्रियांनादेखील नको म्हणण्याइतके जेवण मिळाले.

तेव्हापासून त्याचे आयुष्य पुष्ट पाळीव जनावराप्रमाणे वाढू लागले. वेळ काढण्यासाठी तो प्रथम तासन् तास पिवळ्या पर्वतातील कोरीव आकृतीकडे पाहत हिंडत असे. त्याला परिचित होती ती एकामागोमाग स्पर्धेने वर चढलेली हिरवीनिळी पर्वतशिखरे. त्यांच्यापैकी काहींच्यावर सूपभर बर्फ दिसे; पण ती सारी शिखरे त्यांनी आपल्याबाबत शेवटचा शब्द उच्चारल्याप्रमाणे स्थिर वाटत. पण पिवळ्या पर्वतातील कोरीवकामात नित्य नव्या आकृती दिसत, बदलत्या सूर्याबरोबर नव्या छाया, नवे रंग दिसत. तो एकदा एका दगडावर बसला असता त्याने हातातील काठीने खालच्या वाळूत उगाचच त्रिकोण-चौकोन काढले. त्या गोष्टीची त्याला जाणीव देखील नव्हती; पण तो परत आला तेव्हा एका वृद्धाने नम्रपणे विचारले, ''पर्वतापलीकडील सम्राटाकडून आदेश आला का?''

''आदेश? कसला आदेश?'' त्याने चमकून विचारले.

''वाळूत कुंडली मांडून प्रमुख प्रश्न विचारत होता,'' वृद्धाने म्हटले, ''त्याचा आदेश आला का?''

या कल्पनेने त्याच्या मनात झक्कन चमकले. तो स्वतःला सावरत म्हणाला, ''आज आला नाही. परवादिवशी येईल.''

आणि नंतर थोड्याच दिवसांत त्याला सम्राटाचा पहिला आदेश मिळाला!

त्या रात्री शिकारीला जायचा प्रसंग होता व साऱ्या जमातीत एकच धांदल उडाली होती. हा तर वर्षातला सर्वांत महत्त्वाचा दिवस. आज रान विंचरून घेतले की त्यात सापडणारी डुकरे, रानबैल, अस्वले यांच्या मांसाची सुगी जवळजवळ वर्षभर पुरे. आपल्या प्रमुखासाठी शिकाऱ्यांनी समुद्राच्या लाटेसारखी आयाळ असलेला, काळ्या निखाऱ्यांच्या डोळ्यांचा, कड्यासारखा एक घोडा आणून उभा केला. आज प्रथम बाण टाकण्याचा मान प्रमुखाचा होता; पण घोड्याचे रुद्ररूप पाहताच त्याचे हातपाय मेणाचे झाले व घसा आतून भाजल्याप्रमाणे कोरडा झाला. परंतु त्याने चेहरा व्यग्र केला व हात छातीवर एकमेकांत गुंतवत म्हटले,

''आजचा दिवस अति महत्त्वाचा आहे. त्याला सम्राटाचा आदेश हवा. प्रमुख त्याची प्रार्थना करून कौल मागेल.''

तो दगडाजवळ आला आणि जमिनीवर गुडघे टेकून त्रिकोण-चौकोनांच्या तीन ओळी काढल्या. बराच वेळ गेला. त्याचे अनुयायी स्तब्धपणे वाट पाहू लागले. पांढऱ्या आयाळीचा घोडा मात्र अधीरपणे पाऊल जमिनीवर आदळू लागला. थोड्या वेळाने तो उठला व संथपणे शिकाऱ्यांसमोर येऊन उभा राहिला. तो म्हणाला, ''आदेश शुभ आहे आणि अशुभ आहे.''

भोवतालच्या माणसांचे चेहरे चिंताक्रांत झाले व त्यांनी घोड्यांवर लगेच चढण्याच्या तयारीने वर ठेवलेले हात झट्दिशी मागे घेतले.

''भयाला थारा देऊ नका. आजचा दिवस वैभवाचा जाईल,'' तो पुन्हा म्हणाला. ''ठेवायला जागा नाही एवढं अन्न तुम्ही घोड्यावरून आणाल; पण प्रमुखाला मात्र या आणि यापुढील शिकारींना येता येणार नाही. घोड्यावर बसल्यास त्याच्या प्राणास अति धोका आहे, म्हणून ते त्याला कायमचं वर्ज्य आहे. मी माझ्या आयुष्यातील एका उत्कट आनंदाला कायमचा मुकत आहे; परंतु सम्राटाची आज्ञा सर्वश्रेष्ठ आहे.''

सारे शिकारी एकमेकांकडे पाहतच राहिले. प्रमुखाशिवाय झालेली एखादी शिकार वृद्धांनाही आठवत नव्हती; परंतु त्यांनी सम्राटाचा आदेश मानला, पण त्यात उत्साह नव्हता. दरवर्षी धुंद वादळाप्रमाणे क्षितिजाकडे धावणारे घोडे, घरंगळत, गारगोट्या ढकलल्याप्रमाणे पलीकडे निघून गेले. त्यानंतर लाल गरुडाला बरेच आदेश मिळाले. सर्व शिकार प्रथम त्याच्यासमोर आणून त्याची निवड झाल्यानंतरच इतरांना आपला भाग स्वीकारावा लागू लागला. प्रमुखाला किती स्त्रिया असाव्यात यावरील प्राचीन बंधने एके दिवशी नाहीशी झाली. त्याच्या कोरलेल्या घरात रंगीत वस्तू दिसू लागल्या आणि काही माणसे रात्रंदिवस गुलामाप्रमाणे त्याच्यासमोर तैनातीसाठी उभी राहू लागली. त्याच्या आदेशांना आव्हान मिळाले ते एकदाच.

आदल्या रात्री वस्तीतील घोडे शेजारी चरत असता, छातीवर आडवे काळे पट्टे रंगवणाऱ्या जमातीतील लोकांनी छापा घालून पंधरा घोडे चोरून नेले. म्हणून आज सूर्यास्त होण्याच्या सुमाराला, या जमातीतील सर्व पुरुष, युद्धाचा लालभडक चकचकीत रंग अंगाला लावून, डोळ्यांभोवती पांढरी वर्तुळे रेखून तयार झाले होते. त्यांतील उतावीळ तरुणांनी तर ओणवे होऊन चित्कारत रणनृत्य देखील सुरू केले होते आणि कोरून पोकळ केलेल्या झाडाच्या बुंध्यावरील ताणलेले कातडे टिपऱ्यांनी थरथरू लागले होते.

पण त्या प्रत्येक आघाताबरोबर लाल गरुडाच्या छातीत घण पडू लागले. अशातऱ्हेचा सूड म्हणजे रक्ताचा होम असे. निघालेल्या माणसांपैकी अर्धे कसेबसे परतत आणि त्यांच्यातदेखील खोल रुतलेल्या, ओल्या जखमा असत. पण हा त्यांच्या इभ्रतीचा प्रश्न होता. आपला घोडा चोरीला गेल्यावर शांत बसणारा भेकड त्या प्राचीन भूमीवर अद्याप जन्माला आला नव्हता.

लाल गरुडाला कापरे भरले व आताच अंगात बाण रुतल्याप्रमाणे त्याला वेदना होऊ लागल्या. त्याने डोक्यावरील मुकुट सावरला व तो खाली उतरला. आता तो त्याच्यासाठी ठेवलेल्या मेण्यात चढणार असे वाटून दोन जवान घोड्यावरून उतरले व त्यांनी त्यावरील वस्त्र बाजूला केले; पण कसल्यातरी गूढ तंद्रीत असल्याप्रमाणे सरळ समोर रोखलेल्या नजरेने लाल गरुड पुढे गेला व त्याने दगडाजवळच्या वाळूत रेघा ओरखडल्या. तो काही

वेळाने उठला, त्या वेळी त्याचा चेहरा शांत झाला होता. तो समुदायापुढे आला व त्याने हात वर करताच सर्वत्र शांत झाले.

''आजचा रक्तोत्सव सम्राटाला मान्य नाही,'' तो गंभीरपणे म्हणाला, ''त्यात रक्ताचे पाट वाहतील, प्राण जातील. त्यापेक्षा पंधरा घोडे आपण त्यांना भेट दिले असं समजून त्यांच्याशी मैत्री वाढवावी. शांतता हे जमातीचं भूषण आहे आणि क्षमा हे वैभव आहे.''

त्याच्या शब्दांनी अकस्मात आघात झाल्याप्रमाणे सारेच मूढ झाले. आता झिंगल्याप्रमाणे नाचू लागलेले तरुण, अंगातील प्राणच काढून टाकल्याप्रमाणे जागच्या जागीच कोलमडले.

''प्रमुख, आदेशात काहीतरी गफलत झाली नाही ना?'' अंगावर अनेक खोल जखमा असल्यामुळे अगदी गिजबिज दिसणारा एक माणूस धैर्याने म्हणाला, ''आमच्या जमिनीवरून घोडे चोरले गेले व आम्ही जर मातीच्या गोळ्यासारखे गप्प राहिलो तर साऱ्या जमातीचं नाक कापल्यासारखं आहे. शत्रूजवळ एखाद्या कोल्ह्याप्रमाणे हलक्या पावलांनी जावं, वाघाप्रमाणे हल्ला करावा व पाखराप्रमाणे उडून जावं, अशी आमची उज्ज्वल परंपरा आहे. तेव्हा पर्वतापलीकडून असला उलट्या रक्ताचा आदेश येईल कसा? त्यात आडव्या काळ्या पट्ट्यांची जमात तर अत्यंत क्षुद्र! कुत्र्यांचं मांस खाणारी, जमिनीत बी पेरून नांगरटीची बायकी, लाचार कामं करून जगणारी. त्यांच्याकडून आम्ही अपमान स्वीकारावा का?''

लाल गरुड गोंधळल्यासारखा झाला. कारण, या भाषणावर भोवतालच्या अनेक लोकांनी माना डोलावल्या होत्या; पण त्याने धैर्य एकवटले व त्याच्या नजरेला नजर भिडवत म्हटले, ''शांतता आणि मैत्री यांची किंमत पंधरा घोड्यांपेक्षा जास्त आहे. आपण इतरांबद्दल सहनशीलता दाखवली पाहिजे. आणि एक गोष्ट लक्षात ठेव ह्व सम्राटाच्या आदेशात कधी एका अक्षराचीदेखील चूक होत नसते!''

सारेजण क्षणभर अनिश्चित झाले. त्यांनी नजर खाली वळविली व त्यांच्यातील ताठरपणा विरला; पण त्या घोळक्यातून एक तरणाबांड जवान पुढे आला. त्याने जमातीची खूण म्हणून कपाळावर बांधलेली निळी पट्टी तोडली व गळ्यातील ताईत हिसक्याने तोडून लाल गरुडाच्या पायाजवळ फेकून दिला.

''हे कसलं भेकड, नादान आयुष्य आहे! शांतता कितीही चांगली असली तरी ती देखील कठोरपणे भग्न करण्याचे प्रसंग येत असतात. मैत्री? मैत्री करायची ती मैत्रीचा हात पुढे केलेल्या वीराशी; दरोडेखोराशी नव्हे! आमच्यावर एखादी लाथ उगारली गेली तर कमरेपासून पायच छाटला जाईल, असं आमचं व्रत आणि आता आम्हांलाच घोडे देऊन सहनशीलता दाखवण्याचा निर्लज्ज उपदेश करण्यात येत आहे! कधीतरी असहिष्णू बनण्याचं सामर्थ्य नसेल तर सहिष्णुतेला काही अर्थ नाही. ज्याच्या मनगटात प्रायश्चित्त

देण्याचं सामर्थ्य नाही, त्याचे दया, समता असले शब्द, सशानं टाकलेल्या लेंड्यांपेक्षा जास्त महत्त्वाचे नाहीत. क्षमा हा शब्द बलिष्ठांच्याच तोंडी शोभतो! सगळ्यांकडून लाथा खायच्या व तोंडानं शांतता शब्दाचा जप करायचा यापेक्षा जास्त शरमेची गोष्ट नाही! शत्रूपुढे धुळीत लोटांगण घालायचं आणि घरच्या माणसांचे कान मात्र असल्या शेंबूडकिड्यासारख्या शब्दांनी मळवत बसायचं, यात कसला आला आहे पुरुषार्थ! आता या क्षणी मी प्रमुखाला स्वतःच्या खांद्यावरून त्या दरोडेखोर जमातीत न्यायला तयार आहे. तिथे उलगड म्हणावं तुझ्या उपदेशाची चिकट मळकी चादर! सम्राट जर असला भेकड आदेश प्रमुखाकडून देत असेल, तर प्रमुख तर सोडाच, प्रत्यक्ष सम्राट देखील आपण बदलला पाहिजे! जगायचंच असेल तर माणसानं लखलखीत सुरीसारखं जगावं. नाहीतर आताप्रमाणं चकतीला चकती चिकटवून एखाद्या गांडुळाप्रमाणं नुसतं लांब जगण्यापेक्षा, आपणा सगळ्यांचा पूर्ण नाश झाला तरी त्यात खंत नाही! कशाला गरुडाचं कुळ सांगता निर्लज्जपणे? उंदीर-कोंबड्यांचे वंशज म्हणून जगा की बिळाखुराड्यात! इथे पंधरा घोडे गेल्याची खंत नाही. मी आता रानात जाऊन तीस घोडे आणून दाखवतो. पण असले दीन, लाचार आयुष्य जगण्याची तुम्हांला काहीच शरम नाही?'' त्याचे डोळे आता एकदम पिसाळल्यासारखे झाले व तो जोराने छातीवर मूठ बडवू लागला. ''म्हणे शांततेची किंमत पंधरा घोड्यांपेक्षा जास्त आहे! पंधराच का, मग शंभर घोड्यांपेक्षा का जास्त नाही? मग आमच्या पंधरा, शंभर बायकांपेक्षा का जास्त नाही? थूः!'' तो आवेशाने थुंकला व त्याने लाल गरुडाकडे पाठ फिरवली. तो इतरांना उद्देशून म्हणाला, ''असले भेकड आदेश मी कुत्र्यापुढे टाकतो! भेकडांचा सम्राट भेकडांना असले आदेश देतो! पण मी भेकड नाही! माझं रक्त मला सांगतं, भाला, बाण घे आणि वाऱ्यासारखा जा. हा आदेश मला पुरेसा आहे!

''मी आता या जमातीत पुन्हा पाऊल ठेवणार नाही; पण निदान तीन वैऱ्यांची तरी डोक्यांची केसांसकट छाटलेली कातडी तुम्हांला दाखवायला मी एकदा येईन. नाहीतर तिथंच कुठंतरी माळावर आडवा होईन. पण खबरदार माझ्या प्रेताला हात लावाल तर! तुमच्यासारख्या शेणमाणसांचे हात लागण्यापेक्षा घारी-गिधाडं यांच्या रोखठोक चोची अंगात रुतणं जास्त मानाचं आहे. म्हणे गरुडाचे वंशज! ह्व माझ्याबरोबर कोण येणार असेल तर रस्ता मोकळा आहे!''

त्याने उग्रपणे भोवती पाहिले व कोणाच्या उत्तराची वाट न पाहता त्याने आपला काळा घोडा बाणासारखा पश्चिमेकडे सोडला व त्याची जखम उरात रुतल्याप्रमाणे तेथील प्रकाश लालभडक झाला.

बाकीच्यांची मने क्षणभर हेलकावली; पण अखेर उरलेली माणसे मुर्दाडल्याप्रमाणे विखुरली व रात्रभर अंगावरचा निष्फळ रंग पुसत राहिली. लाल गरुड किंचित हसला व समोर पाहत घराच्या पायऱ्या चढून गेला. कातड्यावर अंग पसरून भाजलेल्या मांसाचा

तुकडा हावरेपणाने तोंडात कोंबताना त्याला वाटले होते, सुटलो आपण! पण अगदी सत्त्वपरीक्षेचाच क्षण आला होता!

...खाली गर्दी वाढल्याने होणारा आवाज त्याला अस्पष्टपणे ऐकू येऊ लागला व तो उठून खाली येण्यासाठी निघाला. काही अंतरावर सारा वेळ उभे असलेले सेवक तत्परतेने त्याच्या समोर निघाले. लाल गरुड खाली आला व त्याच्यासाठी अंथरलेल्या चादरीवर बसताना आपला बेडौलपणा इतरांच्या ध्यानात येणार नाही, अशातऱ्हेने अंग उतरवून तो प्रशस्तपणे बसला.

जेथे खडकातील घरांचे थर सुरू होत होते, तेथे पायथ्याशी सपाट पटांगणावर वर्तुळाकार आग पेटवली होती, तिच्यापासून काही अंतरावर, सर्वांग काळे रंगवलेल्या आणि अस्वलांची केसाळ कातडी पायाभोवती गुंडाळलेल्या पुरुषांचे आणखी एक वर्तुळ तयार झाले होते. जाळाच्या वर्तुळाच्या मध्यभागी गवताच्या उशीवर आरशाचा एक तुकडा ठेवला होता. कोणत्याही पवित्र नृत्यात स्त्रियांना स्थान नव्हते, त्यामुळे त्या गर्दीगर्दीने घरांच्या पसरट छपरांवर बसल्या होत्या. सारी तयारी झाली आहे की नाही हे पाहण्यासाठी लाल गरुडाने सर्वत्र नजर फिरवली. सूर्य आता तिरपा झाला होता व त्याच्या प्रकाशाचा एक किरण आरशामधून निघून समोरच्या कोरीव गोत्रस्तंभावर पडला होता. लाल गरुडाने समाधानाने मान हलवली व लांब डोणीप्रमाणे वाटणाऱ्या नगाऱ्याजवळ जय्यत तयार असलेल्या तिघांना खूण केली.

त्याबरोबर त्यांच्या हातांतील टिपऱ्या संथपणे ताणलेल्या कातड्यावर नाचू लागल्या व त्या घुमणाऱ्या आवाजाला मध्येच कातड्यावर पडणाऱ्या पालथ्या हाताच्या थापेने वजन मिळू लागले. काळ्या वर्तुळात उभे असलेले माणसांचे कडे हळूहळू जाळाभोवती फिरू लागले. काही वेळाने नगाऱ्याच्या ददम-ददम-ददमची लय वाढू लागताच काळी माणसे हळूहळू ओणवी झाली व त्यांच्यामधील अंतर कमीकमी होऊन, ती एकाच सापाचे मणके असल्याप्रमाणे दिसू लागली. त्यांचे पाय विलक्षण जलद गतीने हलू लागले व मध्येच निघणाऱ्या बेभान दीर्घ आरोळ्यांमुळे, आरशातील सूर्यावर अदृश्य भाले फेकले जात आहेत असा भास होऊ लागला. आता त्यांचे वर्तुळ आकसून अगदी जाळाच्या जवळ आले होते आणि अग्नीच्या हावऱ्या जिभांना संधी मिळताच अस्वलांच्या कातडीवरील केस होरपळू लागले होते. आता नगाऱ्याचे बोल बदलले. एक वादक टिपरी आदळण्याऐवजी ती कातड्यावर खरडू लागला व त्यामुळे ते पटांगण कंपित झाल्याप्रमाणे होऊ लागले. आता मुख्य नर्तकाने एक भीषण कर्कश आवाज केला व जाळाच्या रेषेवरून उडी मारून तो आत आरशाजवळ आला. परंतु त्याचे सहकारी त्याच वेगाने जास्त जवळ आले व पाहतापाहता त्यांच्या बेभान पायांनी जाळ विसकटून त्यातून ठिणग्यांची लहानलहान कारंजी उडू लागली. त्यांची कृष्णरेषा विलक्षण वेगवान गतीने जाळामधून फिरत असता त्याच्या लवलवत्या जिभा ग्रहबिंबाभोवतालच्या

अग्निकंकणाप्रमाणे दिसू लागल्या. दूर छपरावर बसलेल्या स्त्रिया आता जागच्या जागीच डोलू लागल्या व शोकगीतासारखा दीर्घ आवाज करू लागल्या. आरशाजवळ आलेल्या मुख्य नर्तकाचे डोळे आता पेटल्यासारखे झाले आणि त्याचे सर्वांग ओल्या काळ्या संगमरवराप्रमाणे चकाकू लागले. तो जागच्या जागी फिरत झपाटलेल्या उड्या घेऊ लागला. त्याने मग एकदम आरशात पाहिले. नृत्याच्या धुंदीने आधीच परके झालेले डोळे सूर्याच्या तेजाने झक्कन दिपले. त्याच्यातून तलवारीच्या धारेप्रमाणे वाटणारी आवेशपूर्ण गर्जना ऐकू आली व दुसऱ्याच क्षणी त्याची उडी आरशावर पडून त्याची पावले फुटलेल्या आरशाचे तुकडे चिरडू लागली. त्याच्या पायांतून रक्त वाहू लागले व तेथे ठेवलेले वाळलेले गवत जखमी झाल्यासारखे दिसू लागले. गोत्रस्तंभावरील कवडसा नाहीसा झाला, आरशात बंदिवान करून ठेवलेला सूर्य भग्न झाला आणि मग विसकटून विझवल्यामुळे त्याचा तापदेखील नष्ट झाला. नगाऱ्याची लय कमी झाली व थोड्याच वेळात तो श्रांत झाल्याप्रमाणे संथपणे घुमू लागला. वर्तुळात नाचलेले नर्तक पिळून टाकल्याप्रमाणे जागच्या जागीच अवजड सावल्यांसारखे पसरले. स्तब्धपणे सारे पाहत असलेल्या भोवतालच्या गर्दीतून काही माणसे पुढे धावली व त्यांनी त्या निश्चल काळ्या आकृती उचलून नेल्या. इतरांनी अस्ताव्यस्त उधळलेल्या जाळाच्या खुणा गोळा केल्या आणि फुंकर मारल्याप्रमाणे नाहीशी होऊन ती पुन्हा भोवतालच्या गर्दीत एक झाली.

तापदायक सूर्याचा भंग केल्यावर आता पावसाला आळवण्यासाठी पर्जन्यनृत्याची तयारी झाली होती.

इतका वेळ ताणलेल्या अंगाने उभे असलेले, लाल रंगाने अंग रंगवून घेतलेले डौलदार बांध्याचे दहा पुरुष आता पुढे झाले. त्यांच्या मागोमाग त्यांच्याच छाया असल्याप्रमाणे वाटणारे, अर्धे काळे, अर्धे लाल असे अंग रंगवलेले आणखी दहा नर्तक आले व एकेका लाल आकृतीशेजारी उभे राहिले. त्यांच्या हातांत एकेक कुंचला होता आणि पायांत किसलेल्या आवाजासारखा सुरेल बारीक नाद करणारे घुंगूर होते. पर्जन्यनृत्याचा नायक इतका वेळ जोडलेल्या दोन बैल-कातड्यांनी अंग झाकून उभा होता. त्याने आता अंग हलवून ते सैल आवरण मागे टाकले व तो धावत येऊन मध्यभागी उभा राहिला. तेथे जमलेल्या प्रत्येकाने पूर्वी एकदा तरी पर्जन्यनृत्य पाहिले होते; पण त्या दृश्याची सुरुवात पुन्हा पाहताच त्यांच्यात एक तार एकदम खेचली गेल्याप्रमाणे झाले व त्यांची मने मोहरून गेली.

नृत्यनायकावर त्यांच्या नजरा विशेष खिळल्या, कारण कधीतरी नृत्यनायक म्हणून आपली निवड व्हावी, हे तेथील प्रत्येक तरुणाचे एक स्वप्न होते. तो एक दुर्मीळ मान होता. समोरासमोर दोन वैऱ्यांना कंठस्नान घातले असल्याखेरीज या नृत्यात कोणालाही भागच घेता येत नसे. विशेष म्हणजे नृत्यानंतर नायकाला एक रात्र प्रमुखाचा मुकुट प्राप्त होत असे. आता समोर उभा असलेला नृत्यनायक इतरांपेक्षा हातभर उंच होता आणि सहा

वैऱ्यांचा नाश केल्याच्या खुणा म्हणून त्याच्या डाव्या दंडावर आडव्या डागलेल्या सहा रेषा होत्या. त्याची छाती लाल मैदानाप्रमाणे विस्तीर्ण होती व त्याने नुसता हात हलवताच दंडातील स्नायू उतावीळ रानघोड्याप्रमाणे उसळी घेत होते. त्याने अंगावर वळतवळत जाणारे पट्टे ओढले होते व त्याच्या डोक्यावर गरुडाची पूर्णाकृती होती. त्याच्या भव्य रूपाकडे पाहताच सगळ्यांचा ऊर अभिमानाने भरून आला व त्यांनी मोठ्याने जयजयकार केला ह्न "पश्चिम वारा! पश्चिम वारा!!"

तो अर्धवर्तुळात येऊन उभा राहताच, इतका वेळ छपरावर खिळून बसलेल्या सगळ्या स्त्रिया झाडून टाकल्याप्रमाणे आत गेल्या आणि घरांच्या चौकोनांवर पडद्याप्रमाणे कातडी टांगली गेली. स्त्रीची नुसती नजर पडली तरी पर्जन्यनृत्य विटाळले जाते आणि मग तीन वर्षे पाऊस येत नाही, हा तेथील अत्यंत प्राचीन विश्वास होता.

आता पुन्हा आडवा नगारा घुमू लागला व नायकामागील अर्धवर्तुळातील नर्तकांचे पाय हळूहळू हलू लागले. मग सेवकांनी वेताचे दहा पेटारे आणले आणि ते त्यांनी उघडताच तिथल्या मऊ मातीवर दहा घुंगरे नाग वळशावळशांनी बाहेर पडले. ते बाहेर पडताच दहा लाल नर्तकांनी पटकन वाकून त्यांच्या तोंडाजवळ बोटे दाबून त्यांना उचलले व रिकामा हात वर करून त्यांनी फुटक्या आरशाभोवती फेर धरला. नागांच्या शेपट्या त्यांच्या हाताभोवती गुंडाळत, पुन्हा उलगडून दुसऱ्या बाजूने पुन्हा वेटाळत आणि त्यांच्या शेपटीतील हाडांच्या घंटा भीषण, विचित्र घुंगराप्रमाणे वाजत. वर्तुळाची एक फेरी झाली की त्यांची बोटे आणखी सरकत व नाग जास्त लांबीने तोंड फिरवत. त्यांनी दंश करण्यासाठी त्वेषाने तोंड मागे वळवताच कुंचले घेतलेले नर्तक कुंचला हलवून त्यांना बुजवून मागे वळवत. पण या साऱ्यात लाल नर्तकांचे नृत्य थांबले नाही की त्यांच्या सहकाऱ्यांचा समताल चुकला नाही.

मग आणखी एक पेटारा आला. हा काळ्या रंगाने रंगवला असून जास्त मजबूत होता. सेवकाने तो खाली ठेवला; पण न उघडताच तो बाजूला सरला. नायक धीमेपणाने पुढे आला व त्याने गुडघे टेकले. त्याक्षणी सगळ्यांचे डोळे ताणल्यासारखे झाले व श्वास देखील रोखले गेले. फक्त नगाऱ्याचा घुमार आवाज अविरतपणे चालू होता. पर्जन्यनृत्यातील हा अत्यंत जोखमीचा क्षण होता व तो दुरून पाहणाऱ्यांच्या अंगावरसुद्धा शहारे येत. या पेटाऱ्यातील नाग दोन दिवस उपाशी ठेवलेला असून नृत्याआधी तासभर त्याला काडीने सतत डिवचण्यात येत असे आणि नृत्यासाठी या नागास नायकाने आत हात घालून बाहेर काढावे लागे. पहिल्याच प्रयत्नात जर नागाचे तोंड बोटात सापडले नाही, तर आपणास एक बोट तरी कोयत्याने तत्काळ तोडावे लागेल किंवा तासाभराच्या आत्यंतिक वेदनेनंतर आयुष्य तरी संपवावे लागेल, याची प्रत्येक नायकाला पूर्ण जाणीव असे.

नायकाने हात बाहेर काढताच त्याच्या हातात जवळजवळ त्याच्याच उंचीचा,

त्याच्या दंडाएवढ्या जाडीचा नाग होता, हे पाहून पुन्हापुन्हा गर्जना झाली, ''पश्चिम वारा! पश्चिम वारा!!'' नायकाच्या चेहऱ्यावरीलही ताण कमी झाला. कपाळावर ताठलेली रेषा निवल्यासारखी झाली. नागाला सतत डिवचत गेल्यामुळे त्याची शेपटी चाबकाप्रमाणे भिरभिरत होती आणि भोवऱ्याच्या नादाप्रमाणे तिचा आवाज होत होता. इतर नर्तक नाग तोंडाजवळ पकडून मग उतरत खाली सरकले; पण नायकाने आपला नाग शेपटीजवळ उचलला. एकदम अधांतरी होताच नागाने अंग वळवले व तोंड वासून अर्धचंद्राकार सुळे घेऊन तो त्वेषाने नायकाकडे वळला; पण नायकाने डाव्या हातातील छडीने त्याला सहज बाजूला केले व चटकन नागाची शेपटी दातात धरली. नृत्याची गती वाढत चालली. लालकाळ्या आकृती जोडीजोडीने भिरभिरू लागल्या व त्यांची बोटे उतरत शेपटीकडे येऊ लागताच, नागांच्या झेपा जास्त विस्तृत व संतप्त होऊ लागल्या. नायकाच्या तोंडातील साप सरकत गेला व त्याचे दात नागाच्या डोक्याजवळ येताच, त्याच्या धुंद डोळ्यांना सापाचे डोळे झगझगीत जिवंत मण्यांसारखे दिसू लागले. नगाऱ्याचा आवाज असा जलद होऊ लागला, की वादकांच्या हातांतील टिपऱ्या स्पष्ट न दिसता ओलसर थेंब सारवल्याप्रमाणे दिसू लागल्या. नायकाच्या नागाने संतापाने तोंड उघडले व त्याच्या गळ्याभोवती वेटोळे टाकण्याचा प्रयत्न केला. तेव्हा त्याने चलाखीने शेपटीचे टोक हातात पकडले व दोनतीन वेटोळी हाताभोवती गुंडाळून त्याने नागाची एक रेषा केली आणि एक जिवंत विषारी बासरी वाजवत असल्याप्रमाणे तो जागच्या जागी गोल फिरू लागला. नगाऱ्याचे बोल बदलले. इतर टिपऱ्या संथ झाल्या; पण एक झगझगीत सुरी म्यानातून निघाल्याप्रमाणे त्यांच्या दबलेल्या आवाजातून उरलेल्या एकाच टिपरीचा खडा बोल स्पष्टपणे ऐकू येऊ लागला आणि तोही काही काळाने अखेरचा उग्र आघात देऊन स्तब्ध झाला.

त्या क्षणी नायकाच्या चेहऱ्याचे स्नायू आवळले गेले व त्याचे दात नागाच्या मानेत रुतताच तेथून उरलेले अंग एकदम मोडल्याप्रमाणे निर्जीव, दुबळे झाले. नायकाने मृत नाग आरशाच्या तुकड्यांवर टाकला, तेव्हा एका सेवकाने मातीच्या परातीतून निखारे आणले आणि गवतावर टाकले. थोड्याच वेळात तेथून काळसर धूर पसरला व गवताच्या काड्या झळाळू लागल्या. आता बोटांत नुसती शेपटी धरून नाचत असलेल्या नर्तकांनी आपापले नाग जमिनीवर टाकले. भोवतालच्या लोकांपैकी काहीजण पुढे धावले व त्यांनी त्या सगळ्या नागांवर मक्याचे पीठ उधळले व पाहतापाहता त्यांना चटकन उचलून ते दरीकडे धावले. तेथे त्यांनी अगदी कडेला उभे राहून सारे नाग एकामागोमाग दरीत फेकून दिले. ते अंग वळवत खालच्या गर्द दरीत नाहीसे होत असता, एखाद्या भीषण राक्षसिणीने केस झाडताच त्यांतील गुंतवळ एकेक केसाने वाऱ्यावर उडावी, त्याप्रमाणे वाटले. शेवटचा नाग खालच्या गडद हिरव्या अंधारात बुडाल्यावर त्यांनी प्रार्थना केली : ''हे पर्जन्या! आम्ही सूर्य भग्न केला आहे आणि त्याचा दाह आम्ही पायांनी विसकटला आहे.

''आता तुझे आगमन होवो.

''हे पर्जन्या! आम्ही पृथ्वीतील विष नाहीसे केले आहे, हे तुला आम्ही पाठवलेले बंदी आक्रंदून सांगतील. आता वृक्षांच्या मुळांना विषरहित पाणी प्राप्त होऊ दे, सर्वत्र गवत उगवू दे आणि त्यात जनावरे मुक्तपणे हिंडू देत.

''हे पर्जन्या! आता तुझे आगमन होवो!''

आता सर्वत्र भासत असलेला ताण संपला व एकदम सैलावून गेल्याप्रमाणे सगळेजण जास्तच मोठ्या आवाजात बोलू लागले. आता घरांसमोरील कातडी काढली गेली व आतापर्यंत घरात कोंडून ठेवल्यामुळे उतावीळ झालेल्या स्त्रिया बाहेर आल्या व कोलाहल एकदम वाढला. त्यांच्या हातांत घरगुती मद्याच्या सुरया दिसताच पुरुषांचा हर्ष त्यांच्या अंगात मावेना व ते मुक्तपणे जमिनीवर लोळू लागले.

लाल गरुड मात्र मान खाली घालून स्तब्ध होता. पर्जन्यनृत्य संपत आले, तेव्हाच आपल्या आयुष्यातील देखील काहीतरी संपत आले, असे त्याला वाटू लागले होते. कवटीच्या चेहऱ्याचा काळा माणूस काही केल्या त्याच्या दृष्टीसमोरून जाईना. आता तर नायकाच्या तोंडातील नाग आपल्याच अंगात कोठेतरी लपला आहे व त्याच्या शेपटीचे घुंगूर सतत वाजत आहेत, असा त्याला भास होऊन त्याचे अंग कापू लागले. भोवतालच्या माणसांना हे कळून चुकल्यामुळे ती आपल्याकडे रोखून पाहत आहेत, असे वाटून चमकून त्याने वर पाहिले. नृत्यनायक पायऱ्या चढून वर आला होता व आपल्या सन्मानाची वाट पाहत होता. लाल गरुड शरीर सावरत उठला व थरथरत्या हातांनी पिसांचा मुकुट त्याने नायकाच्या डोक्यावर ठेवला व आपला ताईत त्याच्या गळ्यात अडकवला.

ती अधिकारचिन्हे उतरताच लाल गरुडाला अवघड कवच उतरवल्याप्रमाणे एकदम मुक्त वाटले. त्याने शांत राहण्याची खूण करताच भोवतालच्या माणसांचे शब्द अर्धेच विरले. शांततेची लाट खाली उतरत रात्रीच्या उत्सवाची धुंदी आत्ताच चढलेल्या माणसांपर्यंत पोहोचली व त्यांनी अत्यंत नाखुषीने मद्यपात्रे बाजूला ठेवली. लाल गरुड म्हणाला, ''आता मी ही चिन्हं उतरवत आहे, ते पर्जन्यनृत्यानंतरचं कर्तव्य म्हणून, असं तुम्हांला वाटेल; पण माझ्यापुरतं बोलायचं झाल्यास मी ती कायमची खाली उतरवली आहेत, कारण मला आता पूर्ण मुक्त व्हायचं आहे!''

एरवी अत्यंत निर्विकार असलेल्या वृद्धांचे चेहरेदेखील थरथरले व त्यांच्या विझत चाललेल्या डोळ्यांत विस्मय दिसला. नृत्यनायकाने तर किंचित पुढे होऊन काहीतरी बोलण्याचा आविर्भाव केला, तोच लाल गरुडाने त्यास थांबवले.

''तुम्हांला हे सारं विलक्षण वाटेल हे मला माहीत आहे. ही चिन्हं जमिनीवर ठेवून चालत नाहीत, ती पवित्र केलेल्या माझ्या वेदीवर किंवा कोणाच्या तरी अंगावरच ठेवावी लागतात, या गोष्टीचा मला विसर पडला नाही. नायक तर एका रात्रीपुरताच अधिकारी

आहे. मग उद्या काय होणार, असा प्रश्न तुमच्यापुढे असेल. आज जर माझा मुलगा इथे असता तर मी माझी वस्त्रं त्याला आनंदानं दिली असती; पण तसं होणार नव्हतं. गेली कित्येक वर्षं त्याच्या पाऊलखुणादेखील आपणाला माहीत नाहीत. परंतु सध्या अधिकाराचा प्रश्न नाही. मला आयुष्यात एकदा अगदी काळजाच्या रक्तानं बोलायचं आहे, कारण आता माझं संपलं; माझे आता फार दिवस उरले नाहीत.''

अंग अगदी सुरकतून गेलेला एक वृद्ध म्हणाला, ''घरटं बांधायलादेखील एखादी चिमणी आता माझी हाडं नेणार नाही, तरी मी एवढा जगलो! तू तर अद्याप हजारो सूर्य मैदानापलीकडे ढकलशील!''

''माझ्या शरीराकडे नुसतं पाहू नका,'' खिन्नपणे लाल गरुड म्हणाला, ''पोसलेल्या कंदाप्रमाणे ते पुष्ट आहे; केस पांढरे झाले असले तरी त्यांच्या मुळांत अद्याप प्राण आहे. पण आता माझा काळ संपत आला आहे; कारण मी चारच दिवसांपूर्वी कवटीच्या चेहऱ्याचा माणूस पाहिला आहे!''

त्याच्या शब्दांनी सर्वत्र अशुभ छाया पडल्यासारखे झाले. कारण, कवटीचा माणूस आला की तो ज्याला दिसतो त्यालाच नव्हे, तर त्याच्याबरोबर आणखी एकाला घेऊन जातो, हे साऱ्यांनाच माहीत होते. तेथील वृद्धांच्या काळजात तर चर्र झाले व आता बोललेला वृद्ध उगाचच इतरांच्या जास्तच जवळ सरकला.

''म्हणून अद्याप वेळ आहे, तोपर्यंत माझं मन उघडं करून मला तुमची क्षमा मागायची आहे. तुमची मनं गरुडाच्या पंखासारखीच विशाल, राजस आहेत आणि तुमच्या दंडांत आभाळातील विजेचं सामर्थ्य आहे; पण इतकी वर्षं मी तुमची क्रूर प्रतारणा केली. तुमच्या प्रेमावर, रक्तावर मी आळीसारखा पुष्ट झालो. विशेष म्हणजे मी अत्यंत अधमपणे तुमच्या अज्ञानाचा फायदा घेतला. तुम्हांला प्रकाश दाखवण्याऐवजी मी तुमच्या डोळ्यांच्या पट्ट्या जास्तच आवळल्या. आणि हे सारं कशासाठी? तर माझा क्षुद्र शोषक जीव पोसण्यासाठी! जर तुम्ही आता तसा निर्णय दिलात, तर या कड्यावरून उडी घ्यायला मी तयार आहे; कारण आता मी माझ्या जीवनाविषयी अत्यंत उदास आहे. जे भांडं तडकलंच आहे, त्याला आणखी काही काळाचं लिंपण लावून काय होणार आहे? पण त्या प्रायश्चित्तानं तुम्ही मुक्त झालात, तुमचे डोळे स्वच्छ झाले, तर मला देहाच्या चिंधड्या उडत असतानादेखील समाधान वाटेल!

''पर्वतापलीकडील सम्राटाच्या आदेशाप्रमाणं तुम्ही तुमचं जीवन जगता, त्या गुलामगिरीत समाधान मानता. आतापर्यंत अनेक अन्यायी क्रूर आदेश आले आणि ते तुम्ही शरणवृत्तीनं पाळले; पण त्या आदेशांच्या सत्यतेविषयी एकालादेखील शंका येऊ नये, इतकी तुम्ही आपली मनं कशी दडपली आहेत? पण आता त्या अदृश्य बंधनातून मुक्त व्हायचा क्षण आला आहे. मी तुम्हांला सांगतो, तो सगळा प्रकार म्हणजे जाणीवपूर्वक केलेली एक निर्लज्ज प्रतारणा होती. मी त्या खडकाजवळ जाऊन बसत

असे, तेदेखील क्षुद्र स्वार्थासाठी; स्वतःची कातडी बचावण्यासाठी! मला कसलाही आदेश येत नसे, सम्राट माझ्या तोंडून बोलत नसे; एवढंच नाही, तर पर्वतापलीकडे कोणी सम्राट खरोखरी आहेच का, याचीदेखील मला शंका वाटत आली आहे.''

त्या शब्दांनी नृत्यनायकाचे शरीर एकदम दंश करण्यासाठी टपलेल्या सर्पाप्रमाणे झाले; पण एका वृद्धाने त्यास किंचित स्पर्श करून आवरले; परंतु कोणत्याही क्षणी आघात करण्यास तयार असल्याप्रमाणे तो भाल्यावर बोटे आवळून तयार राहिला.

''तुम्हांला माहीत आहे, प्रमुखाच्या जिवास धोका आहे म्हणून त्यानं घोड्यावर बसू नये, असा आदेश मी तुम्हांला सांगितला; पण त्याचं खरं कारण तुम्हांला माहीत नाही. इथला कोवळा पोरगा घोड्यावर बसला तर घोडा-माणूस एक होऊन वाऱ्यासारखा धावतो; मांड न बदलता, वेगानं धावणाऱ्या रानबैलाची शिकार करतो. मी तुमचा प्रमुख; जर ते उधळले तर पृथ्वी तडकून जावी अशा उग्र घोड्यांच्या कळपांचा अधिपती! पण मला घोड्यावर बसता येत नाही! घोड्यानं माझ्याकडे सहज नजर टाकली तरी माझे हातपाय शेणाचे होतात. मला हातात शस्त्र धरता येत नाही व स्वतःच्या अंगातून रक्त वाहण्याच्या नुसत्या कल्पनेनंदेखील मला भोवळल्यासारखं होतं. मग मी शिकारीच्या अग्रभागी घोडा काय दौडवणार? अपमानाचा बदला घ्यायला मी तुमच्याबरोबर युद्धात काय भाग घेणार? माझं शांतिप्रेम हे उघड्यानागड्या भेकडपणाला दिलेलं धार्मिक नाव होतं, इतकंच. माझा धर्मच भेकडपणातून जन्मला, स्वार्थात वाढला आणि मळकट जळूप्रमाणे तुमच्या रक्तावर जगला; पण असलं गुलामांचं आयुष्य तुम्ही किती दिवस जगणार आहात? तुम्ही सूर्यभंग, पर्जन्यनृत्य करता; असल्या भेसूर खांबाचं पूजन करता. पर्जन्यनृत्य केलं म्हणून पाऊस येतो, असं का तुम्हांला वाटतं? तो तुमचा भ्रम आहे. पावसाळ्याचे दिवस आले की पाऊस येतो. थोडा पुढेमागे होईल, इतकंच. उघड्या डोळ्यांनी थोडं निरीक्षण केलं की उन्हाळा केव्हा संपतो, पावसाळा केव्हा येतो, हे तुमच्यातील अत्यंत मूर्खालादेखील समजेल! त्यासाठी कुठल्या सम्राटाची अथवा प्रमुखाची आळवणी कशाला? मी सातदा पर्जन्यनृत्यास अनुमती दिली आणि प्रत्येक वेळी पाचसहा दिवसांत पाऊस आला; पण वेड्यांनो, त्या घटनेचा माझ्या सामर्थ्याशी काडीचा संबंध नाही आणि पर्जन्यनृत्याचाही नाही. असल्या खुळचट मंत्रतंत्रांनी झाडावरचं फळ खाली पाडता येत नाही आणि तुम्ही थयथय नाचून आभाळातून पाणी खाली आणणार? पर्जन्यनृत्याच्या दैवी सामर्थ्याची तुम्हा कोणाला घमेंड आहे? तर मग भर उन्हाळ्यात नाचा व पाण्याचा एक थेंब आणून दाखवा! जर पावसाळ्याच्या सुमारासच ते नृत्य करायचं तर मग त्यासाठी तो कुठला पर्वतापलीकडचा सम्राट किंवा त्याची कृपा हवी कशाला?

''आणि हे काहीच नाही. मी तुमच्या वेडाचारांना उत्तेजन दिलं त्याचं कारण, त्यामुळे मला श्रमांविना ऐषारामात राहता येत होतं, तुम्ही केलेल्या शिकारीचा पहिला

भाग मला आयता मिळत होता, माझ्या आज्ञेची वाट पाहत अनेक सेवक माझ्या तैनातीला हजर असत. पर्जन्यनृत्यं करणार ते तुम्ही! ती करा म्हणून सांगायला मला कसली तोशीस पडत होती? तुम्ही पन्नास नृत्यं करा; तुमच्या डोळ्यांवर जोपर्यंत झापड आहे, तोपर्यंत मला कसलीच भीती नव्हती, कारण डोळ्यांवर कातडी टोपी घातलेला गरुड कोंबडीपेक्षाही दुर्बल असतो!

''अशी मी तुमची प्रतारणा केली; तसं करत मी पुष्ट झालो; पण ती प्रतारणा क्षुद्र वाटावी असं एक कृत्य मी केलं आहे. ह्र मी तुमच्या आधीच्या प्रमुखाचा, फार दिवसांनी परत आलेला मुलगादेखील नव्हे!''

या शब्दांनी तर साऱ्या जमातीवर आघात झाल्यासारखे झाले. काहीजणांची झिंग तत्काळ ओसरली व ते त्याच्या रोखाने पुढे उसळले.

''थांबा, सारं ऐकून घ्या व मग तुम्हांला काय करायचं ते ठरवा,'' लाल गरुड कणखर स्वरात म्हणाला, ''नंतर मला एक शब्दही उच्चारायला वेळ मिळणार नाही. मी एक अत्यंत क्षुद्र माणूस आहे. तोही तुमच्यासारख्याच आणखी एका जमातीचा. अन्नान्न करत भटकत असता, माळावर यातनेनं मृत्युमुखी पडलेल्या झंझावाताच्या खऱ्या मुलाशी माझी गाठ पडली व त्याच्याकडून मला सारी हकिकत समजली. मी पाठीवर गरुड गोंदवून घेतला, त्याची अंगठी, त्याचा ताईत उचलला. आता तो एका झऱ्याजवळ दगडाच्या ढिगाखाली आहे. तेवढं एकच कृत्य मी माणुसकीनं केलं. मी इथं आलो तेव्हा तुम्ही माझ्या पाठीवरचा गरुड पाहिला व तुम्ही माझा स्वीकार केलात. तुमची मनं सरोवराच्या पाण्यासारखी स्वच्छ, रुंद आहेत. तो फार मोठा विशेष आहे; परंतु तो गुण ठरायला इतर माणसंदेखील तशीच उदार स्वभावाची असावी लागतात, नाहीतर तो शुद्ध भाबडेपणा ठरतो, धारदार सुरीला आलिंगन दिल्याप्रमाणं होतं. गरुडाचं चित्र तुम्हांला पुरेसं वाटलं; पण गरुडाचं चित्र कुत्र्याच्या पाठीवरदेखील गोंदवता येतं; पण म्हणून का तुम्ही त्याला भाऊ म्हणत त्याच्या गळ्यात गळा घालणार? भव्य गुणांच्या धुंदीत माणसानं जेवढा मूर्खपणा दाखवला आहे, तेवढा गावठी कच्च्या मद्याच्या धुंदीतदेखील दाखवला नसेल! आता तरी डोळे उघडा, तोंडातील प्राचीन लगाम काढून टाका. बलवान दंडाच्या माणसासारखे जगू लागा. मुक्त होण्याचा हा तुमचा क्षण आहे, मग माझं काहीही होवो!

''आता माझं बोलून झालं आहे.''

गेला काही वेळ अनिवार वाढत चाललेला प्रक्षोभ आता एकदम उतू आल्यासारखा झाला आणि समोरील जमाव नासून फसफसल्याप्रमाणे त्याच्याकडे उसळून आला. कोणीतरी एक दगड वेगाने लाल गरुडाकडे फेकला व त्याच्या आघाताने लाल गरुडाच्या कपाळावर रक्ताची धार लागली.

नृत्यनायक तत्काळ उडी मारून वर आला व कर्कश आवाजात ओरडला, ''आता

जर पिसांचा मुकुट तुझ्या डोक्यावर असता, तर या क्षणी माझं शरीर बळी देऊन मी तुझं रक्षण केलं असतं. म्हणजे मला तुझ्याविषयी करुणा वाटते म्हणून नव्हे, तर या पवित्र मुकुटाविषयी मला आदर वाटतो म्हणून! परंतु मुकुटाशिवाय तू म्हणजे एक क्षुद्र जीवाणू आहेस. तू आमचा विश्वासघात केलास; पण तुझं अक्षम्य पाप म्हणजे तू आमच्या अतिपवित्र प्राचीन धर्माचा धिक्कार केलास. तुझ्यासारख्याला आता कठोर मृत्यूखेरीज प्रायश्चित्त नाही!'' नायकाने आवेशाने कमरेची रुंद सुरी काढली व तिने लाल गरुडाच्या दोन्ही गालांवर खोल ओरखडे काढले.

त्याच्या शब्दांना इतरांनी रानटीपणाने ओरडून दुजोरा दिला. तोच घोळक्यातून दोरीचा मोठा फास थरथरत पुढे गेला व ताठरपणे निर्विकार चेहऱ्याने उभ्या असलेल्या लाल गरुडाभोवती पडला. लगेच एक झटका बसताच फास आवळला गेला व लाल गरुड जमिनीवर आडवा झाला. नायकाने फास टाकणाऱ्या माणसाला खूण करताच त्याचा घोडा धावू लागला व त्यामागून धूळ उडवत, लाल गरुडाचा देह आदळत आपटत ओढला जाऊ लागला.

सगळेजण कोरलेल्या खांबाजवळ येताच दोघांनी त्याला उचलले व त्या खांबास करकचून बांधले. लाल गरुडाचा चेहरा आता ओलसर तांबड्या धुळीने भरला होता व त्याच्या अंगावरील कपड्यांच्या चिंध्या झाल्या होत्या. नायक पुढे झाला व त्याच्यासमोर उभा राहिला. इतरांचे एक गर्द वर्तुळ खांबाभोवती जमले व ते जागच्या जागी पाय नाचवत दीर्घ आर्त आवाजात घुमू लागले.

''अजूनही तुला जीव वाचवायची संधी आहे,'' नायक म्हणाला, ''तुझे मलिन शब्द काहीही असले तरी तू पर्जन्यनृत्यं यशस्वी केलीस, याबद्दल आम्हांला कृतज्ञता आहे. मद्य, वार्धक्य किंवा पिशाचबाधा यामुळे तुझ्या तोंडून हे अभद्र शब्द गेले, हे कबूल कर. तुझा प्राण वाचवण्यात येईल; परंतु तुला इथं स्थान मिळणार नाही. तुला चार दिवस पुरेल एवढं अन्नपाणी मिळेल व तुला दरीत टाकण्यात येईल आणि नंतर जर पुन्हा तू या ठिकाणी आलास, तर तुझ्या छातीत शिरणारा पहिला बाण माझा असेल!''

लाल गरुडाने बोलण्याचा प्रयत्न करताच प्रथम चुळकाभर रक्त आले. त्याचा अडथळा दूर करत तो घोगऱ्या ताणलेल्या आवाजात म्हणाला,

''मला मद्य, वार्धक्य अथवा पिशाचबाधा, कशानंच ग्रासलं नाही. उलट, या क्षणी माझं मन जेवढं स्वच्छ नितळ आहे, तसं आयुष्यात पूर्वी कधीही नव्हतं. मी जे बोललो ते पूर्ण विचारानंच बोललो आहे. त्यावर मी चार दिवस सतत विचार करत होतो, रात्रीच्या रात्री माझा डोळा लागला नाही. सर्व परिणाम ध्यानात घेऊनच मी हा निर्णय घेतला आहे. तुझे बाण असो, तुझ्या सुऱ्या असो, आता मला मरणाची भीती वाटत नाही! पण मी अत्यंत स्पष्ट शब्दांत पुन्हा सांगतो, पर्वतापलीकडचा सम्राट ही कोरड्या झालेल्या म्हाताऱ्या बायकांची एक भाकडकथा आहे! तुमची नृत्यं वेडगळपणाची आहेत!

निसर्गाचं चक्र अविरतपणे फिरत असतं. पावसाळा येतो तो तुमच्या नृत्यांनी खूष होऊन नव्हे किंवा तो येतो ते तुम्ही अत्यंत सद्‌गुणी, निसर्गाचे लाडके आहात म्हणून नव्हे. तुम्ही केवळ पावसाचा उपयोग करता इतकंच. तुम्ही तुमची आडदांड नृत्यं थांबवलीत किंवा तुम्ही सारेच नष्ट होऊन गेलात, तरी पावसाळ्यात पाऊस हा निर्विकारपणे पडत राहीलच!

''हे माझे शब्द मी पुन्हा उच्चारतो; पण एका बाबतीत मात्र मी चुकलो. मला वाटलं होतं, या अदृश्य बेड्या हातांवरून पडताच निदान एकाला तरी मुक्त वाटेल. मला त्याबद्दल कृतज्ञता नको होती, कारण आता मी त्यापलीकडे गेलो आहे. कृतज्ञता नव्हे, तर निदान एकाला तरी मुक्त केल्याचा आनंद मला हवा होता; पण हातापायांत या अवजड बेड्या शतकानुशतकं घालून तुम्ही इतके अपंग झाला आहात, की आता त्यांच्याशिवाय चालणं तुम्हांला अशक्य वाटतं. तुमच्या झापडी काढून मी तुमच्या डोळ्यांवर प्रकाश टाकला; पण त्यामुळे स्वच्छ दिसण्याऐवजी तुम्हांला पूर्वीचा काळोखच जास्त प्रिय झाला. एकंदरीनं मुक्तता अशी बाहेरून देता येत नाही, हेच खरं. त्यासाठी आतूनच उकळी यावी लागते. मी तुमची प्रतारणा केली, याचं खरं म्हणजे तुम्हांला दुःख नाही, तर ती प्रतारणा आहे हे दाखवायचं धैर्य मी दाखवलं, याचा तुम्हांला संताप आहे. तुम्ही अज्ञ आहात; पण आपण अज्ञ आहोत हे जाणण्याचं पहिलं पाऊलदेखील तुम्हांला उचलता येत नाही, इतके तुम्ही अपंग, क्षुद्र होऊन बसला आहात! मी तुम्हांला काही शिकवू शकलो नाही; पण ही गोष्ट मात्र मी स्वतः या क्षणी शिकलो!''

नायकाच्या चेहऱ्यावर संताप धगधगला. तो म्हणाला, ''म्हणजे तू मृत्यूच स्वीकारला आहेस तर!'' तो इतरांकडे वळला व त्याने आज्ञा दिली, ''याच्या अंगात पाच ठिकाणी अणकुचीदार हाडं ठोका आणि त्या प्रत्येक खुंटीस रानबैलाची एकेक कवटी अडकवा!''

हाडाचा पहिला खिळा अंगात शिरताच शरीरातील साऱ्या शिरा एकदम प्रज्वलित झाल्यासारखे त्याला वाटले व त्याचे वृद्ध दुबळे शरीर निश्चेष्ट झाले. काही वेळाने जाणीव अंधुकपणे परतली, तेव्हा किंचितही हालचाल करताच सारे अंग पिळल्यासारखे होत होते व चारपाच ठिकाणी मांसात वेदनेचे वणवे पेटले होते. काहीजण त्याच्याभोवती अर्धवर्तुळात रेंगाळले व त्याच्या अखेरच्या क्षणाची गिधाडांप्रमाणे वाट पाहू लागले. आता वेदना इतक्या असह्य होऊ लागल्या होत्या, की अखेरचा क्षण आला, की लाल गरुडाने त्यांच्यापेक्षाही जास्त उत्साहाने, एखादे निळे राजस फुलपाखरू बोटावर बसू द्यावे, त्याप्रमाणे त्याचे स्वागत केले असते.

परंतु आता अचानक सारेच गोठल्यासारखे झाले. सर्वत्र आवाजाची शपथ घातल्याप्रमाणे शांतता होताच, काहीतरी विलक्षण घडले आहे, याची लाल गरुडाला जाणीव झाली. त्याने अति कष्टाने डोळे उघडले; पण त्यावर सारा जमल्याप्रमाणे मलिन झालेल्या डोळ्यांतून त्याला पलीकडचे दिसेना; पण काहीतरी विलक्षण घडले होतेच.

कड्याच्या कडेला असलेल्या अरुंद पाऊलवाटेने एक माणूस येत होता. त्याच्यामागे त्याचे काळेपांढरे घोडे असून, त्याच्यावर दोन्ही बाजूंना दोन पेट्या व इतर सामान होते. घोड्याचा लगाम हातात घेऊन तो सपाटीवर आला, त्या वेळी त्याची छाती भात्याप्रमाणे धपापत होती. त्याने पांढऱ्या ठिपक्यांचा निळा हातरुमाल काढला व चेहरा पुसला. तो पुढे येऊ लागताच सगळ्यांच्या गारगोटी नजरा त्याच्यावर खिळल्या व तो नृत्यनायकासमोर उभा राहीपर्यंत त्याच्याबरोबर सरकल्या.

"प्रवासी, तू कोण आहेस? तुझं या ठिकाणी काय काम आहे?" नायकाने विचारले.

नवा माणूस नम्रपणे हसला व म्हणाला, "मी प्रवासी नाही. मी कोणी परका, परदेशी नाही. मी अगदी देशी, याच मातीचा आहे." त्याने उत्कटपणे खाली वाकून मूठभर माती उचलली व आदराने कपाळाला लावली. "माझा बाप कुठं आहे? आता तू प्रमुख झाला आहेस का?"

"मी प्रमुख नाही. हा पर्जन्यनृत्यानंतरचा एका रात्रीचा मान आहे; पण मी तुला दोन प्रश्न विचारले आहेत."

"तुझं नाव पश्चिम वारा आहे, नाही?" नव्या माणसाने उलट विचारले.

नायकाने चटकन सुरी काढली व त्याच्या छातीवर रोखली. "तुला माझं नाव कसं माहीत?"

किंचितही न भेदरता नव्या माणसाने त्याचा हात बाजूला केला. "म्हणजे तूदेखील मला ओळखलं नाहीस? वीस वर्षांत माणूस इतका बदलून जातो? तू बदलला आहेस की मी बदललो आहे?"

नायकाने त्याच्याकडे रोखून पाहिले व मान न वळवता मागे हात दाखवला व म्हटले, "इतकी वर्षं आमची फसवणूक झाली! पाहिलंस? आणि आता तोच प्रसंग तू पुन्हा आणतोस? शेकोटीतील निखाऱ्यानं हात भाजला की पाण्यातील मासा फुंकून घेणारा मी माणूस आहे!"

"तुझा सावधपणा अत्यंत योग्य आहे," नवा माणूस म्हणाला, "मी त्याबद्दल तुझं कौतुकच करतो. तुम्ही मला तत्काळ स्वीकारावं असा अडाणी आग्रह मी धरत नाही. सहा महिने, वर्षभर मला तुमच्यात अत्यंत सामान्यपणे राहू दे, माझी योग्य ती परीक्षा घ्या, एवढीच माझी तुमच्यासमोर प्रार्थना आहे; पण तू एकदा रानात घुंगऱ्या नाग चावला म्हणून डाव्या हाताचं एक बोट तोडून घेतलं होतंस ह्न"

नायकाने नकळत चार बोटांची डावी मूठ उघडली व मिटली. ते पाहून नवा माणूस आत्मविश्वासाने हसला. "आपणालादेखील थोरल्यांनी शिकारीला न्यावं म्हणून तू गालात आडवी सुई खुपसून दोन दिवस रुसून बसला होतास. नदीकाठच्या बैलासारख्या खडकावर आपण रक्तबंधू झालो आणि कुऱ्हाडींची अदलाबदल केली. अस्वलाला

मागून मिठी मारून त्याची शिकार करणारा पश्चिम वारा गोगलगाईंना अतिशय घाबरत असे...''

आवेगाने नायक पुढे झाला व त्याने मित्रास मिठी मारली. ''तू फार, फार उशिरा आलास!'' तो म्हणाला.

''मी ज्या प्रदेशातून आलो, तिथे पाऊस ओतत आहे. माझा एक घोडा नदीत वाहून गेला आणि नदीला उतार मिळेपर्यंत मला थांबावं लागलं.''

''तू फार उशिरा आलास, इतकंच नव्हे, तर फार अशुभ क्षणी आलास!'' नायक म्हणाला, ''तुझ्या जिव्हारी लागेल अशी बातमी तुला ऐकावी लागणार आहे! काही वेळापूर्वी तुझा बाप प्रमुख होता; पण आता तो प्रमुख नाही. मधल्या काळात काहीतरी उत्पात घडला. तो आता अत्यंत भीषण असा पापी आहे. त्यानं पर्वतापलीकडील सम्राटाचा धिक्कार केला. तो आमच्या पवित्र धर्मावर थुंकला आणि आता तो मृत्यूच्या क्षणाची वाट पाहत आहे. त्याला केल्या कर्माबद्दल दुःख नाही, पश्चात्ताप नाही आणि त्याला पापाची जाणीव नाही.'' तो वळला व त्याने पुन्हा खांबाकडे हात दाखवला.

मित्राचा चेहरा वेदनेने आकसला. तो तत्काळ खांबापाशी आला व लाल गरुडासमोर उभा राहिला. तो येताना त्याच्या मागोमाग काहीजण निघाले, तेव्हा नायकाने इशारा करून त्यांना थांबवले.

मित्र लाल गरुडासमोर उभा राहिला व म्हणाला, ''प्रमुख आणि जन्मदात्या, मी परत आलो आहे.''

ग्लानी दूर करत लाल गरुडाने डोळे उघडले व त्यांच्यात क्षीण चमक दिसली.

''तू आलास? पण तू फार उशिरा आलास! जर तू काल आला असतास, सकाळी आला असतास तर हा प्रसंग उद्भवला नसता. मी तुला सारी दीक्षा दिली असती, कानमंत्र सांगितला असता आणि सारं नाटक पुन्हा तसंच अखंड चालू राहिलं असतं. पण मी अगदी एकाकी पडलो. मला सगळे मुखवटे घालून मृत्यूला भेटण्याचं धैर्य होईना. मी आता वेदनेनं तुटत आहे; पण निदान स्वच्छ मनानं, माझ्या खऱ्या चेहऱ्यानं मरत आहे. त्या बुद्धिमंद माणसांना कसलीच जाणीव झाली नाही, ही गोष्ट निराळी; पण मी साऱ्या कपटनाट्यातील दोरे त्यांना स्पष्ट दाखवले, एवढं मात्र समाधान मला आहे!''

''प्रमुख, फार मोठा वेडेपणा केलात तुम्ही!'' मित्र म्हणाला, ''ही माणसं अंध, वेडी नाहीत. त्यांची फसवणूक झाली नाही. फसवणूक झाली ती तुमची! तुम्ही स्वार्थासाठी आदेश निर्माण केले, असा तुम्ही गैरसमज करून घेतलात; पण पर्वतापलीकडे खरोखरच सम्राट आहे. येथील नृत्यं तिथं नोंदली जातात; तुम्ही जे जे केलं, ते ते सारं चामड्यावर कोरून तिथं ठेवलं आहे, अगदी शब्दन् शब्द. एवढंच नाही, तर अन्य काही करण्याचं तुम्हांला स्वातंत्र्यच नव्हतं!''

''पण ते आदेश तर मला कधीच मिळाले नाहीत!'' अधीरपणे लाल गरुड म्हणाला.

‘‘इथं कायकाय घडत आहे याची पूर्ण माहिती सम्राटाला आहे. त्यामुळे तशी आज्ञा प्रत्यक्ष न देता जर तुम्ही त्याच्या इच्छेप्रमाणंच कृती करत होता, तर आज्ञा पाठवण्याची तसदी कोण कशाला घेईल?’’

‘‘म्हणजे मी जे जे केलं, ते निव्वळ सम्राटाची तशी इच्छा होती म्हणून तर! शिकारीतील पहिला भाग मला मिळावा हेदेखील?’’

‘‘होय, तेसुद्धा. एवढंच नाही, तर स्वतःला अनेक स्त्रिया असाव्यात, इतरांनी केलेल्या शिकारींची मूल्यवान कातडी तुम्हांला मिळावी, प्रमुखाच्या सान्निध्यात कोणी दहा हातांच्या अंतरावर आलं, तर अपराध्याचा उजवा हात छाटणं, तुमच्या अपरोक्ष रात्री वर्तुळं करून हलक्या आवाजात बोलत राहिल्यास पायांची बोटं छाटणं ह्न या साऱ्या आज्ञा चामड्यावर कोरलेल्या मी पाहिल्या आहेत,’’ मित्र म्हणाला व त्याने अपेक्षेने सभोवार पाहिले; पण सोबत येणारी माणसे मागच्या मागेच राहिली हे पाहून तो थोडा निराश झाला.

पण लाल गरुडाचे डोळे विस्फारित झाले व त्यांच्यात अंगार दिसला. आपले सारे बळ ताणत तो म्हणाला, ‘‘तुझा धिक्कार, धिक्कार असो! तू जर या क्षणी आला नसतास, येऊन माझ्याशी बोलला नसतास, तर थोड्याच अवधीत मी समाधानानं मेलो असतो. आतापर्यंत मी यांची फसवणूक केली, एवढ्या लोकांच्या आयुष्याशी मन मानेल तसा क्रूर खेळ केला, त्यांना मी बाहुल्यांप्रमाणं नाचवलं या भ्रमात मी होतो आणि आता तू येतोस आणि सांगतोस, की नाचवणारा निराळाच होता. मी सूत्रधार असण्याऐवजी त्यांच्यासारखंच आणखी एक, पण जास्त अहंमन्य, जास्त भ्रमिष्ट असं एक क्षुद्र बाहुलंच होतो! निर्दया, जरा विचार करून पाहा. प्रत्येक जमातीच्या सद्गुणांच्या कल्पना निरनिराळ्या असतील; पण त्या त्या जमातीपुरता त्या सद्गुणांवर रात्रंदिवस इतका भर दिला जातो, की बालपणापासूनच आपलं मत त्या साच्यांचाच आकार धारण करतं, त्याच विचारांचं गुलाम बनतं. म्हणूनच त्याच्या अनुरोधानं आपल्या आवाक्यातलं एखादं सत्कृत्य करायला फारशी बुद्धी किंवा धैर्य लागत नाही. जिथं म्हातारी माणसं पिढ्यान् पिढ्या ‘सदैव सत्य बोलावे’ असा आक्रोश करत असतात, त्या ठिकाणी खरं बोलायला कसली बुद्धी किंवा धाडस लागणार आहे? ओहळात काडी टाकली की ती वाहत जावी किंवा गवत दिसलं की बैलानं तोंड घालावं, असलं ते निर्बंध आचरण! पण त्या वातावरणात एखादं पापकृत्य करायला मात्र असामान्य सामर्थ्य लागतं. आतापर्यंतचे सारे संस्कार नेटानं उलटावे लागतात, पिळदार मनानं स्वतःची एक मुद्रा आयुष्यावर उमटावी लागते; वेगवान प्रवाहाच्या उलट दिशेनं जाताना जो लागतो, तो सगळा कडवेपणा या वेळी पणाला लागतो. म्हणून तर सारे धर्म पापी किंवा गुन्हेगार यास भयंकर मानतात, कारण तो त्यांच्या मायावी इंद्रजालातून निसटलेला असतो, त्याच्या द्रोहातच त्या त्या धर्माच्या विनाशाची बीजं लपलेली असतात. या ठिकाणीच पाहा. इथं शब्दांच्या

पावित्र्याला महत्त्व आहे, तर मी इथं येण्यापासूनच त्यांची प्रतारणा केली. शिकारीतील, युद्धातील शौर्य मोलाचं आहे, ते मी क्षुद्र केलं. स्वजातीयांविषयी स्नेहबंध पवित्र आहेत, तर मी लहरीप्रमाणे त्यांचे हातपाय छाटले. पर्जन्यनृत्य पवित्र आहे, तर त्याच्याकडे पाहून मी कुत्सिततेनं हसत आलो. या डोळस, दीर्घ द्रोहावर मी माझं जीवन घडवलं, स्वतःमध्ये अहंकारी आदर निर्माण केला. अरे, या ठिकाणी मी उपरा झालो. मला कूळ नाही की परंपरा नाही; पण या प्रत्येक पापकृत्यानं मी स्वतःला जन्म दिला, स्वतःला घडवलं, स्वतःला अभिमान दिला. माझ्या एरवी रित्या, उपऱ्या जीवनात तो एकमेव माझा आधार होता आणि आता त्या कवटीच्या माणसाप्रमाणंच तू माझ्यापुढं अनाहूत उभा राहिलास आणि माझं जीवन चिरडून टाकलंस. माझ्या हातून जी काही सत्कृत्यं घडली, ती जर सम्राटाच्या प्रेरणेनं घडली असं तू मला सांगितलं असतंस, तर मला त्याचं काहीच वाटलं नसतं. तसली कृत्यं शिकवलेल्या जनावराप्रमाणं दुबळी, निर्बुद्ध माणसंदेखील करतात; पण माझं प्रत्येक पापकृत्य म्हणजे माझ्या स्वत्वाची खूण होती; मी जगत आहे आणि जगत असलेला मी हा कोणीतरी स्वतंत्र आहे, याची मी माझ्या अंगठीनं केलेली निशाणी होती. ह्न हे सारं तू उधळून लावलंस. शेवटी मी ठरलो एक बुजगावणं ह्न वाऱ्याच्या स्पर्शानं ज्याची लक्तरं कधीतरी फडफडली, असलं एक दरिद्री बुजगावणं! माझ्या शरीरात शिरलेला सर्वांत टोकदार खिळा शेवटी प्रत्यक्ष माझ्या पुत्राकडून यावा, ही तुझ्या त्या सम्राटानं माझ्या शेवटच्या क्षणी टाकलेली विजयी थुंकीच आहे! आता क्षुद्र माणसा, इथून चालता हो! तुझा चेहरा माझ्या डोळ्यांपुढं नको, तुझा शब्द माझ्या कानांवर नको ह्न''
लाल गरुडाचे शरीर एकदम थरथर कापू लागले व ओठांमधून रक्त उसळून छातीवर पसरताच त्याचे अंग सैल पडू लागले व त्याची मान खांद्यावर लोंबकळली.

इतर माणसे मागेच राहिली हे एका दृष्टीने बरेच झाले असे मित्रास वाटले. तो विसकटलेल्या चेहऱ्याने नायकापाशी आला व क्षणभर स्तब्ध उभा राहिला. नंतर तो म्हणाला,

''शेवटच्या क्षणी त्यानं माझ्याजवळ पश्चात्ताप व्यक्त केला. वार्धक्याच्या भाराखाली आपलं मन तडकून गेलं म्हणून आपल्या पवित्र धर्माचा अधिक्षेप करण्याचं पाप आपल्याकडून घडलं, हे त्यानं मान्य केलं. पण या पापाबद्दल त्याला मृत्यूचं प्रायश्चित्त मिळालं आहे. माझ्या पित्याला क्षमा करा असं तुम्हांला सांगायला माझ्यापाशी शब्द नाहीत; पण त्याला आता तुम्ही विसरून जावं, एवढीच माझी प्रार्थना आहे!''

नायकदेखील व्यथित मनाने स्तब्ध राहिला. ते पाहून एक वृद्ध पाय ओढत त्याच्यापाशी गेला व त्याच्याशी हलकेच कुजबुजला. त्यावर नायक विषण्णतेने म्हणाला,

''आता जमातीला प्रमुख नाही. सूर्य क्षितिजावर आला की मुकुट माझ्या डोक्यावरून खाली उतरेल. जन्मतःच माझी आई मेली, म्हणून मला तरी तो कधी

कायमचा प्राप्त होण्याची शक्यता नाही. माझा मुलगा मोठा झाला तर त्याचं नशीब. मी प्रमुख होणार नाही; पण प्रमुखाचा बाप होणं अशक्य नाही. परंतु आता तुलादेखील ते स्थान मिळणार नाही. कारण वार्धक्यानं का होईना, तुझ्या बापानं धर्माची विटंबना केली; पण विशेष म्हणजे तो उपरा होता आणि तू अर्ध्या रक्तानं त्याचा आहेस.''

मित्राने अतिशय नम्र शब्दांत म्हटले, ''माझ्या शूर मित्रा, तुझे शब्द मला पूर्णपणे मान्य आहेत. प्रमुख व्हायचा अधिकार मला उरला नाही. माझी तशी महत्त्वाकांक्षाही नाही. एक साधा सेवक म्हणून मी माझ्या घरी परतलो आहे, एवढंच आपण समजू. मला प्रमुख करण्याची गोष्टच आता आपण बाजूला सारू. मला तुम्ही तुमच्यातील एक म्हणून जरी स्वीकारलंत, तरी मला धन्य वाटेल. ते देखील तत्काळ, या क्षणी नव्हे. वर्ष-सहा महिने जाऊ देत, तुमच्या दृष्टीत मला तावूनसुलाखून निघू दे. मग तुम्ही आपला निर्णय द्या. त्या वेळी जर मी नकोसा असेन, तर याच पाऊलवाटेनं मी जसा आलो तसाच जाऊन परागंदा होईन.'' त्याने थांबून थोडा विचार केला व म्हटले, ''पण मला थोडं सांगायचं आहे. मी काही वर्षांपूर्वी नाहीसा झालो, तेव्हाच मला माझ्या बापाचं कपट समजलं होतं. हा माणूस या मातीचा नव्हे हे मी ओळखलं होतं. त्याच्या या पापासाठी प्रायश्चित्त घेण्यासाठीच मी बाहेर पडलो आणि मी अत्यंत कठोर प्रायश्चित्त घेतलंही. मी बर्फासारख्या नदीत चोवीस तास गळ्यापर्यंत बुडून राहिलो. काखेत दोर बांधून स्वतःला झाडाला टांगून घेतलं व सात दिवस, सात रात्री उपवास केला. खडकाळ, काटेरी पायवाटा तुडवत मी पर्वत ओलांडला आणि अनेक यातना सहन करत सम्राटाच्या सभेत गेलो ह्न''

त्याचे शब्द ऐकताच भोवतालच्या निर्विकार चेहऱ्यांवर विस्मय दिसला. नायक पुढे सरकला व त्याने उतावीळपणे विचारले, ''तू सम्राटाच्या सभेत गेला होतास? तू सम्राटास प्रत्यक्ष पाहिलंस?''

आपल्या शब्दांनी अपेक्षित परिणाम झाल्याने मित्रास समाधान वाटले; पण विनयाने त्याने मान किंचित खाली केली व म्हटले, ''मित्रा, पावसाची सर येताच उगवणाऱ्या हजारो गवताच्या पात्यांसारखा मी! सम्राटाचं प्रत्यक्ष दर्शन घडण्याचं भाग्य मलाच काय, कोणत्याच मानवाला असेल असं मला वाटत नाही; पण मी त्याच्या सभेत हिंडलो. मी त्याचे रत्नखचित आसन पाहिलं आहे. त्या भव्य सभागृहात आपल्या धर्माची अनेक चित्रं लावली आहेत आणि अनेक ठिकाणी, 'हा धर्म अतिश्रेष्ठ आहे, या साऱ्या विश्वात त्यास तोड नाही; त्याचे अनुयायी सम्राटास विशेष प्रिय आहेत' असे सम्राटाचे प्रत्यक्ष शब्द चितारले आहेत.''

मित्राच्या या शब्दांनी तर भोवतालच्या माणसांनी हर्षाने जयजयकार केला. नायकाच्या चेहऱ्यावरसुद्धा समाधान दिसले; पण त्याने इतरांना शांत राहण्याचा इशारा केला.

“मी प्रायश्चित्त घेतलं, यातना भोगल्या, ते सारं माझ्या बापाच्या पापासाठी! मला सम्राटाकडून माझ्यासाठी क्षमा हवी होती. मी एका राजदूताकरवी प्रार्थना केली व डोळ्यांत प्राण घेऊन तीन दिवस, तीन रात्री सभागृहाच्या उंबऱ्यापाशी तिष्ठत राहिलो. मग माझ्या भाग्याचा क्षण आला. सम्राटांनी माझ्या बापाच्या पापाची क्षमा तर केलीच; परंतु माझ्यात त्याचं अर्धं रक्त असल्याबद्दल मलादेखील क्षमा करून माझं रक्त तुमच्याइतकंच शुद्ध केलं.”

नायक काही वेळा स्तब्ध राहिला; पण नंतर त्याचे डोळे किंचित बारीक झाले व चेहऱ्यावर अविश्वास दिसला. तो म्हणाला, “माणसाला जीभ एकच असते; पण काही वेळा तो सापाच्या जीभेनं बोलतो. सम्राटानं तुला शुद्ध केलं, याबद्दल तुझ्याजवळ काही पुरावा आहे? ताईत, कातड्यावरचं चित्र?”

मित्र हसला व नायकाला म्हणाला, “मित्रा, तू वीरच नव्हे, तर अत्यंत बुद्धिमानही आहेस. तुझा विश्वास मिळवण्यासाठी बोललेला शब्दन् शब्द खणखणीत वाजला पाहिजे याची मला जाणीव होतीच. तुला शहाणपणाचा डोळा आहे. मला सम्राटाकडून तसलं काही चिन्ह मिळालं नाही. ते मिळालं असतं तर मी धन्य झालो असतो; पण सम्राटाची कृपा आभाळासारखी आहे, त्याचं प्रेम सागरासारखं आहे. तुम्हांला माहीत आहे, सम्राटाचं सामर्थ्य एवढं आहे, की तो घनगर्जना निर्माण करतो व त्यातील वीज घेऊन तिचा महान बाण करतो. तिचा स्पर्श होताच वृक्ष जळून जातात.”

“होय, तो समोरचा वृक्ष असाच एकदा जळाला. मी त्या वेळी ह्व” इतका वेळ काहीच बोलायला न मिळालेला वृद्ध सांगू लागला; पण मित्राने त्यास अधीरपणे थांबवले व म्हटले,

“सम्राटानं मला चांदीचा किंवा चामड्याचा तुकडा दिला नाही, तर मला तेच अस्त्र प्रत्यक्ष दिलं.”

“म्हणजे तुला काळे ढग एकमेकांवर आदळून वीज निर्माण करता येते की काय?” पूर्ण अविश्वासाने नायकाने विचारले.

“ते प्रत्यक्ष अस्त्र सम्राटाच्याच महान सामर्थ्यशाली हातात शोभेल. ते आपल्या हातांना पेलवेल तरी का? ते जसंच्या तसं मला कसं मिळेल? पण मला त्याच जातीचं अस्त्रं मिळालं आहे. सरोवराच्या एका थेंबात त्याची भव्यता नाही; पण दोहोंतील पाणी तेच असतं.”

“डोळे बोलल्याखेरीज पश्चिम वारा विश्वास टाकत नाही!” नायक निश्चयाने म्हणाला.

आता ऊन उतरू लागले होते. कोरलेल्या खांबाची सावली लांब होत त्यांच्यापर्यंत आली होती व त्याच्यामागील क्षितिजापर्यंत पोहोचलेला सपाट भाग, सोन्याच्या समुद्रासारखा झाला होता. लाल गरुडाच्या अंगावर आता माशा घोंघावू लागल्या होत्या

व त्याची मान खांद्यावर दुबळेपणाने पडली होती. बाजूला बऱ्याच अंतरावर निष्पर्ण वृक्ष उभा होता. त्यावरील साल काही ठिकाणी सोलून गेल्यामुळे काही भाग एखाद्या भीषण जनावराच्या मांस स्वच्छ केलेल्या हाडासारखा दिसत होता. तिकडे पाहत असतानाच आभाळात सावलीचा तुकडा मोठा होत आला. झाडाच्या टोकाजवळ येताच विशाल पंख दोन वाव रुंदावले व एक गिधाड अलगद खाली उतरले. त्याने पंख अंगाशी आवळून घेतले. अवजड अंगात रुतलेल्या आकड्याप्रमाणे दिसणारी बिनपिसांची मान त्याने जास्तच वाकडी केली व आता कसलीच घाई नसल्याप्रमाणे ते बसून राहिले.

''ते गिधाड पाहिलंस?'' मित्राने नायकास म्हटले, ''तुमच्यापैकी कोणी बाणानं त्याचा वेध घ्याल का?''

भोवतालच्या माणसांनी गिधाडाकडे नजर टाकली व ती अंग चोरून उभी राहिली. नायक म्हणाला, ''मला येणार नाही ह्व आणि मला येणार नाही म्हणजे इथं कोणालाच येणार नाही. माझा बाण तिथपर्यंत जाणारच नाही. तो वाटेतच वृद्ध होईल.''

त्यावर मित्र आत्मविश्वासाने आपल्या घोड्याजवळ गेला व त्याने खोगिरात अडकवलेली बंदूक काढली. तो नायकाजवळ परत आला व म्हणाला, ''मग आता काळजीपूर्वक पाहा.''

त्याने नेम धरला व चाप ओढला. नळीतून वीतभर जाळ दिसला व जमीन तडकल्यासारखा आवाज झाला. त्याबरोबर नायक दचकला व एक पाऊल मागे सरकला. इतर माणसे मागच्या मागे सैरावैरा धावली. एकदम चकित झाल्याप्रमाणे गिधाडाचे डोळे फाकले, त्याचे अवजड गोळ्यासारखे अंग डळमळले व काळवंडलेल्या वृक्षाचे काळे फळ पक्व होऊन पडल्याप्रमाणे ते खाली आदळले.

आता नायक नम्रपणे पुढे झाला व त्याने मित्राच्या खांद्यावर हात ठेवला. ''तुझी जीभ सच्ची आहे,'' तो म्हणाला, ''सम्राटानंच अस्त्र देऊन तुला क्षमा केल्यावर आमची काहीही शंका नाही. सूर्य वर आला की हा मुकुट हक्कानं तुझाच आहे,'' व त्याने मान किंचित लववली.

भोवतालच्या स्त्रियांमधून कोणीतरी घुंगूर हलवल्याप्रमाणे कोवळा मधुर स्वर काढला. त्यात एकेक भर टाकत अनेक स्त्रिया गाऊ लागल्या. मग त्यात पुरुषांच्या रुंद, भरदार आवाजांची भर पडली व पाहतापाहता स्वरांचा एक दीर्घ गोफ होऊन गेला.

नायकाने बंदूक घेण्यासाठी हात पुढे करताच मित्र म्हणाला, ''मित्रा! मला क्षमा कर. त्या शस्त्राला इतरांचा हात लागता कामा नये, अशी माझ्याकडून शपथ घेण्यात आली आहे. माझ्या इतर सामानास इतरांनी स्पर्श केला तरी चालेल; पण हे सतत माझ्याजवळ राहील. आभाळात पूर्ण चंद्र असता आणि चंद्रच नसता मला त्याच्यापुढे नृत्य करायचं असतं आणि ते नृत्य अत्यंत गुप्त असतं. त्या पेट्या व इतर सामान मात्र कोणीतरी उचलून नेऊ दे.''

दोघा जवानांनी पेट्यांसह सामान उचलले व संथपणे पण अखंड गात असलेल्या मिरवणुकीत खडकातील पायऱ्या चढत, मित्र अगदी वरच्या सुशोभित घरात आला. तेथे सर्वत्र नजर फिरवता त्याला स्पष्ट समाधान वाटले. त्याने पेट्या आत घेतल्या व बंदूक काळजीपूर्वक वेदीवर ठेवली. सारी माणसे हळूहळू नाहीशी झाली व आता सर्वत्र शांत वाटू लागले. आता फक्त नायक त्याच्या शेजारी राहिला. मित्र बाहेर आला व त्याने खाली दृष्टी टाकली. आता त्या विशाल मैदानावर खांबाला बांधलेला लाल गरुड आणि दूर काळवंडलेल्या झाडाखाली पडलेले गिधाड यांखेरीज कसले डाग नव्हते. वाऱ्याचा जोर वाढला व विसकटून विझलेल्या वर्तुळातील राख पदरापदराने दरीकडे जाऊ लागली. आत्ताच दुरून लांडगे, कोल्ही यांचे आवाज अस्पष्ट ऐकू येऊ लागले होते व दरी तर गडद अंधाराने भरून गेली होती.

''आता त्याला शेवटचं स्थान दिलं पाहिजे,'' लाल गरुडाकडे बोट दाखवत मित्र म्हणाला.

''आज मध्यरात्रीनंतर तो तिथं असणार नाही,'' नायक म्हणाला, ''तू आता विश्रांती घे. तुझा प्रवास दीर्घ आणि कष्टाचा झाला आहे; पण अखेर तू आपल्या हक्काच्या घरी आला आहेस. सकाळी हा मुकुट तुझा होईल व मी पुन्हा पश्चिम वारा होईन. पण एक गोष्ट ध्यानात ठेव. मी तुझ्याशी रक्ताची शपथ घेतली आहे. तू उभा अस किंवा माळावर आडवा अस, तुझे डोळे आताप्रमाणं उघडे असू देत किंवा तुझ्या बापाप्रमाणं मिटलेले असू देत; पश्चिम वारा सदैव तुझ्या शेजारी तुझा मित्र म्हणून राहील!'' त्याने मित्राच्या खांद्याला हलकेच स्पर्श केला व तो तडक निघून गेला.

त्याची भव्य, रुंद पाठ पायऱ्या उतरून जाईपर्यंत मित्र त्याच्याकडे पाहत राहिला. मग त्याचा चेहरा एकदम विचारमग्न झाला आणि आज ना उद्या, पण लौकरच आपल्या वाटेतील हा लाल कडा बाजूला केल्याखेरीज आपला मार्ग कधीही पूर्णपणे निर्भय होणार नाही, हे त्याला उमगले व मनाच्या एका खोल कोपऱ्यात निश्चयाने आकार धारण केला.

त्याने हरणाच्या मांसाचा एक तुकडा तोंडात कोंबला व एक रसरशीत फळ हातात घेऊन तो उबदार कातड्यांच्या लोकरी गादीवर पडला. त्याचे अंग सुखाने सैलावले होते व डोळ्यांत तृप्तता होती. त्या फळात दात रुतवत पडल्यापडल्याच त्याच्या मनात एकदम विचार आला : खरेच, लाल गरुडाचा नाहीसा झालेला मुलगा खरोखरीच कसा असेल? आणि आज तो कोठे असेल बरे?

पुनरपि

पोस्टमन गेटापलीकडील रस्त्यावरून सरळ पुढे निघून जाताच आवारात आता सर्वत्र वाढलेल्या गुडघाभर गवतातून वाऱ्याची हालचाल जशी थरकत होती तशी माईच्या मनातून निराशा सरकली आणि तिने एक दीर्घ निःश्वास सोडला. आता रातपाळीचा गुरखा येईपर्यंत या रस्त्याने कोणीसुद्धा फिरकणार नाही. आज सकाळीच तर सगळीकडे तारा पाठवल्या आहेत, तेव्हा आजच संध्याकाळी कोणाकडून पत्रे येतील कशी? ह्व अशी तिने मनाची समजूत घालण्याचा प्रयत्न केला; पण तिला त्या खुळचट दिसणाऱ्या पोस्टमनचा उगाचच राग आला. कोणाकडूनही गेल्या चार महिन्यांत पत्र नव्हते. तेव्हा निदान आज तरी एखादे साधे कार्ड त्याने आणून टाकायला हरकत नव्हती. त्याच्या येण्याची ती दररोज उत्सुकतेने वाट पाहत असे हे खरे; पण त्याचबरोबर तिला त्याचे येऊन जाणे नकोसेही असे. कारण तो एकदा येऊन गेला की मग उरलेली संध्याकाळ विषण्णपणे तिच्या अंगावर धावून येत असे. आता ती विमनस्कपणे तशीच ओसरीवर बसून राहिली. राहणाऱ्या माणसांच्या मानाने एखादे घर अतिशय मोठे असले की त्यावर जी एक उदास, झिप्री कळा येते, ती त्या बंगल्यावर भरून राहिली होती. पूर्वी दादा कानात अत्तराचा फाया ठेवून, जरीकाठी रुमाल बांधून सारवटगाडीतून कोर्टाला जात. घरी नारायण, रत्नाकर, घनश्याम, कांचन या सगळ्यांचा कलकलाटी घोळका चक्री वाऱ्याप्रमाणे भिरभिरत असे, त्या वेळी बंगल्याची भिंतन् भिंत तरणीताठी वाटे. त्या वेळी समोर रंगीबेरंगी बगिचा होता आणि रात्री दहाबारा वाजेपर्यंत येणाऱ्या माणसांच्या वर्दळीने पुढचे गेट सारखे करकरत असे. परंतु आता येथील माणसेच शोषून घेतली गेल्याप्रमाणे सारे शून्य झाले होते. आवाराच्या भिंतीच्या कडेने तर पुरुषभर आघाडा वाढला होता आणि अंगणात सर्वत्र खाज पाने उगवली होती. आवडीने लावलेली अबोली-मोगरीची रोपे तर केव्हाच गुदमरून गेली होती. बाहेर रस्त्यावर अद्याप ऊन अंथरलेले आहे असे स्पष्ट दिसत असतानाच या ठिकाणी हिरवट अंधार धीटपणे बाहेर पडू लागत असे.

माईला वाटले, आता शेवटी येथे उरले काय? तर आपण, आपल्या सांध्यांतील कळा, कित्येक वर्षे अंथरुणाला खिळून राहिलेले दादा, पाऊल टाकावे तेथे एखादी आठवण जागी करणारे हे प्रचंड घर, दिक्कादिक्कातून गोळा करून आणलेली, पण गुदमरत चाललेली किंवा मरून गेलेली आवारातील झाडे...

माई एकदम जागी झाल्यासारखी झाली आणि काळजीपूर्वक ऐकू लागली. तिला प्रथम वाटले, दोनचार दिवस तोच विचार मनात घोळत असल्यामुळे आपल्याला तसा भास झाला असेल; पण दूर कुठूनतरी, आवारातच पुन्हा एकदा मांजराच्या ओरडण्याचा आवाज ऐकू आला. माईने बसल्याबसल्याच अधीरपणे हाक मारली, ''लाडली!... लाडली!'' पण नंतर आवाजही नाहीसा झाला आणि वाढलेला आघाडा मात्र इकडून तिकडे डोलला.

तो आवाज अस्पष्ट का होईना, एकदा ऐकल्यावर माईला थोडे हायसे वाटले; पण आता तिला तेथे बसून राहवेना. ''सटवी कुठली!'' म्हणत कुरकुरत ती उठली नि सावकाश पायऱ्या उतरून आवारात आली. कितीतरी महिन्यांत ती प्रथमच आवाराच्या या बाजूला फिरकत होती; परंतु बाहेर येऊन गुडघाभर गवतात उभे राहताच भोवती एखादे रानवट हिरवे तोंड एकदम उघडल्याप्रमाणे ती घाबरली. तरीही आता घाई केली नाही तर सारे पाहतापाहता काळवंडेल आणि मग काम आणखी उद्यावर पडेल म्हणून तिने हिय्या केला आणि स्वतःला धीर देण्यासाठी खरबरीत थरथरत्या आवाजात तिने पुन्हा दोनचार हाका मारल्या, ''लाडली!... लाडली!''

पुन्हा तिचा आवाज गवताझुडुपावर शिंपल्याप्रमाणे होऊन ओघळल्यासारखा झाला; पण पायांत पांढरे मोजे घातल्याप्रमाणे डाग असलेली मांजरी कुठूनही बाहेर आली नाही. एकामागोमाग सगळी मुले घराबाहेर पडून निघून गेली, तेव्हा हताशपणे माईने घरात इतर ठिकाणी आतडे चिकटवण्याचा प्रयत्न केला होता; पण पाळलेला पोपट एक दिवस पिंजऱ्याचे दार उघडे पाहून उडून गेला होता. त्याला तर तिने दोनचारदा रक्त येईपर्यंत बोटे फोडून घेऊन ओली डाळ चारली होती. भोवती सोबत असावी म्हणून तिने एकदा चार कोंबड्यादेखील ठेवून पाहिल्या होत्या. त्यांपैकी दोन शेजारच्या अकबर अल्लीच्या काळतोंड्या कुत्र्याने मोडल्या नि ते सोकावून बसले आणि एक दिवस उरलेल्या दोन काहीतरी जिवाणू चावल्यामुळे फुगून आडव्या पडल्या. तेव्हा तिने तो नाद सोडून दिला होता. मग नारायण एकदा सुट्टीत आला तेव्हाची गोष्ट. छोट्या संजीवच्या मागे लागून लाडली घरात आली आणि ऐटबाज, लोकरी पावले टाकीत बिनदिक्कत वावरू लागली. संजीवला तिला काय नाव द्यायचे होते कुणास ठाऊक; पण तो ज्या नावाने हाक मारीत असे, ते 'लाडली' असे काहीतरी वाटे आणि अखेर तेच नाव तिला कायमचे चिकटून गेले. आता तो गोड छोकराही दूर निघून गेला आणि आता तो छोकराही राहिला नसेल. कुवेट? कुठे दिक्काला आहे ते गाव की तो देश? आपली माती

सोडून नारायण तेथेच का जाऊन राहिला देव जाणे!... संजीव निघून गेला खरा; पण लाडली मात्र येथेच राहिली; पण गेले चारपाच दिवस तिचा पत्ताच नव्हता. आता विशेषतः तिची पोटवळ वाढल्याने तर माईचा जीव तिच्याविषयी खालीवर होत होता. कुठे गेली असेल ती? आपली पिले तिने कुठे ठेवली असतील? या ठिकाणी पाहावे तर हजार जागा तरी सोयीच्या होत्या.

माई काळजीपूर्वक पावले उचलीत जुन्या गाडीखान्याजवळ आली. आता या ठिकाणी चांगले पाऊल बुडेल इतकी धूळ साचलेली होती आणि जुनी खोकी, मोडक्या खुर्च्या, मोठे हारे यांनी ती जागा भरून गेली होती. माई बिचकत दारापाशी आली नि तेथूनच तिने लाडलीला दोन हाका मारल्या; पण तेथून काही उत्तर आले नाही, की कसली हालचाल जाणवली नाही. गाडीखान्यामागे लाकडे-कोळशाकरता खोली होती. तिच्यामागे दोन लोखंडी पिंपे आडवी पडली होती आणि सर्वांत मागे जुन्या सारवटगाडीचा गंजून विटून गेलेला सांगाडा होता.

माई सरपणाच्या खोलीकडे जायला म्हणून वळली. बाजूला सावंतवाडीहून मुद्दाम आणून लावलेली आंब्या-चिक्कूची झाडे होती; पण त्यांच्या बुंध्याशी घाणेरी तरारून खांद्यापर्यंत वाढली होती. चिक्कूची फळे घोसाघोसांनी येत, खाली पडून कुजत किंवा माकडांच्या हातून नासवली जात. आंब्याच्या झाडावर अगदी टोकापर्यंत नागाच्या फणीसारख्या पानांचा जळवेल चढलेला पाहून तर माईचा जीव अगदी कासावीस झाला. या वेलाच्या दोरखंडासारख्या पेडांच्या जीवघेण्या पकडीत सापडून दोनचार झाडे आधीच गुदमरून गेली होती. आता उरले होते ते हे शेवटचे झाड! त्याला एवढीशी गोलसर पण साखरेच्या मिटकीसारखी गोड फळे येत. नारायणाचा पोरगा आला होता, तो तर सतत दिवसभर ती फळे चोखीत असे आणि मग त्याचे डागडाग पडलेले कपडे दिवसातून पन्नास वेळा तरी बदलावे लागत. लहानपणी घनश्यामने याच झाडाच्या खालच्या फांद्यांवर फळ्या ठोकून आपले एक छोटे घर केले होते. जरा काही बिनसले की तो तासन् तास त्या ठिकाणी जाऊन आखडून बसे. त्याच घनश्यामने आता हे झाडच नव्हे, तर ही मातीच सोडली नि दूर कलकत्त्याला परक्या मुलीशी संसार थाटला. आता या झाडालादेखील शोष लागल्याप्रमाणे ते कोळपू लागले होते.

माईला लाडली नि तिची टमाम फुगलेली पोटकुळी यांचा क्षणभर विसर पडला आणि ती खिन्न झाली. येथूनतेथून जमा करून आणलेली, कमरेवर घागरी वाहून शिंपलेली ही झाडे आपल्या डोळ्यांसमोरच एकामागोमाग निरोप घेऊन नाहीशी होत आहेत. शेंगेत शिरांचा अजिबात गुंतवळा नसलेला शेवगा खडखडीत वाळून गेला होता नि त्यावरील जुन्या शेंगा रात्रीच्या वाऱ्यात घशातील घरघरीप्रमाणे खडखडू लागल्या होत्या. अचानक उगवून वाढलेल्या सीताफळाच्या झाडाची फळे वाढत खरी; पण नंतर मात्र ती डोंबाऱ्याच्या पोरांच्या डोक्याप्रमाणे बुरसून काळीठिक्कर पडत. चाफ्याची चारही

झाडे आता वांझ होऊन पडली होती. माईला एकदम वाटले, या सगळ्या झाडाझुडपांना पुढची कसली चाहूल तर लागलेली नाही ना? दादांना झटका येऊन ते आडवे खिळून राहिले, तेव्हाच घराचा जिवंतपणा विझण्यापूर्वी थरथरू लागला होता. आता आपण काय, दादा काय, या वाळलेल्या शेवग्यासारखी माणसे! जुन्या आठवणी खडखडत वाट पाहत उभी आहोत झाले! परंतु आपल्यामागे या घराचे, घरातील सामानाचे काय होणार? आपले जुने पलंग, दादांची कायद्याची जाडजूड पुस्तके, चार मुलांचे जन्म पाहिलेला पाळणा, माहेराहून आणलेली चांदीच्या मुठीची फणेरी पेटी... सगळे काही जुन्या बाजारात बेवारशीपणाने पडणार की काय? नाहीतर हे सामान कुठे जाणार? कुवेटला? ते कुठे आहे याचादेखील आपल्याला पत्ता नाही. मुंबई-कलकत्त्याला जागेची एवढी अडचण आहे, की रत्नाकर-घनश्यामला इथली एक वाटीदेखील नको आहे. मग चाळीसपन्नास वर्षे जेथे संसार केला, त्या चार भिंतींचे आपल्यामागे होणार तरी काय?...

माईचे मन दडपून गेल्यासारखे झाले आणि तिला लाडलीचा विसर पडला. शिवाय पायांतून कमरेपर्यंत ती जुनी परिचित चमक लखलखीत लाल तारेप्रमाणे झगमगू लागली होती. माई अर्ध्यावरूनच परतली नि दाराकडे वळली.

पण तिने आत पाऊल टाकताच इतका वेळ दृष्टिआड झालेले चित्र जास्तच उजळपणे समोर जागे झाले. तारा सगळ्यांना मिळाल्या असतील नव्हे? रत्नाकर, घनश्याम उद्यापर्यंत येतील ना? नारायणचा तर प्रश्नच नाही; पण तो आला असता तर बरे झाले असते. मग त्याच्याबरोबर तो संजीव पोरगादेखील पुन्हा एकदा आला असता. ''आमची आजी चांगली आहे, ती मला खजूर देते,'' असे त्याने मागे एकदा मोठ्या अभिमानाने एका शेजाऱ्याला सांगितले होते. संजीव राहिला होता फक्त पंधरा दिवस; पण तेवढ्यात त्याने हे वाड्यासारखे घर डोक्यावर घेतले होते. सगळ्या कपाटांतील डबे कडाकडा काढून काही खायला मिळते का याची त्याने शोधाशोध केली होती. घरातल्या जुन्या खेळण्यांपैकी अर्ध्या खेळण्यांचा चक्काचूर केला होता. खाली गादी अंथरून जिन्याच्या कठड्यावरून घसरत येऊन तो खिदळत धबाधबा पडला होता आणि त्याने सोप्यावरील स्वच्छ पांढऱ्या भिंती अडीचतीन फुटांपर्यंत विलक्षण चित्रांनी भरून टाकल्या होत्या. जायच्या दिवशी सकाळीच त्याने आपण होऊन माईच्या गळ्यात हात टाकले नि तिला आपल्या घरी चलण्याचा आग्रह धरला; परंतु दारात टांगा आला, तेव्हा सारे काही पुसून टाकल्याप्रमाणे आजी-आजोबा, खजूर, खेळणी तो पार विसरून गेला आणि धावत जाऊन उतावीळपणे टांग्यात बसून मागे एकदाही न पाहता निघून गेला. तो असताना माईला पाच मिनिटे अंग टेकायला उसंत मिळाली नव्हती. पोराने आजीच्या आयुष्याचे पिकले फळ करून टाकले होते; पण त्याचा टांगा वळणाआड होताच माईला सगळे घर गौरीच्या शिळ्या आराशीसारखे वाटू लागले होते. माईला खूपदा वाटायचे, एकदा या सगळ्या मुलांच्या घरी जाऊन त्यांचे संसार पाहावेत. कांचनचे ते कोवळ्या

सफरचंदासारखे दिसणारे नकटे गुबगुबीत मूल आता खूप मोठे झाले असेल. रत्नाकरच्या घरी सारे काम विजेवरच चालते आणि शिवाय त्याच्याकडे कपडे धुण्याचे कसलेतरी यंत्रदेखील आहे म्हणे. घनश्यामची मुले तर राहू देतच, पण त्याच्या त्या बंगाली बायकोलाही माईने कधी पाहिले नव्हते. या सगळ्या ठिकाणी एकदा जाऊन यायला हवे होते; पण ते सारे कायमचे राहूनच गेले. आता निदान चांगल्या-वाईट कारणांनी का होईना, एकत्र तरी येऊ द्या एकदा सगळ्यांना!...

पण दादांना ताईविषयी सांगितले हे चुकले का? सांगायला नको होते का?... गेले चारसहा दिवस माईच्या मनात ठसठसत असलेली रुखरुख नको असताना एकदम जागी झाली. 'छट्! सांगितलं हेच बरं झालं! नाहीतर काहीतरी बरंवाईट झालंच, तर शेवटी आपण त्यांची फसवणूक केली अशी आपल्या मनात सतत पिंजणी राहिली असती!' ह्व माईने स्वतःला बजावले; पण त्या पडद्याआड टोचणी मात्र तशीच खुपत राहिली.

पाचसहा दिवसांपूर्वी, ओसरीवर उन्हात ठेवलेले डाळीचे भांडे घेऊन ती आत येत होती, तेव्हा मधेच थबकली. देसाई पाहुण्यांकडचा गडी ह्व दाजी ह्व गेटपाशीच उभा राहून खटखट करीत होता. त्याला पाहताच माईला प्रथम आली ती विलक्षण चीड. काही खायचेप्यायचे असेल तर हा बेरड सांगितल्या वेळेच्या आधी अर्धा तास हजर होत असे; पण काही काम म्हटले की त्याचे खापरतोंड महिनामहिना दिसत नसे. झाडावरील नारळ आणि चिक्कू उतरायचे आहेत म्हणून सांगून त्याला चार महिने होऊन गेले होते. त्यानंतर तो उमडला होता तो आज! आता मात्र त्याला चांगले सडकावे म्हणून माई आवेशाने गेटकडे आली; पण श्वास गोळा करून ठरवून ठेवलेले त्याला चांगले सुनवायला तिला वेळच मिळाला नाही.

"ताईवहिनी काल खलास झाली ह्व रात्री तीनचार वाजता. झालं तर तुम्ही एकदा येऊन जायला सांगितलं आहे मालकांनी," दाजी म्हणाला.

"रात्री तीनचार वाजता?" माई निर्जीवपणे म्हणाली. तिच्या अंगातील शक्तीच गेली आणि तिने गेट घट्ट धरले. निर्विकारपणे मान हलवून ती परतली खरी; पण हिरव्या पसाऱ्यात हिंडताना पायाखालचे काहीतरी निसटून जावे त्याप्रमाणे ती हादरून गेली होती. ही ताईवहिनी म्हणजे दादांची जुळी बहीण होती. येथून अर्ध्या मैलावर तिचे घर होते. घरात संसार म्हणजे हजार मोगऱ्याच्या फुलांसारखा भरगच्च भरला होता; पण ताई मात्र कित्येक वर्षे आपल्या खोलीत गुडघे उंच करून, वाकून, एकाकी बसून होती. तिला दिसत नव्हते की काही ऐकायला येत नव्हते. ती सतत आपल्याशीच बडबडत बसे आणि आपल्याला येथे एकटीलाच टाकून आपली सारी मुले निघून गेली, अशा समजुतीने सारखी तळमळत असे. मुलांनी येऊन तिच्या हातात आपला हात दिला, कानात मोठ्याने ओरडून सांगून पाहिले, तरी ती आपल्या आंधळ्या-बहिऱ्या जगातून काही बाहेर पडत नसे. तिच्याकडे पाहिले की माईच्या पोटात खळगा पडे. तिला वाटे, तुझी

मुलेबाळे भोवती असून तू एकाकी आहेस; माझी मुले दूरदूर ठिकाणी शिंपडली गेली म्हणून मी एकाकी आहे...

दादांची नि ताईची भेट होऊन नऊदहा वर्षे होऊन गेली होती. दादांनीच एकदा फार हट्ट केला म्हणून स्ट्रेचरवरून त्यांना ताईकडे नेले होते. ताईने त्यांच्या हातातोंडावरून हात फिरवून पाहिले. दादांच्या कपाळावरील टेंगुळाला तिचा स्पर्श होताच, पातळ दुधिया काचेच्या दिव्यात प्रकाश दिसावा त्याप्रमाणे तिचा स्वच्छ नितळ चेहरा आनंदाने, ओळखीने उजळला होता. हात तसाच ठेवून ती मूकपणे बसून राहिली; पण तिच्या डोळ्यांतून पाणी पाझरत होते. दादांना परत नेण्याची वेळ आली तेव्हा तिने त्यांच्या चेहऱ्यावर पुन्हा एकदा हात फिरवून बोटे मोडली नि एकदम गाठ मारल्याप्रमाणे बाजूला वळून ती गप्प झाली. ही भेट इतक्या वर्षांपूर्वीची!

आता दादांना अंथरुणावरही हलण्याची शक्ती राहिली नव्हती; पण एकदोन दिवसांआड ते हटकून विचारीत, ''आता कशी आहे तब्येत तिची?'' मग माई किंचित शरमून ''ठीक आहे'' म्हणून सांगे. आता तिच्या तब्येतीत काय फरक पडणार? आता निव्वळ दिवसाला दिवस चिकटवीत बसण्याचा प्रश्न होता. दादांच्या आग्रहामुळे माई तिच्याकरता काहीतरी खास खायला पाठवी; पण जत्रेसारख्या त्या घरात ते सगळे कोणीच्या कोणीच फस्त करी. ताईपर्यंत जरी ते एखादवेळी पोचलेच, तरी आता अगदी हलता न येणाऱ्या भावाकडून ते आपल्यासाठीच आले आहे याचा तिला पत्ताही लागत नसे.

दाजीच्या शब्दांचे ओझे घेऊन माई परतली आणि सरळ दादांच्या खोलीकडे आली. खोलीत आजारीपणाचा कोंदट परिचित वास दाटपणे भरून राहिला होता. दादांच्या पलंगाशेजारी टेबलावर दिवा चोवीस तास जळत ठेवलेला असे. दादांच्या छातीवर वर्तमानपत्राची घडी होती; पण चाळिशीखालचे डोळे मिटले होते. टेबलावर औषधाच्या दोनचार बाटल्या होत्या; पण त्यांच्याही अलीकडे विड्यांचे बंडल आणि तपकिरीची बाटली होती. सगळे डॉक्टर गेले खड्ड्यात! या अवस्थेतदेखील दादांनी विडी, तपकीर आणि वाचन ही आपली तीन व्यसने हट्टाने चालू ठेवली होती. वर्तमानपत्र पंधरा दिवसांपूर्वीचे जुने होते. कारण पंधरा दिवसांपूर्वीच माईने घरात सतत पस्तीस वर्षे येत असलेले इंग्रजी वर्तमानपत्र बंद केले होते. दादांना आता वर्तमानपत्र सतत हातात धरण्याचेदेखील श्रम होत नसत. चार ओळी वाचल्या की डोळे पाझरू लागत. कधीकाळी कोणत्या मुलाकडून पत्र आले की त्यात काय आहे हे कळायला माईला चारपाच दिवस थांबावे लागे आणि शेवटी ''सारं ठीक आहे'' एवढेच सांगून ते गप्प बसत; पण आपण स्वतः वाचण्याआधी ते पत्र माईला देण्याची मात्र त्यांची तयारी नसे. ''एवढं वय झालं, डोकं पिकलं; पण तुमचा हट्ट काही फिकला नाही!'' असे कधीतरी चिडून माईने म्हटले की विरलेले वस्त्र थोडे ताणावे त्याप्रमाणे दादा हसत; पण पत्र मात्र काही केल्या देत नसत.

दादांना असे शांतपणे पडलेले पाहून माईच्या मनाचा कणखरपणा डळमळला. ती टेबलाजवळ आली नि बाटल्यांचा आवाज करीत तिथले जुने अंक, चारपाच पत्रे व्यवस्थित ठेवू लागली. आवाज ऐकून दादांनी डोळे उघडले आणि विरलेल्या, बारीक बोटांनी वर्तमानपत्र बाजूला टाकले. ''औषधाची वेळ झाली वाटतं!'' माई उगाचच म्हणाली. दादांनी श्रांतपणे मान हलवली. चाळिशीची भिंगे अशक्तपणे क्षणभर लखलखली.

माईच्या मनाची तगमग एकदम वाढली. तिला वाटले, कशाला यांना सांगावी ताईची बातमी? त्यांना समजून तरी काय होणार? तिची प्रकृती चांगली आहे असे सांगत आलोच; तसेच पुढे आपण सांगत राहिलो तर काय बिघडेल?... पण दुसऱ्याच क्षणी तिचा विचार बदलला. असे फसवून त्यांचे आयुष्य संपू देण्यात तरी काय अर्थ आहे? ताई कधीतरी जाणार हे त्यांचे त्यांना जाणवले होतेच की नाही? तिचा निर्जीव हात त्यांच्या चेहऱ्यावरून फिरला, त्याच दिवशी त्यांनी माईला म्हणून दाखवले होतेसुद्धा, ''आता ताई फार दिवस जगेलसं वाटत नाही. आमच्यात आधी कोण, एवढाच आता प्रश्न आहे! पुष्कळदा वाटतं, एकदमच आपण इकडे आलो; जातानादेखील एकदमच जावं. एक पुढं गेल्याचं दुसऱ्याला दुःख नको!''

अखेर माईने मन घट्ट केले. ''मी देसायांच्या घरी जाऊन येते,'' ती म्हणाली, ''तोपर्यंत इकडे लक्ष ठेवायला रमेशला, शांताबाईला सांगून जाते. ताईविषयी दाजी नुकतंच सांगून गेला. पहाटे तीनचार वाजता तिचं संपून गेलं म्हणे.''

दादा माईकडे पाहतच राहिले. त्यांनी थरथरत्या हातांनी चष्मा काढला नि डोळे दाबून धरले. ते घोगऱ्या आवाजात म्हणाले, ''मला तिथली एक विडी देतेस का? आणि काडीदेखील तूच लावून दे.''

माईने त्यांना विडी पेटवून दिली; पण ती दादांच्या हातून गळून पडली. त्यांनी ती उचलून मागितली नाही, तेव्हा माईने ती विझवून टाकली. ''म्हणजे तीच पुढं गेली म्हणायचं तर! परमेश्वराला तेच मंजूर होतं! माझी सावलीच कापल्यासारखी झाली बघ!'' दादा अडखळत म्हणाले.

माईने त्यांच्या अंगावरील चादर सारखी केली, टेबलावर तपकीर आणि विड्या त्यांच्या हाताच्या आवाक्यात ठेवल्या आणि दार ओढून घेऊन ती देसायांकडे गेली.

नंतर दोन दिवस दादा निपचित पडून होते. त्यांच्या प्लेटमधील आटवल तसेच अर्धवट राहू लागले. दुसऱ्या खेपेचा चहादेखील त्यांनी बंद केला. काल सकाळी तर कधी नाही ते त्यांनी टेबलावरचा दिवा बंद करायला सांगितले. कितीतरी वर्षे चोवीस तास जळत असलेल्या दिव्यात आता खंड पडला. तो विझताच खोलीतील हिरवट अंधार दादांच्या विरविरीत अंगाभोवती कोषाप्रमाणे लपेटला गेला.

पण माई घाबरी झाली ती काल सकाळपासून त्यांची शुद्ध हरपल्यावर. ती काही

बोलली तरी दादांकडून त्याला एक नाही की दोन नाही. ताईची बातमी समजल्यावर त्यांच्या आयुष्यावर मातलेली जीर्ण वस्त्रेच गळल्यासारखी झाली होती आणि ते आपल्या लहानपणच्या आठवणी असंबद्धपणे बडबडू लागले होते. कुठल्यातरी घरात कॉफीच्या झाडांचे लालभडक बुंद तोडून चोखीत असल्याची आठवण... राजेवाडी नावाच्या कुठल्यातरी खेड्यात ताईबरोबर शेतातच बसून खाल्लेल्या भुईमुगाच्या ओल्या शेंगा... तो कुठलीतरी परीक्षा पास झाल्यावर चार ठिकाणी हात भाजून घेऊन ताईने खास त्यांच्यासाठीच केलेला पहिला स्वैपाक... पण त्यात कशातच मीठ नव्हते. खरवस खाताना तो कितीही ऊन असला तरी, ''हां! त्यावर फुंकू नकोस. नाहीतर वासरू कापड खाऊ लागतं'' अशी ताई देत असलेली दटावणी... पण कोणाचे लक्ष नाहीसे पाहून स्वतः मात्र फुंकर घालून इतरांपेक्षा जास्त खरवस रिचवण्याची तिची मखलाशी... हे सारे बडबडत असताना दादा मध्येच हसत, मध्येच त्यांच्या डोळ्यांत पाणी येई; पण या साऱ्यात माईला कोठेच स्थान नव्हते. तिचे पाऊल दादांच्या घरात पडण्यापूर्वीचे तिला अपरिचित असलेले त्यांचे कुवार आयुष्य तुकड्यातुकड्याने तिच्या कानावर पडत होते. पण काल रात्रीपासून दादांनी काहीसुद्धा घेतले नाही हे पाहताच माईचा उरलासुरला धीर नाहीसा झाला. तिने शांताबाईच्या रमेशकडून कलकत्ता-मुंबईला तारा करवल्या. नारायणाचा तर प्रश्नच नाही. कांचनलादेखील बडोद्याला तार गेली होती; पण ती आपल्या संसारात अडकलेली, परावलंबी. ती कदाचित येणार नाही; पण उद्यापर्यंत मुलगे तरी येतील, भोवती गोळा होतील आणि आपल्याला सावरून धरतील... पण दादांना ताईची बातमी सांगायला हवीच होती का? स्वतःच्या मनाची समजूत घालण्याचा प्रयत्न करूनही माईच्या काळजातली टोचणी काही केल्या थांबेना. ती हलकेच दादांच्या खोलीपाशी आली नि तिने माजघरातला दिवा लावला. त्याच्या प्रकाशाचा एक चौकोनी पट्टा दादांच्या खोलीत पसरत असे. दादा शांतपणे झोपल्यासारखे दिसत होते. ते पाहून निदान काम तरी आवरून यावे म्हणून माई स्वैपाकघराकडे आली. तेथे भांड्यात काढून ठेवलेले दुपारचे अन्न पाहून तिची भूकच संपली. तिने कसेबसे सारे जाळीच्या कपाटात भरून ठेवले, स्टोव्हवर पाणी गरम केले आणि ते थर्मासमध्ये भरून ती दादांच्या खोलीकडे आली.

''तुम्हांला थोडं दूध ऊन करून आणू का?'' तिने हलक्या आवाजात विचारले. दादांनी काहीच उत्तर दिले नाही. ''आज लौकरच झोप लागली की!'' असे म्हणून माईने थर्मास टेबलावर ठेवला.

''यात ऊन पाणी आहे. आणखी काही लागलंसवरलं तर हाक मारा. मी जागीच आहे,'' ती म्हणाली.

दादांनी डोळे उघडून तिच्याकडे पाहिले नि उगाचच मान हलवली. माईने त्यांचे पांघरूण सावरले आणि आता आपणदेखील थोडा वेळ अंग पसरावे की काय याचा ती

विचार करू लागली. आज स्वैपाकघरात काही कामच नव्हते आणि तिची झोपण्याची वेळ अद्याप बऱ्याच अवकाशाने होती. आता हा उदंड वेळ कसा ढकलावा हे तिला समजेना. तिने इकडेतिकडे पाहिले आणि कापडाचा एक तुकडा उचलून ती दादांच्या पुस्तकांच्या शेल्फकडे आली. बऱ्याच दिवसांत त्यांच्यावरची धूळ झटकली गेली नव्हती. शेल्फमध्ये ती कातडी बांधणीची अजस्र पुस्तके थडग्यावरील शिलालेखाप्रमाणे उभी होती आणि त्यांतली काही तर तिला एका हाताने पेलतही नव्हती. तिने त्यांच्यावरील धूळ पुसली, दादांच्या टेबलावर कापड फिरवले आणि मांजराच्या हिरव्या डोळ्यांसारखा दिसणारा पेपरवेटचा गोल पुसून इतका स्वच्छ केला, की तिने तो समोर धरताच डोळ्यांत प्रतिबिंब दिसावे त्याप्रमाणे त्यात तिच्या चेहऱ्याची आकृती उमटली. ती एवढीशी आकृती पाहून तिला गंमत वाटली आणि तिने कौतुकाने तो गोल टेबलाच्या बरोबर मध्यभागी ठेवला. दौतीत शाई नव्हती आणि टाकाचे टोक गंजले होते; पण पाचदहा मिनिटांत दादा खुर्चीवर येऊन बसणार नि कुरूकुरू लिहू लागणार असल्याप्रमाणे तिने दौतटाक पुसून व्यवस्थित ठेवली. शेल्फच्या खालच्या खान्यात इतर पंचवीसतीस पुस्तके बुरसट होऊन वेडीवाकडी पडली होती. तिने त्यांतली चारपाच पुस्तके उचलली आणि त्यांवरून कापड फिरवताफिरवता त्यांनी नावे पाहिली : 'लालन बैरागीण', 'समाजकंटक अथवा वेणू', 'नारायणराव आणि गोदावरी'. लग्न होऊन आल्यावर या घरात प्रथम वाचलेले ते पुस्तक. त्या वेळी त्यातले प्रसंग आठवून तिला रात्रभर मधूनमधून हुंदके येत होते. 'शशांक' ही एक भव्य कादंबरी. तिच्यातील विलक्षण भविष्यकथन, यशोधवल देवांचा विक्राळ सूड, दोन राजकन्यांच्या प्रेमाचा विषय होऊनही शोण नदीच्या वाळवंटात एकाकी, पराभूत मरणारा सोनेरी केसांचा दुर्दैवी शशांक... नंतर 'विलासमंदिर'! 'विलासमंदिर' हे नाव पाहताच तिचे हात थबकले आणि तिला कामाचा विसर पडला. अंधारात हाताला एकदम एखाद्या सापाचे जिवंत वेटोळे लागावे त्याप्रमाणे तिच्या मनात भीती चमकून गेली. हे पुस्तक तिने वाचायला घेतले तेव्हा दादांनी रागावून ते तिच्याकडून काढून घेतले होते आणि बाजूला टाकले होते. ते वाचायला घेतले की घरात कोणी ना कोणी सहा महिन्यांत दगावले होते म्हणे. चाळीसपंचेचाळीस वर्षांपूर्वी वाचायला उचललेले ते पुस्तक; पण त्यातल्या गौतमी आत्याला कोणते गुपित माहीत होते याबद्दलची माईची उत्सुकता अजूनही तेवढीच तीव्र होती. आता तिला वाटले, शेवटची दोनतीन प्रकरणे वाचावीत आणि ते गुपित एकदाचे समजून घ्यावे. फार तर काय होईल? सहा महिन्यांच्या आत आपण मरून जाऊ. पण मरून जायचे म्हणजे नेमके काय होईल? हे हातपाय, डोळे, सारे सोडावे लागतील. समोरचे सारे काही पुसल्याप्रमाणे नाहीसे होईल. बस्स का? साऱ्या आवडीच्या, आतड्याच्या गोष्टी मागेच मागेच राहतील आणि कोठेही कशाशीही संबंध राहणार नाही. प्रकाशाचा एकदेखील ओरखडा नसलेला सगळा अंधार... सारे शून्य. ना राग, ना लोभ, वासना, निराशा, ईर्ष्या... सारे काही निःशब्द,

निश्चल, निर्विकार, अमर्याद, अनंत... माईने झटकन ते पुस्तक शेल्फमध्ये टाकून दिले. पण तिला वाटले, मी मरणाला भिणार नाही. माझे सारे काही बहरून वाढले आहे. आता माझी आसक्ती तरी कसली उरणार आहे? शिवाय मी इतके मृत्यू पाहिले आहेत, की आता मरणाला भ्यायला मी एखादी परकरी पोरगी थोडीच आहे!... पण माईने असे जरी स्वतःला सावरण्याचा प्रयत्न केला होता, तरी तिच्या हातापायांत कंप भरला होता. तिचा हात पुन्हा पुस्तकांकडे वळला नाही.

ती हलक्या पावलांनी जायला वळली. पांघरूण पुन्हा विसकटलेले दिसले म्हणून पुन्हा ते सावरण्यासाठी ती दादांवर वाकली ह्न आणि एकदम चरकून मागे सरली. दादांकडून काहीच हालचाल नव्हती. त्यांचे अंग आखडल्यासारखे झाले होते. माई खुळ्यासारखी पाहतच राहिली. दादांचा एक हात पलंगाखाली लोंबत होता आणि चाळिशी खाली पडली होती. माईने बेभानपणे त्यांचे तळवे चोळले. ऊन कडत पाण्यात कापड भिजवून चेहरा, छाती पुसून पाहिली.

पण दादांचा आता कसल्याच बाबतीत हट्ट उरला नव्हता!

गुडघे मुडपून माई मटकन खाली बसली. तिचा ऊर भरून आला; पण डोळे कधीच आटून कोरडे ठणठणीत होऊन गेले होते. तिला वाटले, उद्या दुपारसंध्याकाळपर्यंत सारी पोरे गोळा होतील हे खरे; पण ते होणार सारे संपून गेल्यावर! एवढा गोकुळाएवढा गोतावळा; पण हे सगळे संपले मात्र एकाकीपणाने, कोणाला काही न सांगता! आणि ते एकाकीपणानेच पाहण्याचे आपल्या नशिबी आले. आतादेखील माईला अपराधीपणाची जाणीव पुन्हा टोचू लागली. ताईविषयी ह्यांना सांगितलेच नसते तर? तर कदाचित येथे आयुष्य वाढले असते? ते कशावरून? असल्या गोष्टी घडायच्या वेळीच घडत असतात. त्या काळ्या शाईने कायमच्या लिहून ठेवलेल्या असतात. हे जे घडणार होते ते याच वेळी घडणार होते. उलट त्यांना जर आपण ताईविषयी सांगितले नसते तर भाबडेपणातच त्यांना आयुष्य संपवावे लागले, ही हुरहुर आपल्या आयुष्याला कायमची चिकटली असती. पण इतक्या दिवसांच्या एकत्र आयुष्यानंतर या वेळी त्यांनी आपल्याला निदान एक हाक तरी मारायला हवी होती. नुसते कोपऱ्यापर्यंत जाऊन यायचे असले तरी माणूस काहीतरी सांगून जाते आणि या वेळी मात्र ह्न या बिनपरतीच्या प्रवासाच्या वेळी मात्र त्यांना एक शब्द बोलायचे कसे सुचले नाही?... की आपली पाठ फिरली असताना त्यांनी आपल्याला हाक मारण्याचा, काही खूण करण्याचा प्रयत्न केला होता?...

माईला तो क्रूर विचार सहन करवेना. बोहले, झगमगीत कपडे, बाळंतपणे, बारशी, मुलांच्या लग्नांतील वराती, सासरी जाताना मुलीने मारलेली, ओल्या चेहऱ्याची मिठी, नातवंडे ह्न या साऱ्यांना घेऊन तिच्या आयुष्याची एक मिरवणूकच कशिदा काढलेल्या चंद्रकळेच्या पदरासारखी तिच्या डोळ्यांसमोरून सरकली. तिची मान खाली गेली नि

साठवलेली वाळू एकदम अटकाव तोडून ओघळू लागावी त्याप्रमाणे ती कोरडे हुंदके देऊ लागली.

तिला जाग आली ती सारे अंग अवघडून गेल्यामुळे. डोक्यात घण पडत असल्याप्रमाणे बद्दड आवाज होत होता आणि मिरचीचा हात लागल्याप्रमाणे डोळ्यांच्या कडेने आग होत होती. माई उठली आणि पलंगाकडे न पाहता बाहेर आली. सांध्यासांध्यात ठणकारा असलेली हाडे उजाडेपर्यंत कोठेतरी पसरून द्यावीत अशी एकच दमलेली भावना आता तिच्यात उरली होती. ती जिना चढून वर आली आणि चाचपडतच तिने अंथरुणावर अंग पसरले. हाडांना आता निवांत आधार मिळाला होता आणि तिला त्यातल्या त्यात बरे वाटले; पण काही केल्या डोळ्याला डोळा लागेना. अंधाराच्या गडद पडद्यावर निरनिराळी चित्रे सरकत होती, कोणाचेही ओठ हलत नसताना कानात शब्द घुमत होते आणि गळा मध्येच चोंदल्यासारखा होत होता. त्यातही एकच प्रश्न सारखा समोर येत होता : आता देसायांकडे कळवायचे तरी कसे? बाहेर अंधार तर दाटून राहिला होता. वाऱ्याची झुळूक आली की अंधाराचीच पाती थरथरल्यासारखी वाटत, अंधाराच्याच शेंगा खडखडत. एखाद्या अजस्र काळ्याच घुबडाने पंख आपटावेत त्याप्रमाणेच जळवेलाने आवळलेल्या आंब्याच्या फांद्या धडपडत. एवढ्यातून गेटाकडे जायचे, या कल्पनेनेच माईच्या अंगावर काटा आला. मग पाठवायचे तरी कोणाला? या वाटेने तर आता रातपाळीच्या गुरख्याखेरीज कोणीसुद्धा येणार नाही.

गुरखा म्हणताच एकदम एखादे ओझे उतरल्याप्रमाणे माईला हायसे वाटले. दणादणा काठी आपटीत, नाल मारलेले बूट बडवीत हा गुरखा रात्रभर हिंडे आणि रात्रीबेरात्री बंगल्यासमोर उभा राहून ''माईजी!'' म्हणून कर्कशपणे ओरडे. दर महिन्याला एक रुपया मागायला तो आला, की त्याच्या जुनाट कातड्याचा केल्याप्रमाणे दिसणाऱ्या बसकट चेहऱ्याकडे पाहून माईला अकारण चीड येत असे; पण आता त्याची आठवण होताच तिला एकदम कृतज्ञता वाटली आणि तिचे अंग थोडे सैलावले. थोड्या वेळाने पातळ उष्ण पेयाप्रमाणे मंद ग्लानी अंगावर चढू लागली आणि पावले उबदार, मऊ वाटू लागली.

परंतु पावलांखालचे मऊ मृदू काहीतरी हलू लागताच मात्र तिची झापड एकदम उडाली आणि ती भेदरून उठून बसली. तिने दिवा लावला नि पाहिले. लाडली तिच्या पायांना खेटून बसली होती आणि रगाच्या घडीलाच लागून तिने आपली चार पिले अर्धवर्तुळाकार मांडली होती.

''अग सटवे! सारं आवार पालथं घातलं की तुझ्यासाठी!'' माई म्हणाली, ''आणि ही काय जागा आहे की काय तुझी पिलावळ ठेवायची?''

एकदम सगळ्याचा तात्पुरता विसर पडून माई थोडी हसली नि दगड हलवताच खाली गवताची कोवळी, पोपटी पाती दिसावीत, त्याप्रमाणे तिच्या मनात कोमल आपुलकी जागी झाली. ती किंचित पुढे सरकली आणि तिने प्रेमाने लाडलीच्या अंगावर

हात फिरवला. याच पलंगावर आपली चार बाळंतपणे झाली; पण या बयेने एका दमातच आपली बरोबरी केली की! ह्व या कल्पनेची तिला गंमत वाटली आणि ही गंमत दादांना सांगितली तर त्यांनादेखील हसू आवरणार नाही असे तिला वाटून गेले.

परंतु दादांची आठवण होताच तिचे हसणे तत्काळ कापल्यासारखे झाले. दादा! आता त्यांच्या बाबतीत कसले हसू किंवा कसल्याच वेदना उरलेल्या नाहीत. खाली एक माणूस संपून गेले आणि येथे वर चार नवे करकरीत जीव जगण्याच्या ईर्ष्येने धावून पुढे आले आहेत! आणि या खेळात आपण कुठे आहोत बरे? दादांच्या हद्दीत की या पिलांच्या बाजूला?... माईला आता एकदम लाडलीचा विलक्षण संताप आला. तिला वाटले, सटवे! अगदी पांढऱ्या पायाची आहेस बघ! तुझ्याविषयी त्यांनी दोनदा चौकशी केली, तेव्हा तू कुठे मसणात जाऊन बसली होतीस कुणास ठाऊक! आणि आता तुझ्या पिलांना जागा करून द्यायला त्यांना स्वतःला बाजूला सरकावे लागले!

परंतु माईचा संताप फार वेळ टिकला नाही. कोणतीच भावना तोलून धरण्याइतके त्राण तिच्यात उरले नव्हते. तिने लाडलीच्या अंगावरून निर्जीवपणे बोटे फिरविली. त्या हताश हालचालीत सारे काही स्वीकारल्याची मूक कबुली होती. या घरात पिलांना जागा करून द्यायला दादांना बाजूला सरकावे लागले असेलही; पण कुणास ठाऊक, दादा काय, आपण काय ह्व आम्ही जन्माला आलो त्या वेळी कोणीतरी बाजूला सरकले असेल. ते कोणीतरी जन्माला येताच आणखी कोणीतरी सरकून जागा करून दिली असेल. लाडली काय, जळवेलाने वेटाळलेला आंबा काय, आपण, दादा, ताई काय ह्व अविरतपणे फिरत असलेल्या विशाल अदृश्य चक्राला चिकटलेली एवढीशी, लहान मुलाच्या टाळूसारखी स्पंदने आहोत झाले! मग त्यात सुख कसले, दुःख कसले, हर्षविषाद, संताप तरी कसला आहे?...

आपला डोळा लागला होता हे पाहून माईला शरमल्यासारखे वाटले. एवढ्यात जर का गुरखा येऊन गेला असेल तर?... तिने घड्याळाकडे पाहिले. त्याची यायची वेळ अद्याप आलेली नव्हती हे पाहून तिला हायसे वाटले. तिने लाडलीला बाजूला केले. आता पुन्हा झोपेने झापड टाकू नये म्हणून तिने एक उशी भिंतीला टेकवली नि तिला टेकून बसताबसता दिवा घालवला. आता दूर कोठून गुरख्याच्या काठीचा आवाज ऐकू येतो की काय याकडे तिचे सारे लक्ष लागून राहिले. ती वाट पाहू लागली.

आता अंधारावर घड्याळाच्या टिकटिकीचे थेंब पडू लागले. एखाद्या जपमाळेत मध्यभागी मोठा मणी यावा, त्याप्रमाणे त्यांच्यात मध्येच अर्ध्या तासाचा ठोका पडून जाई. बाहेर अंधाराने पंख फिस्कारल्याप्रमाणे गवत, पाने, झावळ्या हलत होत्या. जिन्याखाली, जिन्यावर घडलेल्या गोष्टींची निर्विकार नोंद घेऊन चक्र संथपणे फिरत होते.

माईला प्रथम वाटले, हा आपल्या दमलेल्या मनाचाच खेळ आहे; पण नंतर तो आवाज पुन्हा स्पष्टपणे ऐकू येताच बसल्याबसल्याच तिचे अंग बधिर झाल्यासारखे झाले

आणि उरातील धडधड एकदम फुटल्याप्रमाणे कानाभोवती आपटू लागली. जिन्यावर कोणीतरी हलक्या पावलांनी चढत येत असल्याचा आवाज येत होता. आवाज हळूहळू वर आला नि जिन्याच्या टोकाशी स्थिर झाला.

माई क्षणभर गप्प होती. तिचे सारे अंग निर्जीव झाल्याप्रमाणे असहाय पडले होते; पण कापसात सरकीचे बी असावे त्याप्रमाणे त्यात धडधड मात्र जाणवत होती. मोठ्या निश्चयाने तिने हात सरकवला आणि दिवा लावला. आता प्रकाशात कोणीतरी काळाकभिन्न केसाळ माणूस हातात कुऱ्हाडसुरी घेऊन यमदूताप्रमाणे उभा असलेला दिसणार असे तिला वाटले होते आणि त्या कल्पनेने तिचा घसा कोरडा पडला होता; पण जिन्याच्या टोकाशी तिच्याकडे स्थिर नजरेने पाहत आणखी एक मांजर उभे होते. काजळ तेलात कालवून त्याला माखल्याप्रमाणे त्याचा रंग चकचकीत काळा होता आणि लहान हिरव्या हंड्या प्रकाशत असल्याप्रमाणे त्याचे हिरवट डोळे गोल स्थिरतेने चमकत होते.

माईच्या मनातला ताण एकदम ओसरला. जिन्यावर आवाज ऐकताच आपल्या मनात कायकाय कल्पना आल्या हे आठवून तिला हुळहुळल्यासारखे झाले नि ती हसली. शेवग्याच्या वाळलेल्या शेंगा खडखडल्या. हे मांजर अगदी नवे होते आणि ते पूर्वी कधी पाहिल्याचेदेखील माईला आठवत नव्हते.

'म्हणजे मालक एकंदरीनं आपला नवा संसार पाहायला आले आहेत तर!' ती स्वतःशीच म्हणाली.

पण तीदेखील एक मांजरीच आहे हे ध्यानात येताच मात्र माई चरकल्यासारखी झाली. या मांजरीच्याही पोटाचा आकार भरदार, गोलसर दिसत होता. माईच्या मनात पूर्वीची भीती पुन्हा जागी झाली; पण आता तिला प्रचंड, भीषण अनामिक भुताप्रमाणे आकार आला होता. एखाद्या विशाल गुहेत अगदी कोपऱ्यात अंग चोरून उभे राहावे, त्याप्रमाणे तिचे सगळे आयुष्य अगदी एवढेसे होऊन बचावासाठी पवित्रा घेऊन राहिल्याप्रमाणे झाले आणि माई डोळे विस्फारीत त्या मांजरीच्या हिरवट डोळ्यांकडे पाहत राहिली.

रस्त्यावर दूर कोठेतरी काठी आपटल्याचा, नालबंद बूट दगडावर आदळल्याचा आवाज ऐकू आला आणि झिपऱ्या फरफरत, पावले आदळत अंधारच इकडे येत असल्याप्रमाणे तो जवळजवळ येऊ लागला. गेटपाशी येताच गुरख्याने आरोळी दिली, "माईजी!... माईजी!"

माईने उठण्याची मनातल्या मनात खूप धडपड केली. तो आवाज पुढे जाऊ लागताच त्याला हाक मारून थांबवण्यासाठी तिने घसा ओढला; पण शब्दच संपल्याप्रमाणे खरखरीपलीकडे आवाज फुटला नाही आणि त्या हिरव्या गोलात काहीतरी लिहिलेले डोळे ताणून वाचण्याचा प्रयत्न करीत असल्याप्रमाणे, माई त्या मांजरीकडे हताशपणे पाहत गप्प, निर्जीव बसून राहिली.

र त्न

कुत्सिततेने हसत असलेल्या माणसांच्या घोळक्यातून तो कसाबसा निसटला व गावच्या वेशीबाहेर आला. त्या वेळी त्याचे केस अस्ताव्यस्त झाले असून अंगावरील वस्त्रांच्या चिंध्या झाल्या होत्या. मध्येच एकदा ठेचाळून पडल्यामुळे कपाळावर ओलसर लाल रेषेत रक्तधार वाहत होती. ती पुसण्याकरता तो रेंगाळला, तेव्हा एक दगड वेगाने त्याच्याकडे आला व त्या आघाताने त्याचे मस्तक बधिर झाले. जमलेल्या माणसांच्या हसण्यामुळे व्रात्य मुलांना उत्तेजन मिळाल्यासारखे झाले व पहिल्या दगडामागोमाग दगडांचा वर्षाव सुरू झाल्याने तो आंधळेपणाने धावत सुटला.

"तुम्ही त्याला असं निर्दयपणे का छळता?" एका प्रवाशाने जमलेल्या माणसांपैकी एकास विचारले.

"असल्या वेड्या माणसाला गावात ठेवून करायचं तरी काय? त्याला म्हणे कधीही न अंधारणारं, झळझळीत रत्न हवं आहे!" प्रवाशाला उत्तर मिळाले.

"काय दुर्दैव आहे! पण एवढ्यासाठी तुम्ही त्याची हत्या का करणार आहात?" प्रवाशाने विषादाने म्हटले, "चमकणारा एखादा रंगीत काचेचा तुकडा तुम्ही त्याला दिलात तरी त्याच्या दुबळ्या मनाचं समाधान होईल."

"परंतु ती इतकी का सहज कथा आहे?" त्याला एकाने उत्तर दिले, "त्याचा पिता येथील ग्रामप्रमुख आहे. हत्तीच्या पायांना सोन्याचे तोडे घालू शकेल इतका तो धनाढ्य आहे. त्यानं या वेड्या माणसापुढे विविधरंगी जातिवंत रत्नं पसरली; पण याचा ध्यासच जगावेगळा आहे. नजरेसमोर रत्न धरलं की त्यातील तेजामुळं आपलं सारं अंतरंगही उजळून निघालं पाहिजे असा याचा आग्रह आहे. त्याला आता अन्नावर वासना नाही, त्याला घराची ओढ नाही, की सुखभोगाची लालसा नाही. तेव्हा त्याच्या पित्यानंच त्याला परागंदा करण्याची आज्ञा दिली आहे. जर आम्ही त्याला आता या परिसरात आश्रय दिला तर आम्हांलाच आश्रय राहणार नाही!"

तो धावत तसाच मार्ग तोडत पुढेपुढे जात होता. तो एका वळणापाशी पोहोचला, तेव्हा त्याने एका वृक्षाआड राहून भयाने विस्फारित झालेल्या डोळ्यांनी मागे वळून पाहिले. आता त्या पीडकांपैकी कोणी दिसत नव्हते, हे पाहून त्याचे क्षुब्ध मन क्षणभर विसावले व त्याने चेहऱ्यावरून हात फिरवून उष्ण रक्ताची धार पुसली. त्याने शिणून गेलेले पाय पसरवले व वृक्षाला टेकून तो स्तब्ध बसून राहिला.

अगदी शेजारीच पावलांचा आवाज झाला हे त्याला जाणवलेच नाही; पण दुसऱ्या क्षणी अंगाभोवती आवेगाने मिठी पडताच तो दचकला व एकदम जागे झाल्याप्रमाणे त्याने बावरून पाहिले. त्याच्या आईने त्याला मिठी मारली होती व तिच्या वयस्क डोळ्यांतून अश्रूंच्या धारा वाहत असून तिचे ओठ थरथरत होते.

''तुझा मार्ग आता निराळा झाला आहे. तुझ्या प्रवासात आता मला मात्र काहीच स्थान उरलं नाही!'' ती रुद्ध स्वरात म्हणाली, ''आज पुन्हा एकदा नाळ तुटली. यापुढे तुझा प्रवास असाच अंतापर्यंत चालू राहील. कदाचित तू परतलासच, तरी तोपर्यंत माझा प्रवास संपलेला असेल. तेव्हा या प्रसंगी तू माझी एक भेट स्वीकार.'' तिने अंगावरील पदराच्या एका टोकात बांधलेली गाठ फाडली व ती त्याला देत सोबत एका स्वच्छ वस्त्रात बांधलेला द्रोण तिने त्याच्यासमोर ठेवला.

''यापुढे तुझ्या भ्रमंतीत तुझ्या वाट्याला येईल ते केवळ रानफळ; तुझ्याविषयी काहीच ओढ न वाटणारं वाहत्या झऱ्याचं पाणी; कोणाचंही तितक्याच निर्विकारपणे स्वागत करण्यास सदैव सज्ज म्हणूनच मनात अगदी निष्प्रेम अशा वृक्षांची छाया आणि आपणा सर्वांचाच शेवटचा निवारा असलेल्या भूमीची शय्या! तेव्हा जाण्याआधी हा शेवटचा बाळघास घेऊन जा!''

त्याच्या मनातील कोलाहल क्षणभर शांत झाला व तो विस्मयाने म्हणाला, ''परंतु हे अन्न मला किती काळपर्यंत पुरणार?''

तिने आपले थरथरणारे हात नैराश्याने मागे घेतले. ती म्हणाली, ''मी दिलेलं काहीच, मी तुला दिलेलं रक्तामांसाचं शरीरसुद्धा, तुला प्रवासाच्या अंतापर्यंत पुरणार नाही. मी तुझ्या जीवनाची जशी सुरुवात करून दिली, त्याप्रमाणे या प्रवासाचीही सुरुवात करून देत आहे, इतकंच. तुझ्या प्रवासाची सारी यातना तुलाच एकाकी सहन करावी लागेल.''

''आणि या पदराच्या तुकड्यात काय आहे?''

''त्या पदरानंच मी प्रथम तुझे नवे कोवळे ओठ पुसले होते. त्या तुकड्यात आहे आपल्या माजघरातील चिमूटभर माती! तुझ्या सदैव चाललेल्या दिंडीप्रवासात तुला कधीतरी असह्य यातना होतील, परक्या जनांच्या गर्दीत तुला एकाकी वाटेल, पायांतली शक्ती जाऊन ते केळीचे काले होतील, मन हताश होऊन आत सगळी राख भरून गेल्यासारखं तुला वाटू लागेल. त्या क्षणी कदाचित झालीच तर तुला तुझी माय, तुझी माती यांची आठवण होईल; कदाचित होणारही नाही; पण असला क्षण आलाच तर

तुझ्या सन्निध असावी म्हणून ही एक खूण आहे. आता जाते मी! तू घरापासून अतिदूर आलास व तुझ्या मागोमाग मीदेखील फरफटत इथपर्यंत आले, हा माझाही एक वेडा प्रवासच होता; पण इकडे येताना त्यात नैराश्याची तरी विलक्षण ओढ होती. आता मी परतीच्या वाटेवर असताना माझा ऊर रित्या खळग्यासारखा राहील. परतीचा प्रवास करताना नेहमीच उरात राख भरूनच यावं लागतं; पण प्रवासाला निघतानाच यासाठी देखील मन घट्ट करून पाऊल उचललं पाहिजे. आता तू तुझ्या मार्गानं जा, मी माझ्या परतवाटेनं माघारी जाईन!''

ती निघून गेली त्या क्षणी त्याला रात्रंदिवस नजरेसमोर दिसणाऱ्या झळझळीत तेजस्वी रत्नाचा विसर पडला. त्याचा कंठ निःशब्द झाला व तिच्या मागोमाग माघारी जाण्यासाठी त्याची पावले अनावर झाली; परंतु मन शिळेसारखे करून हा क्षणिक मोह त्याने आवरला व अतिकष्टाने आपली पावले विरुद्ध दिशेला वळवली.

एखादा अदृश्य हात अविरतपणे एक धागा ओढत असावा, त्याप्रमाणे त्याच्या पायाखालील मार्ग सरत होता. तापदायक उन्हात आता उत्तरायुष्याची तृप्त सोनेरी कळा आली व तीही नाहीशी होऊन आभाळ स्वतःशीच हरवून गेल्याप्रमाणे अलिप्त, उदास दिसू लागले. अंधार स्पष्ट दिसू लागला, त्या वेळी त्याच्या पायांतील त्राण संपला व त्याने शिणलेल्या डोळ्यांनी सभोवार पाहिले. तो आता एका प्राचीन भग्न मंदिराशेजारी उभा होता. मंदिराचा गोपूर कोसळून त्याचे शिलाखंड खाली अस्ताव्यस्त पसरले होते व त्यांवरील आकृती भग्न दगडी आरशातील प्रतिबिंबाप्रमाणे दिसत होत्या. मंदिराशेजारच्या रथागारात आताच मध्यरात्रीचा अंधार दाटला होता; पण त्यातही रथाची भग्न चक्रे व उमळून पडलेली तोरणे अस्पष्ट दिसत होती. पावले ओढत मंदिराच्या पायऱ्या चढून तो वर आला. प्रवेशद्वारापाशी स्तंभांवर धनुर्धारी द्वारपालांच्या आकृती होत्या व पालन करण्याजोगे काही उरले नसतानाही त्या त्याच निश्चल उत्कटतेने उभ्या होत्या. समोरील तोरणावर अनेकदल पुष्पावर अधिष्ठित असलेली एक भव्य मूर्ती होती.

तो आत आला व त्याने हातातील द्रोण एका मूर्तीच्या तुटलेल्या हातावर अडकवला. त्याने एक निःश्वास सोडला व शीतल अशा शिलाभूमीवर अंग पसरले. मंदिराच्या परिसरात दोन गाईंच्या मागोमाग एक वृद्धा आली. तिने त्याच्याकडे क्षणभर ओझरती नजर टाकली व अदृश्य भाराखाली वक्र झालेले शरीर सावरत ती निघून गेली. मंदिरावरून एक कावळा उडाला व आपल्या पंखांच्या हालचालीने तलम संधिप्रकाश रानवटपणे छेदत असल्याप्रमाणे कर्कश आवाज करत समोरील चाफ्याच्या झाडात नाहीसा झाला. हळूहळू अंधार गडद झाला व त्यात चाफा, मंदिराचे स्तंभ, रथागार सारे अदृश्य झाले. मधूनमधून चाफ्याच्या पानांची फडफड मात्र शिडकावल्याप्रमाणे ऐकू येऊ लागली आणि सगळ्या परिसरावर आणखी एका रात्रीचे अनिवार्य आवरण चढले...

आणि त्याची पावले त्याच अधीर तृष्णेने तशीच सदैव चालत राहिली. गोपुरांच्या

आणि महाद्वारांच्या शिलाखंडांच्या कणाकणात शिल्पाकृती साठवणाऱ्या भव्य मंदिरांचा, विविध पुष्पांच्या सुगंधाने कुरवाळलेला प्रदेश; क्षितिजापर्यंत अमर्याद पसरलेल्या सागराची सुवर्णकणांसारख्या वाटणाऱ्या वालुकेच्या तीराशी होणारी शुभ्र संगमरेषा व तिच्या फेनील काठचे अजस्र पक्ष्याच्या पंखांसारखे अतिपर्ण असलेले तालवृक्ष; अहोरात्र उष्ण ओलसर वाफेचे उच्छ्वास उमटत असलेले, सर्वत्र हिरव्याच रंगाचे, एकरंगी भीमसामर्थ्याचे उग्र वनप्रदेश; त्यांतील हिरव्या रंगात एकदम वेदनेचे व्रण दिसावेत त्याप्रमाणे लखूकन दिसणारे लाल-पिवळे पक्षी आणि वृक्षांच्या राक्षसी फांद्यांवरून नीरवपणे सरकत त्यांना एकामागोमाग विझवत जाणारे अजस्र चित्रसर्प; जळत असलेल्या पावलांखालीच सावलीचा तुकडा सांभाळत शिरावर प्रज्वलित अग्निकुंड घेऊन तुडवत जावा लागणारा रखरखीत मरुप्रदेश; अंगातील उष्ण रक्तदेखील गोठवणारा, सर्वत्र विशाल शववस्त्र पसरल्याप्रमाणे हिम पसरलेला, ऐन माध्यान्ही चंद्रप्रकाश दाखवणारा, परंतु विविधरंगी मोरपंख विस्तारल्याप्रमाणे प्रकाशरंगाची शोभिवंत माया रात्री प्रकट करणारा हिमप्रदेश; जेथे अनेक शतके वैभव नांदले, परंतु जेथे आता एखादे भग्न देवालय, एकाकी उरलेला जयस्तंभ, प्रासादांचे करुण अवशेष यांविना काहीच उरले नाही अशा काळाच्या जर्जर स्मृतीसारखी वाटणारी शापित महानगरे... या साऱ्यांच्या विस्तृत पटावर त्याची पावले अनिवार्य अतृप्त अशा ओढीने चालत राहिली आणि श्रमाने त्याच्या शरीराची लक्तरे झाली. या अखंड भ्रमंतीत त्याला रत्ने दिसली नाहीत असे नाही. शुभ्र प्रकाश स्वीकारून परत देताना सहस्ररंगी सौंदर्य अर्पण करणारे अप्सरानेत्र; गवताच्या पात्यालादेखील हिरव्या रेषेचे सौम्य जीवन जगायला जेथे स्थान नाही अशा वणव्यासारख्या वालुकामय प्रदेशालाही आदिवसंतांचे हरितवैभव देण्याचे सामर्थ्य असलेले मरकत; विश्वाच्या अंत्यदिनी तांडवनृत्याने दिशा कोसळत असता अग्नी आणि रक्त यांचा वर्षाव होत असल्याचे रुद्रतेज दाखविणारे शोणित रत्न; एखाद्या इंद्रजाल-जगताचे गवाक्ष असल्याप्रमाणे वाटणारे व्याघ्रनेत्र; सारे हलाहल एका बिंदूत केंद्रित झाल्याचा भास निर्माण करणारे नील शिवकंठ आणि क्षणात सुवर्णतेजाचा दाहक स्फोट होईल असे भय निर्माण करणारे ब्रह्महृदय ह्र ही सारी त्याने अति आशेने उचलली होती व आत्यंतिक निराशेने भिरकावली होती. त्या कोणत्याही छद्म रत्नात त्याला हवा असलेला प्रकाशात्मा दिसला नव्हता.

आणि या दैवदत्त प्रवासात केवळ प्राप्त झाली होती, ती गलित शरीरावर अनेक ठिकाणी झेललेली दण्डचिन्हे! अनेक निर्दय व्यक्तींनी त्याच्या विक्षिप्त आचाराबद्दल संतापाने उमटवलेल्या द्वेषमुद्रा! त्याच्या मस्तकावर गोपुरांच्या प्रदेशांतील जनांनी केलेले तीक्ष्ण शस्त्रांचे आघात होते, त्याच्या दंडावर मरुप्रदेशांतील लोकांनी दिलेले तप्त धातूंचे व्रण होते आणि हिमप्रदेशांतील क्रूर रहिवाशांनी त्याच्या डाव्या हाताची बोटे छेदली होती.

आता त्याची गात्रे जर्जर झाली होती व एका ठिकाणी स्थिर राहण्याची वेदना असह्य होत असल्यामुळे त्याची पावले अतिश्रमाने पुढे सरकत होती; परंतु या नव्या प्रदेशात येताच त्याचे डोळे एकदम विस्फारित झाले. हातात एखादे रत्न घेऊन पारखून पाहावे, त्याप्रमाणे त्याने सारी पृथ्वी पाहिली होती, तरी हा भूभाग त्याला सर्वस्वी अपरिचित होता. त्याचे शरीर कष्टाने सामावून घेणाऱ्या त्या अरुंद मार्गाच्या दोन्ही बाजूंना घनदाट पर्णांच्या वृक्षांचे वन होते; परंतु वृक्षांखालील भूमीवर मात्र गवताचे पान किंवा रानफूल यांचे किंचितही चिन्ह नव्हते व ती तप्त ताम्रपटासारखी दिसत होती. त्या कृष्णवनाकडे पाहताच ते एखाद्या अथांग डोहाप्रमाणे निःशब्दपणे श्वासोच्छ्वास करत आपल्याकडे रोखून पाहत आहे असा त्याला भास झाला व त्याला एक विलक्षण अनामिक भीती वाटू लागली. तो समोर चालू लागला, तसे दोन्ही बाजूंचे वृक्ष जास्तच जवळ येऊन त्याला गुरफटल्यासारखे करू लागले. हा भयाण मार्ग केव्हा संपणार हे पाहण्यासाठी त्याने दृष्टी वर उचलली व ते दृश्य पाहून ताणून अद्याप सजीव ठेवलेले त्याचे धैर्यच संपले. समोर आभाळालाही छेदणारी अशी उत्तुंग, अभेद्य भिंत अखेरच्या मार्गचिन्हाप्रमाणे उभी होती व त्याच्या पावलांखालील अस्पष्ट वाट तिच्याजवळ नाहीशी झाली होती. या प्रहाराने त्याचे जर्जर शरीर जास्तच दुर्बल झाले आणि इतकी कठोर वर्षे जीवनाशी झुंज देत आलेली त्याची ईर्ष्या अखेर विदीर्ण झाली. तो तेथेच असहाय पसरला व त्याच्या तोंडून हताश उद्गार निघाला, ''आता हीच माझी मर्यादा, हाच अंत्यक्षण! त्या रत्नाचा स्पर्श माझ्या ललाटी नाही, हेच एक सत्य आज रत्नाप्रमाणं माझ्या हाती पडलं, एवढंच माझ्या जीवनाचं साफल्य! कदाचित असलं रत्न अस्तित्वात नसेलही!''

त्याचे आर्त उद्गार वृक्षांच्या गडद लालसर पानांवरून ओसरले व खालच्या निष्पर्ण भूमीत विरले न विरले, तोच त्यांच्या मागोमाग एक फांदी कडाडल्याप्रमाणे हसणे ऐकू आले. अकस्मात आसूडाचा प्रहार झाल्याप्रमाणे तो तत्काळ उठून बसला व त्याने भयभीत डोळ्यांनी सभोवार पाहिले.

त्या भीषण खडकाच्या पायथ्याजवळ एक अतिप्राचीन, जर्जर अशी वृद्धा बसली होती व हास्याच्या उद्रेकामुळे तिचे शुष्क शरीर एखाद्या मृत फांदीप्रमाणे थरथरत होते. हाडांचे फासे खुळखुळून टाकत आहे असा भास निर्माण करणाऱ्या आवाजात ती म्हणाली, ''तू आणखी एक ह्व तसाच अधीरपणे हताश होणारा! तृषार्ताला जल मिळालं नाही, तर जलच अस्तित्वात नाही, या आत्मज्ञानावर तृप्त होणारा आणखी एक मानव!''

त्याचे दारुण नैराश्य क्षणभर नाहीसे झाले व सारे अंग त्वेषाने तप्त झाले. तो म्हणाला, ''तू स्वतः इतकी जर्जर आहेस, की तुला एक पाऊल उचलण्याचं सामर्थ्य नाही आणि तू माझा उपहास करतेस? मी माझ्या व्यथित पावलांनी सारी पृथ्वी तुडवली, वन्य पशूंच्या धगधगीत डोळ्यांनी फुललेल्या निबिड अरण्यात निर्भय रात्री घालवल्या, महासागराच्या अतिगुप्त गव्हरात शिरून जलचरांना प्रतिकार करत शरीर झिजवलं; तरी

त्या रत्नाची मला प्राप्ती झाली नाही. जर ते पृथ्वीवर नाही, तर मग आहे तरी कुठे ह्व स्वर्गात की पाताळात?

त्यावर वृद्धेचे हास्य जास्तच विस्तृत झाले व त्याचा प्रतिध्वनी गोपुरातील निशाचर पक्ष्यांच्या फडफडाटाप्रमाणे पसरत अरण्यभर भरून राहिला व शेवटी अदृश्य तक्षकाप्रमाणे समोरील पर्वतावर चढून नाहीसा झाला.

''तू आणखी एक! तोच अज्ञानपूर्ण गर्व, तोच स्वसामर्थ्याचा क्षुद्र आत्मविश्वास!'' ती म्हणाली; पण दुसऱ्याच क्षणी तिचा स्वर एखाद्या युवतीला शोभेल असा अतिसौम्य झाला. तिने म्हटले, ''तुला हवं असलेलं रत्न काही मानवांना प्राप्त झालेलं मी पाहिलं आहे. ते रत्न त्रिनेत्री असून अनंतरंगी आहे. त्याच्या एका कक्षेत चंदनाचा गंध असलेल्या चंद्रिकेची शीतलता आहे, तर दुसऱ्या कक्षेत आदिसूर्याच्या प्रखर तेजाची तप्तता आहे, असं त्याचं एका यात्रिकानं वर्णन केलं. परंतु हा अभेद्य पर्वत आलांडून गेल्याखेरीज तुला त्याचा स्पर्श लाभणार नाही.''

त्याच्या गात्रागात्रात नव्याने स्फुरलेली आशा एकदम निर्जीव झाली व त्याने त्या निर्विकार भीषण पर्वताकडे हताशपणे पाहिले. तो म्हणाला, ''हा दुर्गम पर्वत माझ्याकडून आता ओलांडून जाणं केवळ अशक्य आहे. मग मला या दुर्लभ रत्नाचं मृगजळ हवं तरी कशाला?''

''तुम्ही दुर्बल मानव द्विनेत्री असाल; पण एकदृष्टी आहात. शत्रूवर सरळ आक्रमण करूनच त्याला पराभूत करता येतं, हीच एक तुमची वज्रदृष्टी असते; परंतु शरण जाऊन, भूमिसदृश नम्र होऊन शत्रू जिंकता येतो हे ज्ञान तुम्हांला कधीच होत नाही. या पर्वताचं उल्लंघन मानवाला केवळ अशक्यच असतं, तर त्याचा मी तुझ्यापाशी उल्लेखच केला नसता. तुला ते रत्न प्राप्त होईलच अशी शाश्वती देण्याचं सामर्थ्य माझ्यापाशी नाही; पण या पर्वतापलीकडे जाण्याचा मार्ग मात्र मी तुला दाखवू शकेन.'' त्याची अधीरता पाहून तिने क्षीण बोटे वर केली व त्याचे शब्द उच्चारपूर्व थांबवले. ''परंतु त्यासाठी तुला फार मोठं मूल्य द्यावं लागेल. कोमल हातांनी अतिशोभिवंत स्वप्नं डोळ्यांवर ठेवत जावी आणि क्षीण जर्जर हातांनी त्यांचं मूल्य तुमच्याकडून शोषित करत जावं हे माझ्या जीवनाचं सूत्र आहे, तो माझ्या जीवनाचा शाप आहे.'' तिने बाजूला ठेवलेली एक काठी दाखवली व ती पुढे म्हणाली, ''आता हा माझ्या जीवनातील मुख्य आधार आहे. याच्याच साहाय्याने मला प्रवासाचा उत्तरभाग संपवावयाचा असतो. चार तारकांच्यामध्ये लाल धूमकेतू प्रकटला की माझा प्रवास सुरू होतो व दोन नील रंगाच्या ग्रहांची युती झाली की प्रवासचक्र संपतं; परंतु या कृष्णवनात पाऊल पडलं की सर्वांगातील शक्ती ओसरते आणि या आधारदंडातील कठीणपणादेखील नाहीसा होतो. अशा असहाय स्थितीत मला बंदिस्त राहावं लागतं आणि नील ग्रह एकत्र येण्याआधी मी जर प्रवास संपवला नाही, तर आता तुझ्यासमोर आहे अशा जर्जर, मरणोन्मुख व विरूपावस्थेत तुम्ही भोगलेल्या साऱ्या

यातना मला स्वतःला अनंतकाळपर्यंत भोगाव्या लागतील! तूही आता क्षीण झाला आहेस. इथपर्यंत पोहचणाऱ्याची हीच दशा होते; पण अद्याप तुझ्या दृष्टीत तेज आहे आणि शरीरात इर्ष्येची दृढता आहे. ती दृढता तू मला व या आधारदंडाला अर्पण करशील, तर मी तुला पलीकडे जाण्याचा मार्ग दाखवीन.''

''पण माते,'' तो नैराश्याने म्हणाला, ''कठोर प्रवासातूनही अद्याप टिकून राहिलेलं अल्प शरीरबल हाच तर माझा या क्षणी एकाकी आधार आहे. तोच माझ्यापासून हिरावला गेला, तर मार्ग समजूनही मी अगतिकच राहणार नाही का? शिवाय या ठिकाणी हे घनदाट कृष्णवन आहे आणि येथील भव्य वृक्षांच्या फांद्यांत एखाद्या लोहदंडाचं सामर्थ्य दिसतं. त्यांतील एखादी फांदीदेखील तुझा कार्यभाग यशस्वी करील. जर तुझी आज्ञा असेल, तर उपयुक्त होईल अशी एक शुष्क दृढ फांदी मी तुझ्याकरता घेऊन येईन.''

तिने काही न बोलता मान हलवली व ती पाहत राहिली. तो एका वृक्षाजवळ गेला व सारे बळ एकवटून त्याने वृक्षाची एक फांदी काड्कन मोडली; परंतु त्या क्षणी वृक्षामधून अतिवेदनांचा आर्त स्वर प्रकट झाला व फांदी मोडल्या ठिकाणी रक्ताचे पाझर वाहू लागले. त्या स्वराच्या सहानुभूतीने सारे कृष्णवन रुदनाने भरून गेले. त्याने विस्मयाने हातातील फांदीकडे पाहिले, तो ती कर्पूराप्रमाणे प्रज्वलित झाली व निरामयरित्या नाहीशी झाली.

''पाहिलंस?'' ती किंचित कठोरपणे म्हणाली, ''सभोवार तुला वन दिसलं त्याप्रमाणे मलाही दिसत होतंच याचा तू विचार करायला हवा होतास. एखाद्या गूढ प्रमेयाला अतिसरळ उपाय सुचतो, त्या वेळी क्षणभर विचारशील होण्याची वृत्ती तुझ्यात निर्माण झाली पाहिजे. इतका सहज उपाय इतरांनाही सुचणं अशक्य नव्हतं, तरी तो अनुसरला नाही याला काहीतरी विशेष कारण असलं पाहिजे, ही जाणीव म्हणजे ज्ञानाची पहिली पायरी आहे.''

त्याची मान लज्जेने खाली गेली व त्याने वृद्धेपुढे लोटांगण घातले; पण तो ज्या वेळी उठला, त्या वेळी त्याचे अंग वार्धक्याने वक्र झाले होते व त्यात सूक्ष्म कंप भरून राहिला होता; पण वृद्धा मात्र चटकन उठली व काठी घेऊन चालू लागली. निघत असता तिने म्हटले, ''या अभेद्य वाटणाऱ्या पर्वताच्या पायथ्याशी पाहा.''

त्याने निरीक्षणपूर्वक पाहिले, तेव्हा ती बसलेल्या ठिकाणीच पर्वतात त्याला पूर्वी न दिसलेले एक प्रवेशद्वार दिसले व त्यात एक अस्पष्ट मार्गही अंधारात विरत गेलेला दिसत होता.

''या मार्गानं तू गेलास तर पर्वताच्या मागील प्रदेशात जाशील. मात्र हा सारा प्रवास तुला एखाद्या उरगाप्रमाणे सरपटत करावा लागेल. जा, आपल्या पुनर्भेटीचा क्षण भविष्यात कुठेतरी जन्मला आहे. त्या क्षणी मी पुन्हा तुझ्यासमोर उभी राहीन.''

ती त्याच्याकडून वळली व कृष्णवनाच्या रक्तभूमीवर पावले उमटवत परंतु आपली

छाया न टाकता, वृक्षांच्या समुदायात अदृश्य झाली.

त्याने निःश्वास सोडला व त्या विवरात प्रवेश केला. तो पैलतटी येत असता काही अंतरावरच जलप्रवाहाचा प्रचंड आवाज त्याच्या कानांवर आदळू लागला. काही काळानंतर अंधाराने एक निस्तेज डोळा उघडल्याप्रमाणे समोर प्रकाशाचे वर्तुळ दिसले व तो अंग ओढत पुनर्जन्म झाल्याप्रमाणे अंधारातून बाहेर आला; पण ज्या आशेच्या तंतूवर जगत त्याने आपली अंधारयात्रा संपवली होती, तो तंतू समोरील वेगवान प्रवाहाच्या दृश्याने पूर्णपणे नष्ट झाला. त्या प्रवाहाचा पैलतीर क्षितिजाने पूर्णाहुती घेतल्याप्रमाणे संपूर्णतया अदृश्य झाला होता आणि त्या अथांग प्रवाहावरून प्राचीन वृद्ध पर्वताएवढे हिमखंड निस्तेज अनिवार्यतेने धावत अदृश्य होत होते. भूप्रदेशावर मात्र अनंत काळापासून साचत आलेले हिम आकारहीन श्वापदासारखे निद्रिस्त होते. त्यावर कोठेही एखाद्या पक्ष्याला पुरेल एवढी छाया नव्हती, की काजव्याला पुरेल एवढा प्रकाशकण नव्हता. प्रकाश व अंधार यांच्यातील संदिग्ध संबंधाची भयाण कळा सर्वत्र विस्तारून राहिली होती. तो उद्गारला, ''आता जीवनाचा अंत्यबिंदू आला. एका निष्फल जीवनाचा एक अर्थहीन, निष्फल, शून्य क्षण!''

''तुला असं का वाटतं? जीवनाचा अंत्यक्षण कोणता, हे ज्ञान मानवाच्या ललाटी रेखलेलं नाही.'' त्याच्या शेजारी असलेल्या हिमराशीतून अगदी आतून स्वर ऐकू आला.

त्याने विस्मयाने पाहिले. ती हिमराशी एका अतिशुभ्र भव्य पक्ष्याचा देह होता. त्याने अंग हलवताच हिमशलाकांचा वर्षाव झाला आणि त्यामागोमाग त्यावरील शुभ्र झगझगीत पंख व त्यांवरील पिसांचे रेखीव मृदू अलंकार स्पष्ट झाले. ''आणि तुला तुझं जीवन निष्फळ झालं असं तरी का वाटतं? ते सतत अपयशी होत आलं आहे ही जाणीव म्हणजे तरी साफल्य नाही का?'' पक्ष्याने पुन्हा विचारले.

''आपण थोर आहात; पण अशा शब्दजालांनी हृदयातील अतृप्तता मात्र शमवता येत नाही! मी त्रिखंड धुंडाळत पर्वतापाशी आलो, गात्रशक्ती अर्पण करून या ठिकाणी पोहोचलो, ते एकाच आशेवर! पण आता समोर अंधार आहे. त्या रत्नाचा साक्षात्कार मला या प्रदेशातही होणार नाही. अशा क्षणी मी ज्या जलामागे आसक्तीनं धावलो, ते जल तर राहोच; पण त्या जागी मृगजलही नाही, हे शून्यज्ञान मी स्वीकारून त्यावर समाधान मानावं यात मला कसला आनंद आहे?''

''त्या रत्नाचं मला अल्पज्ञान आहे; पण त्यासाठी तुला हा वेगवान प्रवाह ओलांडून जावं लागेल.''

''या दुर्बल शरीराच्या साहाय्यानं आता मला एक झरादेखील ओलांडता येणार नाही! शिवाय अशा सतत प्रयत्नानं मी माझी आशा तरी किती काळ जगवू शकेन? आता प्रवासाला प्राप्तीची शक्यता राहिली नाही, आता या देहाला किंचित आशेचीही दाहकता साहवणार नाही,'' तो म्हणाला.

‘‘इथपर्यंत येऊनही अखेर तू एक मानवच राहिलास! तुम्ही द्विपाद खरे; पण तुमची गती मात्र एकच असते. उद्धट गर्वानं प्रतिस्पर्ध्यावर आक्रमण करणं अथवा बुद्धिहीनाप्रमाणं भूमीखालून सरपटत जाऊन याचना करणं, यांतील एकच मार्ग तुम्हांला सुचतो; पण समरभूमीवरच राहून शत्रूशी त्याच्याच सामर्थ्याच्या साहाय्यानं आपला कार्यभाग साधण्याची बुद्धिमत्ता तुम्हांला कधी लाभत नाही. मी तुला प्रवाहापलीकडे जाण्यास असा मार्ग दाखवीन; परंतु त्यासाठी तुला मूल्य द्यावं लागेल!’’

‘‘आता मूल्य देण्यासारखं माझ्याजवळ आहे तरी काय? आता अंगातील रक्ताखेरीज माझ्याजवळ काही नाही!’’ तो अतिविषादाने म्हणाला.

‘‘या क्षणी तर मला त्याचीच आवश्यकता आहे! माझ्या हृदयाजवळील पिंपळपानाएवढा अंशमात्र अद्याप कृष्णरंगाचा उरला आहे. जर मला तुझं रक्त प्राप्त झालं नाही, तर मी पूर्णपणे श्वेत होऊन जाईन. तू ज्या ठिकाणी जाणार आहेस त्या ठिकाणी शरीरबल काय, रक्त काय, या दोहोंचाही काही लाभ तर नाहीच, उलट तुला त्यांचा असह्य भारच होईल.’’

हे शब्द ऐकून तो क्षणभर स्तब्ध झाला. त्याच्या विषण्ण मनाला आता नव्या आशेचा अंकुर सहज निर्माण होईना. आशेलाही जीवनमर्यादा असते आणि अनेकदा मानवाच्या पूर्वीच त्याच्या आशेचे आयुर्मान संपलेले असते. त्याच्या क्षीण कंठातून शब्द निघेनात. मनातील नैराश्याचा भार विसरण्यासाठी त्याने नम्रपणे विचारले, ‘‘आपण कोण आहात?’’ परंतु त्याचा स्वर अत्यंत दुर्बल झाला होता व तो वर चढताचढता मध्येच विरून गेला. महापक्ष्याने आभाळदेखील भग्न करता येईल अशी आपली सामर्थ्यशाली चोच त्याच्या बाजूला वळवली व कृष्णसूर्यबिंबाप्रमाणे भासणारा एक विशाल नेत्र त्याच्या जवळ नेला.

‘‘मी गरुड आहे,’’ पक्षी म्हणाला, ‘‘पण सुवर्णगरुड नव्हे. तो जलप्रवाहापलीकडील द्वीपसमूहात असतो. तो कोमल सूर्यप्रकाश भक्षण करून जगत असतो. मी कृष्णगरुड आहे.’’

हे शब्द ऐकून तो फार अस्वस्थ झाला. कृष्णदर्पणासारखा वाटणारा विशाल नेत्र सोडला तर त्या प्रचंड शरीरावर कृष्ण रंगाचा एक बिंदूही दिसत नव्हता. हा भव्य पक्षी आपणाला क्षुद्र मानून आपली निर्दय अवहेलना करत आहे अशी त्याची भावना झाली व त्याच्यात क्रोधाचा स्फुल्लिंग चमकला.

‘‘नाही, मी तुझी अवहेलना करत नाही. मी खरोखरच कृष्णगरुड आहे,’’ गरुड तत्काळ म्हणाला, ‘‘मी प्रथम इथे येतो, त्या वेळी माझे पंख तेजस्वी अंधाराप्रमाणं झळझळीत असतात; पण आकाशातून या हिमशलाका पडतात, त्याप्रमाणे एकेक दिवस नाहीसा होऊ लागला, की या निर्मम शुभ्रतेची कळा माझ्यावर येऊ लागते. पंखांतील एकेक पीस जर्जर होऊन मृत होतं. या अंगातील सारं बळच निर्जीव, जड होऊन जातं.’’

''पृथ्वीच्या अन्य भागावर तेजस्वी सूर्यप्रकाश आहे, जिवंत हिरव्या रंगाची अगणित वनं आहेत. मग एकेक पंखावर महान पर्वत धारण करून उड्डाण करण्याचं तुमचं सामर्थ्य असता तुम्ही अशा अचेतन स्थानी का बंदिवानाप्रमाणं राहता?'' त्याने उत्सुकतेने विचारले.

मृत्यूच्या स्पर्शासारखा शीत वाटणारा वारा वेगाने आला व गरुडाचे पंख विस्फारून नाहीसा झाला. गरुडाचा स्वर पराभूत झाल्याप्रमाणे निर्जीव झाला. तो म्हणाला, ''इथून केव्हाही पंख उभारून नाहीसा होण्यास मी स्वतंत्र नाही. मीही इतर साऱ्या जगताप्रमाणं त्याच अतिसामर्थ्यशाली अदृश्य चक्रास चिरंतन बांधला गेलो आहे. या प्रकाशहीन स्थळी एकाकी बसून अशा तीव्र वायुलहरींवर शीळ घालत राहणं, हाच माझ्या आयुष्याचा अटळ, असह्य भार आहे. ही शीळ सर्वत्र विस्तारते. तिचा स्वर कानी पडताच रेशमी धागा तुटावा, त्याप्रमाणं मानवी जीवन त्याच क्षणी खंडित होतं. आपल्या अपत्याला अन्नाचा घास देत असलेली माता घास अर्ध्यावरच सोडते, पित्याची पावलं मार्गावरच निर्जीव होतात. प्रेमिकांचं कूजन अपूर्ण राहतं आणि गायिकेच्या कंठातील गीत तत्काळ मृत होतं. मी निर्माण केलेला मृत्युस्वर मला मात्र स्वतःला कधी ऐकू येत नाही; पण त्या प्रत्येक स्वरानं कुठंतरी नाश होतो, जीवन उद्ध्वस्त होतं आणि अश्रू वाहू लागतात. अशातऱ्हेनं जीवनाचा संहार करणारा स्वर कसा आहे हे मला स्वतःला कधीच अनुभवायला मिळत नाही, हा माझा निर्दय शाप आहे!

''त्यात एकच उःशापाचा ओलावा आहे. दर संवत्सरी एक दिवस मला त्या जलप्रवाहापलीकडे जाता येतं. तिथल्या कोवळ्या सूर्यप्रकाशाच्या भक्ष्यावर मला पुन्हा कृष्णगरुड होता येतं. त्या एका मंगलदिनी माझ्या स्वराचं विष नाहीसं होतं. उलट त्या दिवशी त्या स्वराच्या श्रवणानं जन्मोत्सव होतात. वेलींना फुलं येतात आणि प्रेमिकांना चांदण्याचा सुगंध जाणवतो. पण तो कालखंड संपला की माझा अनिवार्य शाप दिवसामागून दिवस मला आपल्याभोवती फिरवत राहतो.

''त्या जलप्रवाहापलीकडील द्वीपसमूहात सुवर्णगरुड राहतो. त्या प्रदेशात सदैव सूर्यप्रकाशाचं इंद्रजाल आहे, तेथील भूमीला इंद्रधनुष्याचे रंग प्राप्त झाले आहेत व आभाळाला नीलमण्याचं तेज आहे. सुवर्णगरुडाच्या मधुर स्वरानं तिथं आनंदोत्सव घडतो, वसंताचा गंध दाटतो आणि भूमीचं वक्षस्थल नव्या उत्कटतेनं भारावून जातं. मी इथं कणाकणानं शुभ्र होत जातो, त्याप्रमाणं त्याच्यावरही कृष्ण रंग चढत जातो; परंतु त्यालाही माझ्यासारखाच उःशाप आहे. त्याला एक दिवस इथं यावं लागतं. त्या दिवशी त्याच्या स्वरात मृत्यू जगतो. त्याच्या शब्दानं आकाश स्पर्शू पाहणारे वृक्ष असहायपणे उन्मळून पडतात. पण दिवस संपला की आमची स्वप्नं संपून आमचं कर्मचक्र सुरू होतं. जगाच्या निर्मितीच्या अनावर हर्षाला मृत्यूच्या जाणिवेचा अंकुश लागतो, तर मृत्यूच्या भीषण कल्पनेला उत्पत्तीच्या आशेचं तोरण असावं लागतं.''

तो उत्सुकतेने गरुडाचे शब्द ऐकत होता; परंतु सुवर्णगरुडाला येथे एक दिवस येण्याचा उःशाप आहे हे ऐकताच तो चमकला. केवळ प्रमादानेच कृष्णगरुडाने हा शब्द उपयोजिला नाही ना, अशी त्याला शंका आली. सूर्यप्रकाशाने तृप्त असलेल्या प्रदेशात नवनिर्मितीच्या अपार आनंदाला वंचित होऊन या निष्प्राण प्रदेशात कालशब्द उच्चारत राहणे हा कधी उःशाप होईल का? त्याने बोलण्यासाठी ओठ हलवले; पण तेवढ्यात कृष्णगरुड म्हणाला, ''नाही, तसं कालत्रयीही होणार नाही! मी स्वर प्रकट करताना ज्याप्रमाणे प्रमाद केवळ अशक्य आहे, त्याप्रमाणं माझ्या शब्दातही तसं घडणं अशक्यच आहे!''

''आता पिंपळपानाएवढंच अंग कृष्णवर्णाचं आहे; त्याला शुभ्रतेचा स्पर्श होण्याआधीच तुम्हांला जलप्रवाहापलीकडे जायचं आहे; त्यासाठी तुम्हांला माझं रक्त पाहिजे आहे,'' तो म्हणाला, ''परंतु या क्षणी मी जर इथं आलो नसतो तर काय भवितव्य घडलं असतं?''

''जर तू आला नसतास तर माझं अंग पूर्ण शुभ्र होताच हिमखंडाचा स्फोट व्हावा त्याप्रमाणं मी सर्वत्र विखरून गेलो असतो; तर तिकडे त्याच क्षणी महासागराच्या अंतराळातील सर्व अंधार वर उफाळल्याप्रमाणं सुवर्णगरुडाचा नाश झाला असता. परंतु हा एक केवळ भ्रमविचार आहे, कारण तशी प्रत्यक्ष घटना अशक्य आहे!''

''म्हणजे माझं येणं, हे तुमच्या आनंदाचंच झालं,'' तो आत्मसंतुष्टतेने म्हणाला.

''पुन्हा जीवनाचा तंतू वाढवून त्यावर पुढं सरकत राहणं या कर्मगतीविषयी आम्हा दोघांनाही सुखदुःखाची काहीच भावना राहिली नाही, इतका एखादा अन्याय सहज अंगी रुळून जातो. अशातऱ्हेनं आमचा नाश झाला असता, तर तो क्षण आम्हांला अतिशोकाचा वाटला असता, असा का तुझा भ्रामक अभिप्राय आहे? मग तुझ्या अल्पबुद्धीला आमच्या यातनांची काहीच कल्पना नाही! सुवर्णगरुडाच्या स्वराबरोबर नवजन्माचा आनंद होतो हे सत्य आहे; परंतु नवनिर्मितीचा हा आनंद केवळ तात्कालिक असतो. कारण या क्षणानंतरच्या उत्तरजीवनावर त्याची काहीही सत्ता नसते. अजातांना जन्माची सूचना करायची ती पुढील आयुष्यातील अनंत दुःखांची तर मुद्रा स्वीकारण्यासाठीच! जन्म म्हणजे अमर्याद वेदनेवर उघडलेलं महाद्वार आहे. तिथं एखाद्या प्रतिहारीप्रमाणं उभं राहून त्या जीवांना आत क्रूर प्रवेश देत, आपलं जीवन पुष्ट करत राहणं यात कसली कृतार्थता आली आहे? म्हणूनच मी त्याच्या येथील एक दिवसाच्या वास्तव्याला उःशाप म्हटलं. निदान एका दिवशी तरी त्याला आपल्यामुळे जीवांना भोगाव्या लागत असलेल्या दुःखांचा अंत पाहण्याचा विश्राम मिळत असतो. माझ्या जीवनात तर सफलतेचा, सुखाचा अंशही नाही. अटळ दुःखभाराखालीसुद्धा हे निष्पाप जीव क्षणिक मोहमय आनंदासाठी यत्न करतात; अनिश्चित, कपटी भविष्यकाळासाठी देखील मूढ स्वप्नं श्रृंगारतात. मग असल्या क्षणी त्यांना माझी अनिवार्य शीळ ऐकू येते व

सारं भंगून जातं. आपलं भ्रमनाट्यही पूर्ण करण्याचं समाधान त्यांना मिळत नाही. अशा प्रत्येक निर्दय क्षणी बळीपेक्षा मी ह्न बळी स्वीकारणारा मी ह्न जास्त व्यथित होतो. सुवर्णगरुडाला जन्मदानाबरोबर सुखाचं दान देण्याचं भाग्य नाही. त्यांच्या जीवनतपस्येला अनुरूप असा मंगल अंत देण्याचं सामर्थ्य मला नाही. तेव्हा आपलं जीवन अखंडपणे चालणार यात आम्हांला कसला हर्ष वाटेल? अनेकदा तर वेड्या आशेनं वाटतं, त्या गरुडाचा शेवटचा सुवर्णबिंदू, माझा कृष्णरंग नाहीसा झाला, तर साऱ्याचाच एकदा अंत होऊन जाईल; परंतु हे सारं अशक्य आहे व ती आशाही अर्थहीन आहे!''

''परंतु ते तरी अशक्य आहे असं का आपणास वाटतं?'' त्याने विचारले, ''मी या क्षणी इथं आलोही नसतो. सारी पृथ्वी तुडवत असता योगायोगानं माझी पावलं इकडे वळली. तोपर्यंत मला या प्रदेशाच्या अस्तित्वाचीही कल्पना नव्हती. जर मी तशी इच्छाच केली असती, तर मी इथं न येता पृथ्वीतलावर दुसऱ्या कुठल्याही ठिकाणी जाऊ शकलो असतो, नाही का?''

कृष्णगरुडाचे अंग क्षणभर थरथरले व त्याचा आवाज अतिविषण्ण झाला. तो म्हणाला, ''अखेर तू एक आत्मकेंद्रित मर्यादित मानवच राहिलास! प्रदेश तुडवत तू हाडं झिजवलीस खरी; पण असल्या तपश्चर्येतून ज्ञानप्राप्ती होतेच असं नाही. मूढा, मी ज्या सामर्थ्यशाली, अविरत चक्राला बांधला गेलो आहे, त्याच चक्राला इतर वस्तुजातांप्रमाणं तूही बांधला गेला आहेस, याची तुला अद्याप कल्पना आली नाही काय? तू या स्थळी येण्याऐवजी अन्यत्र जाऊ शकला असतास हाच तुझा भ्रम आहे. इथं तू आलास याचं कारण तुला इथंदेखील स्वेच्छेनं येण्याचं स्वातंत्र्य होतं म्हणून नाही, तर तसं घडणं पूर्णपणे अटळ होतं म्हणून! तुला रत्नाचा ध्यास लागणं, तुझी इतरेजनांकडून अवहेलना होणं, जगाच्या पाठीवर भटकत या स्थळी असहाय होऊन येणं, या साऱ्यांत एका क्षुद्र रेषेचाही विपर्यास करण्याचं सामर्थ्य तुझ्यात कधीही नव्हतं. त्याचप्रमाणं तसं स्वातंत्र्य आपणास आहे हा भ्रमदेखील अटळच आहे, कारण त्या भ्रमाच्या मायाजालानंच ते कपटी चक्र तुला आपल्याबरोबर सहज फिरवू शकतं.

''स्वातंत्र्याविषयीच्या तुझ्या कल्पना किती मूढ आहेत! अरे, रत्नाचा ध्यास घेऊन ऐहिक जीवनाला विन्मुख होणं हे तुझं कर्म आहे, स्वातंत्र्य नव्हे; तर रत्नाचा ध्यास सोडून घरकुलात रमून बंदिवान होणं हे तुझं स्वातंत्र्य ठरलं असतं. उलट, ज्यांनी तुझ्या ध्यासाचा उपहास केला, त्यांनी रत्नाचा ध्यास घेऊन ऐहिक जीवनाचा त्याग करणं स्वातंत्र्याचं ठरलं असतं. वायू स्वच्छंदपणे विहरतो, हे त्याचं मुक्तजीवन नसून अटळ कार्य आहे. त्यानं एका स्थळी राहून वाहण्यास नकार देणं हे खरं मुक्त कृत्य ठरलं असतं. आभाळात उडत राहणं हे पक्ष्याचं स्वातंत्र्य नसून शिलाखंडाप्रमाणं अचल राहणं हे त्याचं स्वातंत्र्य! मी पंख पसरून अनेक योजनं छाया टाकत गहासागराचं उल्लंघन करू शकतो यात, गूढा, यत्किंचित स्वातंत्र्य नाही. तो तर माझा बंदिवास आहे व त्यात मीही तुझ्याइतकाच

असहाय आहे. मला त्याची कल्पना आहे, तुला नाही एवढाच भेद आहे! हे भ्रमाचं पटल विरलं, तर मानव अतिमानवी होतो; आपल्या उद्धट, क्षुद्र कोषातून बाहेर येतो. अन्यथा त्याच त्या विरलेल्या मलिन धाग्यावर अंधपणे सरकत आपण ज्ञानयात्रा करत आहो या भ्रमातच तो नाश पावतो. एकदा तू तुझ्या बाल्यात एका स्वच्छ जलाशयाच्या तळाशी चमकत असलेल्या शिंपल्यासाठी उडी घेतलीस त्या क्षणीच तुझ्या पावलांची दिशा या प्रांताकडे वळली. त्या क्षणापासून, तू आपल्या भावी पत्नीला नकार दिल्यापासून, तुझ्या मातेनं तुला निरोप दिल्यापासून मी तुझं सारं जीवन न्याहाळत आहे. तुझ्या रक्ताचा थेंबन् थेंब या क्षणासाठी, माझ्यासाठी वाढला, जगला. आता सांग, यांत कोण मुक्त आहे ह्न तू, मी, तुझ्या सान्निध्यात आलेल्या व्यक्ती, की तेव्हापासून परिपक्व होत आलेला वर्तमान क्षण?''

काही काळ त्याचे लक्ष गरुडाच्या शब्दांवरून विचलित झाले. त्याच्या दुर्बल शरीरात स्मृतीची एक वेदना जागी झाली व त्याचे मन थरथरले. तो अधीरपणे म्हणाला, ''तुम्हांला माझं सारं गतजीवन परिचित आहे? मला ते सारं पुन्हा एकदा श्रवण करायचं आहे.''

कृष्णगरुडाने आपला डावा डोळा त्याच्यासमोर आणला व म्हटले, ''जर तुझी इच्छाच असेल तर इथं दृष्टी टाक; म्हणजे श्रवणच का, प्रत्यक्ष दृष्टीनंच तुला तो सारा पट पुन्हा पाहता येईल. सर्व व्यक्तींच्या जीवनातून गेलेल्या सुखदुःखांचा भूतकाळ इथं साठवणं, त्या साऱ्यांची दुःखं आपणच भोगणं, हे तर माझं जीवितकर्म आहे; परंतु माझा शब्द ऐक. भूतकाळाकडे पुन्हा असं निरखून पाहण्याचा हट्ट धरू नकोस!''

पण भूतकाळाचे आकर्षण त्याला अनावर झाले व गरुडाच्या शब्दाकडे दुर्लक्ष करून एखाद्या स्फटिक गोलार्धात पाहावे, त्याप्रमाणे त्याने त्या विशाल नेत्रात एकाग्रतेने पाहिले. त्या तेजस्वी अंधारावर चित्रे उमटू लागली. त्यांत त्याला घरासमोरचा रक्तपुष्प वृक्ष दिसला. विविधरंगी मणी त्याच्या हाती देत त्याला सुखवण्याच्या प्रयत्नात असलेल्या आपल्या आईचा हसरा, आशापूर्ण चेहरा; मूकपणे त्याच्या निर्णयाचा स्वीकार करणारी अधोमुख भावी पत्नी यांच्या आकृत्या उमटल्या, नाहीशा झाल्या. मग अंगावर लक्तरे आली, भोवती उपहास करणाऱ्या जनांचा मेळावा जमला. पदरगाठ देऊन परतलेल्या कृश, दुःखी आईची पाठमोरी आकृती, विपुल अंतर चालून आल्यामुळे घरकोवळ्या पावलांना पडलेल्या लालसर रेषा आणि ती निघून गेल्यावर वाऱ्याने विसकटून टाकलेल्या पाऊलखुणा ह्न ही सारी क्षणभर त्याच्या दृष्टीसमोर जागृत होऊन पुन्हा त्या अर्धवर्तुळाकार अंधारात विरून गेली. एवढ्या काळानंतर, एवढ्या अंतरावर हा विस्तृत पट पुन्हा पाहत असता अमर्याद हुरहुरीने तो व्याकूळ झाला.

पण त्याच क्षणी तो अतिशय अस्वस्थही झाला. रक्तपुष्पांचा वृक्ष भूतकाळात भव्य अग्निछत्राप्रमाणे वाटे, तो आज पाहता पूर्ण क्षुद्र वाटला. प्रासादतुल्य वाटणाऱ्या घरावर

विरूप दैन्याची कळा होती. आपण आपला निर्णय कळवून पाठ फिरवताच आपल्या भावी पत्नीच्या मुखावर मुक्ततेचा विलक्षण भाव दिसला, हा विशेष भूतकाळात त्याच्या दृष्टीला जाणवला नव्हता. आईची आकृती कंपित, अस्पष्ट झाली. तिच्या डोळ्यांची क्षितिजे अतिमर्यादित होती. तिच्या सर्वांगाला घरकुलाचा कोंदट दर्प होता आणि ती परतली त्या वेळी तिच्या मुखावर आपल्या अपत्याचे जीवन मात्र इतरांप्रमाणे सुरक्षित, अतिपरिचित आलेखाने घडले नाही याविषयी अत्यंत स्पष्ट लज्जा होती. हा भाव या क्षणी पाहताच तो अतिविस्मित झाला. बेडकाच्या अगणित चिक्कट, गोल अंड्यांप्रमाणे आपले आयुष्यही आणखी एक चिक्कट गोल अंडे व्हावे अशी तिची मनोमन इच्छा होती, हे पाहून विषादाने त्याचे मन काळवंडले.

''पाहिलंस?'' गरुडाने म्हटले, ''मी तुला प्रथमच सुज्ञ उपदेश केला होता. अरे, एके काळी ज्यावर अमर्याद प्रेम केलं, त्याकडे कधीही पुन्हा उत्तरदृष्टिक्षेप करू नये. वर्तमानातील प्रखर प्रकाशात भूतकालाची कोमल पुष्पं म्लान होऊन मृत होतात. स्मृतीनं उजळलेली शोभिवंत मायानगरं क्षणात उद्ध्वस्त होतात. भूतकालातील घटना, व्यक्ती, अखंड नदीप्रवाहावर सोडलेल्या दीपमालेप्रमाणं असतात. दीपदानानंतर परत वळून त्यांच्याकडे दृष्टिक्षेप केला तर ते विझतात किंवा प्रज्वलित होऊन नष्ट होतात.''

''आता मला दुसरा आघातही सुसह्य होईल. मला भविष्यावर दृष्टी टाकू द्या,'' तो विषादाने म्हणाला.

गरुड क्षणभर स्तब्ध राहिला; पण त्याने पुन्हा याचना करताच त्याने एक निःश्वास सोडला व तो म्हणाला, ''तुम्हा मानवांना ज्ञानी करण्याचा यत्न केवळ अर्थहीन आहे. सर्वजनांचं भविष्यही मला ज्ञात आहे; पण ते दुसऱ्या नेत्रात साठवलं आहे. त्यात मानवाला दृष्टिक्षेप करू देण्याचं सामर्थ्य माझ्यात नाही. मला स्वतःला तुमची भूतकाळातील दुःख तर सहावी लागतातच; पण त्यांसह तुम्हांला अद्याप अज्ञात अशी तुमची भावी दुःखदेखील मला या क्षणी भोगावी लागतात. या निर्विकार विशाल चक्रानं या बाबतीत तुम्हांला किती सुखी केलं आहे याची तुम्हा मूढांना कल्पना नाही. न विसरता येणारा भूतकाळ आणि न बदलता येणारा भविष्यकाळ यांच्या संगमरेषेवर हलाहलबिंदू धारण करत मी जीवन जगत आहे. त्याचा अनुभव तुला देणं क्रौर्याचं ठरेल.''

त्याच्या शब्दांनंतर काही काळ शुभ्र, अखंड शांतता पसरली. आता शब्दांना स्थानच नव्हते. त्याच्या मनात आता फुललेल्या अग्निकणाप्रमाणे रत्नाची आशा पुन्हा अस्पष्टपणे जागृत झाली; पण तिला आता ईर्ष्येची धार नव्हती की आसक्तीची ओढ नव्हती. गरुडाने त्याच्याकडे रोखून पाहताच त्याला त्याचा उद्देश समजला. अनासक्तपणे तो पुढे सरकला व गरुडाच्या चोचीसमोर उभा राहिला. गरुडाने चोच त्याच्या हृदयात खुपसली. क्षणिक वेदनेनंतर त्याच्यात सुखद निर्जीवता पसरली व त्याचा एकेक रक्तबिंदू सरताच कृष्णगरुडाचे अंग देदीप्यमान पर्वतासारखे होऊ लागले. ''मी तुला

प्रवाहापलीकडे जाण्याचा मार्ग दाखवतो; परंतु त्यासाठी आक्रमण करण्याची अथवा भूमिगत विवरातून सरकण्याची आवश्यकता नाही. हे विशाल हिमखंड प्रवाहाच्या अनुमतीनं, साहाय्यानंच पैलतीरास जात आहेत. त्यांना जे साध्य आहे, ते तुला का साध्य नसावं?

गरुडाने शुष्कपर्णाप्रमाणे झालेल्या त्याला चोचीत उचलले व एका सपाट खंडावर उतरविले.

''जा, तू या हिमखंडाबरोबर अनायास रत्नप्रदेशात जाशील. आता त्या रत्नासाठी तुझी मनोभूमिका योग्य अशी सज्ज झाली आहे. तुझ्यातील आशा आता ओसरली आहे. मनुष्यात आशा जेवढी प्रबळ, तेवढा निराशेचा आघातही प्रबळ असतो व त्या आघाताखालीच तो झिजत जातो. तू आता कधीच पराभूत होणार नाहीस, कारण तू आता विजयाची आशाच धरली नाहीस. तुला कधी अवमानित वाटणार नाही, कारण आता तुझ्यात ईर्ष्या उरली नाही. आता कदाचित तुला रत्नदर्शन घडेल, कारण हे रत्न कधी ईर्ष्येने हस्तगत करता येत नाही; परंतु निर्मम अवस्थेत ते प्राप्त करून घेता येतं. या साऱ्याचा निर्णय तूच एकाकी घेतला पाहिजेस, कारण मला त्या रत्नाचं कधी दर्शन झालं नाही, की कधी त्याचा ध्यास लागला नाही. ज्याप्रमाणं तुझ्यासाठी असलेली माझी शीळ कधीतरी तुला एकट्यालाच एकाकी ऐकावी लागेल, त्याप्रमाणं रत्नप्राप्ती झाली तर तो आनंदही सर्वस्वी तुझाच, एकाकी राहील. योग्य क्षणी मी तुला पुन्हा भेटेन.''

आता गरुडाच्या स्वरात स्निग्धता होती व डोळ्यांत कारुण्य होते. तो उजळत्या क्षितिजाकडे उडाला व तेजस्वी प्रकाशामुळे विझल्याप्रमाणे नाहीसा झाला. त्याच क्षणी क्षितिजाकडून विशाल कृष्णमेघाप्रमाणे भासणारी सुवर्णगरुडाची आकृती वेगाने आली व हिमप्रदेशात नीरवपणे स्थिर झाली.

शीघ्र, अखंड गतीने जात असलेला हिमखंड निःशब्द लहरींवर तरंगत क्षितिजाकडे सरकू लागला. आपल्या शरीराचा अस्थिपंजर पसरून तो हिमखंडावर शरण डोळ्यांनी पडून होता. आता काही काल क्षितिज काळवंडले व घन आकाशात ताऱ्यांची प्रकाशचिन्हे दिसू लागली. तोच मेघगर्जनेसारखा आवाज झाला. हिमखंड किनाऱ्यावरील एका शिलाराशीवर वेगाने आदळला व शतशः भग्न झाला. या आघाताने तोही झंझावातावरील मृत पर्णाप्रमाणे उडाला व द्वीपावर येऊन काही काल पूर्णपणे निश्चेष्ट पडला.

त्याने क्षीणपणे डोळे उघडले, त्या वेळी सर्वत्र अंधार दाटला होता; परंतु आभाळाच्या भव्य अर्धगोलात देदीप्यमान रत्नदीपाप्रमाणे तारे चमकत होते आणि विविधरंगी तारकाकणांनी परिपूर्ण असलेली मेखला एका क्षितिजापासून दुसऱ्या क्षितिजापर्यंत पसरली होती. अतिकष्टाने उठून त्याने समोर दृष्टी टाकली, त्या वेळी तो विस्मयाने स्तंभित झाला. भोवतालचा सारा प्रदेश झगझगीत, सपाट, पारदर्शक स्फटिकभूमीचा होता आणि त्यात आभाळातील ताऱ्यांची प्रतिबिंबे अनेक खड्गांप्रमाणे

चित्रित झाली होती. या अमर्याद विस्तारावर सर्वत्र, वीरासन घातलेल्या, पद्मदलावर आसनस्थ असलेल्या अथवा धनुष्यबाण सज्ज केलेल्या अतिभव्य आकृती होत्या. त्या प्रत्येक आकृतीत दंडास्कंधावर, नेत्रांत वा कंठाभोवतालच्या पुष्पमालेत सूर्याचे तेज मंदप्रभ करतील अशी दिव्य रत्ने होती. अशा रत्नांची प्रभा प्रकाशाचा प्रतिध्वनी उमटत गेल्याप्रमाणे क्षितिजापर्यंत रंगलहरींनी पसरत गेली होती आणि त्यांच्या बिंबांनी स्फटिकभूमीवर रंगोत्सव निर्माण झाला होता. दृष्टीसमोर सतत वाहत असलेल्या, क्षणाक्षणाला परिवर्तन भोगणाऱ्या प्रवाहापासून अत्यंत अलिप्त असल्याप्रमाणे त्या आकृतींच्या मुखावर शांती होती आणि दृष्टीत निरामय, अनिमिष ज्ञान होते. हा उज्ज्वल रत्नविलास पाहिल्यावर आपल्या दीर्घ तपस्येला अखेर सफलता लाभणार या भावनेने त्याला अतिकृतज्ञ वाटले व त्याला तो आवेग साहवेना.

तो आवेग ओसरला. अतिश्रमाने तो एका धनुर्धारी आकृतीवर चढला व अत्यंत लालसेने त्याने पुष्पमालेतील नीलरत्नास स्पर्श केला; परंतु ते रत्न पूर्णपणे आकृतीत रुतले होते आणि त्याच्या दुर्बल बोटांनी असह्य वेदना सहन करत यत्न केले तरी ते मुक्त होण्याचे चिन्ह दिसेना. तोवर क्षितिज उजळले व आभाळ तेजस्वी झाले. तेथील रंगपटल अदृश्य झाले आणि आकृतींवरील रत्नांची झळाळी पूर्ण मावळून त्या जागी केवळ शिल्पचित्रे दिसू लागली; परंतु काही आकृतींवरील रत्नस्थाने त्याने निरखून ठेवली होती. आता त्याला असहाय वाटत होते, तरी तो सहस्र पद्मदलांवर असलेल्या एका आकृतीवर चढला आणि अत्यंत दुर्बल हातांनी तिच्या नेत्रात पाहिलेले रत्न हस्तगत करण्याचा त्याने प्रयत्न सुरू केला. अनंत वाटणाऱ्या कालानंतरही आकृतीच्या नेत्राभोवती एक रेषा उमटली नाही की रत्ने अस्थिर झाली नाहीत. त्याचप्रमाणे त्याच्या मूढतेकडे उपरोधाने पाहत असल्याप्रमाणे वाटणारे आकृतीच्या मुद्रेवरील किंचित स्मित आणि दृष्टीतील शांत क्षमाशीलताही विचलित झाली नाहीत.

तो खाली उतरला व आघात करण्यासाठी काही साधन मिळते का हे पाहू लागला; परंतु त्या स्फटिकभूमीवर शिलाकणही मिळण्याजोगा नव्हता. मात्र काही चौथऱ्यांजवळ घरटे विसकटून, काड्या विखरून पडाव्या त्याप्रमाणे भग्न झालेले अनेक मानवी अस्थिपंजर दीनपणे पसरले होते. त्याने नैराश्याने त्यांतील एक हाड उचलले व त्या स्पर्शाने तो क्षणभर भ्रमिष्ट झाला. आपल्यासारखाच हा आणखी एक मानव, आपल्याच अस्थिपंजराचा सगोत्री. याची भ्रमंती कशी झाली असेल? याच्या वाट्याला कसला अंत आला असेल? या प्रश्नचिन्हांनी तो खिळल्यासारखा झाला; पण ही अवस्था तत्काळ ओसरली. त्याने हाड घेऊन पावले वळवली व एका चौथऱ्यावर तो पुन्हा साहसिक निश्चयाने वर चढला. त्या आकृतीच्या मुखासमोर उभे राहताच ते विशाल अनिमिष नेत्र त्याला अनंतद्वारासारखे भीषण वाटू लागले. त्याने हातातील साधन उचलले व मूढ आग्रहाने तो आकृतीवर आघात करू लागला.

आभाळाचा झळझळीत प्रकाश विरला व ते विरक्त यात्रिकाच्या वस्त्राप्रमाणे निस्तेज झाले. काही काळानंतर संधिप्रकाश संपला व आकृतीमधून दीप्तिमान किरण निर्माण झाले. तो अद्याप प्रहार करत होता; परंतु एका अतिप्रहारात हातातील अस्थिकाष्ठ पूर्णपणे भग्न झाले व तो चौथऱ्यावरून खाली कोसळला. त्याने शून्यदृष्टीने आपल्या हातांकडे पाहिले. अस्थिकाष्ठाबरोबरच त्याची जीर्ण बोटे देखील आता भग्न होऊन गेली होती. त्या स्फटिकभूमीवरून उठण्याची ईर्ष्या आता पूर्णपणे संपली. सभोवारचे दृश्यदेखील आता विलक्षण भयानक झाले होते. साऱ्या भूमीखाली अग्नी प्रज्वलित झाल्याप्रमाणे ती रक्तवर्णी झाली होती व रक्तप्रकाश आभाळावरही चमकू लागला होता. त्या आकृतींच्या मुद्रांवर कृष्णरक्त अशा चंचल छायांचे गारूड निर्माण झाले होते आणि त्या प्रत्येकीभोवती एकेक रक्तरेषा पाताळनागाप्रमाणे कंपित होऊ लागली होती.

त्याने भग्न, निर्जीव झालेले हात उरावर घेतले आणि आपल्या ओंजळीकडे निराशेने पाहिले. त्या क्षणी सारे शरीरच प्रज्वलित झाल्याप्रमाणे त्याला वाटले व त्याचे मूक झालेले ओठही किंचित थरथरले. ज्यासाठी त्याने रक्त वेचले, हाडे झिजवली, ते हृदयाच्या गाभाऱ्यात संभाळून ठेवलेले सहस्ररंगी रत्न आता त्याच्या ओंजळीत होते व अखेर त्याची बोटे त्याच्या रेषेभोवती तृप्तीने फिरत होती!

भोवतालचा रक्तप्रकाश आता विझत चालला व ओंजळीतील रत्नाचे तेज आता जास्तच प्रगल्भ होऊ लागले. तोच साऱ्या दृश्यावर तीक्ष्ण खड्गाची रेषा फिरावी त्याप्रमाणे एक अत्यंत सुरेल शीळ त्याच्या कानावर आली व पसरलेल्या दोन विशाल पंखांनी आभाळ झाकोळून गेले.

कृष्णगरुडाने आपली चोच त्याच्यापाशी नेली व म्हटले, ''मला तू ओळखलंस? या माझ्या कृष्णरूपात तुला कदाचित मला ओळखता येणार नाही. माझा दिवस संपला. मी माझ्या शापाकडे जात आहे. आता तुझा क्षण आला आहे. माझी शीळ तू ऐकली आहेस!''

परंतु गरुडाच्या शब्दांकडे त्याचे लक्ष नव्हते. त्याची दृष्टी निराळ्याच दृश्याने वेधली होती. आभाळातून एक अतिदेदीप्यमान सौंदर्याकृती खाली उतरली व त्याच्यासमोर तरंगली. तिच्या उत्तरीयाचा एक भाग वाऱ्यावर क्षितिजापर्यंत पोहोचला होता व त्यांतील रक्तवर्णामुळे तो अग्निप्रवाहाप्रमाणे भासत होता. तिचा केशसंभार आभाळात पसरला होता आणि अनेक तेजस्वी तारे त्यात अलंकारांप्रमाणे शोभत होते.

''तू मला ओळखलंस?'' वेलीवर फुले उमलावीत अशा मधुर स्वरात तिने विचारले. त्याने तिच्याकडे अजाण डोळ्यांनी पाहिले व म्हटले, ''नाही, अशी असामान्य दैवी सौंदर्यमूर्ती पूर्वी पाहण्याचं भाग्य माझ्या वाट्याला आलं नाही!''

''आपली भेट कृष्णवनात झाली होती. मी तुला त्या वेळी मार्ग दाखवला होता,'' ती म्हणाली.

''मग कदाचित तू माझी भाग्यदेवताच असशील, कारण तू या भाग्यशाली क्षणीच

मला दर्शन दिलंस. माझ्या या ओंजळीत पाहा. या रत्नासाठी मी ऐहिक जीवन लाथाडलं, तारुण्य सांडलं, रक्त अर्पण केलं; परंतु माझ्या जीवनाच्या अंत्यक्षणी तरी मला हे कोणत्याही भव्य आकृतीवर शोभणारं रत्न प्राप्त झालं!'' त्याने अत्यानंदाने ओंजळीतील रत्नाकडे पाहिले व डोळे मिटून घेतले.

कृष्णगरुडाने स्तिमित होऊन देवतेकडे पाहिले, कारण त्याची ओंजळ तर पूर्णपणे रिती होती. तिची मुद्रा कारुण्याने व्यग्र झाली व तिच्या स्वरात रुद्ध कंठाची आर्तता आली.

''पुन्हा सारं तेच! अखेर आपणाला रत्नप्राप्ती झाली या भ्रमानं आणखी एका आयुष्याला विराम मिळाला! कृष्णगरुडा, सावधदृष्टीनं पाहा. याची ओंजळ ज्याप्रमाणं रिकामी आहे त्याचप्रमाणं इथल्या कोणत्याच आकृतीवर एकही रत्न नाही. तरी या मानवाला रत्नप्राप्तीचा हर्ष झाला आहे. ही रत्नप्राप्ती म्हणजे अखेर स्वतःच्या दृष्टीमध्ये घडून आलेलं एक परिवर्तन, एवढाच त्याचा सत्यार्थ आहे.''

''देवते, मी संभ्रमात आहे,'' कृष्णगरुड म्हणाला, ''हा प्रदेश तर मानवाची मर्यादा. मग अशा स्वरूपाचं रत्न कुठेच अस्तित्वात नाही का? असल्या मोहजालामागं न धावता घरकुलातच बंदिवान होणारे इतरेजन आणि अशा केवळ दृष्टिपरिवर्तनाच्या इंद्रजालात सुखावणारे हे मानव यांत मग ज्ञानी कोण? यांत मूढ कोण?''

''त्याला काही उत्तर नाही. तसं उत्तर आपल्याजवळ आहे असा विश्वास धरणं म्हणजे रत्नप्राप्तीचा हर्ष उपभोगण्यासारखं होईल आणि तोही एक भ्रम ठरेल! चल, माझा क्षण आला आहे. पुन्हा कर्मचक्राचा प्रारंभ झाला पाहिजे.'' तिने जाताना त्याच्या मस्तकास स्पर्श केला व ती नाहीशी झाली. तिचे रक्तवर्णी उत्तरीय क्षितिजाआड गेले व केशसंभारातील ताऱ्यांचा अस्त झाला.

गरुड क्षणभर रेंगाळला. तो किंचित खाली वाकला व त्याने मृदू स्वरात विचारले, ''तू माझा कालस्वर ऐकला आहेस, मला तो कधीच श्रवणी पडणार नाही, तेव्हा तुझ्या जीवनाचा शेवटचा बिंदू ओघळण्याआधी मला सांग ह्य तो स्वर कसा आहे?'' गरुड अपेक्षेने थांबला; पण त्याचा प्रश्न अनुत्तरित राहिला. आता समोरील अस्थिपंजर रिती ओंजळ धरून पूर्णपणे स्तब्ध झाला होता. त्याने डोळे मिटले होते; पण आता त्याच्या मुद्रेवर तृप्तीची कळा होती.

''इथंही उत्तर प्राप्त झालं नाही!'' खिन्नपणे गरुड म्हणाला. त्याने आपले पंख त्याच्यावर विस्तारताच सारी रात्रच खाली उतरल्याप्रमाणे अंधार दाटला. त्याने एक निःश्वास सोडला व कृष्णगरुड दक्षिणेस निघून गेला. त्याच वेळी सुवर्णयान गेल्याप्रमाणे सुवर्णगरुड अतिवेगाने उत्तरेकडे नाहीसा झाला…

हळूहळू अंधाराची घनता कमी झाली व नदीचा प्रवाह ओसरू लागताच एकेक वस्तू प्रवाहावर स्पष्ट दिसू लागावी त्याप्रमाणे भोवतालचे जीर्ण मंदिर, रथागार, परिसरातील

चाफा प्रकाशात उजळू लागली. चाफ्यावर रात्रीत उमललेली चारसहा फुले दिसू लागली. काही वेळाने मंदिराच्या स्तंभावरील धनुर्धारी द्वारपाल, भग्न गोपुरावरील वीरासनातील आकृती, तोरणावरील पद्मस्थ मूर्ती याही स्पष्ट होऊन त्यांचे डोळे स्वच्छ प्रकाशात अनिमिष पाहू लागले. मंदिराच्या अंगणात एक वृद्धा काठी टेकत दोन गाईंमागोमाग आली व थांबून तिने ओवरीत पसरलेल्या शांत आकृतीकडे नजर टाकली. तिने एकदोन हाका मारल्या व काठीने त्याला हळूच डिवचून पाहिले. अखेर तिने हातातील गाठोड्यातून भाकरीचा एक तुकडा एका द्रोणात घातला व द्रोण त्याच्या शेजारी ठेवून ती गाईमागोमाग निघून गेली.

ती जाताच कर्कश आवाज करत एक कावळा खाली उतरला व त्याने द्रोण प्रास्ताविक हालचालीने पुढे ओढला. झोपलेल्या मनुष्याकडून काहीच प्रतिकार न झाल्याने त्याने निर्धास्तपणे द्रोणातील अन्नाचा तुकडा उचलला व रिता द्रोण रित्या ओंजळीशेजारी टाकून सळसळा पंख हलवत तो मंदिरावर जाऊन बसला.

आणि तेथे तो समाधानाने काव काव करू लागला!

वि दू ष क

विशाल पसरलेल्या द्वादश गोपुरांनी सुशोभित असलेल्या रक्ताक्षीच्या मंदिरावर सुवर्णरंगाचा हंसध्वज मंदपणे थरथरत होता आणि शुभ्र कंदामधून केशरपुष्प उमलल्याप्रमाणे भासत होता. महामंदिराच्या दीर्घ, चित्रवेलीयुक्त अशा पायऱ्या ओलांडल्यावर खाली अत्यंत विस्तीर्ण असा संगमरवरी मंडप होता आणि त्या ठिकाणी आज राजसभेची योजना झाली होती. अर्धवर्तुळाकार मांडलेल्या अलंकृत आसनांवर सर्व अमात्य तर राजवस्त्रांत स्थानापन्न झाले होतेच; पण त्याशिवाय आजच्या विशेष प्रसंगी, पर्वतांच्या उतरणीवर राहणाऱ्या वनजनांचे व्याधप्रमुख, सागराशी झुंज देत जगणाऱ्या धीवरांचे नायक, झंझावाताप्रमाणे वनमुक्त संचारणाऱ्या अश्वसमूहांना रज्जूबद्ध करणाऱ्या अश्वव्यापाऱ्यांचे नेते इत्यादी अनेक मांडलिकही उपस्थित होते. व्याधप्रमुखांच्या अंगावर कृष्णाजिनांची आवरणे होती व त्यांनी कानांत रुद्र-सुवर्णवलये अडकवली होती. धीवरांच्या अंगावर झगझगीत रेशमी वस्त्रे तंग बांधलेली दिसत होती आणि गुडघ्यांखाली त्यांचे पाय उघडे, ओबडधोबड व केसाळ होते. इतर सराईत मानकऱ्यांच्या समूहात ते अवघडून, अस्वस्थपणे बसले होते आणि स्वतःचे धैर्य टिकविण्यासाठी ते मधूनमधून आपल्या अनुयायांपैकी कोणावर तरी अकारण संतप्त होऊन कठोर शब्दांत कसल्यातरी आज्ञा देत होते.

सभामंडपापासून बऱ्याच अंतरावर, पट्टनगरीत होणाऱ्या कोणत्याही समारंभास गर्दी करणाऱ्या उत्सवप्रिय आणि निरुद्योगी नगरवासियांची गर्दी होती व त्यातही विविध केशभूषा केलेल्या नटव्या वस्त्रांतील स्त्रियांचा भरणा अधिक होता. परंतु एवढ्या श्रृंगाराने देखील कदाचित इतरांचे लक्ष आपल्याकडे जाणार नाही, या संशयाने कृत्रिम हातवारे करत, जरुरीपेक्षा जास्त मोठ्याने त्या क्षुद्र विषयावर तन्मयतेने बडबडत होत्या. सगळ्या जनसंमर्दावर अद्याप खेळीमेळीची छाया होती, कारण अद्याप धर्माचार्यांचे आगमन झाले नव्हते. अमात्यांच्या समोर ठेवलेले त्यांचे पीठ अद्याप अनधिष्ठित होते; परंतु पारंपरिक

प्रथेप्रमाणे तेथे सेवक चवऱ्या ढाळत उभे होते आणि आता त्यांच्या चेहऱ्यावरही क्लांतीची कळा दिसू लागली होती.

जनसंमर्द एके ठिकाणी दुभागल्यासारखा झाला व त्याच्यात हास्याच्या लहरी उमटल्या. आपल्या दैनंदिन वस्त्रांवर एका बाजूने पूर्ण काळा व दुसऱ्या बाजूने पूर्ण शुभ्र, असा वेष घातलेला विदूषक गाढवावर बसून राजसभेकडे येत होता. एका दोराच्या तुकड्याच्या टोकांना एका बाजूला घंटा व दुसऱ्या बाजूला दीप बांधून त्याने तो आपल्या गळ्याभोवती वेटोळ्याने टाकला होता; परंतु घंटेची जीभ काढून ठेवली होती व दीपात तेल अथवा वात काहीच नव्हते. भोवतालच्या कुत्सित उद्गारांकडे दुर्लक्ष करत तो साजसभेकडे आला आणि उच्चैःश्रव्यावरून इंद्र उतरत असल्याच्या दिमाखानेच तो खाली उतरला. त्याला पाहून, फक्त सम्राटांच्याच विनोदाला हास्य अर्पण करण्याची सवय असलेल्या प्रधान अमात्यांच्याही मुद्रेवर स्मिताची भावना दिसली. विदूषकाने गळ्याभोवतालची दोरी न काढताच दीप व घंटा एखाद्या देवतेच्या आयुधांप्रमाणे दोन्ही हातांत उचलून धरली व राजसभेत प्रवेश करून तो सेनानायकांच्या आसनाशेजारीच, पण खाली संगमरवरी फरशीवर नम्रपणे बसला.

"स्वागत असो, बृहस्पती! आज गाढवावरून आगमन झालं?" सेनानायकांनी नाटकी गंभीरपणे विचारले.

"आपण चुकलात, सेनानायक! आपल्या दिवंगत पुण्यश्लोकांच्या पवित्र आज्ञेचा भंग केलात! साम्राज्यात कशालाही, कोणालाही, त्याच्या खऱ्या रोखठोक नावानं संबोधायचं नाही, अशी एक आज्ञा त्यांनी प्रसृत केली होती याचा आपणास विसर पडला आहे का? गाढवाला गाढव म्हणायचं नाही, तर त्यास मलराशिविमर्शक अथवा आजानुकर्ण म्हटलं पाहिजे. आत्ताच येत असता मी माझ्या मार्गावर एक मोठा कोलाहल ऐकला. घोड्यांचे केस कापून त्यांना नीटनेटके ठेवणाऱ्या व्यवसायींचा, उंदीर मारून उपजीविका करणाऱ्या श्रमिकांचा एक मोठा समूह राजसभेच्या दिशेनं आक्रमक आवेशानं येत असलेला मला दिसला. गत राजसभेच्या प्रसंगी मासे धरणाऱ्यांना, शिकार करून जगणाऱ्यांना नवीन नामचिन्हं मिळून त्यांना सभेत मानाचं स्थान मिळालं, तेव्हा या वेळी आपल्यासारख्या राज्यमंडलाच्या महत्त्वाच्या दिग्गजांना तसंच स्थान का मिळू नये, अशी त्यांची क्रोधजन्य विचारणा आहे. तेव्हा त्यांचं आगमन होण्याआधीच त्यांच्या प्रमुखांना अनुक्रमे अश्वकेशभूषारत्न आणि मूषककुलसंहारभास्कर अशा उपाधी देण्याची चतुर प्रधान अमात्यांनी योजना केली आहे, अशी वदंता आहे. मी फक्त वदंताच ऐकत असतो सेनानायक, सत्य नाही. एकदा काहीतरी सत्य झालं की ते स्थिर, जड, चैतन्यहीन होतं, तर वदंता ही सदैव नवनवोन्मेषशालिनी असते. आणखी एक महत्त्वाचा विरोध म्हणजे ह्व"

तोच विदूषकाचे लक्ष मार्गाच्या कडेने जात असलेल्या एखाद्या द्रोणमेघाप्रमाणे

काळ्याकभिन्न दिसणाऱ्या डोंबाकडे गेले. तो तत्काळ उठला व धावत जाऊन अतिनम्रपणे त्याने डोंबापुढे दंडवत घातले आणि लीन स्वरात त्याच्याकडून अभय मागितले. भोवतालच्या संमर्दात हास्याचा स्फोट झाला आणि स्वतः डोंब देखील किंचित लज्जित झाला. विदूषक उठला व मोठ्या गंभीरपणे स्वस्थानाकडे परतला.

''पण बृहस्पती, ही घंटा, हा दीप ह्न ही आपली नवी बिरुदं कसली? त्यांचं प्रयोजन काय?'' कोषाधिपतींनी विचारले.

''त्याचं असं आहे ह्न आज एका तरी शहाण्याशी दोन शब्द बोलावेत अशी मला फार तीव्र इच्छा झाली. तेव्हा त्याचा शोध करत असता उपयुक्त व्हावा म्हणून हा दीप मी घेतला आणि त्याचा शोध लागताच ती दिव्य सुवार्ता सर्वत्र सांगावी म्हणून मी घंटा जवळ ठेवली.''

''परंतु हा कसला दीप आहे? त्यास तैल तैलिकेचा स्पर्श नाही आणि त्या घंटिकेत जिव्हा नाही!'' कोषाधिपतीला रंजवण्यासाठी उपकोषाधिपतीने कुत्सिततेने म्हटले.

''इतक्या दीर्घ कालावधीत मला एकही शहाणा भेटला नाही, तो आजच नेमका कसा काय भेटणार? तेव्हा दीप प्रकाशित करण्याचा किंवा घंटा वाजवण्याचा प्रसंगच येणार नाही, असा माझा प्रथमपासूनच विश्वास होता,'' विदूषक म्हणाला.

''मग आपण घंटा आणि दीप या वस्तू घेतल्याच कशाला?'' नौदलनायकांनी विचारले. कोणत्याही प्रसंगी आपण निदान एक तरी प्रश्न विचारला नाही, तर आपण सजीव आहो या गोष्टीवर जनतेची मुळीच श्रद्धा राहणार नाही, अशी त्यांची भावना होती.

पण जणू त्याच प्रश्नाची अपेक्षा करत असल्याप्रमाणे विदूषकाने तत्काळ सांगितले, ''पण जर अकस्मात एखादा शहाणा भेटलाच, तर आपली सज्जता असावी, म्हणून या वस्तू मी घेतल्या!''

कोषाधिपती प्रसन्न मुद्रेने हसले; पण धीवरप्रमुखाने मात्र कपाळाला वळकट्यांसारख्या निःसंशय आठ्या घातल्या व म्हटले, ''वात नसता दिवा लागत नाही, जीभ नसता घंटा वाजत नाही, हे तर आमच्या प्रांतात लहान मुलालादेखील समजतं!''

विदूषक त्याच्याकडे वळला व त्याने धीवरप्रमुखास अत्यंत नम्रपणे अभिवादन केले. तो म्हणाला, ''मीनजालपाणी, आपले शब्द अत्यंत ज्ञानगर्भ आहेत. आपल्यापुढं हा सेवक अगदी यःकश्चित आहे.'' मग तो कोषाधिपतींकडे वळला व म्हणाला, ''नाहीतर माझी स्थिती हंसासारखी व्हायची!''

''हंसासारखी म्हणजे कशी?'' नौदलनायकांनी विचारले. जणू त्या आमंत्रणाचीच वाट पाहत असल्याप्रमाणे विदूषकाने आपले आसन प्रशस्त केले व तो सांगू लागला,

''एकदा असंख्य कावळे मानससरोवराजवळ जमले. त्या ठिकाणी शुभ्र पंखांचा, लाल चोचीचा एक हंस हंसीबरोबर जलक्रीडा करत होता. कावळ्यांनी एकदम

कलकलाट केला व त्यांनी हंसास मानससरोवर सोडून जाण्यास सांगितलं, कारण त्यांच्या आगमनाच्या क्षणापासून मानससरोवरावर त्यांची सत्ता सुरू झाली होती.

" 'अनादिकालापासून हे सरोवर हंसांसाठीच आहे,' हंस म्हणाला, 'शिवाय तुम्हांला पोहता येत नाही, तर मानससरोवर हवं कशाला?'

" 'आम्हांला पोहता येत नसेल; पण त्याचा आणि स्वामित्वाचा काय संबंध आहे? आपल्या सत्तेची नृत्यशाला अथवा गायनशाला असेल तर आपल्याला नृत्य-गायन आलंच पाहिजे असं कोठे आहे?' कावळ्यांच्या नेत्याने राजकारणी हसून विचारले. हा नेता मोठा व्युत्पन्न होता व त्याने कृष्णद्वीपात जाऊन न्याय व राजनीतीचा प्रगाढ अभ्यास केला होता.

" 'आणि आत्ताच्या आत्ता तू मानससरोवर सोडून गेला नाहीस, तर आम्ही सगळे तुझ्यावर तुटून पडू व तुझा आणि तुझ्या निवासस्थानाचा पूर्ण नाश करू!' एका तरुण कावळ्याने गर्जून सांगितले.

"परंतु त्याच्या या कर्कश शब्दांनी नेत्यास क्रोध आला व त्याचे संस्कारित मन फार व्यथित झाले. त्याने आपल्या उतावीळ अनुयायांस गप्प बसवले. अशातऱ्हेच्या आततायी उपायांची योजना आता रानवट झाली हाती आणि तिला कृष्णद्वीपनीतीत स्थान नव्हते. त्याने पुन्हा सौजन्यपूर्वक हसून म्हटले, 'आपलं म्हणणं मला पूर्ण मान्य आहे. मानससरोवर हंसांसाठीच आहे, ही आपली प्राचीन परंपरा मला अढळ राखायची आहे. उलट, त्या पवित्र परंपरेच्याच सामर्थ्यशाली आश्रयानं मला मातृदेशाची कीर्ती वृद्धिंगत करायची आहे. पण त्यासाठी हंस कोण हे आधी ठरलं पाहिजे. आपण हंस आहात हे कशावरून?'

"हंसाला या प्रश्नाचाच मोठा विस्मय वाटला. त्यानं आपल्या शुभ्र पंखांकडे पाहिलं. त्याला जलातील प्रतिबिंबात आपली डौलदार मान, तिच्या अग्रभागी असलेली कमलदलासारखी लाल चोच दिसली; पण आपण हंसच आहो हे सांगण्यास त्यास प्रमाण सुचेना. कावळ्यांचा नेता नम्रपणे हसला. तो म्हणाला, 'तेव्हा प्रथम आपण या प्रश्नाचा निर्णय लावू. येथे उपस्थित असलेल्या सर्वांना आपण एकेक पान आणायला सांगू. जर आपण हंस असाल तर त्यांनी लाल पान आणावं. जर त्यांना मी हंस आहे असा विश्वास असेल तर त्यांनी हिरवं पान आणावं.'

" 'पण या ठिकाणी हंसांपेक्षा कावळेच संख्येनं जास्त आहेत,' हंसी म्हणाली.

" 'देवी, आपले शब्द पूर्ण सत्य आहेत; पण तो आमचा का अपराध आहे?' नेता विनयानं म्हणाला.

"थोड्याच वेळात त्या ठिकाणी हिरव्या पानांचा ढीग जमला. हंसीनं जाऊन कमळाची एक अस्फुट कळी आणून ठेवली.

"कावळ्यांचा नेता म्हणाला, 'पाहिलंत? न्यायनीतीनुसार निर्णय होऊन मी हंस

ठरलो आहे, हे इतर सारे माझेच आप्तगण असल्यामुळे अर्थात ते देखील हंसच आहेत आणि आता आपणच मान्य केलंत, की मानससरोवर हंसांसाठीच आहे. तेव्हा तुम्ही आता येथून जावं हे न्यायाचं होईल.'

''हंस खिन्न होऊन सरोवराबाहेर आला. हंसीनं त्याचं सान्त्वन करण्याचा प्रयत्न केला, 'प्रिया, तू खिन्न का?' ती म्हणाली, 'पानांच्या राशीनं का हंसत्व ठरत असतं? चल, आपण येथून जाऊ. तू ज्या जलाशयात उतरशील ते मानससरोवर होईल ह जेथे तू दिसशील ते तीर्थक्षेत्र ठरेल.'

''हंस हंसीबरोबर उठून जायला सिद्ध झाला, तोच वेगानं उडत चाललेल्या सुवर्णगरुडाशी त्याची भेट झाली. त्यानं विचारलं, 'हंस म्हटला की त्याचं मुख मानससरोवराकडे असायचं; पण तू असा विन्मुख होऊन कुठं चाललास?' मग हंसानं सारी हकिकत सांगताच गरुडाच्या अंगावरील पिसे उसळली व डोळ्यांत अंगार दिसला.

'' 'मित्रा, मी गरुड आहे की नाही, हे पानं गोळा करून ते क्षुद्र ठरवणार? माझ्या चोचीचा एक फटकारा बसला की त्या गोष्टीचा तत्काळ निर्णय होत असतो. त्या क्षुद्रांची तू गय करणार? जा, आणि आपल्या देवदत्त मानससरोवराकडे पाठ वळवू नको. उद्या हेच कावळे पानांचे भारे गोळा करत, माझ्या नंदादेवी कांचनगौरीवर अधिकार सांगू लागतील.'

''हंसीनं त्याला आवरण्याचा प्रयत्न केला; पण आता हंस प्रज्वलित झाला होता व त्याला शब्दांची धुंदी चढली होती. हंसी हताश चित्तानं त्याच्याबरोबर मानससरोवरापाशी आली. त्यांना पाहून कावळ्यांचा समुदाय त्यांच्यावर धावून आला. कावळ्यांचा नेता म्हणाला, आणि त्याचा स्वर क्रोधापेक्षा दुःखानं कंपित झाला होता, 'मी अत्यंत शांतताप्रिय आहे; पण आमच्या न्याय्य हक्कासाठी आम्ही प्राणार्पण करू. हंस कोण याचा न्याय्य व निःपक्षपाती निर्णय लागलेला आहे.'

''आता तर त्याचा स्वर दुःखापेक्षा अनुकंपेनं आर्द्र झाला होता. त्याची अनुज्ञा होताच ते असंख्य कावळे हंसहंसीवर तुटून पडले व त्यांचे शुभ्र पंख व लाल चोची यांचा विध्वंस झाला.

''पण झाडाच्या ढोलीतून एक खार ही हत्या पाहत होती. ती चीत्कारत म्हणाली, 'गरुडाची गोष्ट निराळी. त्यानं एकदा नखं फिरवली की दहा कावळ्यांच्या चिंध्या होतात; पण तुम्ही झुंजणार कशानं? पांढऱ्या पंखांनी, डौलदार मानेनं की माणकासारख्या चोचींनी? प्रतिपक्षाला चांगलं समजेल अशी भाषा वापरण्याचं सामर्थ्य नसेल, तर शहाण्यानं त्या ठिकाणी सत्य खपवायला कधी जाऊच नये.'

''खारीचा चीत्कार काही कावळ्यांनी ऐकला आणि त्यांनी तिलादेखील टोचून मारून टाकले. म्हणजे ते सत्य माहीत नसलेला हंस आणि ते सत्य माहीत असलेली खार या दोघांचाही सर्वनाश झाला.

“तात्पर्य काय, स्वसंरक्षणाच्या संदर्भात सत्याचं ज्ञान-अज्ञान या गोष्टी पूर्णपणे असंगत आहेत. कारण अनुयायांच्या रक्षणाबाबत सत्य पूर्णपणे उदासीन असतं. दुसरं एक शेष तात्पर्य असं, की मग तो स्वर कितीही तात्त्विक असेना, भोवती कावळे असताना खारीनं चीत्कारू नये.” इकडेतिकडे पाहत विदूषक थांबला.

“मानससरोवर हे हंसाचं देवदत्त दान आहे, याचं आम्हांलादेखील लिखित प्रमाण अद्याप उपलब्ध झालं नाही,” दंडाधिकारी असमाधानी स्वरात म्हणाले, “आणि हे कसलं आहे तात्पर्य? याचा मूळ कथेशी काहीसुद्धा संबंध नाही.”

विदूषक हसला व म्हणाला, “तात्पर्याचं खरं कौतुक ते हेच! त्याचा मूळ कथेशी संबंध असलाच पाहिजे असा काही दंडक नाही. ते स्त्रीच्या कटीवरील बालकासारखं असतं. ते तिचंच अपत्य असलं पाहिजे असं नाही.”

सेनानायकांनी आपले आसन किंचित विदूषकाकडे सरकवले व मोठ्या सलगीने त्याच्या खांद्यावर हात ठेवला. त्यांची मुद्रा दवाने भिजलेल्या रानशेणीसारखी झाली आणि त्यांचे डोळे, जगात हाडे थोडी दगड फार, असा साक्षात्कार झालेल्या वृद्ध कुत्र्याच्या डोळ्यांप्रमाणे ओलसर, उदास झाले. ही परिचित लक्षणे दिसताच विदूषक एकदम सावध झाला. सेनानायकांच्या प्रणयिनी शुक्लपक्ष कृष्णपक्षाप्रमाणे नियमित बदलत. निरनिराळ्या वस्तू स्वीकारूनदेखील आपल्या नूतन प्रणयिनीने आपली कशी कुशल प्रतारणा केली, हे ते आता आर्तपणे आणि अत्यंत सविस्तरपणे सांगायला सुरुवात करणार हे त्याने पूर्वानुभवाने ओळखले व तो तेथून तत्काळ उठला.

“असा अकस्मात स्थानत्याग का?” नेत्रपल्लवी करत कोषाधिपतींनी हसत विचारले. विदूषकाने आता पसरत चाललेल्या उन्हाकडे बोट दाखवले. ते आता त्याच्यापर्यंत सरकले होते आणि खालची फरशी स्पष्ट जाणवण्याइतकी तप्त झाली होती. तो म्हणाला, “क्षुद्रांनी थोरांशी केलेला अतिपरिचय मानहानिकारक होतो, तर थोरांचा अनाहूत अतिस्पर्श तापदायक ठरतो. छायेचं संरक्षण न सोडता सूर्याच्या प्रखर वैभवाचा आदर करावा, आत्मसंयम न सोडता मदिरेचा स्वाद स्वीकारावा आणि निष्ठेची अपेक्षा न करता स्त्रीसुख घ्यावं असं शास्त्रवचन आहे.”

विदूषक त्या स्थानापासून किंचित दूर, अर्धवर्तुळाच्या दुसऱ्या टोकाकडे येऊन बसला. त्याची काळीपांढरी वस्त्रे पाहून चवऱ्या ढाळत असलेल्या सेवकांच्या चेहऱ्यावर देखील हसू दिसले. विदूषक स्थिर झाल्यावर दुर्गाधिकाऱ्यांनी विचारले, “अहो बुद्धिभास्कर, हा भागिरथी कालिंदी वस्त्रालंकार कसला?”

विदूषकाने त्यांच्याकडे वळून वेताप्रमाणे लवून त्यांना प्रणाम केला व म्हटले, “आपल्यासारख्या मान्यवरांचं लक्ष या क्षुद्राकडे जावं यात मी धन्यता मानतो. मी या वस्त्रांस अत्यंत कृतज्ञ आहे. ही वस्त्रं म्हणजे दिनरात्र असून वर माझा मुखचंद्र ज्ञानतेजानं विराजत आहे.”

भोवतालचे सारे अधिपती हसू लागले; पण कविराजांचे हास्य प्रथम संपल्यामुळे त्यांनी उपहासाने म्हटले, ''पण चंद्र कधी इतका ओबडधोबड, खडबडीत असतो का?'' आणि त्यांच्या या प्रश्नाने पुन्हा हास्याच्या लहरी उमटल्या.

''परंतु कविराज, चंद्र अगदी शीतल, स्निग्ध असतो हे तरी आम्हा यःकश्चितांना कोणी ऐकवलं, कवींनीच ना? कवींचं खरं पाणी जोखलं ते एका गौड प्राकृत भाषेनंच! त्या भाषेत कवी आणि कपी या दोहोंनाही एकच समान शब्द आहे. प्राकृत अगदी रोखठोक भाषा आहे, म्हणूनच ती राजसभेतून स्थानभ्रष्ट झाली आणि तिच्या जागी संस्कृत भाषा आरूढ झाली!''

विदूषकाने आपल्यावरील अस्त्र असे परतवल्याने कविराज अस्वस्थ होऊन लालसर झाले. त्यांनी ऐहिक गोष्टींवरून लक्ष काढले व युवतीने लत्ताप्रहार करताच उमलणारा अशोकवृक्ष हा सगळ्या प्रियकरांचा कुलपुरुष आहे अशातऱ्हेचे व्यावसायिक काव्य करण्यास ते शब्द शोधू लागले. म्हणून विदूषक इतरांकडे वळून म्हणाला,

''आपल्या राजनीतीत अथवा शासनकर्तव्यात विशेषतः या भाषेचं मूल्य अमर्याद आहे. राजकारण आणि महाभारत यांमध्ये एक अत्यंत लक्षणीय अंतर आहे. एकात द्रौपदी-वस्त्रहरण आहे, तर दुसऱ्यात विवस्त्र, शुद्ध सत्यावर वस्त्राभरणे व अलंकार चढवत राहण्याचं कार्य असतं आणि या कार्यासाठी संस्कृत भाषानिर्मित वस्त्रासारखी राजवस्त्रं मिळणं अन्यत्र केवळ अशक्य आहे. राजकारणात धर्मराज वस्त्रहरण करून सत्यस्वरूप दाखवण्याचा प्रयत्न करतात, तर सत्ताधारी दुःशासन भरजरी वस्त्रे टाकून डोळे दिपवीत स्वतःची लाज राखतात!''

''अहाहा! काय हे देदीप्यमान बुद्धिवैभव!'' भुवया उंचावत शुभ्रजटाधारी वेदमित्र ऋषी म्हणाले, ''आपण आपलं पांडित्य घनघोर अरण्यात प्राप्त करून घेतलेलं दिसतं!''

वेदमित्रांनी भोवती असलेल्या आपल्या आश्रमातील शिष्यांकडे विजयाने पाहिले. त्यांच्या शब्दांनी शिष्यांच्या मुद्रेवर आपल्या प्राचीन संस्कृतीला शोभेल एवढे स्मित दिसले.

''ऋषिवर्य, एकदा गुरूंचा अनुग्रह झाला, तेवढ्यावर हा क्षुद्र आपला बुद्धिसंसार चालवत आहे,'' विदूषक म्हणाला, ''त्याचा पूर्वेतिहास असा आहे : अध्ययनासाठी मी माझ्या गुरूंच्या आश्रमात प्रवेश केला; परंतु माझा स्वीकार करून आशीर्वाद देण्यापूर्वी त्यांनी माझी कठोर परीक्षा घेतली. प्रथम मला त्यांनी छिद्रिकेतून पाणी आणायला सांगितले व त्यासाठी एक वर्षाची मुदत दिली. मी वर्षभर प्रवास केला व एक हिमखंड छिद्रिकेत ठेवून त्यांच्यासमोर सादर केला. गुरुवर्य म्हणाले, 'जल प्रवाही तरी असतं अथवा त्याचं बाष्प होऊन ते ऊर्ध्वगामी तरी होतं. मग हा स्थिर हिमखंड म्हणजे जल कसं?' मी उत्तर दिलं, 'तपश्चर्या करून स्वर्गप्राप्ती करून घ्यावी की सामान्य जनांचं

भूमिसमांतर जीवन जगावं याविषयी ध्यानस्थ असलेला मानव हा आत्माच असतो; हा हिमखंड म्हणजे जलाचं ध्यानस्थ स्वरूप आहे.' गुरूंनी पुन्हा आज्ञा दिली, 'जा आणि मृत्तिकेचा स्पर्श न झालेली, अविवाहित, सुगंधी पतिव्रता घेऊन ये; परंतु हे कार्य एक वर्षात नव्हे, तर एक मासात पूर्ण झालं पाहिजे.' सुगंधी पतिव्रतांचा शोध करत मी एक मास कालावधीपर्यंत फिरलो आणि मग गुरुवर्यांपुढं एक चंपककलिका ठेवून नम्रपणं उभा राहिलो. गुरूंनी प्रश्न केला, 'ही सुगंधी निःसंशय आहे; पण ती अविवाहित पतिव्रता कशी?' मी उत्तर दिलं, 'तिचा विवाह होतो हे कोणालाच ज्ञात नाही. चंपकाला भुंगा स्पर्श करत नाही. मग गुरुवर्य, न स्वैरः कुतः स्वैरिणी?' मग गुरुदेवांनी पुन्हा आज्ञा केली, 'जा आणि एका घटिकेत परत ये. हरणाचे डोळे मृगजळ पाहतात व वंचित होतात; परंतु तू हरणाचे डोळे असलेलं मृगजळ घेऊन ये.' मी राजमार्गावर आलो, त्या वेळी एक मृगनयना युवती चालली होती. मी तिला विनंती करून गुरुदेवांपुढं आणून उभं केलं. गुरूंनी पृच्छा केली, 'ही मृगनयना खरी; परंतु ती मृगजळ कशी?' मी म्हटलं, 'स्त्रीचं सारंच चंचल असतं. तिचं सौंदर्य पाहतापाहता जराग्रस्त होतं. तिचं प्रेम क्षणभंगुर असतं आणि तिचं स्मित भूमीवर झर्रकन सरकणाऱ्या ढगाच्या छायेसारखं असतं. चार पायांची स्वामिनिष्ठा हवी असेल तर कुत्रा घ्यावा, तीन पायांची मनःशांती हवी असेल तर केशरयुक्त चंदनाचा त्रिपुंड्र भाळी धारण करावा, दोन पायांचा द्रोह हवा असेल तर स्त्रीचा स्वीकार करावा आणि एका पायाचं सामर्थ्य हवं असेल तर हातात लोहदंड असावा.'

"माझ्या उत्तरांनी गुरुदेव प्रसन्न झाले व त्यांनी माझ्यावर अनुग्रह केला. ते म्हणाले, 'वत्सा, जा आणि ज्ञानी हो. तुला कोणत्याही परंपराजड गुरुकुलात प्रवेश मिळणार नाही आणि कोणताही आचार्य तुला आपली दीक्षा देणार नाही, असा मी तुला आशीर्वाद देतो.'' गुरूंच्या या अनुग्रहामुळं, आचार्य वेदमित्र, या यःकश्चिताला काही ज्ञानकण प्राप्त झाले आहेत."

वेदमित्र ऋषींच्या शिष्यांना चेहरा लपवण्यास जागा सापडेना; परंतु या आपत्तीतून सुदैवाने त्यांची सुटका झाली. कारण इतक्यात भेरी-तुतारींचा नाद हवेत घुमला आणि राजसभेतील वातावरण गंभीर झाले. जमलेल्या जनसंमर्दावर हलकीच फुंकर पडल्याप्रमाणे सारे शांत झाले आणि फक्त स्त्रिया तेवढ्या दबलेल्या आवाजात कुजबुजत राहिल्या. रक्ताक्षीच्या मंदिराचे भव्य महाद्वार उघडले, आतून आठ वर्तुळपताका भोवती असलेली धर्मगुरूंची भरजरी वस्त्रांतील आकृती स्वस्थानसुसंगत अशा गतीने पायऱ्या उतरू लागली. सर्व राजसभा उभी राहून नतमस्तक झाली. धर्मगुरूंच्या आगमनानंतर सेवकांच्या हातातील चवऱ्या जास्त जलद गतीने हालू लागल्या. धर्मगुरूंनी हातातील रत्नखचित कमंडलू समोरील वेदिकेवर ठेवला आणि ते पीठावर आसनस्थ झाले. त्यांनी सुवर्णमुद्रिकांनी सुशोभित झालेली बोटे उचलून राजसभेस स्थानापन्न होण्याची अनुज्ञा दिली. त्यांच्या मागोमाग अभयराज, पीत कौपीनधारी वज्राचार्य आपल्या

हितचिंतकांसह सभेत आले. विजयराज एकाकी पावले टाकत आला व विदूषकापाशी उभा राहिला. त्यामागोमाग मंदिरातून नारीगणांनी सभेत प्रवेश केला. प्रधान अमात्यकन्या चंचला, रक्ताक्षीच्या अर्चना दासीची कन्या ध्रुवशीला आणि इतर युवती रंगीत पुष्पगुच्छाप्रमाणे एकत्र आल्या व पीठाच्या उजव्या बाजूला स्थानापन्न झाल्या आणि त्यांनी धारण केलेल्या विविध पुष्पांच्या धुंद संमिश्र गंधामुळे राजसभा प्रसन्न झाली. अमात्यकन्येने कृष्णप्रपातासारख्या केशांत जाईची फुले खोवली होती, तर ध्रुवशीलेने वलयावलयांची केशरचना करून त्यावर सुरंगीच्या फुलांचा साज चढवला होता. ती येताच धर्मगुरूंनी तिच्याकडे पाहिले. तिने आपल्या दासीकडून पुष्पहार घेतला व तो धर्मगुरूंच्या गळ्यात घालून, त्यांच्या भालप्रदेशावर केशराचा तिलक लावला. तिने त्यांच्या पायांखालील लाल रेशमी पादपीठ सरकवले व नम्रपणे अंगावरील उत्तरीय वस्त्र काढून त्यांच्या पायांवर पसरले. त्या वस्त्राची जवनिका दूर होताच तिच्या अंगावरील चांदण्या जडवलेली मखमली वस्त्रे स्वच्छ झालेल्या रात्रीच्या आभाळाच्या तुकड्यासारखी चमकली आणि त्यातून रेखीव डौलाने उमटलेल्या तिच्या गौर यौवनाकडे पाहताना विदूषकाचे मन देखील लालसेने क्षणभर धुंद झाले. आपल्या स्थानाकडे जात असता अभयराज विदूषकाकडे पाहत किंचित थांबला तेव्हा विदूषक नम्रपणे म्हणाला, ‘‘अभयराज, आजच्या निर्णयात आपणाला पूर्ण यश लाभो!’’ त्याचे शब्द संपताच बाजूला उभा असलेला विजयराज त्याच्यासमोर आला व विदूषकाची वस्त्रे पाहताच त्याच्या मुद्रेवर स्मित दिसले.

‘‘विजयराज, आजच्या निर्णयात आपणाला पूर्ण यश लाभो!’’ त्यालाही तितक्याच नम्रतेने अभिवादन करत विदूषक म्हणाला.

विजयराज म्हणाला, ‘‘पंडित, राजमुकुटासाठी आम्हा दोघांपैकी कोणा एकाचीच निवड होणार हे आपणाला अज्ञात नाही. तेव्हा आम्हा उभयतांनाही पूर्ण यश कसं लाभणार?’’

विदूषकाने गंभीरपणे उत्तर दिले, ‘‘एका ज्ञानहीनाला क्षमा असावी; परंतु राज्यव्यवहारात एकनिष्ठा समूळ नाशाला कारणीभूत होते. पण्याङ्गनेचं नाव पंचकन्यांत येत नसेल; पण निदान वनवास, शिलावस्था असले भोग तरी त्यांच्या वाट्याला येत नाहीत. या व्यवहारी जगात आपली निष्ठा यशानुयायी ठेवण्यात हित असतं. शिवाय राजसत्तेचा एक विशेष आहे आणि त्यामुळं सर्वच जनांना तिचं अमर्याद आकर्षण असतं. तिच्या प्राप्तीचा योग्यता अथवा गुण यांच्याशी फारसा संबंध नसतो, त्यामुळं ती पूर्णपणं आपल्या देखील आवाक्यात आहे असं प्रत्येकाला वाटतं. ती आपल्याला वरेल अशी एखाद्या खाटकालासुद्धा ह्व क्षमस्व, विजयराज, प्रमाद घडला ह्व एखाद्या अजापुत्रबलिदात्यालाही आशा वाटते. एखाद्या त्रैलोक्यसुंदरीकडे पाहताना ती आपल्या मर्यादेपलीकडची आहे हे एखाद्या मूढाला देखील समजतं आणि म्हणूनच एखादी

पण्याङ्गना ती केवळ प्राप्त असते म्हणून जास्त मोहक वाटते. त्यासाठी राजसत्तेची स्पर्धा असता प्रत्येक पंक्तीत आपलं एक पान मांडून ठेवावं लागतं. अंगठा कुठं दाबावा याचा विसर पडू न देता सगळी बोटं सर्वत्र स्पर्शून ठेवावी लागतात!''

''वा पंडितराज, आपण तर नव्या तत्त्वज्ञानाचं मंदिरच निर्माण केलं!'' अभयराज हसून म्हणाला.

''नाही, गुणनिधी, यात नवीन काही नाही आणि तत्त्वज्ञानाविषयी सांगायचं म्हणजे तो दुर्बलांचाच एकमेव छंद आहे. नाहीतर सामर्थ्यशाली करतात तो धर्म आणि कुटिल जी आचरतात ती नीती, हीच स्थिती असते. दुर्बलांच्या वाट्याला राहता राहिलं ते तत्त्वज्ञान ह्न धान्योल्लास संपल्यावर उरलेले कणजीवी क्षुद्र व्यवहार!''

''काही वेळा तत्त्वज्ञानाखेरीज आणखी काहीतरी विदूषकांच्या वाट्याला येण्याची शक्यता असते!'' धर्मगुरूंनी त्यास कठोरपणे म्हटले. ''शिथिल जीभ जेव्हा मनोरंजन करते, तेव्हा तिला क्षमा केली जाते; परंतु ती जर बंधमुक्त अश्वाप्रमाणं स्वैर झाली, तर तिला डोंबाकडून आसूडाचे प्रहार भोगावे लागतात!''

विदूषक एकदम भानावर आला व त्याने धरणीवर अंग टाकून धर्मगुरूंच्या चरणावर मस्तक ठेवले. ध्रुवशीलेच्या वस्त्राच्या स्पर्शाने त्यास पुन्हा एकदा त्या वस्त्राने स्पर्शिलेल्या तिच्या तारुण्योन्नत शरीराची जाणीव झाली; पण तिला बाजूला सारत तो म्हणाला, ''धर्मभास्कर, त्याची मला पूर्ण कल्पना आहे. कोणाच्या हाती सत्तेचा प्रतोद येईल हे सांगता येत नाही, म्हणून काही क्षणांपूर्वीच मी डोंबाला साष्टांग नमस्कार घालून पूर्वतयारी करून ठेवली आहे!''

धर्मगुरूंच्या मुद्रेवरही किंचित स्मित दिसले व त्यांनी विदूषकास जाण्याची आज्ञा दिली. विदूषक नम्रतेने उठला; पण तेवढ्यात त्याने खाली पडलेली सुरंगीची दोन फुले उचलली व तो परत आपल्या जागी आला.

धर्मगुरूंनी हात उचलताच सभेत सर्वत्र शांतता पसरली. ते म्हणाले, ''प्रजाजन आणि अमात्यमंत्री, आज आपण एका अत्यंत गंभीर आणि पवित्र कार्यासाठी राजसभेत आलो आहोत. आपल्या मागे महादेवीचं मंदिर आहे आणि मंदिरावर साम्राज्यचिन्ह हंसध्वज सामर्थ्यानं शोभत आहे. आज या साम्राज्याचा अधिपती निवडण्याचं परम कर्तव्य आपणास निष्ठेनं व निःपक्षपातीपणानं पार पाडायचं आहे. वास्तविक हे कर्तव्य आमच्या स्वर्गीय पितृदेवांनी केलं असतं, तर आम्हांला हर्ष झाला असता; परंतु एखाद्या पाषाणहृदयी शर्विलकाप्रमाणं मृत्यूनं त्यांचे प्राण अकस्मात हरण केले व ऐन तारुण्यातच आमच्यावर ही महान धुरा पडली ह्न''

प्रधान अमात्यांच्या कंठात काहीतरी क्षुब्ध घडले व त्यांना कंठोद्रेकाचा थोडा ताप झाला. त्या आवाजामुळे धर्मगुरूंच्या बोलण्यात व्यत्यय आला. त्यांनी प्रधान अमात्यांकडे रोखून पाहिले. ''क्षमस्व गुरुदेव,'' प्रधान अमात्यांनी नम्रपणे म्हटले; पण

दृष्टी मात्र धर्मगुरूंवर तशीच रोखून ठेवली. अखेर धर्मगुरू नमले व मध्यंतरी काही घडलेच नाही अशातऱ्हेने ते पुढे म्हणाले,

"दिवंगत पुण्यश्लोक सम्राटांना पुत्रसुख लाभलं नाही; परंतु आपल्या अपरोक्ष हे स्वपराक्रमानं प्राप्त केलेलं विशाल साम्राज्य याचकाच्या अंजलीत अमूल्य रत्नाप्रमाणं जाऊ नये, अशी त्यांची इच्छा होती. सम्राट होणारी व्यक्ती धैर्यशाली, उदारमन, बुद्धिमान व धर्माचरणी असावी एवढ्यासाठी निवड करताना काही दिव्यं मांडावी अशी त्यांनी आम्हांस आज्ञा केली होती. प्राथमिक दिव्यं ही प्रजाजनांच्या वतीनं मांडलेली असतात. त्यांतून पार पडलेल्या दोन वीरांनी नंतर एकमेकांस दोन दिव्यं सांगायची असतात आणि पट्टाभिषेकापूर्वीचं अंत्य दिव्य हंसध्वज रक्ताक्षीच्या वतीनं धर्मपीठाकडून सांगितलं जाईल. पुण्यश्लोकांनी मान्यता दिलेल्या प्राथमिक दिव्यांचा काळ एक मासापूर्वी संपला. विविध आकारांची, तीक्ष्ण दंत असलेली चक्रं आणि अनेक खड्गं अति वेगानं फिरत आहेत अशा एका शस्त्रागारात एका कक्षेतून दुसऱ्या कक्षेत जाणं, उग्र संतप्त अशा वन्य अश्वसमूहांत जाऊन शामकर्णास मुखबंध घालणं, एका पर्वतशिखराहून दुसऱ्या शिखराकडे लोहरज्जुमार्गानं गमन करणं आणि मत्त गजाच्या दंतावर दोन्ही पक्षी सुवर्णवलयं चढवून येणं अशी ती दिव्यं होती. सम्राटपदासाठी प्रतिस्पर्धी असलेल्या द्विदश राजपुत्रांपैकी काहींचा खड्गांनी शिरच्छेद झाला, काही अश्वसमूहांत चूर्ण झाले आणि काहींना उन्मत्त गजाच्या शुंडाप्रहाराखाली प्राणदान करावं लागलं. या साऱ्यांतून विजयी झालेले दोन राजकुमार अभयराज आणि विजयराज यांची सुखकारक संगती आज राजसभेस प्राप्त झाली आहे. यापुढील दिव्य त्यांनी एकमेकांस सांगायची आहेत. दिव्यं सांगताना अथवा स्वीकार करताना त्यांना एका उपदेशकाचं अथवा मार्गदर्शकाचं साहाय्य घेण्याची अनुज्ञा पुण्यश्लोकांनी देऊन ठेवली आहे. या प्रसंगी एकच एक वीर राहीपर्यंत दिव्यं स्वीकारावी लागतील. जर अंत्य दिव्यात कोणीच विजयी झालं नाही, तर हे साम्राज्य त्रिसंवत्सर कालखंडापर्यंत आमच्या आधिपत्याखाली पीठाच्या नावे चालावं, अशी पुण्यश्लोकांची इच्छा होती; परंतु आम्हांला राजसत्तेचा लोभ नाही की तिचं आकर्षण नाही. म्हणून या द्वयातून एकाची नियुक्ती होऊन आम्हांला मुक्तता प्राप्त व्हावी, अशी महादेवीपुढं आमची अत्यंत नम्र याचना आहे. अक्षरावलीनुसार प्रथम अभयराजांनी दिव्यं सांगावीत. अभयराज!"

अभयराज व त्याच्याबरोबर भव्य यष्टीचे वज्राचार्य उभे राहताच त्यांच्या हितचिंतकांनी जयजयकार केला. अभयराजने सभेला अभिवादन केले व वज्राचार्यांकडे निर्देश करत म्हटले, "हे वज्राचार्य; यांच्या ज्ञानाचं मार्गदर्शन मला लाभणार आहे."

विजयराज नम्रपणे उभा राहिला; पण त्याचा कोणी जयजयकार केला नाही. तो शांतपणे पुढे आला व विदूषकासमोर उभा राहिला, "पंडितराज, या प्रसंगी आपण माझे मार्गदर्शक व्हाल का?"

विदूषक विस्मयाने अवाक झाला; परंतु साऱ्या सभेत उपहासाचे ध्वनी उमटले आणि याच क्षणी अभयराजच्या मुद्रेवर विजयाचा संतोष दिसला; पण विदूषकाने स्वतःला सावरले व तो प्रौढपणे उभा राहिला.

''जर आपली इच्छा असेल, तर आपल्या सन्निध राहण्यात मला फार अभिमान वाटेल,'' तो म्हणाला.

''मी राजकुमार आहे; पण मला इतरांप्रमाणं राज्य नाही. माझे पिता दिवंगत पुण्यश्लोकांच्या कारावासात कालवश झाले. मला मित्रपरिवार नाही की संपत्तीचं वैभव नाही. अशा स्थितीत निःपक्षपाती मार्गदर्शन होईल ते दोघांकडूनच : रक्ताक्षी देवीकडून अथवा विदूषकाकडून! प्रत्यक्ष महादेवीचं मार्गदर्शन लाभण्याइतका मी पुण्यात्मा नाही. म्हणून माझा विश्वास पूर्णपणे आपल्यावर आहे.''

सभेतील उपहास संपला आणि राजसभेचे डोळे अभयराजकडे वळले. राजसभेच्या पायऱ्या उतरल्यावर समोर विस्तीर्ण क्षेत्र होते. त्याच्या मध्यभागी तटासारख्या दुर्गम भिंतीचा कोट होता. त्या वास्तूला तीन प्रवेशद्वारे होती आणि त्यांच्यावर तीन अंक चित्रित केले होते. अभयराजने तिकडे हात केला व म्हटले, ''राजद्रोह्यांना कठोर शिक्षा देण्यासाठी या कारागृहाचा उपयोग केला जात असे. धर्मगुरूंच्या अनुग्रहामुळं ते आम्हांस या दिव्यासाठी प्राप्त झालं आहे. वज्राचार्यांच्या मार्गदर्शनाखाली आम्ही त्यात काही परिवर्तनं घडवून आणली आहेत. या तीनपैकी एका द्वारानं प्रवेश केल्यास हिंस्र वन्य सिंहाशी गाठ पडते. दुसऱ्या द्वारानं प्रवेश केल्यास क्रूर जलचरांनी भरलेल्या जलाशयात तोल जातो. आणि उरलेला मार्ग पूर्ण सुरक्षित आहे. तीनही मार्गांवर संपूर्ण अंधार आहे; पण पहिल्या दोन मार्गांवर मृत्यूच्या मुखातून सुटण्यासाठी एकेक उपाय ठेवला आहे. सिंहाच्या विभागात एक उपद्वार आहे. जलाशयावर एक दोर लोंबकळत आहे. विजयराजांनी एका द्वारानं प्रवेश करून मागील द्वारानं बाहेर यावं अशी आमची इच्छा आहे.''

त्या कारागृहाचा उल्लेख होताच आरशावर मंद अशी आर्द्रता दिसावी तशी भीषण स्मृतीमुळे भीतीची छाया सभेवर पसरली व दिव्याचे वर्णन ऐकताच तर नारीजनांच्या समूहातून दचकलेले श्वास स्पष्ट ऐकू आले.

विदूषकासह विजयराज पायऱ्यांकडे वळू लागताच धर्मगुरूंचे शब्द त्यांच्या कानांवर पडले, ''थांबा कुमार, आणखी एक संस्कार राहिला आहे. देवी रक्ताक्षी आणि साम्राज्य यांच्या वतीनं आपल्याला यश चिंतणारं प्रतीक द्यायचं आहे. दिव्यं सांगण्याचा अधिकार अभयराजना प्रथम प्राप्त झाला. म्हणून आपल्याला प्रतीकं मिळतील ती प्रधानअमात्य-कन्या आणि अर्चनाप्रमुख-कन्या यांच्याकडून. अभयराजचा क्रम आला की त्यांना उपअमात्य-कन्या, उपअर्चनाप्रमुख-कन्या यांच्याकडून अभिवादन मिळेल.''

धर्मगुरूंनी चंचला व ध्रुवशीला यांना डोळ्यांनी खूण केली. लवलवणाऱ्या

कलिकेप्रमाणे ध्रुवशीला त्यांना सन्मुख आली. तिने विजयराजकडे अर्थपूर्ण नजरेने पाहिले. तिने सहजपणे दोन कोमल बोटं दाखवली व 'होय' या अर्थी मान किंचित हलवून त्याच्या ओंजळीत सुरंगीची फुले व तिच्या बोटासारखेच दिसणारे कोमल केतकीपत्र टाकले. ती डौलाने पाठमोरी झाली तेव्हा ती समोरून जास्त आकर्षक दिसते की पाठमोरी याचा विदूषकाला संभ्रम पडला; परंतु तोच नूपुरांचा मंद झंकार करत विनयशील नजरेने चंचला आली व तिने विजयराजच्या ओंजळीत जाईची फुले व बेलाचे पान टाकले आणि तीन बोटे उभारत मध्यमेने त्याच्या कपाळी कुंकुम-तिलक लावला. त्या वेळी तिने दृष्टी वर करून त्यांच्याकडे पाहिले व ती तिथून गेली.

विस्मित होऊन विजयराज क्षणभर खिळल्यासारखा झाला; पण विदूषकाने त्याच्या हाताला स्पर्श करताच तो भानावर आला. त्याने धर्मगुरूंना व सभेला अभिवादन केले व तो विदूषकासह पायऱ्या उतरू लागला.

ते त्या भीषण दिसणाऱ्या कारागृहापासून काही अंतरावर थांबले. राजसभेतील जनांचा शब्द आता पार मागे राहिला होता व समोर निद्रिस्त श्वापदांच्या डोळ्यांप्रमाणे वाटणारे तीन प्रवेशमार्ग मात्र दिसत होते. विदूषकाने निरखून पाहिले. तीनही प्रवेशद्वारे अगदी काटेकोर सारखीच होती, फक्त त्यांच्यावरील अंक मात्र निरनिराळे होते. प्रत्येक दारावर ज्या ठिकाणी ती अजस्र भिंत संपत होती, त्या ठिकाणी रक्षकांसाठी एकेक शिखर-स्तंभ होता. विदूषक व विजयराज निरीक्षणात व्यग्र असता आभाळातून एक गिधाड घिरट्या घालत शांतपणे पहिल्या शिखर-स्तंभावर उतरले व मान आवळून स्तब्धपणे स्थिर झाले.

विदूषक म्हणाला, "विजयराज, आत प्रवेश केल्यावर बाहेर पडण्यास एका घटिकेचाही अवधी लागणार नाही; पण तो प्रवेश तुमचं सारं भवितव्य ठरवणार आहे. एवढंच नाही, तर हा तुमच्या प्राणाचाही प्रश्न आहे. तेव्हा पाऊल उचलण्यापूर्वीच विचार करावा."

"विदूषक, माझ्या मनात संभ्रम निर्माण झाला आहे. हे त्रिदल बेलाचं पान पाहिलंस? चंचलेनं तीन बोटांनी तिलक लावून ते ओंजळीत टाकलं आहे; पण ध्रुवशीलेनं हे द्विपक्ष केतकीपत्र दिलं आहे व दोन बोटं दाखवली. तेव्हा त्यांतील कोणता मार्ग योग्य याचा मला बोध होत नाही."

"कुमार, या प्रसंगी जर मी स्पष्ट बोललो नाही तर मी अधम ठरेन," विदूषक म्हणाला, "तुम्ही विचार करून पाहा. चंचला विनयानं वागते, शालीनतेनं वस्त्रं परिधान करते, ध्रुवशीला स्त्रीसुलभ आसक्तीनं प्रसाधन करते, म्हणून तुम्ही त्या जालात सापडू नका. शांत सागरात हिंस्र जलचर असतात आणि वाऱ्याच्या कल्लोळात हंस प्रवास करत असतो. बाह्यस्वरूपावरून आंतरसत्याचा कयास बांधत राहणं हा आम्हा पुरुषांचा फार प्राचीन कालापासून चालत आलेला बुद्धिप्रमाद आहे. त्याशिवाय त्यांची नावं पाहा,

कुमार! शब्द म्हणजे स्वर-व्यंजनांचा क्षुद्र शृंगार नव्हे. परमेश्वराप्रमाणं प्रतिसृष्टी निर्माण करण्याचं सामर्थ्य शब्दांमध्ये असतं. चंचलासारखं नाव इतकी वर्षं धारण करून ती स्थिरमना कधीतरी असू शकेल का? उलट ध्रुवशीला या शब्दाची मुद्रा घेऊन तिला त्या गुणाच्या अल्प स्पर्शापासून तरी अलिप्त राहता येईल का? आणखी असं पाहा, काही झालं तरी ध्रुवशीला मंदिरातील प्रमुख सेविकेची कन्या आहे आणि या साम्राज्यात सेविकांना विवाहाचा अधिकार प्राप्त झालेला नाही. त्यांना कुबेराची संपत्ती असेल, सम्राटांची सत्ता असेल. अनेक विशेष निर्णय रक्ताक्षी मंदिरातच ठरवले जातात याची मला पूर्ण कल्पना आहे. परंतु विवाहसुख मात्र त्यांच्या वाट्याला नाही, हे मात्र सत्य आहे. तेव्हा तुमच्याशी विवाहबद्ध होऊन राज्ञीपद मिळवण्याची आकांक्षा तिच्यात निःसंशय नसणार. जर तिला सत्तेचाच मोह असेल, तर ती तिला तुमच्यापासूनच प्राप्त होईल असं नाही. अभयराजकडून देखील तिला ती मिळवता येईल. म्हणून विजयराज, तिची सूचना अत्यंत निरपेक्षपणे आली आहे यात तिळमात्र संशय नाही.

‘‘उलट चंचला पाहा. ती प्रधान अमात्याची कन्या आहे. राज्ञीपद तिला अशक्य नाही; नव्हे, तिच्या बाबतीत तीच एक महत्त्वाकांक्षा असणं अगदी अनिवार्य आहे. तुमचं आगमन होऊन षण्मासाचा देखील कालावधी झाला नाही; पण त्याच्या पूर्वार्धातच तिनं दूती पाठवून आपली सारस उद्यानात भेट घेतली व प्रेमयाचना केली ह्न’’

त्या शब्दांनी विजयराज एकदम चमकला व त्याचा चेहरा गोंधळून गेला. ते पाहून विदूषक हसला. तो म्हणाला, ‘‘कुमार, इतरांना अज्ञात अशा अनेक घटना मला माझ्या या वस्त्रांमुळे सहज ज्ञात होतात. आपण गोंधळण्याचं कारण नाही; पण तेव्हापासून तिनं तुमच्यावर जाळं टाकायला सुरुवात केली होती आणि तुम्ही तिचा अव्हेर केलात.’’

‘‘मी तिचा अव्हेर केला नाही, ह्न विदूषक, मी माझी असहायता व्यक्त केली. ती अमात्यकन्या, मी राज्यहीन कुलातील राजकुमार! तेव्हा या क्षणी तरी या असल्या स्वीकाराला काहीच अर्थ नाही. या दिव्यातून मी सुटलो नाही तर चिंताच नाही आणि भविष्यकाली जर सम्राट झालो तर माझी निवड पूर्वीच झाली आहे.’’

‘‘परंतु विजयराज, एक विशेष ध्यानात असू द्या. अव्हेरलेल्या स्त्रीसारखी भीषण वैरशक्ती कोणती नाही. तिच्या बाबतीत तिचे निशिगंध पुष्पासारखे ओठ तक्षकमुख होतात. कमलतंतूसारखे बाहू खड्ग होतात आणि अश्रूसारखे कोमल प्रणयास्त्र सर्वनाशी नारायणास्त्रासारखं होत असतं. कुमार, आपल्या एका शब्दानं तुम्हांला मृत्यूच्या मुखात पाठवण्याची संधी ती घालवणार नाही, याचा तुम्ही विश्वास बाळगा. कारण वैरपूर्तीच्या आनंदासारखा तृप्त हर्ष दुसरा कोणता नसतो. तेव्हा तीन अंक असलेलं प्रवेशद्वार तुम्ही पूर्णपणे बंदच ठेवलं पाहिजे.’’

‘‘मग मी ध्रुवशीलेच्या सूचनेनुसार दुसऱ्या द्वारानं प्रवेश करू का?’’ विजयराजने अधीरपणे विचारले.

“ही इतकी अधीरता नको,” विदूषक शांतपणे म्हणाला, “या जगात ज्ञानप्राप्तीचं आणखी एक पथ्य असतं. ज्ञानाचं विविध चिन्हांकडे सूक्ष्म ध्यान असावं हे तर असावंच; पण आपल्या मार्गात सत्य हे अंशाअंशानं प्रकट होत असतं, याची विस्मृती होता कामा नये. संपूर्ण सत्य पाहण्याचं भाग्य मानवाच्या दोन नेत्रांना कधीही लाभणार नाही; परंतु त्याला विविध अंश एकत्रित करता येतील, विविध खंड बुद्धीच्या साहाय्यानं सांधता येतील आणि एका खंडापेक्षा दोन साधित खंड जास्त सत्य असतात. ध्रुवशीलेची सूचना चंचलेच्या दुष्ट सूचनेपेक्षा जास्त निःस्वार्थी आहे, हे मान्य आहे; पण आपल्यापुढं आणखी एक सत्यांश असल्यामुळं ती देखील आम्हांला स्वीकारणीय नाही. विस्तृत सत्याचा लाभ झाला की संकुचित सत्याचा त्याग करावाच लागतो. कारण हे संकुचित सत्य त्या विस्तृत सत्यात सामावलेलं तरी असतं किंवा त्याच्याशी विसंगत तरी असतं. आपण निःसंशयपणे पहिल्या द्वारातून प्रवेश करावा.”

“पहिल्या द्वारातून?” अविश्वासाने विजयराजने विचारले, “पण त्याच शिखर-स्तंभावर तर गिधाड उतरलं. गिधाडासारखा अशुभ पक्षी नाही!”

“ते गिधाड माझ्या निरीक्षणातून सुटलं नाही,” विदूषक म्हणाला, “कुमार, गिधाड मृत्युस्थळी मांसखंड तरी तोडत असतं किंवा जर ते वाट पाहत असेल तर ते नेहमी त्या स्थळापासून काही अंतरावर बसतं, त्याच स्थळी कधी नाही हे आपल्या नजरेस आलं असेलच. आता हे गिधाड पहिल्या शिखर-स्तंभावर आहे खरं; पण त्याची दृष्टी मात्र दुसऱ्या विभागावर आहे.”

विजयराजची मुद्रा आत्मविश्वासाने उजळली. तो निश्चयी पावलांनी निघाला व त्याने पहिल्या द्वारातून प्रवेश केला. विदूषक काही काळ श्वास रोखून स्तब्ध उभा राहिला. एकेक क्षण अति मंद गतीने सरकू लागला. त्याच्या मनावरचा चिंतेचा भार असह्य होऊ लागला व त्याने डोळे मिटून घेतले. थोड्या वेळाने मागील बाजूने जयजयकाराचे अस्पष्ट शब्द ऐकू येताच त्याने डोळे उघडले, तेव्हा त्याला विजयराज धावत येताना दिसला. त्याने विदूषकाला दृढालिंगन दिले व हर्षाने म्हटले, “विदूषक, आपल्या बुद्धीनं आपण माझा प्राण वाचवलात!”

विदूषक काही बोलला नाही; पण हे स्तुतीचे शब्द आपल्या न्याय्य अधिकाराचेच आहेत, अशातऱ्हेचा भाव त्याच्या मुद्रेवर दिसला. ते परतले तेव्हा त्यांना ध्रुवशीला अथवा चंचला कोणीच दिसले नाही. त्यांनी परस्परांकडे अर्थपूर्ण दृष्टीने पाहिले व धर्मगुरूंना अभिवादन केले.

अभयराजचा चेहरा मात्र नैराश्याने विषण्ण झाला. वज्राचार्यांनी त्याच्या बाजूने दुसरे दिव्य सांगण्यास सुरुवात केली तेव्हा पुन्हा स्तब्धता पसरली. खालील क्षेत्राच्या दुसऱ्या भागात दोन रथ उभे केले होते. तिकडे वज्राचार्यांनी अंगुलिनिर्देश केला. ते म्हणाले, “या दोन रथांच्या अश्वसमूहांपैकी एकास अत्यंत अमली द्रव्यं भक्षणार्थ दिली आहेत आणि

त्यास प्रतोदस्पर्श होताच ते वायुवेगानं धावू लागतील. मग त्यांना रोखण्यास मृत्यूखेरीज इतर शक्ती या जगात नाहीत. दुसऱ्या रथाचे अश्व सामान्य आहेत. पण विजयराज, रथात पदार्पण करण्यापूर्वी विचार करा. कारण या दिव्याची विशेष प्रतिज्ञा अशी, की एकदा पदस्पर्श झाला की रथातून मागं येता येणार नाही.''

विजयराजच्या चालण्यात आता आत्मविश्वास आला होता; पण विदूषकाची मुद्रा मात्र जास्तच चिंताक्रांत झाली होती. तो विजयराजसह जाण्यास निघाला, त्या वेळी धर्मगुरूंनी इतस्ततः पाहिले व किंचित रोषाने विचारले, ''ध्रुवशीला कुठं आहे?''

भोवतालच्या युवतिवर्गात थोडी हालचाल झाली व चंचला पुढे आली; परंतु ध्रुवशीला कुठे दिसली नाही. तिचा शोध करण्यासाठी धर्मगुरूंनी तत्काळ एका प्रतिहारीस पाठवले व ती येईपर्यंत त्यांनी चंचलेला खूण केली.

चंचला पुन्हा एकदा विजयराजसमोर आली; परंतु तिच्या संथ मुद्रेवर कसल्याच भावनेची छटा नव्हती. तिने काही चंपकपुष्पे त्याच्या ओंजळीत टाकली व उजव्या गालावर केशराचे बोट ओढले. विजयराज आणि विदूषक धर्मगुरूंस सामोरे गेले व त्यांनी अभिवादन करून त्यांचा आशीर्वाद घेतला. ते परत वळून पायऱ्यांजवळ येतात-न येतात तोच ध्रुवशीला प्रतिहारीसह त्या स्थळी आली. वेगाने आल्यामुळे तिचा श्वासोच्छ्वास जलद होत होता. तिने विजयराजच्या ओंजळीत दोनचार लाल रक्तपुष्पे टाकली, उजव्या गालावर कृष्णागरूचे बोट ओढले व ती परतली.

विजयराज व विदूषक रथांजवळ आले व त्यांनी दोन्ही रथांच्या घोड्यांचे सूक्ष्म निरीक्षण केले. आठही घोडे काळ्याकभिन्न पहाडातून कोरल्याप्रमाणे सामर्थ्यशाली, निश्चल होते. दोन्ही रथांच्या रचनेत तिळाचा देखील फरक नव्हता. विदूषकाने प्रश्नार्थक मुद्रेने विजयराजकडे पाहताच तो उत्साहाने म्हणाला, ''या क्रमात तरी मला कसलीच साशंकता नाही. ध्रुवशीला व चंचला उभयतांनी उजव्या बाजूच्याच रथाची निवड करण्यास सुचवलं आहे. तेव्हा आता निर्णयास कालावधी नको.''

विदूषक किंचित हसला व म्हणाला, ''राजकुमार, इतकी अधीरता नको. या मूढाच्या धाष्ट्यार्ची क्षमा असावी. सूक्ष्म विचार करण्याचे परिश्रम वाचावेत म्हणून मानव, शक्य तर प्रथमदर्शनी सूचनांमधूनच आपले समाधान होईल असा आशय शोधून काढत असतो. ध्रुवशीलेनं आता डोळ्यांखाली काजळरेषा रेखल्या आहेत, तिच्या नखाग्रांवर रक्तरंगी नवं प्रसाधन झालं आहे, हे आपण पाहिलंत? मृगयेच्या समयी व्याध सदैवच सारा देह ताणून सावध असतो हे सत्य आहे; पण शरसंधानाच्या क्षणी साऱ्या देहातील प्राण शराग्रावर एकबिंदू होतात. मृगयेतील हा खरा अंगारक्षण! विजयराज, तीन चिन्हांविषयी मानवानं सदैव जागृत असावं ह्न स्त्री-नेत्रांतील काजळ, पर्वतशिखरावरील रक्तवर्णी अग्निजिव्हा आणि कृष्णनागाच्या मुखावरील शुभ्र फेनरेषा! स्त्रीच्या डोळ्यांत काजळ दिसलं की ओळखावं, हा तिच्या अति सुखाचा क्षण आहे ह्न अथवा अति वैराचा! प्रथम

तिनं अत्यंत निःस्वार्थीपणानं दिलेला, पण अल्प ज्ञानावर आधारलेला आदेश आपण मानला नाही. आपण एक यःकश्चित दासीकन्या म्हणून आपली अवहेलना झाली, या भावनेनं तिच्या हृदयात आता ज्वलंत द्वेष उफाळलेला आहे. त्यासाठी आपणास कठोर प्रायश्चित्त देण्यासाठी तिनं ही सूचना केली नसेल म्हणून कशावरून?''

''मग तर डाव्या बाजूच्या रथाची निवड निश्चितच झाली तर!'' विजयराज म्हणाला.

''अद्याप धीर धरा, कुमार, सत्य इतक्या सहजतेनं प्राप्त होत नाही. सत्य दिसतं ते अंशाअंशानंच नव्हे, तर ते अनेकदा सूक्ष्म, सूचक चिन्हं धारण करून येतं आणि त्याचा अर्थ लावणं हे बुद्धीचं कर्तव्य आहे. उलट असं पाहा, आपल्या निःस्वार्थी सूचनेकडे दुर्लक्ष करूनही तुम्ही सुरक्षित राहिलात खरे; पण ते निव्वळ दैवयोगानं; परंतु आता मात्र तुमचं प्राणरक्षण करणं हे आपलं कर्तव्य आहे, म्हणून ध्रुवशीलेनं ती सूचना केली नसेल का? आपल्या गालावर रेषा काढताना तिनं मानेनं होय असा काही विक्षेप केला नाही; परंतु कृष्णागरूचा कृष्णवर्ण हा अशुभ, निषेधात्मक आहे. तेव्हा उजवा रथ नको, असा तिचा आशय असणं अशक्य नाही.

''म्हणजे विजयराज, तिच्या सूचनेकडे दुर्लक्ष नको; पण ती पूर्ण सत्यवाचक आहे असाही भ्रम नको. आपल्या सुदैवानं आणखी सत्यांशाचा लाभ आपणाला होत आहे. कुमार, आता घोड्यांकडे न पाहता त्यांच्या सेवकांकडे पाहा. एक सेवक अत्यंत शांत, निश्चल आहे आणि हातात चर्मरज्जू घेऊन अनुभवी सेवकाप्रमाणं उभा आहे; तर दुसरा सेवक रज्जू एका हातातून दुसऱ्या हातात नाचवत आहे व त्याचा चेहरा अत्यंत अस्वस्थ व भयभीत आहे. कुमार, उग्र अमली द्रव्यं भक्षिलेल्या उन्मत्त अश्वांचे रज्जू हातात असता कोणता सेवक निर्भयपणे, शांत उभा राहील?''

विजयराजचा चेहरा विस्मयाने उजळला व त्याने विदूषकाकडे कृतज्ञतेने पाहत म्हटले, ''आपली बुद्धिमत्ता अमर्याद आहे. मी तत्काळ दुसऱ्या सेवकाच्या रथात पाऊल टाकतो.'' परंतु विदूषकाने त्याच्या हाताला स्पर्श करत त्यास थांबवले व म्हटले, ''सत्य अंशाअंशानं प्रकट होतं, ते प्रसंगी चिन्हयुक्त असतं एवढंच नाही, काही प्रसंगी ते स्पष्टपणे न येता मायावी रूप धारण करतं. आत्ताच पाहा, हे सारे अश्व अगदी समान दिसत आहेत. रथांची रचना देखील अश्विनीकुमारांसारखी आहे. विरोध आहे तो सेवकांमध्ये! आणि तोही एखाद्या प्रतिहारीलासुद्धा जाणवेल इतका उघड, स्पष्ट आहे. वज्राचार्य आपल्या दिव्याची मांडणी इतक्या सहजपणे करतील हे संभवत नाही. प्रतिपक्षाला निदान आपल्याइतकी बुद्धिमत्ता आहे असं समजणं हे ज्ञानाचं एक अंग आहे. हा सेवकांमधला उघडा दिसणारा विरोध आपल्या दृष्टीस मुद्दाम पडावा असाच त्यांचा व्यूह आहे. विजयराज, हे मायाजाल आहे आणि आपण त्यात सापडू असा त्यांचा विश्वास आहे. सत्य जेव्हा अगदी उघड याचकाप्रमाणं समोर येतं, त्या वेळी राजकुमार, आपण अत्यंत सावध राहण्याचा क्षण असतो. तेव्हा आपण निःसंदेह त्या भयभीत सेवकाच्या रथातच प्रवेश करावा.''

विजयराजच्या चेहऱ्यावरील आदर द्विगुणित झाला व त्याने अभिवादन करत रथात उडी घेतली आणि आसूडाचा प्रहार केला. तो प्रहार ऐकताच जणू काही वीज पाहिल्याप्रमाणे दुसऱ्या रथाचे घोडे घोर वादळाप्रमाणे उधळले आणि असावध असलेल्या सेवकास ओढत धावत निघाले. थोड्याच क्षणांत ते क्षेत्रमर्यादेबाहेर गेले आणि पलीकडील दरीत रथ शतशः विदीर्ण करत नाहीसे झाले. एवढ्यात विजयराजचा रथ रक्ताक्षीच्या मंदिरास प्रदक्षिणा करून समोर आला होता. त्याने रथातून उडी टाकून विदूषकाला पुन्हा आलिंगन दिले व गद्‌गदित स्वरात म्हटले, ''तुम्ही माझे मित्र होता, आता आपण माझे गुरू झालात!''

राजसभेतून पुन्हा जयजयकार झाला; परंतु अभयराजची मुद्रा वर झाली नाही. वज्राचार्यांनी विषादाने कपाळावरील भव्य त्रिपुंड्र पुसला व हातातील दंड मोडून फेकून दिला.

''आता क्रम विजयराजचा आहे आणि पूर्वतयारीसाठी त्यांना एक प्रहराचा अवधी दिला आहे,'' धर्मगुरूंनी घोषणा केली, ''आणि त्या अवधीत सभेच्या मनरंजनासाठी नृत्यसंगीताचा उत्सव होईल.''

त्यांचे शब्द संपताच रक्ताक्षीच्या मंदिरातून वाद्यसंगीताचे स्वर-झंकार आले व त्यामागोमाग जणू ते स्वरच सुस्वरूप, रंगशोभित आकार घेऊन प्रकट झाल्याप्रमाणे कलावतींची माला दोन रेषेत बाहेर आली आणि मंडपाच्या शुभ्र शिलास्तरावर तिची नृत्यवलये लयबद्ध संगीताच्या लहरींवर फिरू लागली. प्रहराचा काल सुकुमार पावलांच्या गतीने संगीतरूप होऊन नाहीसा झाला आणि राजसभेवर पुन्हा स्तब्धता पसरली. धर्मगुरूंच्या वेदिकेसमोर एका चौरंगावर विदूषकाने अगदी समान दिसणारे तीन वेत्र-करंडक आणून ठेवले. त्यांच्याशेजारी एका रुंद भांड्यात पाणी भरून त्याने त्यात घटिकापात्र टाकले व त्याने विजयराजला इशारा केला. विजयराज उभा राहिला व त्या सभेस उद्देशून त्याने म्हटले, ''धर्मभूषण आणि सभाजन, या तीन करंडकांपैकी दोन करंडकांत अत्यंत विषपूर्ण असे कृष्णसर्प आहेत आणि या जलात घटिकापात्र आहे. अभयराजनी एका करंडकात हात घालून तो घटिकापात्र भरेपर्यंत करंडकात ठेवावा.''

अभयराजची मुद्रा विषण्ण भयाने किंचित थरथरली व त्याने वज्राचार्यांच्या वृद्ध हातांना स्पर्श केला. वज्राचार्यांनी तीनही करंडकांचे निरीक्षण केले व अभयराजना मंद स्वरात सूचना केली. त्याच वेळी कलावतींच्या समूहामधून कृष्णकमलाच्या कळीसारखी दिसणारी श्यामा पुढे आली आणि तिने अभयराजच्या ओंजळीत सदाफुलीची फुले आणि आम्रमोहोर टाकला. तिच्या मागून येऊन उप-अमात्यांच्या कन्येने त्याच्या ओंजळीत मेंदीची कोवळी पाने आणि तुळशीच्या मंजिऱ्या टाकल्या. धर्मगुरूंनी मान डोलावली व अभयराजला अनुज्ञा दिली.

‘‘पहिलीचं जीवन तृप्त आणि सफल आहे, तर दुसरी अद्याप मुग्धा आहे,’’ विदूषक हलक्या स्वरात विजयराजला म्हणाला.

अभयराजची मुद्रा अद्याप विषादपूर्ण होती; परंतु तो निश्चयाने पुढे झाला व मधल्या करंडकावरील वस्त्र बाजूला करत त्याने आत हात घातला. आत हातास थंड वेटोळी लागताच त्याला विलक्षण आघात झाल्यासारखे वाटले. त्याचा चेहरा निस्तेज झाला आणि करंडकातील सर्प जणू त्या हस्तमार्गाने वर चढून मुद्रेवर उमटल्याप्रमाणे त्याच्या कपाळावरील शीर ताठ झाली. घटिकापात्रात क्षणाक्षणाने पाणी शिरू लागले आणि थोड्याच अवधीत ते तळाशी गेले. अभयराजने झटक्याने हात बाहेर काढला व आता हर्षाने फुललेल्या वज्राचार्यांच्या चरणांवर मस्तक ठेवले.

‘‘हा दास अभयराजचं अभिनंदन करतो!’’ विदूषकाने नम्रपणे म्हटले. त्याने आपल्या सेवकास तत्काळ तीनही करंडक नेण्यास सांगितले व तो विजयराजसह किंचित अंतरावर गेला.

‘‘विदूषक, याही दिव्यातून अभयराज मुक्त झाला, तर मला पुन्हा दोन दिव्यं भोगावी लागतील! आमच्यापैकी एकच उरल्याखेरीज गत्यंतर नाही. मग आता आपली काय योजना आहे?’’ विजयराजने सचिंत होऊन विचारले.

‘‘त्याची आपणास चिंता नको!’’ गूढपणे हसत विदूषकाने म्हटले व दुसऱ्या सेवकास खूण केली.

त्याने चौरंगावर भरजरी वस्त्राने आच्छादित एक सुवर्णपात्र ठेवले. विजयराजने वस्त्र बाजूला केले. पात्रात दोन अत्यंत रसरशीत आकर्षक फळे ठेवली होती. त्याने अभयराजला म्हटले, ‘‘आमच्या देशात निर्माण होणारी ही अमृतफळं आहेत; परंतु यांतील एक पूर्ण विषमय आहे. आपण त्यांतील एक भक्षण करावं.’’

ती श्यामा पुन्हा सन्मुख आली व तिने त्याच्या ओंजळीत गोकर्णाची फुले व तृणांकुर टाकले. उप-अमात्यकन्येने नत दृष्टीने केशरपुष्पाचा बालकंद आणि नागलतेचे कोवळे पान त्याच्या ओंजळीत टाकले व स्वतःला मिटून घेतल्याप्रमाणे ती नारीजनांत मिसळून गेली.

अभयराजसह वज्राचार्य पुढे आले व त्यांनी स्तब्धपणे त्या कांचनवर्णी पक्व फलांचे निरीक्षण केले. अभयराजच्या मुद्रेवर आता आत्मविश्वास ओसंडत होता. वज्राचार्यांनी एक शब्द उच्चारताच अभयराजने एक फळ उचलले व त्यात दात रोवले.

तो फलांश कंठाखाली उतरला असेल-नसेल, तोच त्याच्या हातातील फळ गळून पडले आणि काळ्यानिळ्या भीषण चेहऱ्याचा अभयराज खाली कोसळला. त्याचे मित्रगण आवेगाने त्याच्याभोवती जमा झाले. चौरंगावरील सुवर्णपात्र नेण्यास विदूषकाने सेवकास आज्ञा केली आणि सेवक निघून गेल्यावर तो विजयराजकडे वळला. स्वतःच्या यशात देखील विजयराजला फार विषण्णता वाटली व तो काही अंतरावर जाऊन एकाकी उभा राहिला. मागून विदूषक आला; पण त्याचे विजयराजच्या मुद्रेकडे अवधान नव्हते.

''आता राजमुकुट आणि आपण यांत फक्त एका पायरीचंच अंतर आहे!'' तो संतोषाने म्हणाला, ''करंडकाच्या दिव्यातून अभयराज मुक्त झाले यात आश्चर्य नाही; कारण मी कोणत्याच करंडकात सर्प ठेवला नव्हता. सगळ्याच करंडकांत मी कमळाची देठं ठेवली होती!'' विजयराजने त्याच्याकडे आश्चर्याने पाहताच विदूषकाचा उत्साह वाढला. तो पुढे म्हणाला, ''त्यानं त्यातून सहजपणं मुक्त व्हावं अशीच माझी योजना होती. विजयाच्या क्षणीच असावध होण्याचा शाप बहुसंख्य मानवांना असतो. उलट, ज्ञानी मानव यशानं जास्त सावध होत जातो. परंतु फळांच्या बाबतीत द्यूत खेळण्याची माझी इच्छा नव्हती. विजयराज, कदाचित तुमच्या दृष्टीस तो विशेष आला नसेल; पण मला वज्राचार्यांच्या बुद्धीची परीक्षा पाहायची होती. फळ विषपूर्ण करण्याआधी मी त्या फळाचा अगदी सूक्ष्म असा एक अंश काढला होता व बाजूला दातांच्या खुणा उमटवल्या होत्या. इतक्या उघड चिन्हांकडे पाहताच वज्राचार्यांनी सावध व्हायला हवं होतं; परंतु आपण जो प्रमाद टाळला, तोच नेमका त्यांच्या हातून घडला. अभयराजने तेच फळ उचललं; पण प्रमाद काय, सत्कर्म काय ह्न परिणाम एकच होणार होता. कुमार, मी दोन्ही फळं पूर्ण विषमय करून ठेवली होती!''

विजयराज अविश्वासाने त्याच्याकडे पाहत राहिला. ''विदूषक! काय हे पापकर्म! हा अधर्म आहे. उदारमन प्रतिस्पर्ध्याप्रमाणं आपण त्याला वीरोचित अवकाश द्यायला हवा होता!'' तो म्हणाला.

विदूषकाने निर्विकारपणे मान हलवली व म्हटले, ''राजकुमार, भविष्यकाळात आपण सम्राट होणार आहात, त्या वेळी आपणाला या यःकश्चिताच्या शब्दांचं मूल्य समजेल! सर्व नियमांचं पालन करून युद्ध करण्याची इच्छा धरणाऱ्यानं युद्धभूमीवर पाऊल टाकू नये. असलं रमणीय युद्ध हातात खड्ग धरण्याचा कधी प्रसंग न आलेल्या शब्दनट कवीच्या लेखनातच शोभतं! विजयराज, आपला गौड प्राकृत भाषेशी परिचय आहे? ह्न जाऊ दे, ते फारसं महत्त्वाचं नाही. ज्याला इंद्राणी मिळवायची आहे, त्यानं पातिव्रत्याच्या कल्पना मानू नयेत; ज्याला राजसत्ता हवी आहे त्यानं धर्मकर्मांची क्षिती ठेवू नये!''

विजयराज विदूषकाकडे व्यग्र नजरेने पाहत राहिला. सर्पाप्रमाणे भासणारी रज्जू खरोखरच सर्प निघाल्याप्रमाणे तो भयाने स्तिमित झाला होता. विदूषकाचे हे नवे दर्शन त्याला एखाद्या खड्गाच्या निष्ठाहीन, निर्विकार तीक्ष्णतेप्रमाणे भासू लागले आणि त्याच्या मनात अकस्मात एक विचार येऊन गेला : खड्गाच्याच तत्परतेने हा विदूषक आपल्या यशोमार्गावरील विरोध नष्ट करत चालला आहे खरा; परंतु उद्या आपण सम्राट झाल्यावर हा आपल्याशी एकनिष्ठ राहीलच याचा आज काय विश्वास आहे? खड्ग आणि पण्याङ्गना यांच्या निष्ठा सारख्याच सातत्याच्या असतात. उलट हा जर प्रतिपक्षाला मिळाला, तर ज्या निर्विकार सहजतेने त्याने अभयराजचा मृत्यू घडवून आणला, त्याच सहजतेने आपलाही नाश घडवण्यास त्यास किंचितही संकोच वाटणार नाही.

अशातऱ्हेच्या व्यक्ती मित्र म्हणून शंकास्पद असतात; पण शत्रू म्हणून भयंकर ठरतात! ह्या विचाराने विजयराजच्या मनात कल्लोळ उडाला आणि शिलावस्थेचे एकामागोमाग स्तर चढत गेल्याप्रमाणे त्याच्या मनाचा एक कोपरा पूर्ण कठोर होऊन गेला.

त्याच क्षणी धर्मगुरूंच्या सेवकाने येऊन धर्मगुरूंची आज्ञा सांगितली. विदूषक व विजयराज समोर येताच त्यांना स्थानापन्न होण्याची अनुज्ञा मिळाली. धर्मगुरू म्हणाले, "विजयराज, धर्मपीठाच्या पक्षी आम्ही आपल्या शुभेच्छा प्रकट करतो. आता आपल्याला प्रतिस्पर्धी उरला नाही; पण सुवर्ण झालं तरी ते तप्त शुद्ध व्हावं लागतं. महामंगल मुकुटाचा आपल्या मस्तकास स्पर्श होण्यापूर्वी आपल्याला अंत्य दिव्यातून मुक्त व्हावं लागेल. राजपदाचा अनभिषिक्त याचक आणि मुकुटधारी सम्राट यांच्यात एका तप्तावस्थेचं अंतर आहे. आता आपल्याला विश्रांतीसाठी अवकाश नाही. तिथीचा अंत होण्यापूर्वी सम्राटाची पूर्ण निवड होणं अनिवार्य आहे."

"धर्मभूषण, या अंत्य दिव्यासाठी मी या क्षणी सज्ज आहे," विजयराज म्हणाला.

त्याच्या शब्दांवर धर्मगुरूंनी संतोषाने मान हलवली. ते म्हणाले, "या दिव्याचं स्वरूप असं आहे : रक्ताक्षी मंदिराच्या परिसरात दोन प्राचीन उपमंदिरं आहेत. त्यांत आता पूर्ण अंधार असून ती प्रजाजनांना कधी मुक्त नसतात. त्या मंदिरांत हे अंतिम दिव्य घडेल. विजयराज, अवधानानं आमचे शब्द ग्रहण करा : एका मंदिरात आपल्याला अत्यंत प्रिय अशा व्यक्तीला बद्ध करून ठेवण्यात येईल. तिला कोणत्याही तऱ्हेच्या यातना होणार नाहीत; परंतु बाहेर श्रवणी पडेल असा शब्द वा स्वर तिला निर्माण करता येणार नाही. एका मंदिरात वेदिकेवर रत्नदीपाच्या मंद प्रकाशात राजमुकुट शोभत राहील आणि दुसऱ्या मंदिरात राज्यपदापेक्षाही श्रेष्ठ असं प्राप्य प्राप्त होईल. विजयराज, एका मंदिरात प्रवेश केल्यास आपल्याला सर्वांत अधिक प्रिय व्यक्तीच्या रक्तानं लांछित झालेला मुकुट हातात येईल; परंतु दुसऱ्या मंदिरातील प्रवेशानं राजमुकुटाधिक श्रेयाची प्राप्ती होईल. आम्ही आणखी एका विशेषाचा निर्देश करतो. मंदिरात भूमीवर कूर्माकृती आणि कमलाकृती आहेत. त्यांतील एका आकृतीला आपला पदस्पर्श झाला, तर मंदिरात सूर्यप्रकाशाचा प्रवेश होईल; परंतु दुसऱ्या आकृतीच्या स्पर्शानं स्वतः आपला शिरच्छेद होईल.

"या दोन मंदिरांपैकी एकात आपल्याला प्रवेश करायचा आहे. राजकुमार, हे अंतिम दिव्य घोर आहे. यात आपल्याला सर्वांत प्रिय व्यक्तीची हत्या, स्वतःचा शिरच्छेद यांची शक्यता आहे. अद्यापही आपल्याला अवधी आहे, आपण या दिव्यापासून निवृत्त होण्याची इच्छा धरत आहात का?"

विजयराजची मुद्रा कठोर झाली व त्याच्या स्वरात तीक्ष्णता आली. तो म्हणाला, "धर्मतेज, मी आपल्यापुढं स्पष्ट बोलत आहे याची क्षमा असावी. कदाचित तसं बोलण्यास मला पुन्हा अवकाशही प्राप्त होणार नाही. मला माझ्या प्राणाची क्षिती नाही.

पुण्यश्लोक दिवंगत सम्राटांनी माझ्या पित्याच्या राज्याचा विध्वंस केला; माझे सारे आप्तइष्ट धारातीर्थी पतन पावले. माझ्या पित्यानं कारावासात यमयातना सहन करत प्राणत्याग केला; माझी माता, माझ्या भगिनी यांनी अग्निकाष्ठ भक्षण केलं. मी त्या वेळी अज्ञान बालक होतो; परंतु ज्ञानी झाल्यावर मी पहिली प्रतिज्ञा केली, की माझं राज्य तर पुन्हा प्राप्त करून घेईनच, इतकंच नाही तर भविष्यात त्या साम्राज्याचा मी अधिपती होईन आणि जिथं माझ्या पित्याचा अवमानित मृत्यू घडला, त्याच पट्टनगरीत त्यांच्या नावे पवित्र पुण्यदिन मी सुरू करीन! याच प्रतिज्ञेचं कंकण बांधून मी इथं आलो आहे. तिच्याच सामर्थ्यावर मी इतकी सारी दिव्यं निर्भयपणे जिंकली आहेत आणि त्यानंतर अंतिम दिव्याच्या वेळी मी निवृत्त होईन अशी तिळमात्र तरी शक्यता आहे का? जर या दिव्यात मी यशस्वी झालो, तर प्रतिज्ञापूर्तीचं समाधान मिळेल, नच झालो तर माझ्या कुलातील हे अंत्य मस्तक देखील याच नगरीत नाश पावेल. धर्मरत्न मी तयार आहे!''

सभाजन तटस्थ होऊन ऐकत राहिले, धर्मगुरूंनी शांतपणे मान डोलावली व म्हटले, ''मग आपल्याला सर्वांत प्रिय अशा व्यक्तीचा उल्लेख करावा. माझा शिष्योत्तम तिला मंदिरात नेऊन बद्ध करील. त्यानंतर घंटानाद श्रवणी पडला की आपल्यासह सारी सभा त्या दिशेनं जाईल. तेव्हा कालापव्यय न करता आपण आपल्या प्रियतम व्यक्तीचा निर्देश करावा.''

विजयराजची मुद्रा विचारग्रस्त झाली. त्याची नजर सभेवरून फिरत नारीजनांवर क्षणभर रेंगाळली व अखेर विदूषकावर स्थिर झाली. त्याचा चेहरा एकदम उजळला व त्यावर स्मित दिसले. ''शुद्धधर्म, त्याचा निर्णय घेण्यास मला किंचितही कालावधी नको. अनेक आपत्तींतून आपल्या बुद्धिसामर्थ्यानं मला मुक्त करून ज्यानं मला चिरंतन ऋणी केलं आहे, त्या विदूषकापेक्षा मला या क्षणी अधिक कोणीही प्रिय नाही ह्व''

या त्याच्या शब्दांनी सारी सभा विलक्षण विस्मयाने स्तब्ध झाली; परंतु धर्मगुरूंच्या मुद्रेवर समाधान दिसले. विदूषकाचा चेहरा मात्र विषादाने काळवंडला. त्याने विजयराजच्या नजरेला नजर भिडवली खरी; पण मृत्यूच्या छायेने त्याचे मन दग्ध झाल्यासारखे झाले होते. तोच धर्मगुरूंचा शिष्योत्तम त्याच्याजवळ आला व त्याने त्याच्या हातास स्पर्श केला. जणू मृत्यूचाच स्पर्श झाल्याप्रमाणे विदूषक भयाने दचकला; परंतु त्याने स्वतःला सावरले व तो खालच्या मानेने त्याच्या मागोमाग निघून गेला.

थोड्या अवधीत घंटानादाच्या लहरी ऐकू येऊ लागल्या आणि संगमरवरी भूमीला देखील जाणवलेला कंप पावलांना स्पर्शू लागला. धर्मगुरूंच्या दोन्ही बाजूंना चालत राजसभा रक्ताक्षी मंदिराच्या मागील बाजूला आली आणि उत्कंठेने समोर पाहू लागली.

धर्मगुरूंनी अनुज्ञा देताच विजयराज समोर निघाला; पण या वेळी चंचला व ध्रुवशीला कोणाचीही हालचाल दिसली नाही. जलपात्रात ठेवलेल्या वज्रमण्याप्रमाणे भासणाऱ्या स्थिर निर्विकार डोळ्यांनी त्या शिल्पाकृतीसारख्या उभ्या होत्या. विजयराज

त्या जोडमंदिरासमोर आला आणि एकाकी स्तब्ध उभा राहिला; परंतु आता त्याच्यात भीतीची छाया नव्हती. जीवनात प्रत्येकास कधीना कधी कसलातरी चिरंतन स्वरूपाचा निर्णय घ्यावा लागतो आणि अशा क्षणी प्रत्येक व्यक्ती सदैव एकाकीच असते, हा नवा प्रत्यय त्याला जाणवला होता. तो मंदिरासन्निध येताच तेथील प्रतिहारींनी तुतारीचा नाद केला व त्यास प्रणाम करून दोहो बाजूंनी रक्तश्वेत पुष्पांची वृष्टी केली.

पण भविष्याच्या स्थिर नेत्रात पाहत असल्याप्रमाणे विचारमग्न झालेल्या राजकुमाराला त्याचे भान नव्हते. आता त्याचे सारे विश्व त्या दोन मंदिरांत सामावले होते. त्यांतील एकात, अगदी बाल्यापासून रात्रंदिवस, एखाद्या अस्त नसलेल्या तेजस्वी ताऱ्याप्रमाणे डोळ्यांसमोर झळाळणारा राजमुकुट होता आणि जळजळीत वेदनेप्रमाणे जीवनात बाळगलेली प्रतिज्ञा आता त्यात सफलपणे विसर्जित होणार होती. दुसऱ्यात राजमुकुटाधिक फल होते! राजकुमाराला वाटले, राजमुकुटापेक्षा जगात काय श्रेष्ठ वा अधिक असू शकेल? विद्वत्ता? पण ते काही एका क्षणात प्राप्त होणारे फळ नव्हे. शिवाय विद्वत्तेला कसले स्थान आले आहे? ती मान्य करण्यासही जनांत विद्वत्तेचा अंश असावा लागतो आणि सामान्यजन हे मूढमती असतात. त्यामुळे कोणत्याही कालखंडात अथवा देशात विद्वान हा अनिवार्यपणे निर्धन आणि सत्ताहीनच राहील. संपत्ती? ती तर राजमुकुटाच्या मागे बुभुक्षित श्वानासारखी येईल. मग एखादी त्रिभुवनसुंदरी? तिचे आपल्याला काय आकर्षण आहे? आपल्यास हव्या असलेल्या स्त्रीइतके त्रिभुवनात कोणीच सुंदर नसते. मग? मग?... विजयराजने तुच्छतेने तो विचारच मनातून काढून टाकला व मंदिरांचे निरीक्षण केले.

मंदिरांचे शिल्प बिंब-प्रतिबिंबाप्रमाणे समान होते. एका रात्री जर राक्षसहस्ते त्यांची स्थाने परस्पर बदलली असती, तर ते परिवर्तन कोणाच्या ध्यानातही आले नसते; परंतु त्यांचे काही विशेष विजयराजच्या आता संस्कारित दृष्टीतून सुटले नाहीत : मंदिरांच्या मागे उच्च स्थानी एक कृत्रिम जलाशय होता व त्यातून प्रवाह येण्यासाठी एक विशाल नलिकामार्ग असून त्याने दोन्ही मंदिरांना समान असलेल्या मधल्या भिंतीत प्रवेश केला होता. एका मंदिराच्या तोरणावरील कीर्तिमुख सहस्ररश्मी सूर्याचे होते, तर दुसऱ्यावर वालुकायंत्राची प्रतिमा होती. एका प्रतिहारीच्या गळ्याभोवती ताम्रतारेत व्याघ्रदंत होता, तर दुसऱ्याच्या गळ्याभोवतालच्या तारेत मानवी कपालाकृती होती. त्यांच्या वाद्यांच्या अग्रभागी एकावर आयाळाने सुशोभित अशी सिंहाची मुखाकृती होती, तर दुसऱ्यावर नागफणा होता.

विजयराज थोडा वेळ स्तंभित झाला. सत्य हे अंशाअंशाने प्रकट होते; दोन अंशांचा संधी एका अंशापेक्षा जास्त सत्य असतो... सत्य हे सूक्ष्म सूचक चिन्हे धारण करत प्रकट होते... परंतु काही वेळा ते अत्यंत मायावी असते... त्याच्या मनात शब्दांचे प्रतिध्वनी सारखे घुमू लागले.

नागफणा, कपालाकृती, वालुकायंत्र! एवढ्या देदीप्यमान साम्राज्याचा मुकुट

असल्या अशुभ चिन्ह-मार्गाने कधी प्राप्त होईल का? उलट, दुसऱ्या मार्गावर प्रतापी सूर्य, वनराजाकृती, व्याघ्रदंत अशी स्पष्ट राजचिन्हे आहेत. पण त्याच्या मनात पुन्हा प्रतिध्वनी उमटला : सत्य अगदी सहजस्पष्ट असते, त्या वेळी, राजकुमार, सावधानतेचा क्षण असतो; हे मायाजाल आहे ह्न मायाजाल आहे...

या आंतरिक अस्वस्थतेने त्याचे मन बधिर होऊन जड होऊ लागले. या एकाकी क्षणी मनाची ही अवस्था त्याला असह्य होऊ लागली. त्याने किंचित कालावधी मिळवण्यासाठी दोन्ही मंदिरांना मंद गतीने प्रदक्षिणा सुरू केली. एका स्थानी तर त्याची मंदगती देखील थांबली. परंतु त्याने प्रदक्षिणा संपवली व तो पुन्हा मंदिरांस सन्मुख झाला. आता त्याचा निर्णय झाला होता. इतक्या उघड मायाजालात सापडण्याइतका तो संस्कारहीन राहिला नव्हता. त्याने तेथूनच राजसभेला अभिवादन केले व धैर्याने पावले टाकत त्याने वालुकायंत्राचे कीर्तिमुख असलेल्या मंदिरात प्रवेश केला.

प्रतिहारींनी पुन्हा केलेला नाद हवेत विरला असेल-नसेल तोच मंदिराच्या आतील पायऱ्यांवरून विजयराजचे शिर गडगडत खाली आले आणि त्यामागोमाग दोन्ही हातांनी रक्तलांछित मुकुट धरलेले, त्याचे शिरच्छेद झालेले शरीर कोसळत येऊन मंदिराच्या द्वारपिंडीवर स्थिर झाले.

सारेच शब्द नष्ट झाल्याप्रमाणे समस्त सभा या आघाताने मूक झाली. धर्मगुरूही क्षणभर शिलाकृतीप्रमाणे भासले; पण काही अवधीनंतर त्यांनी संज्ञा केली. त्यांचा शिष्योत्तम दुसऱ्या मंदिराकडे गेला व मागील दाराने प्रवेश करून त्याने विदूषकाला बंधमुक्त केले. परंतु या अल्पकाळात जणू यमयात्रा केल्याप्रमाणे त्याचा चेहरा रक्तहीन झाला होता व पायांतील बळ ओसरले होते. त्याने विजयराजच्या अवशेषांकडे विषण्ण दृष्टी टाकली व आपले काळे-पांढरे वस्त्र सावरत, तो अवेळी संचारत असलेल्या पिशाचाप्रमाणे चालू लागला आणि थोड्याच बाजूला विस्तार पसरलेल्या, एखाद्या भव्य पण पाळीव सिंहाप्रमाणे वाटणाऱ्या वनकुंजात तो दिसेनासा झाला.

आता मंदिरासमोरील विशाल लोहद्वारे पुन्हा मिटली. धर्मगुरू म्हणाले, ''विधिलिखितापुढं मानव असहाय आहे. आज चंद्रोदयापासून साम्राज्याचं शासन धर्मगुरूंच्या नावे चालेल. आम्हांला राजतृष्णा नाही, सत्तालोभ नाही; परंतु कर्तव्याची धुरा स्वीकारण्याचा क्षण येताच ती नम्रपणे स्वीकारणे हा धर्म आहे. भविष्यकालातील त्रिसंवत्सरानंतर जर सम्राटांची निवड झाली, तर हा विश्वासनिधी त्यांना देण्यास आमच्याइतका हर्ष कोणासच होणार नाही; पण त्या काळापर्यंत आपले कर्तव्य आम्हांला निरिच्छपणे पार पाडले पाहिजे. प्रधानअमात्य, यापुढील योजनांचे मार्गदर्शन आपले कर्तव्य आहे.''

सभा मुक्त झाल्यावर सारे जन बाधा झाल्याप्रमाणे शून्यपणे विखुरले. प्रजाजनांचा समूह खालच्या स्वरात बोलत नाहीसा झाला आणि रक्ताक्षी मंदिराभोवतालचे विस्तीर्ण

क्षेत्र वादळ अनुभवून स्वच्छ झालेल्या आभाळासारखे भासले.

वनकुंजात एका वृक्षाखाली विदूषक अंतर्यामी शतशः विच्छिन्न झाल्याप्रमाणे बसला होता; परंतु भोवतालची निःशब्दता पावलांखाली दुमडत असल्याच्या स्वराने तो भानावर आला व त्याने मागे वळून पाहिले. अंगावर उत्तरीयही न घेतलेली, अमात्यकन्या असूनही अनवाणी असलेली चंचला येत होती. आता तिच्या केसांतील शुभ्र फुले मावळून गेली होती. तिच्या गतीतील मंद नूपुरझंकार विरला होता आणि मेखलेखेरीज ती अनलंकृत होती. तिने आरक्त वर्णाचे वस्त्र परिधान केले होते व त्यावरील तिचे शांत मुख किंचित उघडलेल्या शिंपल्यातील मौक्तिकाप्रमाणे दिसत होते. ती आली व विदूषकासमोर एका वृक्षाला टेकून उभी राहत तिने त्याच्याकडे शून्य दृष्टीने पाहिले.

''तुमचे सारे प्रयत्न कालांतरानं निष्फल होऊन विधिलिखिताप्रमाणं सारं घडून आलं!'' ती म्हणाली.

विदूषकाने तिच्याकडे विषण्णतेने पाहिले व म्हटले, ''अमात्यकन्ये, कालांतरानं का होईना, तुझ्या प्रयत्नांना फळ आलं! तुझी वैरभावना आता तरी तृप्त झाली ना?''

''माझी वैरभावना? म्हणजे आपण काय म्हणता, पंडित विष्णुशर्मा?'' तिने विस्मयाने विचारले.

पण विष्णुशर्मा हे नाव ऐकताच अकस्मात प्रहार झाल्याप्रमाणे विदूषक उभा राहिला व त्याचे हात थरथर कापू लागले. ''विष्णुशर्मा? कोणाला उद्देशून तू संबोधतेस?'' निस्तेज मुद्रेने त्याने विचारले.

''पंडितराज, मला तो सारा वृत्तांत पूर्ण परिचित आहे,'' चंचला म्हणाली, ''ज्ञानर्षी मंगलनारायणांचे सुपुत्र! द्वादशवर्षे अध्ययन झाल्यावर तुम्ही श्रीशैलेश मंदिरात आपल्या बुद्धितेजानं सभा जिंकलीत; पण आपण वीरवर्मा राजाकडे राजपंडिताच्या वस्त्रांची सूचना करताच तुमची भरसभेत अवहेलना झाली. त्याच वेळी आपल्या पत्नीनं एका क्षुद्र सेवकाच्या संगतीत केलेला द्रोह आपल्याला ज्ञात झाला. मग उद्वेगानं देशत्याग करून परियात्रा करत कालिंदीच्या पैलतीरावरील कनिष्क देशात आलात. मग एका निर्जनसमयी तुम्ही तीरावर आपली वस्त्रं ठेवलीत व नदीच्या पाण्यात प्रवेश करून या साम्राज्यात येऊन ही विदूषकाची वस्त्रं धारण केलीत. आपण प्रथमतः विदूषकाचा वेष परिधान केलात, त्यास मी साक्ष होते.''

विदूषकाचे डोळे विस्फारित झाले. त्याने विचारले, ''पण अमात्यकन्ये, हा सारा वृत्तांत तुला कसा ज्ञात झाला?''

''मी त्या दिवशी पर्वतेश्वराच्या उत्सवासाठी प्रातःपूजनाला गेले होते. कालिंदी ओलांडून येऊन येथे विदूषकाची वस्त्रं घालणारे जन प्रतिदिनी सहस्रांनी दिसतात असं नाही. मग मी एका मातुल्यतुल्य, वृद्ध आजीवकाला सारा वृत्तांत शोधण्याची प्रार्थना केली.''

सारा आवेग ओसरल्याप्रमाणे विदूषक खाली बसला. ''म्हणजे तुझ्यासह आणखी एका व्यक्तीला ही माझी भूतकथा ज्ञात आहे तर! आणि कथा तिघांना ज्ञात असली की साऱ्या पृथ्वीवर तिच्या शाखा पसरत जातात.''

''त्याबाबत तुम्ही निश्चिंत राहा. ती व्यक्ती चार महिन्यांतच वार्धक्यानं कालवश झाली. आता या क्षणी चंचलेखेरीज इतरांना हा वृत्तांत अज्ञात आहे. पण पंडित, माझ्या वैरभावनेचा आपण निर्देश केलात त्याचा हेतू काय?''

ती छद्मीपणाने बोलत आहे की काय हे विदूषकाने पाहिले. तिच्या हताश डोळ्यांत विषाद होता; परंतु व्यंग्याचा तिरस्कार नव्हता. ''चंचले, उद्यानातील भेटीत विजयराजनी तुझ्या प्रेमाचा अव्हेर केला ह्न'' विदूषक सांगू लागताच चंचलेची मुद्रा वेदनेने आरक्त झाली व ती दचकली. विदूषक कटूपणे हसला.

''ह्न तुला जसे वृत्तांत समजतात तसे मलाही समजतात! ह्न त्याच वेळी तुझ्या मनात वैराचा वडवानल जागृत झाला. अव्हेरलेली स्त्री तक्षकासमान असते. आपल्या एका मायावी शब्दानं विजयराजना मृत्युमुखात बळी देण्याची संधी तू दवडणार नाहीस, असा माझा निःसंशय विश्वास होता. पण ध्रुवशीला काही झालं तरी दासीकन्या आहे. विवाहाचा पवित्र अधिकार आपणाला कधी प्राप्त होणार नाही याची तिला पूर्ण जाणीव आहे. म्हणून तू तिसऱ्या प्रवेशद्वाराची सूचना करताच मी ती प्रथमच वर्ज्य केली. निवड होती पहिल्या आणि दुसऱ्या द्वारांत! परंतु मानवाच्या जीवनात संपूर्ण सत्य कधी दर्शन देत नाही. ते अंशाअंशानं, सूक्ष्म लक्षणांनी दृश्यमान होतं. ते पाहण्याची प्रखर बुद्धी मात्र हवी. याच वेळी एक गिधाड पहिल्या शिखर-स्तंभावर स्थिर झालं. गिधाडं मृत्युस्थलापासून काही अंतरावर प्रतीक्षा करत असतात. म्हणून मी विजयराजना पहिलं प्रवेशद्वार सांगितलं. तुझी कुटिल योजना असफल झाली आणि या यःकश्चिताच्या बुद्धीमुळे विजयराज त्या दिव्यातून पार पडले.''

वेगवान प्रपाताकडे भयभीत पण आकृष्ट होऊन अनिमिष पाहत राहावे त्याप्रमाणे अमात्यकन्या विदूषकाकडे पाहत राहिली.

''तीच कथा दुसऱ्या दिव्याची,'' विदूषक उत्तेजित स्वरात म्हणाला, ''तू पुन्हा प्रयत्न केलास व उजवीकडच्या रथाची सूचना दिलीस. तुझ्यामागून आलेल्या ध्रुवशीलेनं तीच सूचना केली. कारण आता ती आपण निव्वळ दासीकन्या म्हणून आपल्या निरपेक्ष साहाय्याची अवहेलना झालेली संतप्त स्त्री होती. पण सत्य काही वेळा फार मायावी स्वरूपात प्रकट होते. सारं सूर्यप्रकाशासारखं स्वच्छ वाटतं, त्याच वेळी चंचले, सावध राहण्याचा क्षण असतो. रथाचा रज्जू धरलेला एक सेवक अत्यंत अस्वस्थ, भयभीत होता, तर दुसरा शांत होता. निव्वळ बाह्यतंत्रानं पाहणाऱ्यानं दुसऱ्या रथाची निवड केली असती; परंतु हे मायाजाल मी जाणलं व पहिल्याच रथाची मी निवड केली. विजयराजना मी माझ्या बुद्धीनं वाचवलं, इतकंच नाही, तर प्रतिपक्षाला पराभूत करण्यातही मी माझ्या

बुद्धीचा उपयोग केला. तीनही करंडकांत मी एक सर्प ठेवला नाही. एका फळाचा अल्पांश काढून मी त्या ठिकाणी दातांच्या खुणा उमटवल्या. माझ्या साहाय्यामुळे विजयराजनी जो प्रमाद टाळला, तोच नेमका अभयराजनं केला. खुणा असलेलं फळ नेमकं त्यानं उचललं व त्याचा मृत्यू ओढवला.

"परंतु विजयराजच्या अंतःकरणाचा एक भाग कुटिलकृष्ण होता हे ज्ञान मला नंतर झालं. पहिल्या दोन उज्ज्वल यशांनंतर त्यांच्या मनात कृतघ्नता निर्माण झाली आणि अत्यंत प्रिय व्यक्ती म्हणून छद्मीपणानं त्यांनी माझा निर्देश केला. हे त्यांनी निष्पापपणे, सरळ केलं असतं तर मला धन्य वाटलं असतं. मला माझ्या विषयुक्त पूर्वायुष्याचा विसर पडला असता. परंतु माझी उपयुक्तता संपल्याचा भास होऊन जणू माझा त्याग करण्याचा एक क्षुद्र मार्ग, म्हणून त्यांनी माझा नामोल्लेख केला. चंचले, ज्या स्त्रीसाठी त्यांनी तुझा अव्हेर केला, ती या प्रसंगी त्यांच्यासमवेत या नगरीत आली नसेल असं का तुला वाटतं? त्यानं नारीजनांवर नजर फिरवली, त्या वेळी एका क्षणी त्यांच्या डोळ्यांत ओळखीची चमक दिसली, हा विषय इतरांना अज्ञात राहिला तरी तो माझ्या निरीक्षणातून सुटला नाही; पण सत्यज्ञानाचे सारे मार्ग आपल्याला हस्तगत झाले, असा त्याला भ्रम झाला व त्यानं स्वतःच्या अल्प ज्ञानावर अमर्याद विश्वास ठेवला. परंतु चंचले, एक गोष्ट ध्यानात ठेव. अत्यंत निरपेक्ष गुरूनं आपली सारी विद्या जरी शिष्यास दिली, तरी एक ज्ञानविशेष मात्र तो कधी देऊ शकत नाही. शिष्याला विद्यादान करत असतानाच तो जो अनुभव असतो, त्याचं ज्ञान मात्र शिष्याला कधी मिळत नाही. आता विजयराजला आपल्या कृतघ्नतेचं पूर्ण प्रायश्चित्त मिळालं. मी त्याच्या शेजारी असतो, तर मी माझ्या तेजस्वी बुद्धिमत्तेनं त्याला राजमुकुट प्राप्त करून दिला असता. एका बाजूला प्रतापी सूर्य, सिंहमुख, व्याघ्रदंत आहे; तर दुसऱ्या बाजूस वालुकायंत्र, सर्पमुख, कपालाकृती अशी अशुभ चिन्हे आहेत. त्यानं दुसऱ्या मंदिरात प्रवेश केला, याचं कारण त्याचा रथदिव्याचा अनुभव! तेव्हाचं माझं मार्गदर्शन आठवून त्याला हे सारं मायाजाल वाटलं; पण सत्यशोधनात असे निश्चित नियम, सूत्रकुंचिका नसतात. नव्या सूर्याकडे पाहावं, तद्वत प्रत्येक नव्या अनुभवाकडे तो असामान्य असल्याप्रमाणं पाहावं लागतं. सत्य खंडशः दृश्यमान होतं, ते अनेकदा मायावी असतं हे खरं; परंतु मायावी दर्शन देऊन मानवाला वंचित केल्यावर ते अनेकदा सरल, देदीप्यमान स्वरूपात प्रकट होतं. पण वंचित झालेला मानव त्यालाही आभास समजून नाशाकडे, असत्याकडे वळतो. आभास व सत्य यांतील विरोध ओळखणं हा खरा ज्ञानमार्ग आहे. या ठिकाणी सत्य सरलस्पष्ट होते; परंतु विजयराजची बुद्धी नियमविद्ध चक्रांकातून गेली आणि त्याचा शिरच्छेद झाला. तुला त्याचा शिरच्छेद हवा होता; पण तो तुझ्या प्रयत्नानं घडला नाही, माझ्या बुद्धिमत्तेनं थांबला नाही; तो विजयराजनीच स्वतःच्या कृतघ्न मंदबुद्धीनं घडवून आणला!"

एकाग्रतेने सारे ऐकत असता चंचलेची तन्मयता भंग पावली; पण एखाद्या अकस्मात

मुक्त झालेल्या जलप्रवाहाप्रमाणे खळखळत ती डोळे विस्फारित करत हसत राहिली. विदूषकाची विषण्ण मुद्रा किंचित संतप्त झाली व त्याने कठोरपणे विचारले, ''अमात्यकन्ये, तुला भ्रम झाला आहे, की तू माझ्या बुद्धिसामर्थ्याचा अधिक्षेप करत आहेस?''

चंचला तशीच हसत राहिली; परंतु नंतर एखाद्या तेजस्वी वज्रमण्यावरील तलम आवरणे मागोमाग नाहीशी होऊन त्याचा प्राण असलेली कठोर, स्थिर, वज्रकलिका स्पष्ट व्हावी, त्याप्रमाणे ती शांत, संयत झाली आणि नम्रपणे विदूषकाच्या पायाशी बसली.

''पंडितराज, एका अज्ञ कन्येच्या औद्धत्याची क्षमा असावी,'' ती सांगू लागली, ''मी ज्ञानाच्या उपासनेत शरीर झिजवलं नाही, की तत्त्वज्ञानाच्या काठिण्याचा अनुभव घेतला नाही. सत्य हे खंडशः येत राहतं, की ते मायास्वरूपात दिसतं, की एखाद्या दिव्य दर्शनाप्रमाणं सरळ प्रकट होतं याची मला काहीच कल्पना नाही. मी वर्तमानाच्या क्षणिक निरंतर लहरीवर जगणारी एक यःकश्चित युवती आहे. भविष्यकालाचे विविध, तलम तरंग माझ्यामधून संक्रांत होतात आणि भूतकालात मिळून जातात आणि मग मला माझं सत्य त्या भूतकालात दिसतं, भविष्यकालात नव्हे. चालत असता पावलांची खूण उमटून त्यात पाणी साचावं आणि मागं वळून पाहताना त्यात चंद्राचं किंचित प्रतिबिंब दिसावं, तसं मला सत्य दिसतं. ते सत्य माझंच, माझ्यापुरतंच असतं, कारण त्यावर माझ्या जीवनाची रक्तमुद्रा असते. त्याचं दान करता येत नाही, की इतरांकडून त्याचा स्वीकार करता येत नाही. प्रत्येकानं आपापलं सत्य स्वतःच्या रक्ताच्या स्पंदनावर पारखून घ्यावं लागतं. ज्या सत्यांची देवाणघेवाण होऊ शकते किंवा ज्यांबाबत विविध प्रकृतींच्या जनांचं एकमत होतं, ती सत्यं क्षुद्रमोलाची असतात किंवा अप्रस्तुत निर्जीव घटिते तरी असतात. वारा वाहतो, वृक्षांना पानं येतात, शिलाखंड पाण्यात बुडतात ही निव्वळ घटिते आहेत. त्यांच्यावर माझ्या भोगांची, हर्षाची मुद्रा नाही. म्हणून ती घटिते म्हणजे माझी सत्यं नव्हेत, हे एवढेच अद्याप माहीत असलेली मी एक अज्ञ आहे. म्हणून पंडितराज, संतप्त होऊ नका. मी तुमच्या निवेदनाचं स्पष्ट रूप सांगणार आहे; पण एक आधी सांगा, ते खंडशः प्रकट होणारं सत्य, मायावी सत्य इत्यादींविषयी ज्ञान देणारी जी बुद्धी, तिलाच मार्गदर्शन करणारी आपली कोणती शक्ती आहे?''

''अमात्यकन्ये, हा प्रश्नच अर्थहीन आहे. जी दुसऱ्याला मार्गदर्शन करते तिला कोण मार्गदर्शन करणार? जिच्या प्रकाशात सत्य आढळते तिला परप्रकाश कशाला? ती अविनाशी, सामर्थ्यशाली, अस्खलित आहे,'' विदूषक म्हणाला.

''वाचस्पती, पुन्हा औद्धत्याची क्षमा असावी,'' चंचला म्हणाली, ''तिचं अस्खलित स्वरूप आपण पारखून घेऊ. तुम्ही माझ्या वैरभावनेचा निर्देश केलात. विष्णुशर्मा, जर ती सारी दिव्यं मी करून विजयराजना साम्राज्य मिळालं असतं, तर मी कोणत्याही दिव्यास विवाहवेदीवर चढण्याच्या आनंदानं संमती दिली असती, उगारलेल्या

खड्गाखाली मी प्राणार्पण केलं असतं ह्न त्या विजयराजच्या नाशासाठी मी प्रयत्न करीन? पारिजातक आपल्या दारी लागला नाही म्हणून मी त्याच्यावर कुठारप्रहार करणार नाही, की त्याची प्रभा आपल्या नेत्रांत साठवता येत नाही म्हणून मी रत्नदीप फुंकणार नाही. उलट ध्रुवशीलेच्या बाबतीत आपलं मापन असंच सदोष झालं. रक्ताक्षी मंदिरात गुप्तपणे तिचा अभयराजशी गांधर्वविवाह झाला होता ही घटना आपल्याला ज्ञात दिसत नाही!''

''अशक्य! केवळ अशक्य!'' अस्वस्थपणे विदूषक म्हणाला, ''दासीकन्येला विवाहाचा अधिकार नाही, हे अभयराज आणि ध्रुवशीला या उभयतांनाही ज्ञात असलं पाहिजे.''

''होय, आणि असल्या विवाहसंस्काराला काही अर्थ नाही, हे माहीत असल्यामुळेच स्वतःच्या स्वतंत्र वैयक्तिक स्वार्थासाठी तो स्वीकारायला उभयतांनाही किंचितही क्षिती वाटली नाही! पण तेवढ्यासाठी तिनं विजयराजचा मृत्यू घडवण्यासाठी दुसऱ्या प्रवेशद्वाराची सूचना केली होती.''

''पण चंचले, तू स्वतः तिसऱ्या प्रवेशद्वाराची सूचना केली होतीस. मी माझ्या प्रखर बुद्धीनं विजयराजना पहिल्या द्वारातून प्रवेश करण्यास सांगितलं व त्यांचं प्राणरक्षण केलं.''

''पंडितराज, वज्राचार्यांनी कारागृहाला चक्रव्यूहाचं स्वरूप दिलं होतं. तिसऱ्या प्रवेशद्वाराचा मार्ग पहिल्या कक्षेत जातो व तेथून निर्भयपणे बाहेर पडता येतं. दुसऱ्या प्रवेशद्वाराचा मार्ग तिसऱ्या कक्षेत आहे आणि त्या ठिकाणी मृत्यूचा जलाशय आहे आणि पहिल्या द्वाराचा मार्ग दुसऱ्या कक्षेत आहे व तेथे संतप्त, उग्र सिंह मुक्तावस्थेत आहे.''

''ते सर्वस्वी अशक्य आहे. त्या पहिल्या द्वारातूनच आत जाऊन विजयराज सुरक्षित बाहेर आले,'' विदूषकाने निश्चयाने म्हटले.

''ते सत्य आहे; परंतु आज सकाळी मांसान्न नेणाऱ्या सेवकाला मी नवरत्नयुक्त सुवर्णमुद्रिका दिली व त्या अन्नात मादक द्रव्यं मिसळली. तो सिंह आता अष्टप्रहर तरी निश्चेष्ट होऊन राहिला आहे.''

विदूषकाचा चेहरा कळाहीन झाला व त्याची दृष्टी खाली वळली. ''पण चंचले, जर त्यानं दुसऱ्या प्रवेशद्वारानं प्रवेश केला असता, तर तुझी काय योजना होती?'' त्याने विचारले.

''काहीही नव्हती. जी घटना अंत्य दिव्याच्या समयी घडली, ती त्याच वेळी घडून गेली असती,'' चंचला शांतपणे म्हणाली, ''मी दोनच हातांची, अल्प सामर्थ्याची स्त्री आहे. मानवाच्या जीवनातील अनंत यमद्वारे रक्षण करण्याचं सामर्थ्य सहस्रभूजा रक्ताक्षीमध्ये असेल, माझ्यात नाही. आणखी एक विशेष म्हणजे जीवनाशी द्यूत खेळताना अनेकदा नियती देखील गुप्तपणे अक्षदान टाकत असतेच, याची पूर्ण जाणीव असल्याखेरीज जीवन सुसह्य होणारच नाही!''

''पण चंचले, ते अशुभ गिधाड ह्न त्याला मी प्रकट केलेला काहीच अर्थ नव्हता का?'' विदूषकाने गोंधळत विचारले.

''पंडित, तुमच्या सूक्तासूक्तात ते लिहिलेलं नसेल, म्हणून ते तुम्हांला माहीत नसेल,'' चंचला किंचित क्षुब्ध होऊन म्हणाली, ''पण जगातील सारे पशुपक्षी तुमच्या कल्पनांचा शकुनपट पाहत आपल्या हालचाली करत असतात, अशी का तुमची समजूत आहे? ते गिधाड उडत असता श्रांत झालं असेल आणि शिखर-स्तंभावर उतरलं असेल. त्या वेळी त्या स्थानी मंदिर, विवाहमंडप किंवा स्मशानातील वृक्ष असता, तरी ते उतरलं असतंच! आणि पंडितराज, गिधाड हे अशुभ आहे हे प्रथम ठरवलं तरी कोणी? आणि प्रथम त्यास अशुभ ठरवून नंतर त्याचं आगमन वा अस्तित्व अरिष्टसूचक ठरवणं, हे कोणतं तर्कशास्त्र आहे? शिवाय, ईशान्येकडील राज्यात भव्य गृध्रराज-मंदिरं आहेत याची तुम्हांला कल्पना आहे? आणि तेथील गृध्रराजाच्या मूर्ती आपण इथं ज्या मूर्तीचं पूजन करतो त्यापेक्षा अधिक पटीनं भव्य आहेत याची आपल्याला पुसटही जाणीव नसेल! आपल्यासारख्या विद्वानांनी असले मूढ विचार जवळ करावेत ही अत्यंत विषादाची गोष्ट आहे. तरी बरं, माझं नाव चंचला, म्हणून मी अस्थिर मनाची आणि तिचं नाव ध्रुवशीला, म्हणून ती ध्रुवासारख्या अढळ शीलाची, अशी कल्पना तुम्ही करून घेतली नाहीत ह्न''

चंचलेच्या तीक्ष्ण शब्दांनी विदूषकाच्या मुद्रेवर लालसर छटा दिसली व त्याला मान वर करण्याचे धैर्य होईना; परंतु त्याची अस्मिता व्यथित झाली होती व ती वेदना त्याला मूक राहू देईना. तो म्हणाला, ''परंतु रथदिव्याच्या समयी तर माझी बुद्धिमत्ता स्पष्ट झाली ना? त्या सेवकांच्या बाह्य स्वरूपाच्या मायाजालात माझ्या बुद्धिमत्तेमुळेच विजयराज बद्ध झाला नाही!''

''आपल्या जीवनात नियतीची गुप्त क्रीडा असते, असं मी म्हटलं ते नेमकं याच कारणासाठी,'' चंचला म्हणाली, ''उजव्या बाजूचा रथच पूर्ण सुरक्षित होता; पण अभिवादनासाठी तुम्ही धर्मगुरूंच्या सान्निध्यात वळलात, त्या वेळी दुसऱ्या रथाच्या सेवकानं आपल्या रथाचं स्थान अकारण बदलून तो या बाजूला घेतला. माझ्या मागून आलेल्या ध्रुवशीलेला हा बदल पाहता आला व म्हणून तिचाही संकेत उजव्या रथाचाच झाला.''

विदूषक मूढासारखा पाहत राहिला; पण त्याने अट्टाहासाने म्हटले, ''परंतु तरी मी त्या सेवकाच्या बाह्यस्वरूपाच्या जाळ्यात सापडलो नाही, याचा तरी तुला आदर वाटत नाही? माझ्या बुद्धीचं मार्गदर्शन नसतं, तर विजयराज त्या शांत निर्भय सेवकाच्याच रथात चढले असते.''

चंचलेच्या ओठांवर नाजूक स्मिताची रेषा दिसली-न दिसली. ती म्हणाली, ''रथानं जागा बदलली त्याच वेळी सेवकांनी देखील आपलं परस्परस्थान बदललं. विशेष म्हणजे या दोन्ही सेवकांना त्या अश्वसमूहांविषयी काहीच माहिती नव्हती. एक भयभीत,

अस्वस्थ होता; कारण काही कालापूर्वीच एका घोड्यानं त्यास जखमी केलं होतं. दुसऱ्यानं सारी रात्र द्यूत आणि मद्यपान यांत घालवली होती व त्याच्या डोळ्यांवर अद्याप निद्रेचा स्पर्श होता, इतकंच.''

''म्हणजे एकंदरीनं चंचले, मी ज्या बुद्धिमत्तेचा गर्व वाहिला, ती सारी दैवाची क्षणिक क्रीडाच होती तर!'' विदूषक उद्वेगाने म्हणाला, ''पण निदान अंतिम दिव्यात मी विजयराजना निःसंशय रक्षण देऊ शकलो असतो. सिंहमुख, व्याघ्रदंत, सहस्त्ररश्मी सूर्य ह्न ही स्पष्ट राजचिन्हं आहेत. हा सत्याचा आभास नसून सरळस्वरूपाचं सत्य आहे हे जाणून मी त्यांना दुसऱ्या मंदिरातच पाठवलं असतं. चंचले, धर्मगुरूंनी दोन्ही मंदिरांत एकेक राजमुकुट ठेवला होता आणि या मंदिरात विजयराजना प्रियव्यक्ती आणि मुकुट यांची प्राप्ती झाली असती.''

''विष्णुशर्मा, मी तुमचा अखेरचा भ्रमनिरास करत आहे म्हणून तुम्ही माझा द्वेष कराल. तुम्ही ज्यांना राजचिन्हं समजता, ती राजचिन्हं शुभलक्षणं नाहीतच. ती मुखाकृती सिंहाची नाही, तर सिंहासुराची आहे. कालिंदी-तीरावर रक्ताक्षीनं सहस्त्रबाहूंनी सिंहासुराचा वध केला, हे तुम्हांला स्मरत नाही? मंदिरात त्याचे कबंध तिच्या आसनाखाली आहे हे तुम्ही कधी पाहिलं नाही? प्रतिहारीच्या गळ्यातील व्याघ्रदंत म्हणजे तर दिवाभीताची धातुबद्ध चंचू आहे. तो सेवक वन्यजनांतील आहे आणि त्यांना निशाचर पशुपक्षी पूजनीय आहेत. त्याप्रमाणं ती प्रतिमा सहस्त्ररश्मी सवित्याची नाही, तर ते अघोरपंथीयांचं यमचक्र आहे आणि त्यातून निघालेले किरण सर्पमुखी रेषा आहेत ह्न आणि अशा चिन्हांच्या मांगल्याधारे तुम्ही विजयराजना त्या मंदिरात पाठवणार होता! उलट, दुसरी मालिका पाहा. वाद्याच्या अग्रभागी असलेला नागफणा अभयसूचक हस्तमुद्रा आहे, सेवकाच्या गळ्यातील कपालाकृती वास्तविक सुवर्णकदंब वृक्षाचं बीज आहे आणि त्या वृक्षाची पानं रक्ताक्षीला अतिप्रिय आहेत. कीर्तिमुखातील वालुकायंत्र म्हणजे डमरू आहे. रक्ताक्षीच्या प्रमुख हस्तद्वयात खड्ग व डमरू ही चिन्हे तुम्ही कधी पाहिली नाहीत? ह्न ही सारी लक्षणं तुम्हांला अत्यंत अशुभ वाटली! पण विचारप्रमादानं का होईना, तुम्ही विजयराजना दुसऱ्या मंदिराकडे पाठवलं असतं, तर या क्षणी त्यांचे प्राण तरी सुरक्षित राहिले असते.''

विदूषक पराभूत झाल्याप्रमाणे विगलित झाला. त्याने विषण्ण मुद्रेने चंचलेकडे पाहिले व म्हटले, ''अमात्यकन्ये, या कालावधीत तू माझा सारा अहंभाव हरण केलास, माझ्या बुद्धीचं मलिन जीर्ण वस्त्र करून टाकलंस. मी माझ्या प्रखर बुद्धिमत्तेचा जो विजय समजत होतो, ती सारी नियतीची अगम्य भयलीला होती. माझं पांडित्य तू क्षुद्र करून टाकलंस!''

''आपल्या पांडित्याचा असा अधिक्षेप करू नका. माझ्यासारखी एक अज्ञ युवती आपल्या पासंगाला देखील पुरणार नाही. पांडित्य अपुरं ठरतं म्हणून ते निष्फळ ठरत

नाही. माझं ज्ञान तर केवळ उपेक्षणीयच आहे; मात्र सत्याची स्वरूपं आपण आधीच स्वीकारलेल्या निर्णयाच्या निकषांच्याच लयीत गमनागमन करतात, असं मात्र मी कधीच मानलं नाही, एवढंच माझ्या ज्ञानाचं अकरणात्मक स्वरूप आहे. आता माझी एकच प्रार्थना आहे, ह्व तुम्ही विजयराजना कृतघ्न म्हटलंत, ते अति अन्यायाचं नाही का?''

''नाही, पूर्णपणे नाही!'' विदूषक निश्चयी स्वरात म्हणाला, ''चंचले, मी मंदिरात बद्ध असता मला शब्द वा स्वर निर्माण करता येणं अशक्य होतं; परंतु माझ्या रक्तानं लांछित झालेला मुकुट विजयराज स्वीकारणार नाहीत अशी अद्यापही मला किंचित आशा होती. म्हणून मी कोणत्या मंदिरात आहे हे दर्शविण्यासाठी मी प्रबल उच्छ्वास टाकण्यास आरंभ केला. विजयराज प्रदक्षिणा करत असता त्यांनी तो ध्वनी निःसंशय ऐकला; कारण त्या क्षणी त्यांची गती खंडित झाली; पण हा माझा अक्षम्य प्रमाद घडला. का की, त्यांनी हेतुपूर्वक त्याच मंदिरात प्रवेश केला. 'प्रिय व्यक्तीच्या रक्तानं लांछित' हे शब्द त्यांना आठवले, मी ज्या मंदिरात आहे, त्याच मंदिरात मुकुट आहे असा त्यांनी निष्कर्ष काढला व माझ्या बलिदानाची तमा न बाळगता, नव्हे, त्याचसाठी त्या मंदिरात त्यांनी प्रवेश केला.''

''पण पंडितराज, हा विचार तर मला अति विसंगत वाटतो,'' चंचला म्हणाली, ''आपण असलेल्या मंदिरात त्यांनी प्रवेश केलाच नाही. प्रतिपक्षी, तुम्ही त्या मंदिरात आहात हे ज्ञात झाल्यावर राजमुकुटाचाही लोभ सोडून, तुमचे प्राण वाचविण्यासाठी त्यांनी दुसऱ्या मंदिरात प्रवेश केला. मृत्यूपूर्वीचं त्यांचं हे अत्यंत उदात्त आणि निःस्वार्थी कृत्य; परंतु त्याच्यामुळं आपण त्यांच्यावर कृतघ्नतेचा दोष लादत आहात, हे एक दुष्ट आश्चर्यच आहे!''

विदूषक क्षणभर स्तब्ध झाला व त्याने चंचलेकडे निरखून पाहिले. मन प्रक्षुब्ध झाले; परंतु नंतर त्याची मुद्रा निश्चयी झाली आणि तो म्हणाला, ''चंचले, माझ्या भूतकाळाचं विषमय सत्य अंतःकरणात लपवत अत्यंत कष्टानं मी आतापर्यंत जीवन भोगत आलो. आता पुन्हा आणखी एका कटू सत्याचा भार वाहण्याचं सामर्थ्य माझ्यात उरलं नाही. म्हणूनच तुला मी हे सांगत आहे. विजयराज त्या उदात्त हेतूनं त्या मंदिरात गेले नाहीत; माझ्या रक्तसिंचनानं का होईना, मुकुटप्राप्ती व्हावी, असाच त्यांचा एकमेव कृतघ्न हेतू होता, असा माझा पूर्ण विश्वास आहे. अमात्यकन्ये, त्या दोन मंदिरांची रचना ध्यानात घे. जलाशयातील प्रवाह मंदिरात यावा म्हणून एक विशाल नलिका समान भिंतीजवळ आली आहे, हे तू देखील पाहिलं असशील; परंतु अंतर्भागातील रचनेची तुला कल्पना नसेल. या नलिकेला आडवी अशी आणखी एक धातुनलिका आहे. तिच्यातून सतत प्रवाह जाऊन दोन्ही मंदिरांतील अभिषेकपात्रांत सतत जलसंचय राहावा, अशी ती कुशल योजना आहे. आता ती मंदिरं निषिद्ध असल्यानं ती नलिका पूर्ण निर्जल आहे. मला आत ज्या ठिकाणी बद्ध करण्यात आलं होतं, तिथे माझं मुख त्या नलिकेच्या एका द्वारापाशी

येत होतं, मी उच्छ्वासांचा ध्वनी केला; परंतु चंचले, ध्यानात घे, तो प्रकट झाला तो माझ्या मंदिरात नव्हे ह्न तर दुसऱ्या मंदिरात! ही विलक्षण स्थिती पाहताच मी स्तब्ध झालो; पण विजयराजनी तो ध्वनी आधीच ऐकला होता आणि प्रिय व्यक्तीच्या रक्तानं लांछित का होईना, राजमुकुट याच मंदिरात आहे, या कृतघ्न विश्वासानं त्यांनी तिथे प्रवेश केला. अमात्यकन्ये, माझ्या ललाटी बुद्धिमत्ता असेल; पण निष्ठा हा एक शब्द मात्र लिहायचे कष्ट विधात्यानं घेतले नाहीत! अन्य स्त्रीकरिता विजयराजनी तुझा अव्हेर केला असेल; परंतु त्यांची खरी प्रिया एकच एक होती ह्न राज्यसत्ता!''

चंचलेची मुद्रा अति व्यथित झाली व तिचा आवाज निष्प्राण शुष्क झाला. ती म्हणाली, ''मी माझ्या शब्दांनी तुमचा बुद्धिगर्व नष्ट केला, तुम्ही आपल्या शब्दांनी माझ्या मनातील प्रतिमेचा भंग केलात! म्हणजे एकंदरीनं तुम्ही काय, मी काय, जीवनात रिक्त अंजलीचेच राहिलो.'' परंतु तिचा आवाज एकदम खंडित झाला व तिने बोटांनी आपला चेहरा झाकून घेतला.

संपूर्णपणे अपहृत झाल्याप्रमाणे विदूषक स्तब्ध होता. त्याच्या मनातील विषण्ण अस्वस्थता मुद्रेवर जड होऊन राहिली होती; पण नंतर त्याच्या दृष्टीत मंद चमक दिसली व त्याची मुद्रा किंचित उजळली. ''चंचले, मी त्या मंदिरात बद्ध झालो तरी, मला मृत्यूची क्षणिकही भीती वाटली नव्हती,'' तो म्हणाला.

परंतु मंदिरातून मुक्त झाल्यावर त्याची शिलाखंडाखाली कष्टानं क्षीण वाढलेल्या तृणपर्णासारखी दुर्बल भयग्रस्त आकृती चंचलेला आठवली आणि आपल्या विषण्णतेतही कटू स्मित लपवण्यास तिला फार प्रयास पडले. तिने विचारले, ''होय? पण ते कसं घडलं?''

''माझ्यावर मृत्यूची छाया नाही, हे मी बुद्धिसाहाय्यानंच जाणलं. तुझ्या दाहक शब्दांच्या स्पर्शातही अदग्ध राहिलेला तो माझ्या बुद्धीचा अंतिम अवशेष आहे; परंतु तो मात्र तुझ्याकडून नष्ट होणार नाही. सतीचं ऐहिक वैभव नष्ट झाल्यावर देखील वज्राप्रमाणं अभंग राहणाऱ्या तिच्या पातिव्रत्याप्रमाणं माझ्या बुद्धीचा तो तेजःकण अमर आहे. चंचले, धर्मगुरूंच्या शब्दरचनेत अंतिम दिव्याचं खरं स्वरूप स्पष्ट होतं, म्हणून तू ते पुन्हा आठव : 'एका मंदिरात आपल्याला अत्यंत प्रिय व्यक्तीला बद्ध करण्यात येईल... एका मंदिरात प्रवेश केल्यास आपल्याला सर्वांत अधिक प्रिय व्यक्तीच्या रक्तानं लांछित असा राजमुकुट प्राप्त होईल... दुसऱ्या मंदिरात राज्यपदापेक्षाही श्रेष्ठ असं प्राप्त होईल...' अमात्यकन्ये, धर्मगुरूंच्या शब्दांत सूक्ष्म अर्थछटा ध्यानात येताच मी विस्मयाने कंपित झालो. विजयराजनी जर खऱ्या प्रिय व्यक्तीला मंदिरात बद्ध होण्यासाठी पाठवलं असतं, तर या शब्दांचा सत्यार्थ मी त्यांना सांगितला असता. मी मंदिराच्या स्थापत्याचा विशेष अभ्यास केला असता, कोणत्या मंदिरात ती प्रियव्यक्ती बद्ध आहे याचा शोध घेतला असता आणि त्याच मंदिरात निःसंशय प्रवेश करण्यास मी विजयराजना सांगितलं असतं.

तिथं त्यांना राजमुकुट, अत्यंत प्रियव्यक्ती, या क्षणी एक बुद्धिवान मित्र आणि त्यांच्या सम्राटपदानंतर एक तेजस्वी अमात्य, या साऱ्यांची त्यांना प्राप्ती झाली असती आणि धर्मगुरूंच्याच शब्दांतील सत्याप्रमाणं केवळ राजमुकुटापेक्षा ह्न राजमुकुट, प्रिया आणि मित्र अमात्य, हे निःसंशय अधिकच आहेत. धर्मगुरूंनी दोन्ही मंदिरांत राजमुकुट ठेवले होते, हे आता तुला ज्ञात असेलच; परंतु त्यांनी 'अत्यंत प्रियव्यक्ती' हा शब्दसमूह दोन निरनिराळ्या अर्थांनी वापरला हे मात्र तुला उमगलं नसेल. बद्ध झालेली प्रियव्यक्ती निराळी, राजमुकुटावर रक्तसिंचन करणारी प्रियव्यक्ती निराळी. पहिल्या वाक्यात लौकिकसुलभ अर्थ आहे, तर दुसऱ्या वाक्यातील अर्थाची छटा जास्त सूक्ष्म आहे; परंतु विजयराजना हाच सूक्ष्म अर्थ समजला नाही. कृतज्ञता जाणवली नाही. माझ्या रक्तानं लांछित होणाऱ्या राजमुकुटाकडे ते अमर्याद तृष्णेनं गेले आणि स्वतःच्याच रक्तानं माखलेला मुकुट घेतलेलं त्यांचं शिरविहीन शरीर मंदिराच्या द्वारपिंडीवर कोसळलं. अशारितीनं धर्मगुरूंचे शब्द मात्र संपूर्णतया सत्य ठरले. अमात्यकन्ये, जीवनावरची सर्व मोहक वस्त्राभरणं बाजूला सारली की अखेर एकच कठोर ह्न नग्न सत्य राहतं! प्रत्येक मानवाला सर्वांत प्रिय वाटणारी व्यक्ती म्हणजे तो स्वतःच! स्वतःपेक्षाही अधिक प्रिय अशी कोणी अन्य व्यक्ती कधी असू शकेल का?''

चंचला उभी राहिली व अपार अनुकंपेने मृदू झालेल्या दृष्टीने तिने विदूषकाकडे पाहिले. उद्रेक झाल्याप्रमाणे ती पुन्हा एकदम हसू लागली; परंतु तिचे हास्य विरल्यावर इतका वेळ घडत असलेली शिलावस्था पूर्ण झाल्याप्रमाणे ताठ झाली आणि तिचे डोळे कठोर, निर्विकार झाले. ती म्हणाली, ''पंडित विष्णुशर्मा, तुमच्या या प्रश्नाला मात्र माझ्याजवळ शब्दाचं उत्तर नाही. सारं जीवन पणाला लावून साऱ्या पृथ्वीत मला एकच एक प्रिय हवं होतं; ते म्हणजे विजयराज, ह्न आणि नेमकं तेच अप्राप्य होऊन नष्ट झालं; इतकंच नाही, तर मनातील सुकुमार प्रतिमा देखील भंगून गेली. ही नियतीची आणखी एक ललितक्रीडा होऊन गेली. धनुष्याहून शर सोडणं एवढंच आपल्या हातात असतं; परंतु एकदा त्याचा प्रवास सुरू झाला की त्याच्या लक्ष्यापर्यंत त्याला पोहोचवण्याचं सामर्थ्य मात्र आपल्याला लाभत नाही. त्यातही नियतीच्या अदृश्य उच्छ्वासांनी त्याचा गतिमार्गही अनेकदा दुष्ट होऊन जातो. ही तर जीवनाची एक प्रतिज्ञाच आहे आणि एकदा जीवनात पदार्पण केल्यानंतर त्याबाबत विलाप करण्यात अर्थ नाही. मला इतर कसली लालसा नव्हती. काहीही अधिक प्रिय नव्हतं. विदूषक, एवढंच नाही तर ही मी, माझी मला देखील तेवढी प्रिय वाटत नाही ह्न''

द्विधा मनाने विदूषक सारे ऐकत होता व प्रत्यक्ष काय घडत आहे हे त्याला एकाग्रतेने जाणवले नाही. चंचलेने मेखलेखालच्या वस्त्रामधून झटकन कृपाणिका काढली. तिचे तेजस्वी पाते यमजिव्हेप्रमाणे झळकले आणि चंचलेने तत्काळ ते आपल्या कंठमूलात रुतवले! संगमरवरी सुंदर मूर्तीत रक्तरेषा उमटावी त्याप्रमाणे रक्ताचा कोमल प्रवाह वेगाने

खाली उतरला व पर्णाच्छादित वनभूमीवर ती अचेतन होऊन राहिली.

प्राणभयाने विदूषक तेथून अस्ताव्यस्त धावला. वनकुंजातील वृक्षांचे समूह जास्त गर्द होऊ लागले आणि धावताधावता त्याच्या अंगातील त्राण ओसरू लागला. तो अंधपणे एके ठिकाणी थांबला व त्याने एका वृक्षाच्या आधारे स्वतःस सावरले. आता सभोवार त्या वनकुंजाचा रंगगंधपूर्ण असा रक्षित विभाग होता; परंतु काही अंतरावर दोन आकृती पाहून त्याचे शरीर बांधरल्यासारखे निर्जीव झाले आणि जीर्ण तृणपर्णाप्रमाणे तो अंग चोरून उभा राहिला.

समोर एका वाटिकेत मूल्यवान केशरी वस्त्रात धर्मगुरू होते व त्यांच्या हस्तस्पर्श अंतरावर ध्रुवशीला सविलास अंगस्थितीत उभी होती. तिने एक पुष्पमाला धर्मगुरूंना दिली व म्हटले, ''तीन वर्षांच्या कालापर्यंत साम्राज्यवैभव आपल्याला प्राप्त झाल्यामुळं दासी आपलं अभिनंदन करते.''

धर्मगुरूंनी स्मित करून पुष्पमालेचा गंध अनुभवला व लालित्याने त्यांनी ती ध्रुवशीलेच्या गळ्यात टाकली. ते म्हणाले, ''तीन वर्षांचा कालावधी पुनरावृत्त करता येणं अशक्य नाही आणि त्या अवधीत रूपरत्ने, तुझ्या वैभवाला मर्यादा नाही. महत्त्वाकांक्षा ही अशी एक मोहकता आहे, की जी कसलीही आर्द्रता नसतानाच मुक्तपणे वृद्धिंगत होते. या सत्तेसाठी मी पितृनिष्ठा मानली नाही, ती एका यःकश्चित, अकिंचन, राज्यहीन, बलहीन, दलहीन राजकुमाराच्या बाबतीत मानीन हे केवळ अशक्य आहे. त्यानं कोणत्याही मंदिरात प्रवेश केला असता तरी त्याचा शिरच्छेद झाला असता, अशीच मी योजना केली होती. मात्र दुसऱ्या मंदिरात प्रवेश झाला तर त्याच्याबरोबर त्या मूर्ख, वाचाळ विदूषक अमात्याचाही शिरच्छेद झाला असता, इतकंच. मंदिराच्या भूमीवरील कूर्माकृती, कमलाकृती इत्यादी सारं शब्दजाल होतं. ध्रुवशीले, ती मंदिरं अति प्राचीन आहेत. भविष्यकाली अनेक शतकांनंतर त्या ठिकाणी असं एखादं दिव्य घडणार, म्हणून का दूरदृष्टीनं त्यांनी आधीच मंदिरांची रचना करून ठेवली होती?''

''पण धर्मभूषण, हा अन्याय नव्हे का?'' मधुर स्वरात ध्रुवशीलेने विचारले.

''तुम्हा मृगनयनांना हे समजायचं नाही. सारे नीतिनियम संभाळून युद्ध करण्याची इच्छा असणाऱ्यानं युद्धभूमीवर पदार्पण करू नये!''

''धर्मरत्न, आता एकच प्रश्न. राजमुकुटापेक्षाही अधिक काहीतरी प्राप्त होईल असं आपण म्हणालात. राजसत्तेपेक्षा अधिक काय असू शकतं?''

क्षणभर विचार करत असल्याचे नाट्य करून धर्मगुरू हसले व म्हणाले, ''बिंबाधरे, तू एक महान अतिप्रश्न विचारलास; परंतु मला तरी अद्याप त्याचं ज्ञान नाही. पण राजमुकुटापेक्षाही काहीतरी अधिक असू शकतं ही भावनाच कदाचित राजमुकुटापेक्षा जास्त मूल्यवान असू शकेल. यौवनकलिके, मला आता जाणं प्राप्त आहे; परंतु चंद्रिकेला राजपुष्पांचा गंध येऊ लागला की मी दूताकडून आज्ञा कळवीन.''

‘‘दासी आपल्या सेवेस सदैव सज्ज आहे,’’ अत्यंत नम्रपणे ध्रुवशीला म्हणाली.

धर्मगुरू प्रमत्तपणे निघून जात असता ती त्यांच्याकडे पाहत राहिली व ते दृष्टीआड होताच ती स्वतःशीच हसली व निघून गेली.

भयानक प्रतिध्वनी ऐकल्याप्रमाणे विदूषक स्तंभित झाला होता. त्याने पिशाचबाधा झाल्याप्रमाणे केस विसकटून टाकले, गळ्याभोवतालची स्वरहीन घंटा व प्रकाशहीन दीप बाजूला फेकून दिली आणि द्विरंगी वस्त्र ताणून विदीर्ण केले. त्याने ओंजळभर माती उचलली व साऱ्या चेहऱ्यावर माखून घेतली.

बाजूला कोणीतरी कर्कश हसल्याच्या आवाजामुळे तो दचकला व त्याने त्या दिशेने पाहिले. एखाद्या वन्य घनदाट छायेप्रमाणे समोर डोंब उभा होता आणि आपले वराहदंत दाखवत होता.

‘‘आपण काय चालवलं आहे हे?’’ त्याने विचारले.

‘‘डोंबा, ही माझी वस्त्रं घेऊन जा,’’ विदूषक भग्न स्वरात म्हणाला, ‘‘का की, मला त्यांचा काही उपयोग नाही. ती वस्त्रं अधिकारानं धारण करण्यास जी ज्ञानसिद्धी हस्तगत व्हावी लागते, ती मला कदापि साध्य झाली नाही. इतकं अध्ययन केलं, ह्र इतकं साहिलं, ह्र इतकं उपभोगलं ह्र आणि इतकं भोगलंही; पण या साऱ्या कोलाहलात मी एक सामान्य क्षुद्र जंतूच राहिलो. त्यातून एखादं सुसंगत आकारपूर्ण वस्त्र निर्माण करण्याचं ज्ञान मला सदैव अज्ञातच राहिलं व मी लक्तरांचे भार वाहत निर्बुद्धपणे जगणारा भारवाहकच उरलो. ही वस्त्रं तू घेऊन जा ह्र’’

त्याने अंगावरील विदूषकाची वस्त्रे उतरवली व डोंबाकडे फेकली आणि तो पराभूत, अवमानित, मूढगतीने निघून गेला.

तो वळून जाईपर्यंत डोंब त्याच्याकडे पाहत राहिला. नंतर त्याने ती विदीर्ण वस्त्रे उचलून बाजूला फेकून दिली व एका वृक्षाआड राहून त्याने हलक्या स्वरात, पण लोहतंतूप्रमाणे रेखीव अशी शीळ घातली.

ती ऐकताच वाटिकेजवळील अरुंद पथमार्गावरून अंगावर कृष्णवर्णाचे उत्तरीय वस्त्र घेतलेली एक युवती धावत आली. डोंबाजवळ येताच तिने अर्ध अंगावरील आवरण बाजूला केले व ती त्याला भिडली. त्वरित गतीने आल्यामुळे तिच्या तारुण्यरेषा कंपित होत होत्या. तिच्या वक्षस्थलावर जणू वासना तप्त झाल्याप्रमाणे भासणारा रक्तमणी होता आणि जणू त्याची दाहकता क्षणभरच सुसह्य असल्याप्रमाणे प्रकाशकण त्यास स्पर्श करताच परावर्तित होत होते. ध्रुवशीला समीप येताच डोंबाने तिला आपल्या बलवान, सावळ्या हातांनी वेटाळले.

आणि मग ती दोघे वृक्षांच्या निबिड हिरव्या अंधारात विरून गेली!